AF413817

નકલી નારાયણનો પ્રપંચી સંપ્રદાય

સ્વામિનારાયણ સંપ્રદાયે સનાતન ધર્મ પર કરેલી
ભીતરઘાત અને જાગૃત હિન્દુ સમાજે આપેલા તેના
પ્રત્યુત્તરની કથા

ડૉ. કૌશિક ચૌધરી

સમર્પિત છે,

ઇતિહાસના એ પ્રત્યેક સનાતનીને જેણે આ ક્ષણભંગુર જીવનના લાભ-હાની ત્યાગી, સનાતન ધર્મ અને તેના આરાધ્ય ઈશ્વરોના રક્ષણ કાજે યુધ્ધ કર્યું

સામગ્રી

ભૂમિકા

ભૂંડું હોવાના ડોળ ભાળજો જી રે!

હિંદુ સનાતન સભ્યતામાં 'સ્વામી' શબ્દ ઘણા અર્થે પ્રયોજાય છે. પણ તે દરેક અર્થ મૂળ રૂપે એક શબ્દ સાથે જ જોડાયેલો જણાય છે, તે છે 'અધિપતિ'. મોટા ભાગે આપણે ઈશ્વરને સંસારના અધિપતિ કે ત્રિલોકના અધિપતિ તરીકે દર્શાવવા તેને ત્રિલોક સ્વામી કહીએ છીએ. બીજો બૃહદ અર્થ છે 'ઇન્દ્રિયોનો અધિપતિ', જેણે પોતાની ઇન્દ્રિયોને પોતાના વશમાં કરી લીધી છે તે સિધ્ધ યોગી. આ બે અર્થ મુખ્ય છે, અને પછી કેટલાક સંસારિક સ્થિતિના અર્થ આવે છે. જેમ કે કોઈ સંસ્થા કે મઠના પ્રમુખને સ્વામી કહેવાય છે, જે મઠના અધિપતિ અર્થમાં હોય છે. અને એનાથી પણ નીચે એક સ્થાન આવે છે, જ્યાં પત્ની પોતાના પતિને સ્વામી કહે છે. તે પણ ક્યાંકના ક્યાંક ધરના કે સ્ત્રીના અધિપતિના અર્થમાં જ છે. આમ, મુખ્યત્વે સ્વામી શબ્દના આ ચાર અર્થ છે, જેમાં કોઈના કોઈ પ્રકારનું અધિપત્ય સિધ્ધ થાય છે.

પણ આ પુસ્તકમાં આપણે એક અલગ પ્રકારના સ્વામી જોવાના છે. એવા સ્વામી જે પહેરવેશે તો એજ હિંદુ સંન્યાસીઓના કપડાં પહેરે છે, કપાળે તિલક કરે છે, અને માથે શિખા રાખે છે, પણ વિચારધારા અને કર્મી મુસ્લિમ મૌલાના અને ખ્રિસ્તી પાદરીઓ જેવા છે. સનાતન સ્વીકૃતિ માટે ઓળખાતા હિંદુ ધર્મમાં તે એક જ પૂજવા યોગ્ય સર્વોપરી ઈશ્વરનું ઇસ્લામિક મોડલ લઈને આવ્યા છે, જ્યાં બીજા ઈશ્વરોને સેવક કહીને નવી નવી કાલ્પનિક કથાઓ રચીને અપમાનિત કરાય છે, અને તેમને પૂજવા માટે અયોગ્ય કહી નામશેષ કરવાની કોશિશ થાય છે. આ એ સ્વામીઓ છે જે ઇન્દ્રિયોના સ્વામી નથી, ઇન્દ્રિયો જ વિષયો બતાવે છે તે વિષયો ભોગવવાના સ્વામી છે. કાળા નાણા ફેરવવા, બ્લેકના વાઈટ કરી આપવા, પૈસાની ઉચાપત કરવી, મંદિર બાંધવાના નામે જમીનો પચાવી પાડવી, છેતરપીંડી કરવી તેમજ સ્ત્રીઓ અને કિશોર છોકરાઓનું જાતીય શોષણ કરવું - આ બધા આક્ષેપો તેમના પર લાગવા એક સામાન્ય વાત થઈ ચૂકી છે. જેમ સદીઓથી ખ્રિસ્તી પાદરીઓના આવા સ્કેન્ડલ દુનિયાના કોઈના કોઈ ખૂણાથી આવતા જ રહે છે, તેમ આ સ્વામીઓના પણ એવા સ્કેન્ડલ વર્ષે નહિ, મહીને મહીને વર્તમાનપત્રોમાં છપાય છે. જેમ છેલ્લી કેટલીક સદીઓથી ખ્રિસ્તી મીશનરીઓ ભારતમાં તેમના ધર્મના ફેલાવા માટે કોન્વેન્ટ સ્કૂલો, હોસ્પિટલો

અને સેવા કાર્યોના કાર્યક્રમ ચલાવે છે, તેમ આ સ્વામીઓ પણ નામે ગુરુકુળ, હોસ્પિટલો અને સેવા કાર્યોના કાર્યક્રમ ચલાવે છે. પણ ઉદેશ્ય એજ હોય છે - ભારતના હિંદુ સનાતનીઓને કોઈ એક નવા સર્વોપરી ઈશ્વરમાં વટલાવી વેદ, ઉપનિષદ અને પુરાણોના સનાતની ઈશ્વરો તેમનાથી છોડાવવા.

એનું દૃષ્ટાંત કંઈક એ રૂપે છે કે તમે ઇસ્કોનમાં 'હરે રામ હરે કૃષ્ણ' ગાતા અનેક ગોરાઓને સન્યાસી બનેલા જોયા હશે. એ ઇસ્કોનની સ્થાપનાને હજી સિત્તેર વર્ષ પણ નથી થયા. તમે નીમ કરોલી બાબાના સાચા ભક્તો તરીકે અનેક ગોરાઓને હનુમાન ચાલીસા કરતા અને સન્યાસી બનીને જીવતા જોયા હશે, જેમને પણ હજી એંશી વર્ષ નથી થયા. તમે સ્વામી વિવેકાનંદ પાછળ સન્યાસ લઇ હિંદુ બનેલા અનેક ગોરાઓને આજથી એકસો ત્રીસ વર્ષ પહેલાં પણ જાણ્યા હશે અને આજે પણ અનેક ગોરા સન્યાસીઓ રામકૃષ્ણ મિશનમાં તમને દેખાતા હશે. પણ જે સંપ્રદાયને બસો વર્ષ થયાં છે, અને જે વિવેકાનંદની પશ્ચિમમાં સફળતા પછી વીસેક વર્ષમાં જ વિદેશમાં જઈ મંદિરો બનાવવા લાગ્યા હતા તે સંપ્રદાયમાં આજે સો વર્ષ પછી પણ એક પણ પશ્ચિમી ગોરો તમને હિંદુ બનેલો નહિ દેખાય! બીજી હિંદુ સંસ્થાઓ પશ્ચિમમાં જઈ ત્યાંના ગોરાઓને હિંદુ ધર્મના વિવિધ પાસા સાથે જોડી સનાતન ધર્મમાં સ્થાપિત કરે છે, અને આ સંપ્રદાય છેલ્લા સો વર્ષથી વિશ્વના વિવિધ દેશોમાં મંદિરો બનાવી ત્યાં વસેલા હિંદુઓને એક એવા નકલી નારાયણમાં બાંધવાની કોશિશ કરે છે, જે ખ્રિસ્તીઓના જિસસ અને ઇસ્લામના અલ્લાહ જેવો એક સર્વોપરી ભગવાન છે, જેના સામે હિંદુઓને તેમના આજસુધીના તમામ ઈશ્વરોને પૂજવા યોગ્ય ન માની ફેંકી દેવાનું શીખવવામાં આવે છે. વિદેશમાં બાંધવામાં આવેલા એ બધા મંદિરો આ કાર્ય માટે જ ઉપયોગમાં લેવાયા છે. આ પુસ્તકમાં આપણે એ નકલી ભગવાનના પ્રપંચી સંપ્રદાયને જાણવાના છીએ.

વેદોમાં નારાયણ શબ્દનો ઉલ્લેખ આવે છે ભગવાન વિષ્ણુના એક નામ તરીકે. સનાતન ધર્મ અને સમગ્ર માનવજાતિના પહેલા ગ્રંથ તરીકે નામના પ્રાપ્ત ઋગ્વેદમાં વિષ્ણુ તેત્રીસ કોટી દેવતાઓમાં સૌથી વ્યાપક દેવ છે, અને એટલે જ તેમને ઋગ્વેદના ઐતરેય બ્રાહ્મણના પહેલા જ શ્લોકમાં દેવોમાં સૌથી ઉચ્ચ દેવ કહેવાયા છે. ઋગ્વેદ પછી લખાયેલા બીજા વેદ યજુર્વેદમાં એજ વિષ્ણુમાંથી નીર એટલે કે જળની ઉત્પત્તિ થાય છે, આ કારણે તે વિષ્ણુને 'નારાયણ' કહેવાય છે. સાથે સર્વ સ્થાને વસેલા હોવાથી તેમને 'વાસુદેવ' નામ પણ અપાય છે. આ સાથે એ વિષ્ણુ ગાયત્રી શ્લોકને વેદોમાં લગભગ પચ્ચીસ વાર પ્રયોજવામાં આવે છે જે કહે છે કે,

"ૐ *નારાયણાય વિદ્મહે વાસુદેવાય ધીમહિ ।*
તન્નો વિષ્ણુ: પ્રચોદયાત્ ॥"
અર્થાત્
'એ નારાયણ અને વાસુદેવ એક જ છે, અને એજ વિષ્ણુ છે, તે
વિષ્ણુને અમે પ્રણામ કરીએ છીએ."

આ ભગવાન વિષ્ણુ-નારાયણને તો આપણે જાણીએ છીએ અને આપણે તેમને હજુ વિગતે આ પુસ્તકના ખંડ ૨ માં શાસ્ત્રોની સમજ સાથે જાણીશું. પણ હવે 'નારાયણ' નામ ચોરીને ઉભા કરાયેલા આ પ્રપંચી સંપ્રદાયના એક નકલી નારાયણને પણ જાણવાની જરૂર ઉભી થઇ છે, જેમની પોતાની આગવી વિશેષતાઓ છે. પહેલાં તો તે ભગવાન વિષ્ણુના જ નારાયણ, હરિ, શ્રીજી વગેરે નામને ચોરીને ઉભા થયા છે, પણ પછી ભગવાન વિષ્ણુને જ પોતાના સેવક કહે છે. એટલું જ નહિ, ભગવાન વિષ્ણુના અવતારો એવા રામ અને કૃષ્ણને હીન બતાવતાં કહે છે કે કોટી કોટી રામ અને કૃષ્ણમાં જેટલું તેજ નથી તેટલું તો આ નકલી નારાયણના શિષ્યોમાં કે સત્સંગી છોકરાઓમાં છે. એટલે ભગવાન કૃષ્ણના મંદિરમાં તેમના સંપ્રદાયનો કોઈ છોકરો દર્શન કરવા ન જાય, એ તો કૃષ્ણને દર્શન દેવા જાય! તે ખાલી ભગવાન વિષ્ણુ સુધી નથી અટકતા, સનાતન ધર્મના દરેક ઈશ્વર અને દેવી દેવતાને હીન ચીતરવા માટે તેમની પાસે આવી શેખચલ્લી જેવી વાતો નિરાંતે ઘડાઇ છે. કદાચ એટલે જ એ બધા ઈશ્વરોથી અલગ પડવા આ નવા નારાયણ ડાબા હાથે આશીર્વાદ આપે છે. તે સ્ત્રીઓનું મોઢું ન જોવાની શિખામણ આપે છે, પણ ભગવાન વિષ્ણુની પત્નીઓ લક્ષ્મીજી, રાધાજી અને તુલસીજીને પોતાની પત્નીઓ કહે છે.

પણ આ નવા નારાયણ જ્યારે ધરતી પર આવ્યા ત્યારે કોઈ સાથે લગ્ન ન કરી શક્યા. તેમના સંપ્રદાયના જ પુસ્તકો (સહજાનંદ ચરિત્ર, પેજ ૧૧૬-૧૧૭) પ્રમાણે તેમણે એકવાર એક વરઘોડાને જતાં જોયો, તો તેમને પણ પરણવાની ઈચ્છા થઇ. તો તેમના ભક્તોને થયું કે લાવો ભગવાનને પરણાવીએ, તો ભક્તોએ એક સુંદર સ્ત્રીને તેમના સાથે લગ્ન કરવા તૈયાર કરી. સ્ત્રી પણ ખુશી ખુશી તૈયાર થઇ અને શૃંગાર કરી તે નવા નારાયણ સામે આવી. તેને જોતાં જ આ નવા નારાયણ ઉલટી કરવા લાગ્યા અને તે સ્ત્રી વિષે બોલ્યા, 'હટાવો, આ વિષ્ઠાના ઢગલાને મારી સામેથી.' હું આશા રાખું છું તમને આ 'વિષ્ઠા' શબ્દનો અર્થ ખબર હશે. એ અપમાનિત થયેલી સ્ત્રીને તો ત્યાંથી હટાવવામાં આવી, પણ આ નવા નારાયણના ઝાડા-ઉલટી બંધ ના થયા. તો છેલ્લે ઉપાય તરીકે કોઈએ કહ્યું, 'મહારાજને સ્ત્રીનો સ્પર્શ ન થયો હોય અને કોઈ પુરુષે રાંધ્યું હોય તેવું ભોજન

જમાડો, તો ઝાડા ઉલટી બંધ થઇ જશે.' એવું ભક્તોએ કર્યું, અને તેમના ઝાડા ઉલટી બંધ થઇ ગયા. ત્યારથી તે નકલી નારાયણના શિષ્યો કોઈ સ્ત્રીનું મોંઢું જોવાથી પણ બચે છે.

આ સિવાય આ નવા નારાયણને એકવાર ખૂબ પેશાબ લાગ્યો, અને તે દોડતા દોડતા એક સ્થાને પેશાબ કરવા ઉભા રહ્યા, પણ તેમનાથી તેમના લેંઘાનું નાળું ના ખુલ્યું. તો તેમના એક સમર્પિત ભક્તે ત્યાં આવીને તેના મોંઢાથી એ નાળું ખોલી આપ્યું, અને ત્યારથી લઈને આજ સુધી એ નાળું સાચવવામાં આવ્યું છે, અને એક મ્યુઝીયમમાં ડિસ્પ્લેમાં મુકવામાં આવ્યું છે. પણ ફરી પાછા જયારે આ નવા નારાયણના મૃત્યુનો સમય આવે છે ત્યારે તેમના સંપ્રદાયના પુસ્તકો એજ ઝાડા અને વિષ્ઠાને ફરી યાદ કરે છે. નવા નારાયણને પેટની બીમારી થઇ ગઈ હતી તો તે મહારાજ તેમની પથારીમાં જ ઝાડા કરી દેતા હતા. અને સાથે બુમો પાડી હાથ પગ પછાડતા હતા તો તેમના સંડાસના છાંટા આજુબાજુ બધે ઉડતા. આ જોઈ તેમના ભક્તો તેમને વિનંતી કરતા કે જો ભગવાન જ આવું કરશે તો ભક્તોને ક્યાંથી હિમંત આવશે. ત્યારે તે નવા નારાયણ પોતાના ભગવાન તરીકેના વખાણ સાંભળતા સાંભળતા કંઇક શાંત થાય છે.

આ બધું તો એ સંપ્રદાયના જ પુસ્તકોમાં મળે છે. પણ એ નકલી નારાયણના મૃત્યુના પાંચ-છ વર્ષ પહેલાં ગુજરાતના એજ વિસ્તારમાં જન્મેલા આર્યસમાજના સ્થાપક સ્વામી દયાનંદ સરસ્વતી ૧૮૮૦ ના દશકમાં લખાયેલ તેમના પુસ્તક સત્યાર્થ પ્રકાશમાં તેમના વિષે શું લખે છે તે જાણીએ. નીચે સત્યાર્થ પ્રકાશના અગિયારમા સમુલ્યાસ (પ્રકરણ) નો એ હિસ્સો યથાસ્વરુપ આપવામાં આવ્યો છે.

"પ્રશ્ન: સ્વામી નારાયણનો મત કેવો છે?

ઉત્તર: 'યાદૃશી શીતતા દેવી તાદૃશો વાહનઃ ખરઃ ।' જેવી ગુસાંઈજીની ધન હરણાદિમાં વિચિત્ર લીલા છે, તેવી જ સ્વામીનારાયણની પણ છે.

જુઓ! એક "સહજાનંદ" નામક મનુષ્ય અયોધ્યાની સમીપ એક ગ્રામમાં જન્મ્યો હતો. તે બ્રહ્મચારી બનીને ગુજરાત, કાઠિયાવાડ, કચ્છ-ભુજ આદિ દેશોમાં ફરતો હતો. તેણે જોયું કે આ દેશ મૂર્ખ અને ભોળો ભલો છે. કોઈ પણ એમને પોતાના મતમાં ગમે તેવી રીતે ફસાવે, તેમ એ લોકો ફસી શકે છે. ત્યાં તેણે બે-ચાર શિષ્યો બનાવ્યા. તેમણે આપસમાં સમ્મતિ કરી પ્રસિદ્ધ કર્યું કે સહજાનન્દ નારાયણનો અવતાર અને મોટો સિદ્ધ છે. અને ભક્તોને ચતુર્ભુજ મૂર્તિ ધારણ કરી

સાક્ષાત દર્શન પણ દે છે.

એક વાર કાઠિયાવાડમાં કોઈ કાઠી અર્થાત્ જેનું નામ "દાદાખાચર" હતું, તે ગઢડાનો જમીનદાર હતો. તેને શિષ્યોએ કહ્યું કે 'તમે ચતુર્ભુજ નારાયણનાં દર્શન કરવાં ચાહો તો અમે સહજાનંદજીને પ્રાર્થના કરીએ.'

તેણે કહ્યું ઘણી જ સારી વાત છે. તે ભોળો આદમી હતો. એક ઓરડીમાં સહજાનંદે શિર પર મુકુટ ધારણ કર્યો અને શંખ, ચક્ર પોતાના હાથમાં ઉપરથી ધારણ કર્યા, અને એક બીજો આદમી તેની પાછળ ઊભો રહીને ગદા, પદ્મ પોતાના હાથમાં લઈને સહજાનંદની બગલમાંથી આગળ હાથ કાઢીને ચતુર્ભુજ જેવા બની-ઠની ગયા.

દાદાખાચરને તેના ચેલાઓએ કહ્યું કે એક વાર આંખ ઉઘાડી જોઈને પછી તરત આંખ મીચી લેવી અને ઝટ અહીં ચાલ્યા આવવું. જો વધારે વાર જોશો તો નારાયણ કોપ કરશે, અર્થાત્ ચેલાઓના મનમાં તો એમ હતું કે અમારા કપટની પરીક્ષા ન કરી લે. તેને લઈ ગયા. તે સહજાનંદ જરીના અને ચળકતાં રેશમી કપડાં ધારણ કરી રહ્યો હતો. અંધારી કોટડીમાં ઊભો હતો. તેના ચેલાઓએ એકદમ ફાનસથી તે ઓરડીમાં એક તરફ અજવાળું કર્યું. દાદાખાચરે જોયું તો ચતુર્ભુજ મૂર્તિ જોવામાં આવી. પછી ઝટ દીપકને ઓથમાં કરી દીધો. તે સઘળા નીચે નમી નમસ્કાર કરીને બીજી તરફ ચાલ્યા આવ્યા. અને તે જ સમયે વચમાં વાત કરી કે તમારું ધન્ય ભાગ્ય છે. હવે તમે મહારાજના ચેલા થઈ જાવ. તેણે કહ્યું ઘણી સારી વાત છે. જ્યાં લગી કરીને અન્ય સ્થાનમાં ગયા ત્યાં લગીમાં તો સહજાનંદને બીજાં વસ્ત્ર ધારણ કરીને ત્યાં ગાદી પર જઈ બેઠેલા દીઠા. ત્યારે ચેલાઓએ કહ્યું કે 'જુઓ હવે બીજું સ્વરૂપ ધારણ કરીને અહીં બિરાજમાન છે.'

તે દાદાખાચર તેની જાળમાં ફસાઈ ગયો. ત્યારથી જ તેના (સહજાનંદના) મતની જડ જામી. કેમકે તે એક મોટો જમીનદાર હતો. ત્યાં જ પોતાની જડ જમાવી લીધી. પછી અહીં તહીં ફરતો રહ્યો. સર્વને ઉપદેશ કરતો હતો. ઘણાઓને સાધુ પણ બનાવતો હતો. કોઈક કોઈક વાર સાધુના કાછની નાડીને મસળીને તેને મૂર્છિત પણ કરી દેતો હતો અને સર્વને કહેતો હતો કે મેં એને સમાધિ ચઢાવી દીધી છે. એવી-એવી ધૂર્તતામાં કાઠિયાવાડના ભોળા-ભલા લોકો એના પેચમાં ફસાઈ ગયા. જ્યારે તે મરી ગયો ત્યારે તેના ચેલાઓએ બહુ જ પાખંડ ફેલાવ્યું."

꧁꧂

સ્વામી દયાનંદ સરસ્વતીના આ સંપ્રદાય વિશેના કથનોનો ઉલ્લેખ એટલે જરૂરી છે, કારણકે એક તો તે પોતે એજ વિસ્તારમાં જન્મ્યા હતા જ્યાં આ સંપ્રદાય ફલ્યો ફૂલ્યો, અને સાથે એ સમયમાં પણ જ્યારે આ સંપ્રદાય તેના પ્રસરણના શરૂઆતના વર્ષોમાં હતો.

હવે આ પુસ્તકના વિષયની ભૂમિકા અર્થે એ સંપ્રદાયના શબ્દોમાં તેમનો ઈતિહાસ જોઈએ. સંપ્રદાયના લખાણોમાં, સ્વીકૃત લોકચર્ચાઓમાં અને ઈન્ટરનેટ પર મળતા એ સંપ્રદાયના વિશેના વિવિધ પેજ પર એ ઈતિહાસ કંઈક આવો મળે છે.

સ્વામિનારાયણ સંપ્રદાયના લખાણ અનુસાર જોઈએ તો, ૧૭૮૧ માં ઉત્તર પ્રદેશના છપૈયા ગામમાં જન્મેલા ધનશ્યામ પાંડે નામના છોકરાએ અગિયાર વર્ષની ઉમરે સન્યાસ લઇ નીલકંઠવર્ણી નામ ધારણ કર્યું. તે સન્યાસ લઇ આખા ભારતમાં ફર્યો અને અષ્ટાંગ યોગમાં પારંગત બન્યો. ઇસ ૧૭૯૯ માં અઢાર વર્ષની ઉમરે તે ગુજરાત આવ્યો, અને ત્યાં ગઢડામાં ઉધ્ધવ સંપ્રદાય નામે ચાલતા એક વૈષ્ણવ સંપ્રદાયના મૂળ ગુરુ રામાનંદ સ્વામીને મળ્યો. રામાનંદ સ્વામીએ અઢાર વર્ષના નીલકંઠવર્ણી કે ધનશ્યામ પાંડેને દીક્ષા આપી અને સહજાનંદ સ્વામી નામ આપ્યું. ત્રણ વર્ષ બાદ ૧૮૦૨ માં રામાનંદ સ્વામી મૃત્યુ પામ્યા, અને ઉદ્ધવ સંપ્રદાય સહજાનંદ સ્વામીના હાથમાં આવ્યો. કહેવાય છે કે સહજાનંદ સ્વામીથી મોટા તેમના એક ગુરુભાઈ રઘુનાથદાસે આનો વિરોધ કરી સંપ્રદાયની ગાદી તેમને મળવી જોઈએ એવો દાવો કર્યો હતો. બંને વચ્ચે માંગરોળ સ્ટેટમાં કેસ ચાલ્યો, જ્યાં ચુકાદો આપવામાં આવ્યો કે રઘુનાથદાસ રામને ભજે અને સહજાનંદ સ્વામી કૃષ્ણને ભજે. આમ, ઉદ્ધવ સંપ્રદાય પર સહજાનંદ સ્વામીનો દાવો યથાવત રહેલો.

સ્વામી રામાનંદના મૃત્યુના બીજા જ દિવસે સહજાનંદે સંપ્રદાયના અનુયાયીઓની મોટી સભા બોલાવી અને તેમને 'સ્વામિનારાયણ' મંત્ર આપી કૃષ્ણ ભક્તિમાં ડૂબવાનો માર્ગ આપ્યો. જ્ઞાન, ધર્મ અને વૈરાગ્ય સાથે 'સ્વામિનારાયણ' મંત્ર વડે કૃષ્ણ ભક્તિ - એ સહજાનંદ સ્વામીએ આપેલો મુખ્ય માર્ગ બન્યો. અહીંથી સહજાનંદ સ્વામી પોતે જ 'સ્વામિનારાયણ' કહેવાવા લાગ્યા અને તેમનો ઉધ્ધવ સંપ્રદાય 'સ્વામિનારાયણ સંપ્રદાય' કહેવાવા લાગ્યો. અને અહીં વાત આવે છે તેમના અંગ્રેજ અમલદારો અને ખ્રિસ્તી પાદરીઓ

સાથેના સંસર્ગની.

વર્ષ ૧૮૧૮ માં સહજાનંદના સમયમાં પેશ્વાની અંગ્રેજો સામે હાર થતાં ગુજરાત અંગ્રેજોના હાથમાં આવેલું, અને ત્યારબાદ સહજાનંદ સ્વામી અને અંગ્રેજ અમલદાર જ્હોન માલ્કમ તથા ખ્રિસ્તી પાદરીઓના વચ્ચે ગાઢ સંપકી રહેલા. અંગ્રેજો પહેલાના અમદાવાદના રાજાએ સહજાનંદ સ્વામીને અમદાવાદ આવવા પર પ્રતિબંધ મૂકેલો હતો. પણ નવેમ્બર ૧૮૧૭ માં જ અમદાવાદ બ્રિટીશ ઇસ્ટ ઇન્ડિયા કંપનીના હાથમાં આવી ગયેલું. અને ફેબ્રુઆરી ૧૮૧૮ માં જ્હોન એન્ડ્રુ ડનલોપ અમદાવાદના પહેલા કલેકટર તરીકે નિમાયા. ૧૮૧૮ માં ડનલોપ હેઠળ ફરજ બજાવતા ઈરોન સાહેબ નામના એક અંગ્રેજ અધિકારીએ સહજાનંદ સ્વામીને મળવા માટે આમંત્રણ આપ્યું અને અમદાવાદમાં તેમને રહેવા માટે એક જમીન આપવાનું વચન આપ્યું. ઈરોન સાહેબે સહજાનંદ સ્વામીના અનુયાયીઓને પણ સંપર્ક કર્યો અને સહજાનંદ સ્વામી તથા તેમના સંપ્રદાયના સાધુઓ માટે નિવાસસ્થાન રૂપે એક મોટા ખંડ બનાવી આપવાની વાત કહી. ૧૮૧૯ માં ઈરોન સાહેબ અને સહજાનંદ સ્વામી મળ્યા અને ઈરોન સાહેબે કાલુપુરમાં મંદિર બાંધવા માટે એક જમીનનો પ્લોટ આપવાનું વચન આપ્યું. કલેકટર એન્ડ્રુ ડનલોપે સહજાનંદ સ્વામીને કાલુપુરમાં મંદિર બનાવવા માટે જમીન આપવાની મંજુરી બ્રિટનથી મેળવી આપી. ૧૮૨૨-૨૩ માં કાલુપુર મંદિર તૈયાર થયું અને સહજાનંદ સ્વામીએ ૫૦,૦૦૦ લોકોની હાજરીમાં તેનું ઉદ્ઘાટન કર્યું.

"આ આખા ઘટનાક્રમ વિષે ઇતિહાસકાર રેયમોન્ડ બ્રેડી વિલિયમ્સ પોતાના પુસ્તક 'An Introduction to Swaminarayan Hinduism' માં લખે છે, '૧૮૨૦ માં અમદાવાદના કલેકટરે સહજાનંદ સ્વામીને મંદિર બાંધવા જમીન આપી અને (સ્વામિનારાયણનું) પહેલું મંદિર ત્યાં બંધાયું. આમ, અંગ્રેજો આ સંપ્રદાયના પહેલા મંદિરના બાંધકામમાં શામેલ હતા, જે એક આબેહુબ પ્રતિક હતો એ વાતનો કે 'પેક્સ બ્રિટાનિકા' અને 'પેક્સ સહજાનંદા' એક સહિયારા લક્ષ્ય તરફ ચાલનારા સમાંતર આંદોલન હતા. ૧૮૨૩ માં જ્યારે તે નર-નારાયણ મંદિરનું લોકાર્પણ થયું ત્યારે સહજાનંદ સ્વામી સાથે ૫૦,૦૦૦ લોકો હતા. આમ, બ્રિટીશ આવ્યા તે પહેલાના સહજાનંદના વર્ષો વિરોધ અને સતામણીના રહ્યા હતા, પણ બ્રિટીશ આવ્યા પછીના તેમના આખરી દસ વર્ષ મહાન સફળતા, ઊંચા સમ્માન અને મોટી સમાજ સુધારણાના વર્ષો રહ્યા.'"

આમ, અંગ્રેજ અમલદારોનો સાથ મળતા સહજાનંદ સ્વામીનો ગુજરાતમાં વ્યાપ વધતો રહ્યો, અને પાછળના દસ વર્ષમાં બીજા પાંચ મંદિર બનાવ્યા. જેમાં વડતાલના લક્ષ્મી-નારાયણ મંદિરમાં તેમણે પોતાની જ મૂર્તિની સ્થાપના કરી અને તે મૂર્તિને 'હરિકૃષ્ણ મહારાજ' નામ આપ્યું. વડતાલના સ્વામીઓના પ્રવચનો મુજબ, એ પાછળ તેમનો આશય એ હતો કે લોકો મંદિરમાં આવે અને લક્ષ્મી-નારાયણના દર્શન કરે ત્યારે સાથે તેમની હરિકૃષ્ણ મહારજ રૂપે સહજાનંદ સ્વામીમાં બધાના સર્વોપરી ઈશ્વર તરીકેની શ્રદ્ધા દ્રઢ થાય. અહીં રેયમોન્ડ વિલીયમ્સના પુસ્તકમાં જે 'પેક્સ બ્રિટાનિકા (Pax Britannica)' શબ્દનો ઉપયોગ થયો તે એક ચળવળ હતી જે બ્રિટીશ સરકારે ૧૮૧૫ થી ૧૯૧૪ વચ્ચે ચલાવી હતી. એ શબ્દનો અર્થ છે 'બ્રિટીશ શાંતિ'. અંગ્રેજોએ વિશ્વભરમાં જે જે દેશમાં ઉપનિવેશિક સત્તા નાખી હતી ત્યાં હવે તે ત્યાંના સમાજ સાથે શાંતિ સ્થાપવા અને ત્યાં લાંબુ ટકવા એક સમરસતા અભિયાન ચલાવતા હતા. આ અભિયાનને જ ગુજરાતમાં નામ અપાયું હતું 'પેક્સ બ્રિટાનિકા - પેક્સ સહજાનંદા'. એટલે કે સહજાનંદ સ્વામી સાથે સમરસતા કેળવી હિંદુ-અંગ્રેજ શાંતિ કેળવવી. આ વાતનો ઉલ્લેખ કલકત્તાની બિશપ કોલેજના પ્રિન્સીપાલ વિલિયમ હોજની ડાયરીમાં મળી આવે છે. વિલિયમ હોજની ડાયરીમાં સહજાનંદ સ્વામી અને ખ્રિસ્તી ચર્ચના પાદરીઓ અને અંગ્રેજ અમલદારો વચ્ચે થયેલી અનેક મીટીંગોનું અને તેના કારણે સ્વામિનારાયણે કેવી રીતે હિંદુ ધર્મના શાસ્ત્રોને પુન:વ્યાખ્યાયિત કર્યા તેનું વર્ણન છે.

> "એમાં સાર રૂપે લખાયું છે કે '1820 ના દાયકાના સ્વામિનારાયણ હિન્દુ દસ્તાવેજો બ્રિટિશ અને સ્વામિનારાયણના સંબંધનું પુન:નિર્માણ કરવામાં મદદ કરે છે. ઉપનીવેશિક (અંગ્રેજ) અધિકારીઓ સાથે હિંદુઓના સંબંધો પણ આ શરૂઆતના સમયગાળામાં હિંદુ-ખ્રિસ્તી સંવાદ સાથે નોંધપાત્ર રીતે આગળ વધે છે. સ્વામિનારાયણે હિંદુ શાસ્ત્રીય વિચાર અને વ્યવહારના પાસાઓને પુનજીવિત અને શુદ્ધ કરી તેનું પુન:અર્થઘટન કર્યું, જેના કારણે બ્રિટિશ અધિકારીઓ અને પાદરીઓ તેમનું એક એવા ધાર્મિક અને સામાજિક સુધારક તરીકે અર્થઘટન કરવા લાગ્યા, જેમના સુધારાએ સામાજિક વ્યવસ્થા અને કલ્યાણમાં ફાળો આપ્યો.'"

ઇસ ૧૮૩૦ માં સહજાનંદ સ્વામી બીમારીના કારણે મૃત્યુ પામ્યા. પણ તે પહેલાં તેમણે પોતાના પાછળ સંપ્રદાયને કેવી રીતે ચલાવવો એની વ્યવસ્થા

કરી દીધેલી. તેમણે ગુજરાતમાં સ્વામિનારાયણ સંપ્રદાયના વહિવટને બે ભાગમાં વહેંચી દીધો. એક ઉત્તરમાં કાલુપુર (અમદાવાદ) ગાદી અને બીજો દક્ષિણમાં વડતાલ ગાદી.

સંપ્રદાયના કથન મુજબ, સહજાનંદ સ્વામી નહોતા ચાહતા કે સન્યાસીયો સંપ્રદાયની વહિવટી વાતોમાં પડીને ભૌતિકતામાં ફસાય અને આધ્યાત્મિકતા ખોઇ બેસે. એટલે તેમણે વલ્લભાચાર્યના પંથથી પ્રેરણા લઇ ઉત્તર પ્રદેશથી પોતાના કેટલાક નજીકના ભાઇઓને ગુજરાત બોલાવ્યા અને તેમના બે દિકરાઓને દત્તક લીધા. એમાંથી એક દિકરાને અમદાવાદ કાલુપુર ગાદીનો આચાર્ય બનાવ્યો અને બીજાને વડતાલ ગાદીનો આચાર્ય બનાવ્યો. તેમણે સંસ્થાના તેમજ મંદીરોના વહિવટને આચાર્યોને સોંપી દીધો અને તે આચાર્યોને ગૃહસ્થ જીવન જીવવા કહ્યું. આચાર્યોના ગૃહસ્થ જીવનના પણ નિયમ બનાવવામાં આવ્યા અને તેમના જ સંતાનોમાંથી વંશ પરંપરાગતરીતે કોઇ એક ને નવા આચાર્ય તરીકે પસંદ કરવાનું કહેવામાં આવ્યું.

BAPS (બોચાસણવાસી અક્ષર પુરુષોત્તમ સંસ્થા):

૧૮૩૦ માં સહજાનંદ સ્વામીના મૃત્યુ પછી સંસ્થાનું સંચાલન ગૃહસ્થ આચાર્યોને અને સંસ્થાનું આધ્યાત્મિક કાર્ય સન્યાસિયોને સોંપવામાં આવ્યું. પણ વંશપરંપરાગત આવતા આચાર્યોમાં ભ્રષ્ટાચાર તથા સન્યાસિયો અને આચાર્યો વચ્ચે સંસ્થા પર પ્રભુત્વ મેળવવાના તકરારો સામે આવતા રહ્યા. સહજાનંદ સ્વામીએ મંદીરોમાં ઇષ્ટદેવ તરીકે જે ભગવાન કૃષ્ણની સ્થાપના કરી હતી, હવે એજ કૃષ્ણની મૂર્તિઓને સ્વામિનારાયણની મૂર્તિઓ કહીને સહજાનંદ સ્વામીની પૂજા શરૂં થઇ ચુકી હતી. ઓગણીસમી સદીના અંત સમયમાં સ્વામિનારાયણ જેમને સન્યાસિયોની જવાબદારી સોંપી ગયા હતા તે ગુણાતીનંદ સ્વામીના એક નજીકના શિષ્ય ભગત મહારાજે તેમના નજીકના શિષ્ય એવા શાસ્ત્રીજી મહારાજને કહ્યું, 'ભગવાન સ્વામિનારાયણે એક પ્રવચનમાં કહ્યું હતું કે પૂર્ણપુરુષોત્તમ ઇશ્વરને સમજવા અને પૂજવા માટે માણસને પહેલા અક્ષર બનવું જરુરી છે. અને બીજા એક સ્થાને સહજાનંદે ગુણાતીતાનંદ સ્વામીને પોતાના અક્ષર કહ્યા હતા. એટલે અસલમાં અક્ષર અને પુરુષોત્તમ બંનેની સાથે પૂજા થવી જોઇએ.' આ વાતનો અર્થ એ હતો કે વચ્ચે આચાર્યોનું કોઈ મહત્વ નથી. પુરુષોત્તમ ભગવાન તરીકે સહજાનંદ સ્વામી અને તેમના ભક્ત અક્ષર તરીકે સંપ્રદાયના પ્રમુખ સન્યાસી – એ બે જ પૂજવા યોગ્ય છે, અને સર્વેસર્વા છે. તે બંનેની સાથે પૂજા થવી જોઇએ. ભગતજી મહારાજના મૃત્યુ પછી તેમના

શિષ્ય શાસ્ત્રીજી મહારાજે એ તર્ક વિકસાવ્યો અને જીદ વધારતાં તેમને ઇસ 1905 માં સંસ્થામાંથી કાઢી મુકવામાં આવ્યા. અલગ પડીને શાસ્ત્રીજીએ અક્ષર-પુરુષોત્તમની સાથે પૂજા કરતી સંસ્થા સ્થાપી જેમાં સ્વામિનારાયણ સંસ્થાના ધણા સાધુઓ જોડાવા લાગ્યા. પણ કોર્ટમાં કેસ હારી જવાથી આ સંસ્થાને સ્વામિનારાયણ શબ્દ વાપરવા ન મળ્યો અને તેમણે સંસ્થાનું નામ રાખ્યું 'બોચાસણવાસી અક્ષર પુરુષોત્તમ સંસ્થા' (BAPS).

પણ અહીં એ જાણવું પણ જરૂરી છે કે શાસ્ત્રીજી મહારાજ સન્યાસ પહેલા પટેલ જાતિના હતા (સન્યાસ પછી પણ), આથી પટેલ સમાજમાં BAPS સંસ્થા પ્રત્યેનું વલણ વધ્યું. મૂળ ગાદી સાથેનો કોર્ટ કેસ લડવા પણ સરદાર વલ્લભભાઈ પટેલને તેમના પિતા દ્વારા મનાવવામાં આવેલા. પહેલાં આ સંપ્રદાયના પાખંડી અને પોતાને ભગવાન માનતા સ્વામીઓમાં રસ ન લેવાની સલાહ આપી સરદાર પટેલે પિતાને ના પાડી દીઘેલી, પણ પછી પિતાના આગ્રહથી તે એ કેસ લડેલા. આજે પણ તે કેસનું પુસ્તક 'બોચાસણ બંડનો ઈતિહાસ' મળી જાય છે, અને તેમાં સંપ્રદાયમાં પોતાને જ સર્વોપરી ભગવાન માની બેઠનારા અનેક સ્વામીઓની તેમજ અન્ય પાખંડોની વાત છે.

પણ એ વીસમી સદીની શરુઆત હતી. સ્વામી વિવેકાનંદે ભારત બહાર જઈને વિશ્વભરમાં હિંદુ આધ્યાત્મનો જે ડંકો વગાડ્યો હતો તેના પછી અનેક હિંદુ સંપ્રદાયોના લોકો વિદેશમાં જવા લાગ્યા હતા. શાસ્ત્રીજી મહારાજે પણ વિદેશયાત્રા કરી અને હિંદુ ધર્મના નામે ભંડોળ શરૂં કરી દેશ-વિદેશમાં ભવ્ય મંદીરો બનાવાના શરૂં કર્યા. ધીરે ધીરે ભંડોળ એકઠું કરી વિશાળ મંદીરો બનાવવાં એ મુખ્ય લક્ષ્ય બની ગયું અને કૃષ્ણ ભક્તિ લુપ્ત થઈ ગઈ. આ કાર્ય BAPS માં આવનારા દરેક નવા પ્રમુખે ચાલુ રાખ્યું. શાસ્ત્રીજી મહારાજ પછી પ્રમુખ તરીકે આવેલા લોકોમાં યોગીજી મહારાજ સિવાય ત્યારબાદ આવેલા પ્રમુખ સ્વામી અને અત્યારના મહંત સ્વામી પટેલ જ્ઞાતિના જ હતા. આથી ધીરે ધીરે BAPS એક જ્ઞાતિની સ્વામિનારાયણ સંસ્થા રૂપે વધુ સ્થાપિત થતી ગઈ જે એક કોર્પોરેટ હાઉસ તરીકે વેપાર-ઉધોગના મોડલ પર ચાલવા લાગી. એમાં જોડાતા લોકોને પરસ્પર વેપારના ઠેકા મળતા અને એજ ઘણાબધા લોકો માટે એ સાંપ્રદાયિક ઢાંચામાં જોડાઈ રહેવાનું મુખ્ય કારણ હોતું. આ બધું થતાં જ BAPS માં સંપ્રદાયમાં કૃષ્ણ ભક્તિનું જે સ્થાન સ્વામિનારાયણની ભક્તિએ લઈ લીધું હતું તે હવે સ્વામિનારાયણથી પણ વધારે 'અક્ષર' કહેવાતા સંસ્થાના પ્રમુખની ભક્તિ પર કેન્દ્રિત થઈ ગયું.

પૈસા અને ભવ્ય મંદીરો મુખ્ય લક્ષ્ય બનતાં કરોડપતિ વેપારીઓ અને ઉધોગપતિઓ મુખ્ય લક્ષ્ય બન્યા. એટલે સન્યાસીઓના ચિંતન અને

પ્રવચનમાંથી આધ્યાત્મ ગાયબ થઈ ગયું અને આધ્યાત્મિક રીતે અભણ વેપારીઓને ગમે તેવા ઘર-સંસારમાં સંસ્કારી વર્તનના અને ઉધોગધંધા ફેલાવીને વિકાસ કરવાના મોટીવેશનલ પ્રવચન અસ્તિત્વમાં આવ્યા. ભગવાધારી સાધુઓના પ્રવચનમાં યોગ અને ભક્તિ પરંપરાના ગહન સિધ્ધાંતોની વાતોના સ્થાને બિલ ગેટ્સ, વોરન બફેટ, સ્ટીવ જોબ્સ, જેક મા વગેરેએ પોતાના બિઝનેસને વધારીને કરોડો રુપિયા કેવી રિતે કમાયા એની વાતો વધુ થવા લાગી. અનેક સાધુઓના સ્ત્રીઓના જાતીય શોષણ, અંદર અંદર શિષ્યોનું અને નાના છોકરાઓનું જાતીય શોષણ, પૈસાની ઉચાપત, છેતરપીંડી, જમીન કૌભાંડ, અપહરણ અને સંસ્યાસીઓના ખૂન કરવા સુધીના કિસ્સા સ્વામિનારાયણ સંપ્રદાયની BAPS સહીત મોટાભાગની સંસ્થાઓમાંથી બહાર આવ્યા. ત્યાં સુધી કે ૨૦૧૩ માં દશકોથી પ્રમુખ સ્વામીના મુખ્ય શિષ્ય તરીકે રહેલા પી. ડી. સ્વામીએ પ્રમુખસ્વામીએ તેમનું અલગ અલગ સ્થાને અનેકવાર જાતીય શોષણ કર્યું હોવાની FIR અમદાવાદ ખાતે કરી હતી, અને તે પછીથી પી. ડી. સ્વામીનો આજ સુધી કોઈ પત્તો મળ્યો નથી.

આમ, લક્ષ્ય બદલાવાથી રસ્તો આપોઆપ બદ્લાઇ જાય એ સ્વામિનારાયણ ગાદીઓ અને BAPS માં સ્પષ્ટ જોવા મળ્યું. કૃષ્ણ ભક્તિથી શરું થયેલ ઉધ્ધવ સંપ્રદાય આજે સંપૂર્ણત: નષ્ટ થઇ ચુક્યો છે, અને તેના સ્થાને ઉદ્ભવેલો સ્વામિનારાયણ સંપ્રદાય વ્યક્તિ પૂજાની અને સનાતન ધર્મના ઈશ્વરોનું વિકૃત અપમાન કરવાની પરાકાષ્ઠાએ પહોંચેલો છે. BAPS માંથી હરિધામ સોખડા નામે એક પંથ અલગ પડી ચુક્યો છે, જેમાં પણ આગળ બે ગ્રુપ પડેલા છે. તો, મૂળ બે ગાદીઓમાંથી પણ અનેક ફાંટા પડી ચુક્યા છે.

આજે આ સંપ્રદાય કોઈપણ નવા સ્થાને ત્રણ સ્તરના એક પ્રપંચ વડે હિંદુઓનું મતાંતરણ કરાવી પોતાનો વ્યાપ વધારે છે. સૌ પહેલા ભગવાન શ્રીકૃષ્ણને ઈશ્વર તરીકે સ્થાપી સહજાનંદ સ્વામી કૃષ્ણ ભક્ત ગુરુ કહેવાય છે. એકવાર કોઈ નવા સ્થાને મંદિર બનાવી આ રીતે સ્થાપિત થયા પછી એક બે વર્ષીમાં કહેવાય છે સ્વામિનારાયણ ઉર્ફે સહજાનંદ સ્વામી અને શ્રીકૃષ્ણ એક જ છે. ભાગવદ ગીતામાં ભગવાન કૃષ્ણએ પોતાને જે પુરુષોત્તમ રૂપ કહ્યા છે, તે પુરુષોત્તમને ભગવાન કૃષ્ણથી અલગ કરાય છે, અને કહેવાય છે કે એ પુરુષોત્તમ પહેલા કૃષ્ણ તરીકે આવ્યા અને હવે આધુનિક યુગમાં સ્વામિનારાયણ રૂપે આવ્યા છે. અને એકવાર કેટલાક અનુયાયીઓ પાકા બન્યા પછી ત્રીજા સ્તરની વાત અમલમાં મૂકતાં કહેવાય છે કે એ પુરુષોત્તમ એજ અમારા સ્વામિનારાયણ છે, અને રામ, કૃષ્ણ વગેરે તેમના એ સ્વામિનારાયણના અવતાર છે. અને પછી બ્રહ્મા, વિષ્ણુ, શિવ, મા શક્તિ અને ભગવાન ગણેશ સહિત સનાતન ધર્મના

તમામ ઈશ્વરોને આ નવા ભગવાનના સેવક બતાવતી વિકૃત કથાઓ રજૂ કરવામાં આવે છે, જ્યાં ઇસ્લામના અલ્લાહની જેમ આ નવા ભગવાન સિવાય અન્ય કોઈ ઈશ્વર પૂજવા યોગ્ય નથી એવું બતાવી સનાતની ઈશ્વરોને તેમના અનુયાયીઓના ઘરમાંથી નામશેષ કરી દેવામાં આવે છે. આ સમાજ માટે ચોથો અને તે સંપ્રદાય માટે તેનો મૂળ પડાવ હોય છે, જે આજે ગુજરાતમાં જોવા મળે છે.

૭

અહીંથી આ કથા સનાતન સભ્યતા સામે ઉભા થયેલા એક ભયંકર સંકટને સમજાવવાની ગંભીરતા ધારણ કરે છે. જેણે અંગ્રેજ અમલદારો અને ખ્રિસ્તી પાદરીઓના સહયોગથી ગુજરાતમાં પોતાનો પાયો ઊભો કર્યો હતો તે સંપ્રદાય આજે કેવું સ્વરૂપ લઇ ચુક્યો છે, અને તેણે સનાતન હિંદુ સમાજ સામે કેવા સંકટને જન્મ આપ્યો છે તે આપણે આ પુસ્તકની કથામાં જાણવાના છીએ. મને આ સંપ્રદાયનો પરિચય કેવી રીતે થયો, અને ક્યારે કયા સંજોગોમાં તેના વિરુદ્ધ ચાલતી જાગૃત સનાતનીઓની લડતમાં હું જોડાઈ ગયો ત્યાંથી આપણે શરૂઆત કરીશું. અને આ લડતમાં મેં કરેલા કાર્ય સાથે સાથે ચાલીને આ સંપ્રદાયને લગતા આજના ગુજરાતના સંપૂર્ણ પરીપેક્ષને સમજીશું.

- ડૉ. કૌશિક ચૌધરી
દિનાંક: ૩૦ સપ્ટેમ્બર, ૨૦૨૪

નકલી નારાયણ પ્રપંચી સ્વામીઓ

1
કાર્ય પ્રવેશ

કોરોનાનો કપરો કાળ પૂરો થવા આવ્યો હતો. લોકડાઉનથી ટાળી શકાયેલી પહેલી લહેરની ખુવારીને બીજી લહેરમાં આપણે અનુભવી ચુક્યા હતા. અને ૨૦૨૨ ના એપ્રિલથી જુલાઈ મહિના વચ્ચે આવેલી બિનઅસરકારક ત્રીજી લહેરથી એ જાણી ચુક્યા હતા કે કપરો સમય પૂરો થયો છે. જીવન ફરી પાટા પર લાવવાનો સમય આવી ચુક્યો હતો. લોકો નવી તાજગી, નવી સ્પષ્ટતા અને નવા ધ્યેય સાથે પાછા ફર્યા હતા. હું પણ મારા પ્રથમ પુસ્તકમાં કરેલા કાર્યને સંસ્થાગત બનાવવાની કોશિશોમાં લાગેલો હતો. વર્ષ ૨૦૧૫ માં રજુ થયેલા મારા પ્રથમ પુસ્તક "It's not a Creation, It's a Projection through Expression" માં મેં સનાતન ધર્મના શાસ્ત્રોમાં આપેલ સૃષ્ટિ વિશેના મૂળભૂત સિદ્ધાંતોને ભૌતિક વિજ્ઞાન (physics) ના મૂળમાં નાખી એક નવું સૃષ્ટિનું મોડલ તૈયાર કર્યું હતું. પુસ્તક વિશ્વભરમાં અનેક મોટા વૈજ્ઞાનિકોએ વાંચ્યું હતું. મેં એ પછીના વર્ષોમાં એ પુસ્તકનો ગુજરાતી અને હિન્દી અનુવાદ પણ રજુ કર્યો હતો, પણ હવે મને થયું હતું કે આ કાર્ય ફક્ત એક પુસ્તકનું કાર્ય નથી. આ કાર્ય એક સંસ્થા ધ્વારા નિયમિત કરવાનું કાર્ય છે, જે ભારતમાં વેદાંતના માર્ગે આધુનિક વિજ્ઞાનની હવે પછીની શોધોને વિશ્વ સામે મુકે. હું એ સંશોધાત્મક સંસ્થાની રૂપરેખા લઈને અલગ અલગ સ્થાને ફરી રહ્યો હતો. અને એમાં મોટાભાગના સ્થાન અને માર્ગ હું રાષ્ટ્રીય સ્વયંસેવક સંઘના મારા મિત્રો ધ્વારા સાધવાની કોશિશ કરી રહ્યો હતો.

પણ સાથે આજ એ સમય હતો જ્યારે ત્રણ વર્ષ પછી મારું ધ્યાન ફરી સ્વામિનારાયણ સંપ્રદાય પર જવાનું શરુ થયું. કારણ હતું તેમની વિવિધ સંસ્થાના સ્વામીઓ ધ્વારા સનાતન ધર્મના વિવિધ ઈશ્વરો વિરુદ્ધ ખુલ્લામાં આપવામાં આવી રહેલા નિવેદનો. દર અઠવાડિયે તે સંપ્રદાયના કોઈના કોઈ

સ્વામીના એવા નિવેદનો લોકલ ગુજરાતી ચેનલો પર અને સોશિયલ મીડિયા પર ચગતા. અને એ બધાએ મને ત્રણ વર્ષ પહેલા થયેલા આ સંપ્રદાય સાથેના મારા પ્રથમ સંપર્કની યાદ અપાવી દીધેલી.

આ સંપ્રદાય સાથેનો મારો પહેલો સંપર્ક તેના ત્રણ વર્ષ પહેલાં ૨૦૧૯ માર્ચ-એપ્રિલમાં થયો હતો, જયારે BAPS એ મારા શહેર પાલનપુરના એક પટેલ વિસ્તારમાં પાંચ દિવસની પ્રવચનમાળા યોજી હતી. એક રીતે બનાસકાંઠામાં બિલકુલ શૂન્ય રહેલા સ્વામિનારાયણ સંપ્રદાયની જીલ્લામાં પ્રવેશ કરવાની એ પહેલી મોટી કોશિશ રૂપેનું આયોજન હતું. એ પહેલાં BAPS ની ખાસિયત મુજબ પાલનપુરમાં બનતી રેસીડેન્શીયલ સોસાયટીઓમાં તેમના ટ્રેડમાર્ક નામ -પ્રમુખ, અક્ષર, અક્ષરધામ વગેરે આવી ચુક્યા. હતા. પણ એ કોઈપણ વિસ્તારમાં પ્રવેશવા માટેનું કાચું કામ હોતું, હવે આ પ્રવચનમાળા મારફતે મૂળ કાર્યની શરૂઆત થવાની હતી. બનાસકાંઠામાં પટેલ સમાજમાં લોકોને કંઠી પહેરાવવાની અને તિલક કરીને ફેરવવાની કોશિશો થઇ રહી હતી, પણ તે એ ક્ષણ સુધી સફળ નહોતી થઇ. કારણકે બનાસકાંઠાના પટેલ સમાજમાં એક રીતે ભગવાન શિવ પ્રત્યેની શ્રદ્ધા વધુ હતી, અને સાપેક્ષે અહીંના પટેલો સનાતન ધર્મમાં ભક્તિભાવવાળા અને થોડા આધ્યાત્મિક ચિંતનવાળા હતા. સાંપ્રદાયિક પાખંડ અને દેખાવ હજી તેમનામાં પ્રવેશ્યું નહોતું. પણ છતાંય, મારા ક્લીનીક આ પ્રવચનમાળાનું નિમંત્રણ લઈને જે લોકો આવ્યા એ બધા મારા વિસ્તારના પટેલ દુકાનદારો જ હતા.

આખા શહેરમાં ઠેર ઠેર મોટા હોર્ડિંગ લાગેલા હતા. રીક્ષાઓ અને ગાડીઓ પણ પાછળના ભાગે એજ પોસ્ટર લગાવીને ફરી રહી હતી, તો નિમંત્રણ આપતી વખતે બધાના ફોન નંબર લેવાયા હતા, અને તેમને રોજ મેસેજ કરાઈ રહ્યા હતા કે પાંચ દિવસ પ્રવચનમાં આવવાનું છે. આ એ સમય હતો જ્યારે હું અને લગભગ મોટાભાગનો હિંદુ સમાજ સમજતો કે આ સ્વામિનારાયણ એટલે ભગવાન વિષ્ણુ કે ભગવાન કૃષ્ણ, કે પછી વધુમાં વધુ લાગતું કે તેમના સ્થાપક સહજાનંદ સ્વામીને ભગવાન કૃષ્ણના અંશાવતાર જેવા કંઈક માનવામાં આવી રહ્યા છે. પહેલા ચાર દિવસમાં એક દિવસ મારા માતા-પિતા સગા સબંધીઓના કહેવાથી ત્યાં ગયા, પણ અડધા એક કલાકમાં પાછા આવ્યા. તેમનું મંતવ્ય હતું, 'ઠીક હતું, ખાસ કંઈ નહોતું. એજ બધી સંસારિક અને કૌટુંબિક વાતો હતી, સાસુ-વહુ અને દીકરાઓની. જે લોકો પોતાની વહુઓને અને છોકરાઓને સંભળાવવા આવ્યા હતા એ ખુશ હતા, બાકી બધા ખીચડી અને કેન્ડી ખાતા હતા.'

મારા ઘરે હમેશા ઊંડી આધ્યાત્મિકતાનું વાતાવરણ હતું, જે ક્યારેક મારા પપ્પાએ વાંચેલા વિવેકાનંદના પુસ્તકોથી બનેલું, અને એક દશક બાદ મારી

આધ્યાત્મિક જીવનશૈલી અને ચિંતનથી જીવંત રહેલું. ઘરમાં હમેશા ઊંડી આધ્યાત્મિક અનુભૂતિવાળા યોગીઓના પુસ્તકો વંચાતા અને તેની ચર્ચાઓ થતી.

બીજા દિવસે હું રાત્રે ધાબા પર ટહેલવા ગયેલો તો એ કથાનો અવાજ મારા ઘર સુધી સ્પષ્ટ સંભળાતો હતો, કારણકે એ સ્થાન મારા ઘરથી અડધો-એક કિલોમીટર જ દૂર હતું. અને ત્યાં અપૂર્વમુની નામના એ સ્વામીના મુખે મને સંભળાયેલું, 'કોઈ મુસલમાનને મસ્જિદમાં જવા કહેવું પડે છે? કોઈ ખ્રિસ્તીને ચર્ચમાં જવાનું કહેવું પડે છે? જો કાલે તમે બધા આ કથા સાંભળવા બીજા બે માણસોને લઈને ન આવ્યા, તો તમે બધા ઓરંગઝેબના પેટના છો એવું હું માનીશ.' સ્વાભાવિક રીતે જ એ વાત મને ન ગમી અને હું નીચે ઉતરીને મારા રુમમાં જતો રહ્યો. બીજા દિવસે શહેરના સભ્ય લોકોમાં એ વાતનો વિરોધ સ્પષ્ટ હતો. એકાદ બે પટેલ ભાઈઓએ સ્વામીજીને ફોન કરીને ઉધડો પણ લીધો, પણ સન્યાસી બનેલા સ્વામીજી 'હું પણ પટેલ અને તમે પણ પટેલ' નો તર્ક આપતા જણાયેલા. એ કથાના ત્રણ મહિના પછી એજ સ્વામીજીનો સુરતના કોઈ કાર્યક્રમનો વિડીયો વાઈરલ થયેલો, જ્યાં તે કહેતા હતા કે 'આ શું ઓફિસોમાં જાઓ એટલે પરમાર સાહેબ આવે છે, ને ચૌહાણ સાહેબ આવે છે – એવું સંભળાય છે. પરમાર સાહેબ આવવાના હોય અને પટેલનો દીકરો એમની રાહ જુવે? આપણા માણસો હોવા જોઈએ ઓફિસોમાં.'

ખૈર, તો આ સ્વામીજીના એ પ્રવચન શૃંખલાના પાંચમા દિવસે મારા પટેલ મિત્રોએ કહ્યું કે 'સાહેબ આજે તો આવો જ, અને તમારું પુસ્તક સ્વામીજીને ભેંટ આપો.' તો, છેલ્લા દિવસે હું ગયેલો અને એ સ્વામીજી સાથે બે ક્ષણની ઔપચારિક મુલાકાતમાં મારું પુસ્તક 'સૃષ્ટિનું સત્ય અને મનુષ્યની ઉત્પત્તિનું કારણ' ભેંટ આપેલું. આ એજ મૂળ અંગ્રેજી પુસ્તકનો ગુજરાતી અનુવાદ હતો, જેના પર હું કોઈ સંશોધન કાર્યક્રમ શરુ કરવાની કોશિશ કરી રહ્યો હતો. મેં ત્યાં બેસીને આખી કથા સાંભળેલી, પણ રાત્રે જ્યારે ઘરે આવ્યો ત્યારે મારા મનમાં એ વાત ફરતી રહેલી કે એક હિંદુ સન્યાસી અને હિંદુ સંપ્રદાય જેના પાસે આટલા પૈસા છે, તે ધર્મ અને આધ્યાત્મની બાબતમાં આટલો છીછરો હોય એ યોગ્ય નથી. આ તો બિલકુલ ખ્રિસ્તી મોડલ છે, બસ વેશ હિન્દુનો છે. તો બીજા દિવસે ૫ મે, ૨૦૧૯ ના રોજ મેં ફેસબુક પર એક લેખ લખ્યો. લેખનો મુખ્ય સુર એ હતો કે એક ધાર્મિક સંસ્થા અને સંસ્થાસીએ સમાજને ફક્ત આધ્યાત્મ અને આત્મચેતના આપવી જોઈએ. ઈશ્વર, વેપાર અને રાજનીતિના માર્ગે સમાજને પાદરીઓ અને મૌલાના જેવા ધર્મગુરુઓની ગુલામીમાં ફસાવવાનું કાર્ય એક હિંદુ સંપ્રદાય દ્વારા થાય એ યોગ્ય નથી. સંપ્રદાયના એ મંદિરો દેખાવની

દ્રષ્ટિએ ખાલી માણવા લાયક નહિ, પણ ગર્વ કરવા લાયક છે. પણ જો એમનું સ્થાન ચર્ચ જેવું છે કે જ્યાં માણસને આધ્યાત્મ સાથે મુક્ત કરવાના સાથે એક સંપ્રદાયના ઢાંચામાં બાંધવામાં આવે છે, અને નિયમિત એનાથી વસુલી થાય છે – તો એ મંદિરો પાપના કેન્દ્રો બનીને રહી જશે. મેં એ પણ કહું કે, 'આ બધા વ્યવહારના જ કારણે તમારો સંપ્રદાય હિન્દુથી અલગ પડતો જાય છે. હું જ્યારે કોલેજમાં હતો ત્યારે સૌરાષ્ટ્રની એક છોકરી અમને કહેતી કે તે હિંદુ નથી, તે સ્વામિનારાયણ ધર્મની છે.'

એ લેખ પછી મને આ સંપ્રદાય આટલો અલગ કેમ પડે છે એ જાણવાની ઈચ્છા થયેલી, તો ગુગલ પર સર્ચ કરી એમના વિવિધ વિકિપીડિયા પેજ પર તેમના ઈતિહાસ વિષે જે ઉપરછલ્લું લખેલું હતું તે વાંચેલું, અને તેના પરથી ૧૩ મેં, ૨૦૧૯ ના રોજ બીજો એક આર્ટીકલ લખેલો. લેખનું શીર્ષક હતું, 'સ્વામિનારાયણ સંપ્રદાયનો ઈતિહાસ - કૃષ્ણ ભક્તિથી વ્યક્તિ પૂજા સુધી'. એક રીતે એજ લેખ જેને તમે આ પુસ્તકની ભૂમિકામાં વાંચ્યો. બસ એમાં સ્વામિનારાયણ સંપ્રદાયના અંગ્રેજ અમલદારો અને ખ્રિસ્તી પાદરીઓ સાથેના સંસર્ગની વાત નહોતી. એ લેખમાં લખેલા સ્વરુપને જાણીને મેં એજ વર્ષે ૨૦૧૯ માં આ સંપ્રદાય પરથી મારું ધ્યાન હટાવી દીધેલું. મને લાગેલું કે આ એક ધર્મના નામે વેપાર કરનારા પાખંડીઓનું ટોળું છે. આમાં આધ્યાત્મિકતા તો શું, ધાર્મિકતા પણ નથી, બસ વિસ્તારની વાસના અને વેપાર છે. જેનામાં થોડી ઘણી પણ સાત્વિકતા હશે એ આને ઓળખી જ જશે, અને એનાથી દૂર રહેશે. મારે આમાં ધ્યાન આપવાની જરૂર નથી.

ત્યારબાદ બીજા વર્ષે ૨૦૨૦ માં કોરોના આવી ગયો, અને ૨૦૨૨ માં બેઅસર રહેલી ત્રીજી લહેર સાથે એ ચાલ્યો પણ ગયો. પણ જ્યારે આપણે એ ત્રણ વર્ષના સંકટકારક સમયમાંથી બહાર નીકળ્યા ત્યારે આ સંપ્રદાયના સ્વામીઓના સનાતન ધર્મના ઈશ્વરો અને દેવી-દેવતાઓ વિરુદ્ધ એ બધા અપમાનજનક પ્રવચનો શરુ થઇ ચુક્યા હતા. જાણે કોરોના કાળ પછી આ સંપ્રદાય પણ તાજગી મેળવી કોઈ નવા ધ્યેય સાથે કાર્યરત થયો હતો.

ગુજરાતી ન્યુઝ ચેનલો પર આ સંપ્રદાયના કોઈના કોઈ ફાંટાના સ્વામીની સનાતન ધર્મના ઈશ્વરો વિરુદ્ધ કંઈક બફાટ આવતી, અને ન્યુઝ ચેનલો પર એનો વિરોધ થતો. છેલ્લે દરેક સ્વામી 'મારી જીભ લપસી ગઈ, ભૂલ બદલ ક્ષમા માંગું છું' એમ કહીને છૂટી જતો, અને પછી અઠવાડિયા પછી બીજો સ્વામી એવું જ કંઈક ફરી બોલતો. ગુજરાતી ન્યુઝ ચેનલો મારા ઘરમાં જોવાતી નહિ, એટલે હું એ આખા વિવાદથી દૂર હતો, અને આ પ્રકરણના પહેલા ફકરામાં જે કહ્યું તે કાર્યમાં ડૂબેલો હતો. પણ એક દિવસ મને ફેસબુક પર સ્ક્રોલ કરતાં કરતાં

આવા એક સ્વામીની વિચિત્ર બફાટ દેખાઈ. BAPS માંથી અલગ પડેલા એક ફાંટામાંથી પણ અલગ પડેલા બીજા એક ફાંટાના એક ભાઈ, નામે આનંદસાગર સ્વામી, પ્રવચનમાં કહી રહ્યા હતા; 'મને સ્વપ્ન આવ્યું કે મંદિર બહાર ગેટ આગળ નીશીતભાઈ (તેમના સંપ્રદાયના કોઈ માણસ) ને શિવજી (ભગવાન શિવ) મળ્યા. નિશિતભાઈએ શિવજીને કહ્યું કે 'શિવજી અંદર આવો, અમારા ગુરુ હરિપ્રબોધ સ્વામીના દર્શન કરો.' તો શિવજીએ કહ્યું, 'નહિ. પ્રબોધસ્વામીના દર્શન થાય એટલા મારા ભાગ્ય હજુ જાગ્યા નથી, પણ તમારા દર્શન થયા એ મારા અહોભાગ્ય.' એમ કહી શિવજી નિશિતભાઈના પગે લાગીને ચાલ્યા ગયા.'

- (વિડીયો   લીંક: https://www.youtube.com/ watch?v=10TZqJCSOL0)

આ વિડીયો જોયો ત્યારે મેં એક ફેસબુક પોસ્ટમાં તેને શેર કરીને લખ્યું, 'વાહ, બેટા વાહ. આ સાંભળ્યા પછી લાકડી લઈને તમારા ટાંટિયા તોડી નથી દેતા, એનું એક જ કારણ છે, અને તે છે એ ભગવા કપડા જે તમે લપેટી રાખ્યા છે. કમસે કમ એનું તો માન રાખો.' મેં એ પોસ્ટ અચાનક જ જોવામાં આવેલા આવા વિચિત્ર નિવેદન પર લખી હતી. એ દુનિયામાં અંદર શું ચાલી રહ્યું છે તેનાથી હું અજાણ હતો. બસ એ પ્રબોધસ્વામી નામના માણસને જોયો જેને મળવાના ભાગ્ય ભગવાન શિવના પણ હજુ જાગ્યા નથી – એવું કહેવાઈ રહ્યું હતું. ચહેરા પરથી કોઈ વ્યસનના કારણે સત્વ ખીંચાઈ ગયું હોય તેવું હડપચી બેસેલું કાળું શરીર કે જેમાંથી આંખોના ડોળા પણ બહાર નીકળી પડ્યા હોય તેમ લાગે. મેં એક-બે ક્ષણ ફરી હસી લીધું અને 'આ મુર્ખાઓનું ટોળું છે' એમ પોતાને સમજાવી ફરી મારા કાર્યમાં ધ્યાન લગાવી દીધું.

પણ આ પોસ્ટથી હું એ અનેકો સનાતની લોકોના નજરમાં આવી ગયો જે સોશિયલ મીડિયા પર આ સંપ્રદાય વિરુદ્ધ લડાઈ લડી રહ્યા હતા. એમાંના કેટલાકે મારી ટાઈમ લાઈન પર લખાયેલા હિંદુ આધ્યાત્મના લેખ અને પુસ્તક વિશેની પોસ્ટ વાંચી. અને પછી છુટા છવાયા મને સંપર્ક કરીને વિનંતી કરવા લાગ્યા કે 'સાહેબ, કંઈક કરો. આ તો ધર્મ ખતમ થઇ જશે. આ તો સીમા બહાર જતું રહ્યું છે.'

મારી સમજમાં નહોતું આવી રહ્યું કે આ લોકો આ મૂર્ખાઓને આટલું મહત્વ કેમ આપી રહ્યા છે? મારું ધ્યાન મારા કામમાં હતું. હું પ્રધાનમંત્રીના વૈજ્ઞાનિક સલાહકારની ટીમનો સંપર્ક કરી રહ્યો હતો, નાગપુર ખાતે ભારતીય શિક્ષણ મંડળ હેઠળ સંશોધન કાર્ય માટે ચાલતી સંસ્થા RFRF સાથે સંપર્કમાં હતો, અને

પ્રધાનમંત્રી સુધી મારો વિચાર પહોંચે તે માટે બીજેપી અને સંઘના કેટલાક એવા લોકોને પણ મળી રહ્યો હતો જે ગુજરાતમાં પ્રધાનમંત્રી મોદીના ખાસ ગણાતા હતા. તો આ સંપ્રદાયના લોકો વિરુદ્ધ સોશિયલ મીડિયા પર બાથે ચડનારા લોકોને હું સમજી નહોતો શકતો. હું તેમને શાંત કરવા કહેતો હતો કે એ સંપ્રદાયના આવા જે નિવેદનો આવતા હોય તેના વિડીયોને એક બાજુ સંગ્રહી રાખો, સમય આવ્યે એમના પર જરૂર લાગે તો કોઈ કેસ કરવ કામ આવશે.

બીજું એક અઠવાડિયું ગયું તો રાજકોટથી કેટલાક સજ્જનો મને મળવા છેક પાલનપુર આવ્યા, જેમાંથી એક બ્રાહ્મણ હતા અને એક પટેલ હતા. ૨૦૨૨ નો સપ્ટેમ્બર, ઓક્ટોમ્બર મહિનો હતો. અમે પાલનપુરમાં નિર્માણ પામી રહેલા નવા બસ સ્ટેન્ડની ઓફિસમાં મળ્યા. તેમની ચિંતા આ વાતે જ હતી. તે કહી રહ્યા હતા કે 'આપણું બધું ખતમ થવાનું છે, કંઈ રહેવાનું નથી. આપણે છેતરાયા છીએ. જમીનોની જમીન એમને અપાઈ રહી છે, હિંદુ મંદિરોના ટ્રસ્ટોમાં એમને ઘુસાડી મંદિરો એમના હવાલે કરાઈ રહ્યા છે.' શરૂમાં તો હું સમજતો રહ્યો કે તે ઇસ્લામવાદની વાત કરી રહ્યા છે. કારણકે તે જ સમયે નુપુર શર્માવાળો વિવાદ ચગ્યો હતો, અને તેના કારણે રાજસ્થાન, મુંબઈ વગેરે સ્થાને હિન્દુઓની હત્યાઓ થઇ હતી. પણ પછી તેમણે ચોખવટ કરી કે તે આ સંપ્રદાયની વાત કરી રહ્યા છે. તેમનો ઈશારો હતો કે હાલત બહુ ખરાબ છે. 'સત્તા એમના પર મહેરબાન છે, એટલે અંદરખાને તે આપણને અને આપણા ભગવાનોને ખતમ કરી રહ્યા છે.' પણ હું મારી ધૂનમાં હતો. તેમને કહેતો રહ્યો, 'એમની એટલી ચિંતા ન કરો. એતો પાખંડીઓનું ટોળું છે. આપણે વધુ ધ્યાન આ વિદેશી સંપ્રદાયો વિરુદ્ધ આપવાનું છે.'

તે દિવસે એ સનાતાનીઓ મારાથી નિરાશ થઈને પાછા ફર્યા. પણ એ દિવસ પછી પણ અઠવાડિયામાં કોઈનો કોઈ વ્યક્તિ મને ફેસબુકમાં મેસેજ કરતો અને વિષય ગંભીર છે એવું સમજાવવાની કોશિશ અને વિનંતીઓ કરતો. પાછળથી મને ખબર પડેલી કે એવી કોશિશ તે જ્યાં આશા દેખાય તે દરેક વ્યક્તિને જગાડવા માટે કરી રહ્યા હતા. તે એ લોકો હતા જેમને આપણે સામાન્ય હિંદુ કહીએ છીએ. સામાન્ય પ્રજા. કોઈ નોકરી કરતો હોય, કોઈ ધંધો, કોઈ કંઈક નાની સંસ્થા ચલાવતો હોય તો કોઈ સંઘ જેવી સંસ્થાઓ સાથે જોડાયેલો હોય, પણ સંઘ તરફથી મારા જેવા જ જવાબ આવવાથી અન્ય સ્થાને પ્રયાસ કરી રહ્યો હોય. એમાંના મોટા ભાગના ફેસબુક પર નામ બદલીને કે 'ઘનશ્યામ પાંડે ભગવાન નથી' નામ જેવા નકલી ફેસબુક એકાઉન્ટ ખોલીને આ કાર્ય કરી રહ્યા હતા. એમાંથી કોઈનું સાચું નામ બહાર નહોતું. તેમનું એક ફેસબુક ગ્રુપ બનાવેલું હતું 'સ્વામિનારાયણ સંપ્રદાયથી સાવધાન', જેમાં અગિયાર હજાર લોકો હતા.

દુનિયાદારીની દ્રષ્ટિએ બધા સામાન્ય, પણ જાગૃત સનાતાનીઓ.

તે બધા એકાઉન્ટ હવે મારી નજરમાં હતા, અને હું અવારનવાર તેમની પોસ્ટને એક ક્ષણ થોભી જોઈ લેતો. હજુ એક મહિનો વીત્યો તો એમની વાતો અને પોસ્ટમાં નીરાશાઓ દેખાવા લાગી. જાણે યુદ્ધ હારવાના છે એ જાણી ચુક્યા હોય, અને મજબુત વિરોધી સેના સામે પણ છેલ્લી ક્ષણ સુધી લડત છોડવા તૈયાર ન હોય.

એવામાં ડીસેમ્બર આવ્યો અને ચારે બાજુ વાજા ગાજા સાથે પ્રમુખસ્વામી જન્મશતાબ્દી મહોત્સવની જાહેરાતો સંભળાવા લાગી. જ્યાં ત્યાં પ્રવાસો કરીને ટાઈમ પાસ કરનારી પ્રજા માટે બીજું એક પીકનીકનું ડેસ્ટીનેશન ઉભું થવાનું હતું. બધા પોતે ત્યાં ક્યારે જવાના છે એ કહેતા અને 'તમે ત્યાં ક્યારે જવાના છો' એ પૂછતા નજરે પડતા હતા. ભયંકર માર્કેટીંગ અને ગજબ વ્યવસ્થાથી આયોજિત અમદાવાદ ખાતે યોજાનારા એ એક મહિનાના કાર્યક્રમની ચારે બાજુ ચર્ચા હતી. પહેલા જ દિવસે નરેન્દ્ર મોદી પોતે આવીને એનું ઉદ્ઘાટન કરવાના હતા. સોશિયલ મિડીયાથી લઈને વોટ્સઅપ ગ્રુપોમાં લોકોને એ રીતે આંજી દેવામાં આવ્યા હતા કે BAPS સંસ્થા અને પ્રમુખ સ્વામીના ગુણગાન ગાવામાં લોકો પોતાનું અહોભાગ્ય સમજી રહ્યા હતા. અને બસ આ સમયે મારી બ્રેક વાગી. હું જે કાર્ય કરી રહ્યો હતો એમાંથી મારું મન હટ્યું અને આ બે વિરોધાભાસી દ્રશ્યો સામે કેન્દ્રિત થયું. એક બાજુ ભવ્યતા, જાહોજલાલી, વેપાર અને સત્તાનું ભયંકર પ્રદર્શન અને બીજી બાજુ હાર માની, નિરાશ થઈને પણ પોતાની છેલ્લી છેલ્લી શક્તિ એકઠી કરી વિરોધ કરી રહેલા સનાતન ધર્મના ભક્તો.

આખરે, એક રાત્રે દસ વાગ્યે મેં એ બધા ફેસબુક એકાઉન્ટ તરફથી આવેલા મેસેજ ફરી જોયા, અને એમાંના 'જય ભારત' નામે ચાલતા એક એકાઉન્ટને મેસેજ કર્યો, 'ઓકે, શું માહિતી ભેગી કરી છે તમે આ સંપ્રદાય વિશે? જેટલું જાણતા હોય એ બધું મને મોકલો.'

દસ જ મીનીટમાં જવાબ આવી ગયો. 'હા, હા, સાહેબ. મોકલું છું. કંઈ થતું હોય તો કરો. પછી કરવા જેવું કંઈ નહિ વધે.' તેમણે મને કિન્નર આચાર્ય નામના રાજકોટના એક ખ્યાતનામ પત્રકાર વડે ચાલતા 'ખાસ ખબર' નામના ડીજીટલ અખબારની કેટલીક પ્રતો મોકલી. રાજકોટથી ચાલતું તે ડીજીટલ વર્તમાનપત્ર છેલ્લા ઘણા મહિનાઓથી આ સંપ્રદાય વિરુદ્ધ અવાજ ઉઠાવી રહ્યું હતું. આ સાથે તે સંપ્રદાયના પુસ્તકોના સ્ક્રીન શોટ, ફોટા અને વિડીયો લીંક મોકલી. મને જે મોકલવામાં આવ્યું તે બધું હું તમને આગલા પ્રકરણમાં એમનું એમ પીરસી રહ્યો છું. સનાતન ધર્મ અને સનાતાન ધર્માવલંબીઓના આત્મસમ્માન માટેની આ લડાઈમાં હું તમને એજ પંથે ચલાવીશ જ પંથેથી હું પોતે ગુજર્યો છું. એ રીતે તમે

એ જ બધા ભાવ, આઘાત, ગુસ્સો અને આશાની કિરણોને અનુભવી શકશો જે મેં અનુભવ્યા છે. તો, જાણો આ ભયંકર છળ-કપટને આગલા અધ્યાયમાં.

2
છળ કપટ

ભૂમિકામાં આપેલા આ સંપ્રદાયના ઇતિહાસમાં જે વિગતો તમે વાંચી હતી, તેમાં હવે આઘાતજનક વાતો ઉમેરાશે. તમને થોડીઘણી સ્પષ્ટતા આવશે કે સહજાનંદ સ્વામી અને ખ્રિસ્તી પાદરીઓના સંસર્ગથી જે હિંદુ-ખ્રિસ્તી સંવાદ થયો અને અંગ્રેજોએ સહજાનંદ સ્વામીને હિંદુ શાસ્ત્રોના પુન:અર્થઘટન કરનારા સુધારક કહ્યા, ત્યારે અસલમાં એ કયા અર્થઘટનો હશે જેમણે ખ્રિસ્તી પાદરીઓ અને અંગ્રેજોને ખુશ કર્યા હશે? કમસે કમ પંદર હજાર વર્ષથી ચાલતી આ સનાતન સભ્યતામાં જેવું કોઈએ વિચાર્યું, કહ્યું અને લખ્યું નહિ હોય, તેવી છેલ્લા સ્તરની દુષ્ટતા અને વિકૃતિ તમને અહીં જોવા મળવાની છે. તમને હિરણકશ્યપ, રાવણ અને પૌન્ડ્રક જેવા દૈત્યો યાદ આવવાના છે, જે પોતાને જ સવીચ્ચ ઈશ્વર માનતા, બીજા પાસે મનાવતા અને સાથે ભગવાન વિષ્ણુને પોતાનો સેવક કહેતા. સનાતન ધર્મના શાસ્ત્રોમાંથી શબ્દો, નામો અને વર્ણો ઉઠાવી, તેને એક નવા ભગવાનની રુપરેખા સાથે જોડી, સનાતન ધર્મના ઈશ્વરોને નાબુદ કરવાના કૃત્યોની સફરે તમે નીકળવાના છો. તો, એક પળ શાંત થઇ જાઓ, અને પોતાના ક્રોધ પર કાબુ રાખી આ છળ-કપટને જાણવાની યાત્રામાંથી પસાર થાઓ.

કથનો ભર્યા વિડીયો:

શરૂઆત કરીએ એ બધા વિડીયોથી, જે પુસ્તકમાં બતાવી શકાય એમ તો નથી, પણ તેના શબ્દો લખીશું, બોલવાવાળું કોણ છે તે લખીશું, અને અંતે એક લીંક આપીશું જ્યાંથી તે વિડીયો જોઈ શકાય. એવી એક લીંક આપણે પાછલા અધ્યાયમાં કહેલા એક વિકૃત કથન માટે આપી. હવે એવા બીજા કથન જે આ આખા સંપ્રદાયની અસલિયત જાહેર કરે છે.

- રાજકોટ ગુરુકુળના રુગનાથચરણ સ્વામી એક વિડીયોમાં કહે છે કે એક દિવસ ભગવાન શિવ (જેને આ સ્વામીઓ ફક્ત 'શિવજી' કહે છે) સહજાનંદ સ્વામી ઉર્ફે સ્વામીનારાયણના દર્શન કરવા આવ્યા. તો તેમના ઓરડા બહાર સ્વામીનારાયણના એક બીજા શિષ્ય સચ્ચિદાનંદ સ્વામીએ તેમને અટકાવ્યા અને કહ્યું ભગવાનને એમ ન મળી શકાય. ભગવાનના સાચા ભક્તોને જ એમના દર્શન મળે. અમે કેવી રીતે માની લઈએ કે તમે સાચા ભક્ત છો? તો શિવજીએ એ સાબિત કરવાનો માર્ગ પૂછ્યો. તો સ્વામીએ કહ્યું 'તમારે અમારી સાથે કુશ્તી લડવી પડશે. જો તમે કુશ્તીમાં જીત્યા તો અમે માનીશું કે તમે ભગવાનના સાચા ભક્ત છો.' પછી શિવજી અને સચ્ચિદાનંદ સ્વામી વચ્ચે કુશ્તી થઇ જ્યાં તે સ્વામીએ શિવજીને બાથમાં ગાલી ખભા ઉપર ઊંચકી દીધા. હવે સ્વામી શિવજીને પછાડવાના જ હતા કે ત્યાં શિવજીએ હાથ જોડી દીધા કે 'હા, હા. હું સ્વીકારું છું કે તમે મારા કરતાં ભગવાનના વધુ મોટા ભક્ત છો.' આજ વાર્તા સંપ્રદાયના એક પુસ્તક 'શ્રી હરિચરિત્ર ચિંતામણી' ના પાના નંબર ૭૫ પર પણ લખાયેલી છે, જેના સ્ક્રીનશોટ વાઈરલ થયા હતા. (વિડીયો લીંક: https://www.youtube.com/watch?v=I7PTcAWBk3c)

- વડતાલના જ્ઞાનદીપ સ્વામી નામનો એક ભાઈ જગતજનની મા અંબાને અપ્સરા કહીને તેમના શરીર વિષે બીભત્સ વાતો કહી રહ્યો હોય તેવો વિડીયો પણ વિવાદ જગાવી ચુક્યો છે. એના પછી એ જ્ઞાનદીપ ભાઈને સુરતના એક મોલમાં સનાતાનીઓએ તમાચો પણ માર્યો હતો. અન્ય એક વિડીયોમાં એક સ્વામી કહી રહ્યો છે કે 'દેવી અંબિકા 'જય સ્વામીનારાયણ' ના જાપ કરે છે એટલે તેને શક્તિ મળે છે.' (વિડીયો લીંક: https://www.youtube.com/watch?v=n3g3I9jUk4Y)

- અન્ય એક માણસ નામે હરિપ્રકાશ સ્વામી મા શક્તિ દુર્ગા વિષે કહી રહ્યો છે કે 'કરોડો માતાજીઓ સ્વામિનારાયણનું ભજન કરીને શક્તિશાળી થઇ. માતાજીનો ફોટો રાખવો, પણ એક બાજુ સાઈડમાં. બાકી સિંહાસનમાં વચ્ચે ગાદી પર તો ભગવાન સ્વામિનારાયણ જ રાખવા. બાકી દેવીઓ અને કુળ દેવીઓના દર્શન કરવા પડે તો કરી દેવા, પણ એ વખતે યાદ રાખવું કે આ બધાને જે શક્તિ આપનારા છે એ ભગવાન સ્વામિનારાયણનું હું ભજન કરનારો છું. બધામાં આપણા મહારાજની શક્તિ કામ કરે છે.' (વિડીયો લીંક: https://drive.google.com/file/d/

1TljHO8bBy3xxjdYArPqzb1dQGqlz7jxV/view?usp=sharing)

- ભુજ મંદિરના એક સ્વામી એક વિડીયોમાં કથા દરમિયાન કહે છે કે સ્વામીનારાયણ સંપ્રદાયના એક શિષ્યે તેના ગુરુને પૂછ્યું, 'ગુરુજી, તમે આજે ગજબ લીલા કરી? તમે મૂત્ર વિસર્જન કરતાં હસતા હતા.' તો, ગુરુએ કહ્યું, 'હા, મને ખબર હતી કે તમે આ પૂછશો. હું મુત્રત્યાગ કરી રહ્યો હતો, ત્યારે મારા મૂત્રમાં બ્રહ્મા તણાયો. એક મકોડો તણાઈને જઈ રહ્યો હતો, પણ મેં ધ્યાનથી જોયું તો ખબર પડી કે એ બ્રહ્મા હતો. તે એના પહેલાના જન્મમાં ઇન્દ્ર હતો.' (વિડીયો લીંક: https://www.youtube.com/ watch?v=fk5ZNKT7-Mo)

- સુરત ગુરુકુળનો ધર્મવલ્લભ સ્વામી નામનો એક માણસ એક વિડીયોમાં કહી રહ્યો છે કે 'રામ અને કૃષ્ણ તો હત્યારા હતા, વર્ણશંકર પાંડવોએ પૂજ્યા એટલે શું ભગવાન થઇ ગયા? કૃષ્ણ ભગવાન હતા? શિશુપાલને ફોન લગાવો, એને ખબર હતી કૃષ્ણ કોણ હતા? એ ગોવાળિયો હતો.' (વિડીયો લીંક: https://www.youtube.com/watch?v=EvaGM84U1_g)

- સોખડા મંદિરના એક સ્વામી એક વિડીયોમાં કહી રહ્યા છે કે એક ભક્તે યોગીજી મહારાજ (BAPS ના એક સમયના પ્રમુખ) ને પૂછ્યું, 'હું ડાકોર દર્શન કરવા જાઉં?' યોગીજી મહારાજે કહ્યું, 'શું બોલો છો? તમને ખબર નથી આપણે કોણ છીએ? આપણી પ્રતિષ્ઠા શું છે? જાઓ અને દર્શન દઈ આવો.' (વિડીયો લીંક: https://www.facebook.com/kinner.aacharya.5/ videos/4731677711349376/)

- SGVP ના હરિસ્વરૂપ દાસ તો કટ્ટરતા અને બ્રેઈન વોશિંગની અલગ જ ભૂમિકાએ છે. એમના ઘણા બધા વિડીયો છે. એક કથા દરમિયાન મેં એમને કહેતા સાંભળેલા કે જ્યારે અક્ષરધામમાં ભગવાન સ્વામીનારાયણ દરબાર વચ્ચેથી ચાલતા આમ પોતાની ગાદી તરફ જતા હોય છે ત્યારે આ બધા બ્રહ્મા, વિષ્ણુ, મહેશ અને માતાજી જેવા બધા દેવી દેવતા હાથ જોડી એમના પગમાં પડેલા હોય છે અને નમસ્કાર કરતાં હોય છે. બીજા એક વિડીયોમાં આ ભાઈ શ્રીમદ ભાગવદમાં દર્શાવેલ મહાવિષ્ણુની અનેકો બ્રહ્માંડોથી બનેલી આખી સૃષ્ટિની રચના વર્ણવે છે, અને પછી કહે છે કે એ મહાવિષ્ણુ સહીત એ બધાના બાપ એટલે આપણા સ્વામીનારાયણ. બીજા એક વિડીયોમાં ભાઈ કહે છે કે જેણે એકપણ દિવસ જીવનમાં સિગારેટ, દારુ કે એવો નશો

કર્યો હોય તે ભગવાન સ્વામીનારાયણના અક્ષરધામમાં ન જઈ શકે. એ બધા શિવજીના કૈલાસમાં જાય. એ બધા ગાંજો ફૂંકવાવાળા અને નશેડી બધા શિવજી પાસે રહે, એ અક્ષરધામ ન જી શકે.' આ પાછલા વિડીયોની લીંક છે આપણી પાસે. (વિડીયો લીંક: https://drive.google.com/file/d/19EKiYW01cjwUBiTozveOCorPppCBz0jn/view?usp=drive_link)

- સોખડા મંદિરના શ્રીજી સૌરભ સ્વામી નામના બીજા એક સ્વામી એક વિડીયોમાં કહે છે કે, સ્વામીનારાયણ સંપ્રદાયમાં માનતી એક દીકરી હતી, જે શિવજીની બહુ મોટી ભક્ત હતી. રાત દિવસ ભક્તિ કરે અને માંગે કે 'શિવજી મને એક સત્સંગી દીકરો આપજો.' તો શિવજીએ પ્રસન્ન થઈને તેને કહ્યું, 'તને જે ગુરુ મળ્યા છે તેના દર્શન મને નથી. એ દર્શન કરવા અને સેવા કરવા હું તારા કુખે જન્મ લઈને આવું.' (વિડીયો લીંક: https://www.facebook.com/1285774587/videos/609220480748416/)

- આ સિવાય કાલુપુર મંદિરના એક સ્વામી વિડીયોમાં કહી રહ્યા હતા કે સ્વામીનારાયણ ભગવાને કહ્યું, 'જો બ્રહ્મા, વિષ્ણુ અને મહેશ અમારો મહિમા જાણીને નાહ્યા હોત તો તેમને પણ અક્ષરધામની પ્રાપ્તિ થાત.' એ વિડીયોને હવે હટાવી લેવાયો છે. બીજા એક વિડીયોમાં એક સ્વામી કહેતા હતા કે 'ભગવાન સ્વામીનારાયણ નહાતા હતા ત્યારે એ પાણી તેમના શરીર ઉપરથી વહીને જે ગટરમાં ગયું, ત્યાં ત્રણ દેડકા હતા. જ્યારે એ પાણી એ દેડકાઓને અડ્યું, ત્યારે તે ત્રણ દેડકા બ્રહ્મા, વિષ્ણુ અને શિવ બન્યા.' સરધાર – રાજકોટ મંદિરના એક સ્વામી નીત્યસ્વરૂપદાસ એક વિડીયોમાં કહે છે કે 'સ્વામીનારાયણ ભગવાન બ્રહ્મા, વિષ્ણુ, શિવ અને માતાજી એ બધાના લીડર છે.' (વિડીયો લીંક: https://rumble.com/v2gq3pu-nityaswarupdas-swami-of-sardhar-swminarayan-temple-insulting-sanatan-dharma.html)

- વડતાલના બ્રહ્મસ્વરૂપદાસ નામના સ્વામી ખોડીયાર માતા વિશે કહે છે કે "(આપણા અમુક સત્સંગી) લોકોને કુળદેવીઓ છૂટે નહીં, એમને એમ કે નારાજ થશે. નારાજ ના થાય. જ્યારે એ જાણે કે મારા કુળનો માણસ સર્વોપરી પુરુષોત્તમ નારાયણનો ભક્ત બન્યો છે એટલે ધન્ય થાય. સ્વામિનારાયણ ભગવાન જોબનપગીના ખેતર ગયા અને આમ જોઈને

પૂછ્યું કે 'આ કોણ છે?' તો જોબનપગીએ કહ્યું, 'આ મારા કુળદેવી ખોડિયાર મા છે.' તો મહારાજે એને કુળદેવી છોડાવવા હાથમાં પાણી લઈ ખોડીયાર મા પર પાણીના છાંટા નાખ્યા અને કહ્યું કે, 'ચાલો, આજથી ખોડિયાર મા પણ આપણા સત્સંગી બન્યા.' પછી એ જોબનપગી પર શું ખોડીયાર મા ગુસ્સે થયા? ના થાય. આમ છે." (વિડિયો લીંક: https://drive.google.com/file/d/15gEo_DLRb9oMvp3GkpKiCSw915MQ8xyy/view?usp=drivesdk)

❧

તો, આ બધા વિડીયો માં જોયા અને સાંભળ્યા. એક સનાતની જે કહેવાતા વિધર્મીઓથી પોતાની સભ્યતા બચાવવા ચિંતા અને પુરુષાર્થમાં છે, તેના માટે પોતાના ઘરની બાજુમાં પોતાની જ સભ્યતાના વેશ અને નામમાં રંગાયેલા આવા લોકો પામવા એક ભયાનક આઘાત છે. એ એક આત્મગ્લાનીને પણ જન્મ આપે છે કે આપણે આજ સુધી છેતરાયા! તે એ પણ હકીકત સામે આપણા મનને દોરે છે કે આટલું ખરાબ તો આપણા આરાધ્ય ઈશ્વરો વિષે આજસુધી આપણે વિધર્મીઓના મુખે પણ નહોતું સાંભળ્યું. વિધર્મીઓ કહેતા હતા કે 'ખાલી અમારો ભગવાન જ છે, બીજું કોઈ છે જ નહિ. બીજા બધા ખોટા છે.' આ લોકો કહે છે કે 'તમારા ભગવાનો છે, પણ એ અમારા આ સર્વોપરી ભગવાનના દાસ છે. તે અમારા ભગવાનમાંથી શક્તિ મેળવે છે, અને કામ કરે છે. તમાર ભગવાનોની પત્ની અસલમાં અમારા ભગવાનની પત્ની છે! એટલે હવે તમારા ભગવાનોને પૂજવાની જરૂર નથી. ખાલિયા એ બધાના સ્વામી એવા અમારા નવા ભગવાનને જ પૂજવાનો છે.'

હવે, આપણે આ વિડીયોમાં ફેંકાઈ રહેલી ગંદકીનું મૂળ શોધવા એ સંપ્રદાયના પુસ્તકોમાં માથું નાખીશું, અને જોઈશું કે એ તો વિકૃતિનો એક ઉકરડો છે. બીજું એક તથ્ય નોંધવા પાત્ર આપણને મળશે. એ કે આ બધા વિડીયોમાં ક્યાંય BAPS સંસ્થાના સ્વામીનો આવો બફાટ કરતો વિડીયો નથી મળતો. BAPS ના સ્વામીઓના બફાટ વાળા વિડીયો મોટા ભાગે દલિત સમાજ, દેવી પૂજક સમાજ અને એવા અન્ય સમાજોને હીન બતાવતા મંતવ્યો રજુ કરે છે. પણ જ્યારે આપણે આ સંપ્રદાયના તમામ ફાંટાઓના સાહિત્યને જોઈશું, તો સનાતન ધર્મ વિરુદ્ધ સૌથી વિકૃત અને વિનાશકારી લખાણ BAPS ના પુસ્તકોમાં મળશે. બીજા તો બસ તેમની કોપી કરતા કે તેમની હરોળમાં પોતાને પણ સાબિત કરવા

એમના જેવું લખતા દેખાશે. તો, આવો જોઈએ આ સંપ્રદાયનું એ સાહિત્ય.

સાહિત્ય:

BAPS ની ઓફીશીયલ વેબસાઈટ પરની આ લિન્કમાંથી નીચેના ચાર મૂળ પુસ્તક મળી આવે છે, જે ગુજરાતી, હિન્દી અને અંગ્રેજીમાં છે. ધનશ્યામ ચરિત્ર, નીલકંઠ ચરિત્ર, સહજાનંદ ચરિત્ર, અને અક્ષર પુરુષોત્તમ ઉપાસના – આ ચાર પુસ્તક આ સંસ્થામાં સન્યાસી બનતા લોકોને ભણાવવા માટે કે એક રીતે તેમને બ્રેઈનવૉશ કરવા માટે પાઠ્યપુસ્તક તરીકે આપવામાં આવે છે. ચાર પુસ્તકો જે ક્રમમાં અહીં કહેવામાં આવ્યા છે તે ક્રમમાં જોઈશું એટલે જણાશે કે ભ્રષ્ટતા અને લખાણની વિકૃતિ ક્રમશ: વધતી જશે. (લીંક: https://www.baps.org/SatsangExam/Studymaterials.aspx)

ધનશ્યામ ચરિત્ર નામના પુસ્તકમાં અનેક ધર્મ ભ્રષ્ટ વાતો મળી આવે છે, જેમાંની કેટલીક આ મુજબ છે:

1. હનુમાનજીએ કાળીદત્ત નામના રાક્ષસના માણસોથી બાલ ધનશ્યામને બચાવ્યા અને એમની માતાને પરત સોંપ્યા અને કહ્યું "તમારો આ બાળક તો ભગવાન છે અને હું તેમનો સેવક છું" (પાના નંબર ૪)
2. માર્કંડેય ઋષિ બાલ ધનશ્યામના ઘરે આવ્યા અને એમનું નામકરણ કર્યું (પાના નંબર ૭)
3. માતા લક્ષ્મી પધાર્યા અને બાલ સહજાનંદને કહ્યું મને તમારી સેવાનો લાભ આપો. બાલ ધનશ્યામે કહ્યું હું જ્યારે કાઠિયાવાડ આવું ત્યારે તમે પણ આવજો અને હું તમારી ઈચ્છા પૂર્ણ કરીશ (પાના નંબર ૧૦)
4. બાલ ધનશ્યામે આઠ સિદ્ધિઓને પોતાની માતા માટે ભોજન લાવવાની આજ્ઞા કરી. (પાના નંબર ૧૧)
5. બાલ ધનશ્યામે કાળીદત્ત રાક્ષસને મારી નાખ્યો (પાના નંબર ૧૮)
6. બાલ ધનશ્યામે યમરાજનું રૂપ ધારણ કર્યું અને એક માછીમારને દરાવ્યો (પાના નંબર ૨૧)
7. બાલ ધનશ્યામને વાગ્યું ત્યારે ઇન્દ્ર, ચન્દ્ર, બ્રહ્મા, વિષ્ણુ વગેરે આવ્યા. (પાના નંબર ૩૯)

8. બાલ ધનશ્યામે ભગવાન રામના રૂપમાં પોતાના માતા પિતા અને બીજા લોકોને દર્શન આપ્યા (પાના નંબર ૬૧)
9. કાશીના વિદ્વાનોને ધનશ્યામના રૂપમાં શિવ અને રામ ના દર્શન થયા (પાના નંબર ૭૮)

નીલકંઠ ચરિત્ર પુસ્તકમાં લખાયેલી વાતો:

1. હનુમાનજીએ કહ્યું "મહારાજ! તમારા નિત્ય દર્શન કરવાનો મારો નિયમ છે. આપની આજ્ઞા હોય તો આપની સાથે સેવામાં રહું" સહજાનંદે કહ્યું હમણાં તો એકલા જ વિચરણ કરવાનો મારો વિચાર છે માટે હું યાદ કરું ત્યારે તમે આવજો. (પાના નંબર ૨)
2. સહજાનંદે ચતુર્ભુજ નારાયણ ભગવાન રૂપે હિમાયલ તરફ જતા તપસ્વીઓને દર્શન દીધા (પાનાં નંબર ૮)
3. હરિધ્વારના મેળામાં સાક્ષાત મહાદેવ અને માતા પાર્વતીએ બ્રાહ્મણ નો વેશ ધારણ કરીને સહજાનંદની ઘણા દિવસ સેવા કરી (પાનાં નંબર ૧૦)
4. લક્ષ્મણઝૂલા પાસે લક્ષ્મણજીની મૂર્તિમાંથી સાક્ષાત લક્ષ્મણજી પ્રગટ થઈને બહાર આવ્યા અને સહજાનંદના ચરણોમાં નમી પડ્યા. સહજાનંદે શ્રી રામચંદ્રના રૂપમાં દર્શન દીધા. (પાનાં નંબર ૧૦)
5. સહજાનંદ માટે હનુમાનજી મીઠા ફળ લઇ આવ્યા. સહજાનંદે પ્રસન્ન થઈને હનુમાનજીને આશીર્વાદ આપ્યા. (પાનાં નંબર ૨૨)
6. સૂર્યનારાયણે હાથ જોડીને સહજાનંદને કહ્યું હે પ્રભુ આપણી કૃપાથી અને આપણી ઉપાસનાથી મને પ્રકાશ પ્રાપ્ત થયો છે. (પાનાં નંબર ૨૫)
7. હનુમાનજીએ કહ્યું હું અંજનીપુત્ર હનુમાન છું અને નીલકંઠ વરણી (સહજાનંદ) નો સેવક છું (પાનાં નંબર ૪૨)
8. એક બાવા અને બાવીના રૂપમાં એક સ્ત્રીએ સહજાનંદને કહ્યું "આ શિવજી છે અને હું સતી છું. આપ આટલા દિવસોથી ભૂખ્યા છો એટલે આપણા માટે સાથવો લાવ્યા છીએ." સહજાનંદની સેવા કર્યાથી શિવ પાર્વતી અત્યંત આનંદિત થયા અને પછી પ્રણામ કરી અદ્રશ્ય થઇ ગયા. (પાનાં નંબર ૬૩)

સહજાનંદ ચરિત્રમાં એક પગથીયું ઉપર ચડતી ભ્રષ્ટ વાતો:

1. સહજાનંદ સ્વામીમાં સર્વે અવતારો સમાયેલા છે. તેઓ અવતારના પણ અવતારી અને સર્વના કારણ છે (પાના નંબર ૩)

2. સ્વામિનારાયણ તો ઇન્દ્ર, ચંદ્ર, વિષ્ણુ, મહેશ વગેરે સર્વે દેવોના સ્વામી છે. તે કોઈથી જીતી શકાય તેવા નથી (પાના નંબર ૧૦)

3. અક્ષરધામમાં સ્વામિનારાયણ સિંહાસન પર બેઠા હતા ત્યાં શિવ, બ્રહ્માદિક અનંત દેવો, ઋષિઓ અને અવતારો એક પગે ઉભા રહીને સ્વામિનારાયણની સ્તુતિ કરતા હતા (પાના નંબર ૧૫, ૧૬)

4. રુદ્ર, ભૈરવ, ભવાની આદિક જે દેવ-દેવી છે તે કોઈ પણ જીવને સુખ-દુઃખ દેવાના અર્થે સમર્થ નથી (પાના નંબર ૩૧)

5. સહજાનંદે ગઢડામાં પોતાની જ મૂર્તિ સ્થાપી અને 'વાસુદેવ નારાયણ' નામ આપ્યું અને કહ્યું 'આ અમારું સ્વરૂપ' (પાના નંબર ૩૨)

6. પોતાના ભક્ત મુળજી ભગતની મહિમા જણાવતા કહ્યું બ્રહ્મા, વિષ્ણુ, મહેશ એક બ્રહ્માંડમાં રહ્યા છે તેવા અનંત બ્રહ્માંડને મુળજી ધરી રહ્યા છે. (પાના નંબર ૪૧, ૪૨)

7. સહજાનંદે કહ્યું 'હા હું જ સચ્ચીદાનંદ પરબ્રહ્મ પુરુષોત્તમ છું. હું જ રાધા-લક્ષ્મીનો નાથ છું. શાસ્ત્રોમાં મારો મહિમા કહ્યો છે.' (પાના નંબર ૫૬)

8. સહજાનંદે પલંગમાં સુતા સુતા ઇન્દ્રને ધમકાવ્યા વરસાદ નતો થયો એટલા માટે (પાના નંબર ૬૬)

9. સહજાનંદે કહ્યું બ્રહ્મા, વિષ્ણુ, મહેશ, રામચંદ્ર, શ્રીકૃષ્ણ આદિ સર્વથી પાર અમારું અક્ષરધામ છે. તેથી પણ પાર હું છું. (પાના નંબર ૮૪)

10. વડતાલમાં પોતાના હાથે પોતાની મૂર્તિ 'હરિકૃષ્ણ' ની પ્રતિષ્ઠા કરી (પાના નંબર ૧૨૧)

11. સ્વામિનારાયણે અંગ્રેજ ગવર્નર માલ્કમને કહ્યું 'તમારું રાજ ઘણા કાળ સુધી રહેશે' (પાના નંબર ૧૪૬)

⁌⁍

હવે, ખુલ્લેઆમ જ્યાં સનાતન ધર્મ પર આક્રમણ કરાયું છે એ અક્ષરપુરુષોત્તમ ઉપાસના પુસ્તક શું કહે છે તે જોઈએ. પુસ્તકમાં ઠેકાણે ઠેકાણે

વિકૃતિ છે. પણ આપણે તેના ફક્ત એક જ ચોથા નંબરના પ્રકારના કેટલાક અંશ જોઈશું. પ્રકરણનું નામ છે 'સર્વોપરી'.

'અક્ષરપુરુષોત્તમ ઉપાસના' પુસ્તકના ભ્રષ્ટ અને વિકૃત લખાણો:

1. "મહારાજને (સહજાનંદ સ્વામીને) પુરુષોત્તમ જાન્ય વિના અક્ષરધામમાં જવાય નહિ." (પેજ ૨૮) "અને હમણે સત્સંગમાં રહેતો હશે અને શાસ્ત્રના વચનમાં પણ રહેતો હશે અને તેને જો ભગવદ સ્વરૂપની નિષ્ઠા પાકી નહિ હોય તો તે જ્યારે દેહ છોડશે ત્યારે કાં તો બ્રહ્માના લોકમાં જશે ને કાં તો કોઈ બીજા દેવતાના લોકમાં જશે, પણ તે પુરુષોત્તમ ભગવાનના ધામને વિષે નહિ જાય. તે માટે પોતાને સાક્ષાત મળ્યું જે ભગવાનનું સ્વરૂપ તેને સદા દિવ્ય સાકારમૂર્તિ ને સર્વ અવતારનું કારણ અવતારી એવું જાણવું અને જો એમ ન જાણે ને નિરાકાર જાણે ને બીજા અવતાર જેવા જાણે તો એનો દ્રોહ કર્યો કહેવાય." (પેજ ૨૯)

2. "આ વાત સદ્‌ગુરુ નિષ્કુળાનંદ સ્વામીએ સ્પષ્ટપણે સમજાવી છે; 'બ્રહ્મા રાખ્યા સત્યલોકમાં, શિવને રાખ્યા કૈલાસ; વિષ્ણુને રાખ્યા વૈકુંઠમાં, એમ આપ્યો જુજવો નિવાસ. ઇન્દ્ર રાખ્યો અમરાવતી, શેષજી રાખ્યા પાતાળ; જ્યાં જ્યાં કરી હરિએ આજ્ઞા, તીય રહ્યા સદાકાલ. બદ્રીતળે રાખ્યા ઋષિશ્વર. નીરન્નમુક્ત રાખ્યા શ્વેતદ્વીપમાં; ગોપીગોપ રાખ્યા ગોલોકે, રાખ્યા મુક્ત અક્ષર સમીપમાં.' (પેજ ૨૯, ૩૦)

3. અક્ષરધામ સિવાય આ સર્વે લોક માયાની અંદર જ આવેલ છે, તેથી ત્યાં ત્રિવિધ તાપ પણ છે. પરંતુ અક્ષરધામ માયાથી પર હોવાથી ત્યાં ત્રિવિધ તાપ નથી. પરિણામે, ત્યાનું સુખ પણ અતિ અધિક છે. (પેજ ૨૯, ૩૦)

4. તે સમજાવતા શ્રીજી મહારાજ કહે છે: 'પશુના સુખથી મનુષ્યમાં અધિક સુખ છે ને તે કરતાં રાજાનું સુખ અધિક છે, ને તેથી દેવતાનું સુખ અધિક છે, ને તેથી ઇન્દ્રનું અધિક છે ને તેથી બૃહસ્પતિનું ને તેથી બ્રહ્માનું ને તેથી વૈકુંઠલોકનું ને તેથી ગોલોકનું સુખ તે અધિક છે. અને તેથી ભગવાનના અક્ષરધામનું સુખ અતિ અધિક છે.' (પેજ ૨૯, ૩૦)

5. તેથી તો શ્રીજી મહારાજ કહે છે, 'જે ભગવાનનું અક્ષરધામ છે તેની આગળ બીજા જે દેવતાના લોક છે તેને મોક્ષધર્મને વિષે નરક તુલ્ય કહ્યા છે.' વળી, અક્ષરધામ સિવાયના અન્ય સ્થાનકો નાશવંત છે, જ્યારે અક્ષરધામ તો

અવિનાશી છે. (પેજ ૨૯, ૩૦)

6. બીજા ધામો નાશવંત હોવાથી ત્યાં ગયા પછી પણ પાછું પડવાનું છે. પણ અક્ષરધામમાં ગયા પછી પુનરાગમન નથી. .... બીજા ધામોની અવધિ છે. દાત. ગોલોક, વૈકુંઠ વગેરે અમુક જોજન સુધી વિસ્તરેલાં છે – એવું શાસ્ત્રોમાં વર્ણન છે. જ્યારે અક્ષરધામની અવધિ નથી, એ અધો-ઉર્ધ્વ અને પ્રમાણો રહિત છે. બીજા ધામોના વર્ણનમાં માંનીમય મહેલો, રત્નો વગેરે લૌકિક પદાર્થી છે, જ્યારે અક્ષરધામમાં સર્વત્ર અલૌકિક દિવ્ય તેજ છે અને એ તેજના સમુહમાં પુરુષોત્તમ, અક્ષર અને અક્ષર્મુકતો છે. (પેજ ૩૧)

7. શ્રીજી મહારાજે જુના ખરડામાં લખાવ્યું છે: ‘દૂસરા અવતાર હૈ સો કાર્ય-કારણ અવતાર હુઆ હૈ, ઔર મેરા યહ અવતાર હૈ સો તો જિવોંકું બ્રહ્મરૂપ કરકે આત્યંતિક મુક્તિ દેને કે વાસ્તે અક્ષરાતીત પુરુષોત્તમ જો હમ વાહ મનુષ્ય જૈસા બન્યા હૂં.' એટલે કે પૂર્વ શ્રીકૃષ્ણ પર્યંત સર્વ અવતારો કોઈ કાર્ય નિમિત્તે (અસુરોના સંહાર વગેરે માટે) થયા હતા અને એ કાર્ય પૂરું થતાં જ પૃથ્વી પરથી અંતર્ધાન થઇ ગયા. પણ ભગવાન સ્વામીનારાયણ તો જીવોને બ્રહ્મરૂપ કરવા અને તેમનું આત્યંતિક કલ્યાણ કરવા જ પધાર્યા હતા. (પેજ ૩૩)

8. ‘આ સત્સંગને વિષે જે ભગવાન વિરાજે છે (શ્રીજીમહારાજ) તે જ ભગવાનમાંથી સર્વે અવતાર થયા છે.” .... તેમને કોઈ પૂછે કે શ્રીજી મહારાજના સર્વોપરી મહિમાની વાતો તો શાસ્ત્રોમાં નથી. તો તેઓ કહેતા કે શાસ્ત્રોમાં આ વાત ક્યાંથી હોય? ‘જન્મ થયા મોર શાદી ક્યાંથી લખાય? તેમ પુરુષોત્તમ આવ્યા નહોતા તેની વાત શાસ્ત્રોમાં ક્યાંથી લાખની હોય?' શ્રીજી મહારાજ આ પહેલાં આ લોકમાં પધાર્યા જ નહોતા, તો તેમની વાત શાસ્ત્રમાં મળે જ કેમ? (પેજ ૩૪, ૩૫)

9. પૂર્વના અવતારમાં જેમાં જેટલું ઐશ્વર્ય છે તેમાં તેટલા જીવ તણાય છે. આજ તો સર્વ અવતારના અવતારી ને સર્વ કારણના કારણ એવા જે પુરુષોત્તમ છે તે જ પધાર્યા છે. (સહજાનંદ સ્વામી વિષે) (પેજ ૩૬)

10. વાદી, ફૂલવાદી ને ગારડી, તેમાં વાદી હોય તે તો ગરીબ સાપ હોય તેને ઝાલે, ને ફૂલવાદી હોય તે તો હાથ આવે તો ઝાલે, નહિ તો લુગડાના છેડાને વળ દઇને મારી નાખે, ને ગારડી હોય તેની આગળ તો ગમે તેવો મણિધર હોય તે પણ ડોલ્યા કરે. .... દત્તાત્રેય, કપિલ તે તો વાળીને ઠેકાણે છે, તે તો મુમુક્ષુ હોય તેનું કલ્યાણ કરે. ને રામચંદ્ર ને શ્રીકૃષ્ણ તે તો ફૂલવાદી ને ઠેકાણે છે. તે તો પોતાનું વચન માને તેનું કલ્યાણ કરે ને ન માને તો ત્યારે સમાધાન કરીને કલ્યાણ કરે. ને મહારાજ (શ્રીજી મહારાજ) તો ગારડી ને ઠેકાણે છે ને

તેમની આગળ તો જીવ, ઈશ્વર, પુરુષ ને અક્ષરાદીક તે સર્વે હાથ જોડીને ઉભા છે. (પેજ ૩૬)

11. પૂર્વે મોટા મોટા અવતાર થઇ ગયા છે, તે કરતાં તો અ સત્સંગી છોકરા સામું જોઈએ છીએ ત્યાં તો કરોડ કરોડ ગણું અધિક દૈવત જણાય છે; તો મોટા મોટા હરિભક્ત ને મોટા મોટા સાધુ અને મહારાજનો મહિમા તો કહેવાય જ કેમ? (પેજ ૩૬)

12. 'એમ તો પહેલાં ગણેશને પ્રભુ કહે છે. બ્રહ્મા, વિષ્ણુ ને શિવને કહે છે. અનિરુધ્ધ, પ્રધ્યુમ્ન ને સંકર્ષણને કહે છે, ત્યારે એમાંથી કે ને પ્રભુ માનવા? ત્યારે એનું તો એમ જ છે જે જીવનું કોટીયું, ઈશ્વરની કોટીયું, બ્રહ્માની પણ કોટીયું કોટીયું છે. એ સૌના કારણ તો મહારાજ પોતે એમ સમજે ત્યારે મજકુર મળ્યું કહેવાય ને અનંત કોટી રામ, અનંત કોટી કૃષ્ણ ને અનંત કોટી અક્ષરમુક્ત એ સર્વેના કરતાં, સર્વના આધાર, સર્વના નિયંતા ને સર્વના કારણ મહારાજને સમજે ત્યારે જ્ઞાન થઇ રહ્યું.' .... 'શ્રી કૃષ્ણે કેટલું જ્ઞાન કર્યું ત્યારે એક ઉધ્ધવે ત્યાગ કર્યો ને આજ તો (આ સંપ્રદાયમાં સહજાનંદ સ્વામી પાછળ) વીસ વીસ વરસના સંસાર મુકીને ચાલ્યા આવે છે. ... બીજા અવતાર મોટા મોટા તે પારસમણી જેવા છેને પુરુષોત્તમ (સહજાનંદ) તો ચિંતામણી છે. .... જેમ ચક્રવતી રાજા અને ખંડિયા રાજા વચ્ચે ભેદ છે, તેમ અવતાર-અવતારીનો ભેદ સમજવો.' (પેજ ૩૭)

13. શ્રીજી મહારાજને અષાઢી મેઘની ઉપમા આપી કે જે મેઘવર્ષાથી પૃથ્વી સચેતન થઇ ફળવતી બને, જ્યારે બીજા અવતારોને ઝાકળ જેવા કહ્યા છે, જે ઝાકળના બિંદુની પૃથ્વી પર કોઈ અસર થતી નથી. .... 'કોટી કોટી વિષ્ણુ બ્રહ્મા કર જોડી, શંકર કોટી સુરત આની, શારદા શેષ અરુ નારદ બરને, નહિ માનત નાર અભિમાની. પરબ્રહ્મ પુરણ પુરુષોત્તમ, સ્વામીનારાયણ સુમરાની.' (પેજ ૩૯)

14. લાલજી ભક્તે પૂછ્યું, 'એ વાણી કેવા મોટા છે? આપણા જેવા?' રામાનંદ સ્વામીએ કહ્યું, 'અમારાથી પણ મોટા છે. એ વાણી સર્વ અવતારોના કારણ પરાત્પર, અપ્રાકૃત ગુણેશ્વર્યવાળા પુરુષોત્તમ છે.' ..... 'જેમ કૃષ્ણ મોટા સર્વેથી, તેમ આ છે મોટા વળે એથી; આ છે અવતારના અવતારી, ઘણું શું કહીએ વિસ્તારી...' (પેજ ૪૯)

15. BAPS પોતાના ચોપડામાં વર્ણન કરે છે કે સહજાનંદ સ્વામીએ કેવી રીતે તે સમયની હિંદુ પ્રજાને આ નવા સર્વોપરી ભગવાન વાળા સંપ્રદાયમાં વટલાવી. પેજ નંબર ૫૪-૫૫ પર એક સવાલનો જવાબ અપાયો છે. સવાલ છે, 'જો ભગવાન સ્વામિનારાયણ સર્વોપરી છે, તો વચનામૃતમાં, સંપ્રદાયનાં

અન્ય પુસ્તકોમાં અને પરમહંસોના કીર્તનમાં તેમને કૃષ્ણ કેમ કહેવાયા છે?' જવાબ બિલકુલ એવો જ આપ્યો છે, જેવો ઇસ્લામના ઉદય પહેલાના દેવી-દેવતાઓ વાળા આરબના સમાજ પર અલ્લાહ નામના એક નવા સર્વોપરી ઈશ્વરને સ્થાપવા માટે અપાય છે. જવાબ છે, 'શ્રીજીમહારાજના પ્રાગટ્ય સમયે અનેક મતપંથ, શક્તિપંથ, અસત સંપ્રદાયો, ગુરુઓ, વહેમો, જંત્ર-મંત્ર-તંત્ર વગેરેનું જોર હતું. તે સૌને આ નવા સંપ્રદાય સામે વિરોધ જબ્બર હતો. એવા કપરા સમયમાં મનુષ્યધારી જો પોતાને જ પરમાત્મા છડે ચોક કહે તો લોકો ભડકીને આ સંપ્રદાયમાં આવે જ નહિ. જેમ પથ્ય પડે તેમ ઔષધ અપાય એ ન્યાયે પ્રથમ સત્પુરુષ જેવા, પછી અવતાર જેવા અને તે પછી સર્વાવતારી પુરુષોત્તમ જેવા કહ્યા. .... જીવોને પોતાન સ્વરૂપમાં જોડવા જ શ્રીજીમહારાજે જ્યાં જે ઉપાસના પ્રધાન હોય ત્યાં તે દેવોની મૂર્તિઓ પધરાવી, જેથી મુમુક્ષુઓ પોતાના ઈષ્ટદેવનાં દર્શન કરવા આવે અને પછી સંતના સમાગમથી શ્રીજીમહારાજના સર્વોપરી સ્વરૂપની ઉપાસના દ્રઢ કરે. આ રીતે સંપ્રદાયમાં સર્વોપરી ઉપાસના ક્રમશ: પ્રસિધ્ધ થઇ.'

- નોંધ: અહીં અક્ષરપુરુષોત્તમ ઉપાસના પુસ્તકના (પેજ નંબર ૩૬ વાળા) અગિયારમા મુદ્દામાં કહેવાઈ રહ્યું છે કે સનાતન ધર્મમાં આજ સુધી જે પણ અવતાર થયા છે તેના કરતાં તો સહજાનંદ સ્વામીના આ સંપ્રદાયમાં સત્સંગ કરતાં એક છોકરાનું તેજ કરોડો કરોડો ઘણું વધુ છે, તો બીજા સ્વામીઓ અને મહારાજોનું તેજ વિષે તો શું કહેવું? અહીંથી પેલા વિડીયોમાં BAPS ના પેલા ગુણાતીતાનંદ સ્વામી કેમ તેમના શિષ્યને ડાકોરમાં એવું કહેતા હતા કે 'તમને ખબર નથી આપણે કોણ છીએ, અને આપણો મોભો શું છે? જાઓ (ડાકોરના મંદિરમાં કૃષ્ણને) દર્શન દઈ આવો.' એ વિકૃત વિચારનું મૂળ તેમના ચોપડામાં લખાયેલ આ પ્રકારના કથનોમાં સમાયેલું છે. આજ વિકૃત લખાણમાંથી બળ મેળવીને પેલા પ્રબોધસ્વામીના ચેલા કહી રહ્યા હતા કે શિવજીએ કોઈ નીશીતભાઈને કહ્યું કે 'પ્રબોધ સ્વામીના દર્શન થાય એટલા ભાગ્ય તો મારા જાગ્યા નથી, પણ તમારા દર્શન થાય એટલે હું ધન્ય થયો.' અને પછી ભગવાન શિવ (જેમને આ લોકો હમેશા શિવજી જ કહે છે) એ નીશીતભાઈના પગમાં પાડીને ચાલ્યા ગયા.

પ્રમુખસ્વામીને ભગવાન બનાવવાની કોશિશો:

તો BAPS જે સંપ્રદાયની મૂળ ગાદીઓથી અલગ થયે સો વર્ષ ઉપર થઇ ગયું હતું, તે પટેલ સમાજના સહયોગથી બાકી બધા ફાંટાઓથી વધુ આગળ નીકળી ગયું હતું. કારણ હતું તેમની બસ મંદિર બનાવવાની નીતિ. પહેલાં સંતો અને ધર્મના નામે ભિન્ન ભિન્ન દેશોમાં સર્વધર્મસમભાવનો તર્ક આપી સરકારો પાસેથી જમીન મેળવવી, અને પછી ત્યાં સંપ્રદાયના મોટાભાગે પટેલ ધંધાદારી અનુયાયીઓના પૈસે મંદિર બાંધવા. સંપ્રદાયના અનુયાયીઓને તેમની વાર્ષિક કમાણીના અમુક ટકા ફરજિયાત મંદિરમાં આપવાનો નિયમ હોવાનું ચર્ચાતું હતું. સાથે મંદિરના બાંધકામ વગેરેમાં માર્બલ, ગ્રેનાઈટથી લઈને ઈંટ, સિમેન્ટ, મજુરી વગેરેના કોન્ટ્રાકટ સંપ્રદાયના ભક્તોને અપાતા, અને તેમને એવા જ ધંધા ખોલાવવામાં આવતા. આ રીતે આખું નેટવર્ક બનાવી હજારેક મંદિરો ઉભા કરાયાં, જેમાં કોઈ આધ્યાત્મિક ઉર્જા કે પ્રભાવ જરા પણ નહોતો, પણ બધા એક સારું પીકનીક સ્પોટ જરૂર હતા. અને એ મંદિરોની આવક પણ એસ્સલ વર્લ્ડ જેવા ફન પાર્કની જેમ જ થતી. સોશિયલ મીડિયા પર એ મંદિરોના વેબસાઈટની લીંક અને અન્ય રૂપે વાત ત્યાં સુધી ચર્ચાતી રહી હતી કે મંદિરોના નિર્માણમાં વેપારી અને અમુક ઉદ્યોગપતીઓનુ રોકાણ છે, જે પાછળથી આ ફન પાર્ક રૂપેની આવકમાંથી ટકાવારી રૂપે તેમને રીટર્ન મેળવે છે. આ એક બિઝનસ મોડલ છે, જ્યાં સ્વામીઓ બસ કંપનીના એમ્પ્લોઇ છે, અને ભગવાન પ્રોડક્ટ છે. હિંદુઓ એના ગ્રાહકો. આજે પણ ભારત બહારના BAPS મંદિરોમાં તેમના વેપારી ટ્રસ્ટીઓના નામ મળી રહે છે, પણ ભારતમાં એ છુપાયેલું છે.

ગુજરાતમાં રહેલા તેમના મંદિરો અને પોઈચા જેવી આ ફન પાર્ક જેવી જગ્યાઓએ શિવ અને પાર્વતી સહજાનંદ સ્વામીની સેવા કરતાં હોય અને હનુમાન તે ભાઈની સેવા કરતાં હોય તેવા પૂતળા ઉભા કરાયેલા હોતા, શેષનાગ પર ભગવાન વિષ્ણુની જગ્યાએ ડાબા હાથે આશીર્વાદ આપવાની યુએસપી ધરાવતા તેમના આ નવા ભગવાન સહજાનંદ સ્વામી બિરાજમાન હોતા. પણ ફરવાના શોખીન અને ધર્મની બાબતમાં મૂઢ અને અજ્ઞાની હિન્દુઓને આ બધું જોઇને પણ કંઈ અજુકતું ન લાગતું. તો, હવે BAPS ની વધતી તાકાત સાથે એ ચર્ચા ચારે બાજુ હતી કે BAPS નો વિચાર એવો ચાલી રહ્યો છે કે તેમને કેમ યુપીના એ માણસને (ધનશ્યામ પાંડે/ સહજાનંદ સ્વામી) ભગવાન માનવો? સહજાનંદ સ્વામીએ તો સંપ્રદાયના બે ભાગ કરી યુપીથી તેમના ભત્રીજા બોલાવીને વારસાગત પેઢી તેમને આપી દીધી. BAPS માં આટલું બધું તેમણે તેમના પૈસે અને મહેનતે ઉભું કર્યું છે તો ભગવાન તેમનો પોતાનો હોવો જોઈએ.' અને એ માટે પ્રમુખ સ્વામી ને ભગવાન બનાવવાની કોશિશો ચાલુ થઇ હતી. અને એજ અભિયાનનું સૌથી મોટું આયોજન હતું અમદાવાદમાં આયોજિત થવા

જઈ રહેલો પ્રમુખ સ્વામી જન્મ શતાબ્દી મહોત્સવ.

ઉત્સવના છેલ્લા દિવસે સંસ્થાના સ્વામી ભાદ્રેસદાસ (એમની પણ હાસ્યસપાસ કહાની છે, જે આગળ જાણીશું) BAPS ના બધા સ્વામીઓને ભેગા કરીને તેમના એ મુખ્ય ધ્યેયને અંજામ આપતા નારા લગાવતા હતા, અને એનો વિડીયો વાઈરલ કરાયો હતો. ભાદ્રેસદાસના પેલા વિડીયોમાં કહેવાઈ રહ્યું હતું, 'જ્યારે ગીતામાં કહેવાઈ રહ્યું છે 'યદા યદા હી ધર્મસ્ય ગ્લાનિર્ભવતી...' તો એ કોના માટે કહેવાઈ રહ્યું છે, કોની વાત થઇ રહી છે?' એટલે સામે સ્વામીઓના ટોળાનો અવાજ આવતો 'પ્રમુખસ્વામી મહારાજની'. ફરી ભાદ્રેસદાસ પૂછતા, આજે કોના માટે છે, તો સામે ટોળું બોલતું, 'મહંત સ્વામી મહારાજની.' આ રીતના હિંદુ શાસ્ત્રોના અન્ય શ્લોક જ્યાં શ્રીકૃષ્ણ કે ભગવાન વિષ્ણુ કની બોલતા હોય તે BAPS સંસ્થાના ભૂતપૂર્વ અને તત્કાલીન પ્રમુખ સાથે જોડીને તેમને ભગવાન બતાવવાની કોશિશ થઇ રહી હતી.

પણ પ્રમુખસ્વામી વિષે જે લખાણ મને મળ્યું, તેમાં મુખ્ય હતું, 'શ્રી પ્રમુખસ્વામી મહારાજ – મહીમાષ્ટકમ' નામના એક પુસ્તકનો સ્ક્રીન શોટ જે ગુજરાતી ન્યુઝ ચેનલોમાં પણ વિવાદ રૂપે ચગ્યો હતો. તેમાં લખ્યું હતું, 'કદાચ સમુદ્રનાં બિંદુઓના સમૂહ ગણી શકાય, આકાશના તારા ગણો પણ ગણી શકાય..... પણ બ્રહ્મા, વિષ્ણુ અને શિવ આદી દેવો વડે પણ શું આપના ગુણોનો સમુદાય ગણી શકાય એમ છે? નહિ જ. વળી, વેદ-પુરાણોના નિર્માણમાં તલ્લીન એવા વ્યાસમુની પણ આપણી સ્તુતિ કરવામાં અશક્ત થયા છે, એવા ગુણોના ભંડાર શ્રી પ્રમુખ સ્વામી મહારાજ!....'

આ સિવાય 'સત્સંગ વિહાર' નામની ચિત્ર વાર્તાઓની ચોપડીઓ BAPS એ બહાર પાડેલી છે, જેમાં સ્વામીનારાયણ નામનો આ નવો ભગવાન સનાતન ધર્મના બધા ભગવાનો કરતાં સર્વોપરી છે એ બાળ વાર્તાઓ મારફતે સંસ્થા અને સંપદાયના બાળકોના મનમાં ઠસાવાયું છે, પણ એમાં સાથે પ્રમુખ સ્વામીને પણ એ સ્તરે સનાતન ધર્મના ઈશ્વરોની ઉપર બેસાડવાનું ચાલુ થઇ ચુક્યું હતું. જેમ કે, સત્સંગ વિહાર ભાગ-૧ ના પાનાં નંબર ૨૬ પર 'બધા કર્મમાં મર્મ' નામની એક બાળવાર્તા છે. જેમાં કહેવાયું છે કે એકવાર સહજાનંદ સ્વામીએ તેમની આંખોને આમ તેમ ફેરવી. ભક્તોએ પૂછ્યું કે 'તમે આ શું કર્યું મહારાજ?', તો સ્વામી બોલ્યા, 'એક બ્રહ્માંડના બ્રહ્મા, વિષ્ણુ અને શિવને તે બ્રહ્માંડની પ્રજા સાથે ફાવતું નહોતું, તો મેં તેમને બીજા બ્રહ્માંડમાં મોકલ્યા, અને બીજા બ્રહ્માંડના બ્રહ્મા, વિષ્ણુ અને શિવની ત્યાં અદલાબદલી કરી.' સત્સંગ વિહાર ભાગ-૨ ના પાનાં નંબર ૧૫ ઉપર 'બ્રહ્માજી કાગડા સ્વરૂપે પ્રસાદી લેવા આવ્યા' એવી વાર્તા છે જ્યાં, સહજાનંદ સ્વામીની થાળીમાંથી રોટલાનો એક ટુકડો કાગડો લઈને ઉડી ગયો.

તો, પીરસનારા એક બા એ પૂછ્યું, 'આ શું થયું?' ત્યારે સહજાનંદ સ્વામીએ કહ્યું, 'એ બ્રહ્માજી હતા. અમારી પ્રસાદી લેવા આવ્યા હતા. વર્ષોથી તલપતા હતા, તે આજે લાભ આપ્યો.' અને આ બધા સાથે સત્સંગ વિહાર ભાગ-૧ ના પાનાં નંબર ૩૭ ઉપર 'ગુણાતીત સંતમાં બધા પ્રગટ' નામ એક વાર્તા છે, જ્યાં કહેવાયું છે કે શિવ ભગવાન તેમના એક ભક્તને કહે છે, 'જો તારે મોક્ષ જોઈતો હોય તો પ્રમુખ સ્વામી પાસે જા.'

તો આ રીતે, BAPS ના સ્વામીઓની કથાઓ અને પ્રવચનોમાં સનાતન ધર્મના ઈશ્વરોનું અપમાન કરતી વાતો ભલે તમને સાંભળવા ન મળી હોય, પણ લખાણ રૂપે ચોપડીઓ પાકી કરવાનું સૌથી સખત કામ બધા ફિરકાઓમાં તેમણે જ સૌથી વધુ કર્યું છે. આ સિવાય અન્ય ગાદીઓની વેબસાઈટ અને પુસ્તકના લખાણ મને અપાયેલાં.

કાલુપુર સ્વામીનારાયણ મંદિરના એક પુસ્તકની વેબસાઈટ પર મુકાયેલા આવા જ લખાણો:

- લક્ષ્મીજી સહજાનંદના દર્શન કરવા આવ્યા. એવું લખ્યું છે કે લક્ષ્મીજી એમના પતિના દર્શન કરવા આવ્યા. લક્ષ્મીજીને સહજાનંદના પત્ની તરીકે દર્શાવ્યા છે. લિંક: https://www.swaminarayan.in/our-sampraday/swaminarayan-faith/ghanshyam-charitra/laxmiji-visits-her-husband

- માર્કંડ ઋષિ બ્રાહ્મણના વેશમાં સહજાનંદના ઘરે આવ્યા અને એમનું નામકરણ કર્યું. લિંક: https://www.swaminarayan.in/our-sampraday/swaminarayan-faith/ghanshyam-charitra/markanday-names-ghanshyam

- સહજાનંદની જનોઇ યજ્ઞોપવિતમાં બ્રહ્મા, વિષ્ણુ, મહેશ સહજાનંદના દર્શન કરવા આવ્ય. લિંક: https://www.swaminarayan.in/our-sampraday/swaminarayan-faith/ghanshyam-charitra/janoi-yagnopavit

- સહજાનંદને રમતા રમતા વાગ્યું ત્યારે અશ્વિનીકુમારે દેવલોકમાંથી આવીને પાટો બાંધ્યો. લિંક: https://www.swaminarayan.in/our-sampraday/swaminarayan-faith/ghanshyam-charitra/khapa-talavdi

- બદ્રિકાશ્રમથી નરનારાયણ દેવ સહજાનંદના દર્શન કરવા આવ્યા. લીંક: https://www.swaminarayan.in/our-sampraday/swaminarayan-faith/ghanshyam-charitra/narnarayan-dev-arrive-for-ghanshyam-s-darshan

સ્વામિનારાયણ મંદિર ભુજ ધ્વારા પ્રકાશિત 'શ્રી પુરુષોત્તમલીલામૃત સુખસાગર' પુસ્તક:

"તે વખતે શિવજી પોતાન ગણ જે નંદીશ્વર આદિક તેને સહીત આવીને શ્રીજીમહારાજને (સહજાનંદ સ્વામી) સાષ્ટાંગ દંડવત પ્રણામ કરીને એક પગે ઉભા રહીને પાંચ મુખે સ્તુતિ કરીને પોતાના પંદર નેત્રે કીરને શ્રીજી મહારાજના દર્શન કર્યા. તે સમયને વિષે પોતાની જાતને વિષે બેઠેલા એવા શ્રી ગંગાજી પણ મહારાજના દર્શન કરીને પોતાને મુખે મહારાજની ગદગદ કંઠે સ્તુતિ કરતાં બોલ્યા, '.....તમે મને પવિત્ર કરવા પધારો.' એમ કહીને ત્યાંથી શંકર સહીત ચાલી નીકળ્યાં. (પેજ ૨૧૯)

"ત્યાં મહાદેવજીએ મૂર્તિમાન પ્રગટ થઈને શ્રી હરિને (સહજાનંદ સ્વામીને) હસ્ત જોડીને નમસ્કાર કર્યા અને ચરણકમળનો સ્પર્શ કર્યો અને પ્રાર્થના કરી જે, 'હે મહારાજ! હું ઘણા કાળથી તમારી વાત જોઇને આ ઠેકાણે રહેલો છું. તે આજ મારા ઉપર મોટી કૃપા કરીને તમોએ દર્શન આપ્યાં તે બહુ સારું કર્યું.'" (પેજ ૨૨૩)

મણીનગર સ્વામિનારાયણ ફાંટાનું એક પુસ્તક 'સવીપરી શ્રી સ્વામીનારાયણ ભગવાન – ભાગ ૨':

આ પુસ્તકમાં પેજ ૨૨૭ પર શિવ અને પાર્વતી નંદી સહીત સહજાનંદ સ્વામીના નીલકંઠ વર્ણી રૂપની સેવા કરતાં હોય તેવા ફોટા સાથે કહે છે;

"વર્ણીરાજે પૂછ્યું: 'તમે કોણ છો? અમે અજાણ્યા માણસનું અન્ન જમતા નથી.' ત્યારે શંકર-પાર્વતીએ કહ્યું, 'આપ પાંચ દિવસના ભૂખ્યા છો એટલે આપની સેવામાં આ નાની શી ભેટ લાવ્યા છીએ.' શંકર બોલ્યા, 'હે સર્વજ્ઞ પરમેશ્વર! આપ તો સધળું જાણો છો, છતાંય પૂછો છો એટલે કહું છું કે હું કૈલાશવાસી શિવ છું, અને

આ પાર્વતી છે.'

વણીરાજે સાથવો પાણીમાં મેળવી શાલિગ્રામને ધરાવી પોતે અંગીકાર કર્યો. શંકર-પાર્વતીની સેવાથી પ્રસન્ન થયેલા વણીરાજે વરદાન આપ્યું કે અમે તમને સેવામાં રાખીશું. તે વચન અનુસાર શ્રીહરિ એ જુનાગઢ મંદિરમાં શંકર-પાર્વતીને પધરાવ્યા છે."

મણીનગર શ્રી સ્વામિનારાયણ ગાદી સંસ્થાન તરફથી પ્રકાશિત અન્ય એક પુસ્તક 'શ્રીજીસંકલ્પમૂર્તિ સદ્ગુરુ શ્રી ગોપાળાનંદ સ્વામીની વાતો':

આ પુસ્તકમાં ભગવાન શિવ અને માં આદ્યશક્તિ વિષે અનેક વિકૃત વાતો ગોપાળાનંદ નામના સ્વામી તરફથી કરાઈ છે. ઉલ્લેખિત પુસ્તકની વાર્તા ક્રમાંક ૨૫ ના પાનાં નંબર ૪૪,૪૫ અને ૪૬ પર કંઈક આવી વાતો લખાયેલી જોવા મળે છે:

'...ગોપાળાનંદ સ્વામીએ મંદ હાસ્ય કરતાં પૂછ્યું, 'તમે કયા દેવની ઉપાસના કરો છો?' ત્યારે નાના સાહેબ કહે, 'હું તો દેવીનો ઉપાસક છું. મારી દેવી મહિષાસુરી અને ચામુંડા છે. તે અમારા કુળપરંપરાની દેવી છે.' ત્યારે સદ્ગુરુ શ્રી ગોપાળાનંદ સ્વામી તેને સમજાવતા બોલ્યા જ, 'ભગવાનની ઉપાસના છોડી દઈને તુચ્છ દેવીની ઉપાસના શા માટે કરો છો? .... બાકી દેવ દેવીની ઉપાસનાથી અંતે તો ઘોરત્તમ નરક તથા સંસૃતિ મળે છે પણ કલ્યાણ થતું નથી. માટે આ જન્મની સાર્થકતા પ્રાપ્ત કરવી હોય તો દેવદેવીની ઉપાસના છોડી દઈ સર્વોપરી સર્વ અવતારના અવતારી સર્વ કારણના કારણ, એકમેવાષ્ટિયં બાજા એવા અમારા ગુરુ શ્રી સ્વામિનારાયણ ભગવાનની ઉપાસના કરશો તો નક્કી અવિચલ સુખને પામશો.' (પેજ ૪૪-૪૫)

.... 'નારુપંત નાના રાત્રે સૂતા હતા ત્યારે રાત્રે તેમની કુળદેવી મહિષાસુરી અને ચામુંડા પ્રત્યક્ષ દર્શન દઈને બોલી, 'અરે નારુપત, આ જુઓ હનુમાનજી તથા ગણપતિ બન્નેય દેવ સ્વામિનારાયણ, સ્વામિનારાયર નામનો ધૂન્ય કરતા અમારા સામી ગદા ઉગામીને કહે છે કે નરુપત સત્સંગી થયા છે માટે હવે તમે અહીંથી ચાલ્યા જુઓ. ખરેખર સ્વામિનારાયર ભગવાન ૪ છે, હવે તમે તેમનું જ ભજન કરજે, અમે પણ હવેથી જઈશું. તમારા ઘરમાં અમારી સ્થાપના છે તે બહુચરાજી માતાના ફંડમાં મૂકી દેશે." મને દેવીઓ ગયા પછી તેમના ઘરમાં સો વર્ષથી અખંડ કરતો પીનો દીવો પણ પોતાની મેળે ઓલવાઈ ગયો. તે જોઈ નાના સારેક જે કર્ કર્થ પામ્યા અને બીજે દિવસે સવારમાં વહેલા ઉઠી

સ્વામિનારાય નામનું સ્મરણ કરતા દેવીની સ્થાપના ઉઠાવી સ્થાન સાફસૂફ કરી નાખ્યું.' (પેજ ૪૬)

આજ પુસ્તકની વાર્તા ક્રમાંક ૨૪ માં પાના ક્રમાંક ૩૯ પર ભગવાન કૃષ્ણને નીચા ચીતરતી આ રીતની વાત કરવામાં આવી છે. વાત રામચંદ્ર નામના કોઈ માણસની છે જે ડાકોરમાં ભગવાન કૃષ્ણના રણછોડ સ્વરૂપના ભક્ત હતા, પણ પછી આ ગોપાળાનંદ સ્વામીની વાતો સાંભળી સત્સંગી (બ્રેઈન વોશ) થયા. આ સંપ્રદાયમાં સત્સંગી હોવાનો આજ અર્થ છે, બ્રેઈન વોશ હોવું. તો લખાણ કહે છે, 'રામચંદ્રને હજુ દિલમાં રહેતું હતું જે, 'હું મારા ઇષ્ટદેવ રણછોડજીને કેમ મુકું?' એવા વિચારથી તે પોતાના નિયમ મુજબ શરદ પૂર્ણિમાના ઉત્સવ ઉપર ડાકોર ગયા. ત્યાં રણછોડરાયના દર્શન કરી રાત્રે સુઈ ગયા. રણછોડજીએ તેમને દર્શન આપી કહ્યું, 'તમને સાક્ષાત શ્રી સ્વામિનારાયણ ભગવાનના સંતે કહ્યું તો પણ હજુ સંશય કેમ રાખો છો? અમે તો એ ભગવાનના સેવક છીએ.'

ગોપાળાનંદ અને સાળંગપુર :

આ ઉપરાંત મને જે જાણકારી અપાઈ હતી, એમાં વડતાલ ગાદીના સાળંગપુર મંદિરની પણ માહિતી હતી. એ માહિતી મુજબ, હનુમાનજીને સ્વામીનારાયણના દાસ બતાવતું સાળંગપુરમાં એક મંદિર બનાવવામાં આવ્યું છે. તે મંદિરમાં એક વાનર આકારની મૂર્તિ છે જેને એક જીવા ખાચર નામના વ્યક્તિના પાળીયામાંથી બનાવવામાં આવી છે. પણ એ મંદિરમાં ક્યાંય 'જય શ્રી રામ' લખેલું નથી કે ક્યાંય રામની જય બોલાવાતી નથી, કે નથી ક્યાંય હનુમાન ચાલીસા લખાયેલી. ત્યાં હનુમાન ચાલીસાનો પાઠ પણ નથી થતો કારણકે હનુમાન ચાલીસામાં તો વારંવાર હનુમાનજી રામના ભક્ત છે અને શિવનો અવતાર છે એ તથ્ય કહેતા રામાયણના વર્ણન છે. એટલે તેમણે એક નવી હનુમાન આરતી તૈયાર કરી છે જેમાં મંદિરની એ વાનર આકૃતિને હનુમાનજી કહેવાયા છે, અને તે સહજાનંદ સ્વામીના સેવક બાતાવાયા છે. તે ગાદીના ચોપડાઓમાં પણ ઠેર ઠેર હનુમાનજી સહજાનંદ સ્વામીની સેવા કરતાં હોય તેવા ફોટા છે. આ રીતે હનુમાન નો ઉપયોગ કરીને સનાતન ધર્મી લોકોને મંદિરમાં બોલાવાય છે અને ત્યાં હનુમાન મારફતે તેમને સ્વામીનારાયણ નામના એક નવા સર્વોપરી ભગવાન સાથે જોડાય છે, જે સનાતન ધર્મના બધા દેવી દેવતાઓ અને ઈશ્વરોનો પણ તેમના જ સ્વામીઓની ભાષામાં બોસ છે. મને આશ્ચર્ય થયું કે ભોળી અને અજ્ઞાની સનાતન પ્રજા એટલો મૂળભૂત પ્રશ્ન નથી કરી શકતી કે હનુમાન એ કોઈ વાંદરાનું નામ નથી કે કોઈપણ વાનર મૂર્તિને

તમે હનુમાન કહી શકો. હનુમાન રામાયણનું એક પાત્ર છે જે ફક્ત અને ફક્ત રામનું ભક્ત છે, તે મહાભારતમાં આવે છે તો પણ રામના જ બીજા અવતાર શ્રીકૃષ્ણને પ્રભુ કહી તેમના કામ જરૂર કરે છે, પણ ભક્તિ રામ સ્વરૂપની જ કરે છે. એ હનુમાનજી છે. જ્યાં રામ નથી, હનુમાન ચાલીસા નથી, રામની જય નથી, ત્યાં હનુમાન કોઈ બીજાના સેવક તરીકે ન હોઈ શકે.

સાથે સહજાનંદ સ્વામીના એક શિષ્ય એવા ગોપાળાનંદ સ્વામી નામના એ સ્વામી જેમણે જીવા ખાચરના પાળિયામાંથી એ વાનર મૂર્તિ બનાવી હતી, તેમની વાતોના એક પુસ્તકમાં ભગવાન શિવ વિષે બીભત્સ વાતો છે. એક સ્થાને કહેવાયું છે, 'મોહિનીને જોઇને શિવનું વીર્ય નીકળી ગયું હતું. જેના શરીરમાં વીર્ય હોય તે વળી યોગી શાનો?' આ સિવાય 'વારંવાર ત્રીજી આંખ ખુલી જતી હોય એવો ક્રોધ આવતો હોય એને તો અહંકારી કહેવાય, યોગી ન કહેવાય' – જેવી વાતો ભગવાન શિવ વિષે એ ગોપાળાનંદ સ્વામીની વાતોમાં છે. ક્યાંક ક્યાંક એવા લખાણો પણ છે કે આ ગોપાળાનંદ સ્વામી એવડા મોટા યોગી છે કે શ્રી કૃષ્ણ અને હનુમાનજીને પણ યોગ શક્તિ એમનાથી મળે છે. એટલે આ સંપ્રદાયની વિકૃતિ બહાર લાવનાર સનાતની યોધ્ધાઓએ આ ગોપાળાનંદનું નામ ગપગોળાનંદ પાડેલું. આ સંપ્રદાયના પુસ્તકોમાં લખાયેલું કે ગોપાળાનંદ સ્વામીએ સાળંગપુર વાળી આ વાનર આકારની મૂર્તિની ભક્તિ કરીને તેને સિદ્ધ કરી અને તેને મંદિરમાં મૂકી. પછી પોતાના કોઈ શિષ્ય ગોવિંદાનંદને કહ્યું, 'જાઓ, એ મૂર્તિના દર્શન કરતા આવો.' ગોવિંદાનંદ ત્યાં જઈને મૂર્તિને પગે લાગવા બેઠા અને હાથ જોડવા ગયા, ત્યારે એ મૂર્તિ (સંપ્રદાયના લખાણોમાં હનુમાનજી) તેમના હાથ પકડીને બોલી ઉઠી, 'તમારે મારા સામે હાથ નહિ જોડવાના. તમે પણ ગોપાળાનંદના સેવક છો, અને હું પણ ગોપાળાનંદનો સેવક છું. આપણે તો ગુરુભાઈ કહેવાઈએ.' એક બીજા પ્રસંગમાં ગોપાળાનંદની ભક્તિથી કે કોઈ ક્રિયાથી એ મૂર્તિ ધ્રૂજવા લાગી, અને ગોપાળાનંદના પગે પડી હતી. પણ જેમ આગળ આપણે કહ્યું તેમ જો એ મૂર્તિ ભગવાન રામના સ્થાને ઇસ ૧૮૨૦ માં અંગ્રેજોના શાસનવાળા ગુજરાતમાં અંગ્રેજો સાથે ઘનિષ્ઠ સબંધ રાખી પોતે ભગવાન બની બેઠેલા કોઈ માણસની ભક્ત હોય, તો તેને હનુમાન કઈ રીતે કહી શકાય? હનુમાનજી તો એ રામ ભક્ત પાત્ર છે, જે રામાયણમાં સંસાર સામે આવે છે, અને તે ભગવાન રામ સિવાય બીજા કોઈની ભક્તિ સ્વીકારતા નથી.

વિકૃત ચિત્રો:

આ ચિત્રો સંપ્રદાયના એ વિકૃત લખાણોને સચિત્ર ઓપ આપવાનું કાર્ય કરે છે, પણ આ સંપ્રદાયના બ્રેઈન વોશ થયેલા લોકોને એ વિકૃત ફોટાઓને પણ પોતાના કહી આ પુસ્તકને પરેશાન કરવાની કોઈ તક મળે એ હું ચાહતો નથી. એટલે અહીં એ ફોટાઓનું શાબ્દિક વર્ણન આપ્યું છે, અને સાથે એક લીંક આપી છે જ્યાં જઈને તમે એક પીડીએફમાં એ ફોટા જોઈ શકશો. (લીંક: https://drive.google.com/file/d/ 1M30MdRqGcS4f799_YTV4BqV49_z2dbui/view?usp=sharing)

1. સ્વામિનારાયણ કુંડળધામની (SMK) યુટ્યુબ ચેનલ પરના એક વિડીયોમાં સહજાનંદ સ્વામી ઉર્ફે તેમના સ્વામિનારાયણ એક ગાદી પર બેઠા છે, તેમની સામે તેમના શિષ્યો ભગવા કપડામાં બેઠા છે, અને બાજુ પર બ્રહ્મા, વિષ્ણુ અને શિવ સનાતન ધર્મના અન્ય દેવો સહીત સહજાનંદ સામે હાથ જોડીને ઉભા છે.

2. આવા જ એક અન્ય ફોટોમાં સહજાનંદ સ્વામી સ્વામિનારાયણ તરીકે બ્રહ્મા, વિષ્ણુ, શિવ, મા સરસ્વતી, લક્ષ્મી અને પાર્વતીને બે હાથે આશીર્વાદ આપે છે, અને પાછળ તેમના સંપ્રદાયના એક મંદિરનું શિખર દેખાય છે.

3. 'ધનશ્યામ ચરિત્ર' નામના પુસ્તકમાં બાલ ધનશ્યામને વાગ્યું ત્યારે ઇન્દ્ર, ચન્દ્ર, બ્રહ્મા, વિષ્ણુ વગેરે આવ્યા (પાના નંબર ૩૯) એવો ફોટો છે.

4. 'સર્વોપરી શ્રી સ્વામિનારાયણ ભગવાન ભાગ -૨' નામના પુસ્તકમાં શિવ અને પાર્વતી સહજાનંદ સ્વામીની સેવાની પરવાનગી માંગતા હોય અને તેમના સામે હાથ જોડીને ઉભા હોય તેવો ફોટો છે. આ જ કાલ્પનિક પ્રસંગને મૂર્તિઓ રૂપે પોઈચામાં એક બગીચામાં ઉભો કરવામાં આવ્યો છે.

5. હનુમાનજી સહજાનંદ સ્વામીની સેવા કરતાં હોય, તેમની નીચે હાથ જોડીને બેઠા હોય તેવા અનેક ચિત્રો ચોપડીઓમાં ચિતરાયેલા છે, સાથે કેટલાક સ્થાને ભીંત ચિત્રો અને મૂર્તિઓ રૂપે ઉભા કરવામાં આવ્યા છે. (એમાંના કેટલાકને સનાતાનીઓ એ ઉગ્ર વિરોધ બતાવતા સંપ્રદાયને હટાવવા પડેલા, પણ પુસ્તકોમાં તે એમના એમ છે.)

6. કારતક મહિનામાં પ્રબોધિની એકાદશીના દિવસે ભગવાન વિષ્ણુ અને તુલસીના વિવાહ પ્રસંગથી હિંદુઓ માટે લગ્ન મુહૂર્તોની શરૂઆત થાય છે. શાસ્ત્ર આધારિત એ પ્રસંગને પણ બદલી આ સંપ્રદાય આ દિવસે તુલસીના વિવાહ ભગવાન વિષ્ણુના સ્થાને સહજાનંદ સ્વામી સાથે કરાવે છે. એનો એક ફોટો આપેલ છે.

7. શિવરાત્રીના દિવસે શિવલિંગ પર અભિષેક કરવાના સ્થાને આ સંપ્રદાય સહજાનંદ સ્વામીના અન્ય એક નામ નીલકંઠ વર્ણી પર અભિષેક ચડાવે છે. આમ, ભગવાન શિવને બાજુએ કરી તેમના સાથે જોડાયેલા શાસ્ત્ર આધારિત શિવરાત્રીના પાવન દિવસને પણ નીલકંઠ વર્ણી નામ સાથે સહજાનંદ સ્વામી સાથે જોડી દેવાયો છે.

8. નવરાત્રીમાં માં અંબાના ગરબા ગાવાની સ્વામીનારાયણ સંપ્રદાયમાં ના પાડવામાં આવે છે. BAPS ના વર્તમાન પ્રમુખ મહંત સ્વામી એને ઢીંગલા ઢીંગલીની રમત સાથે સરખાવીને ગરબા ગાવાની ના પડતો વિડીયો છે. આના સ્થાને તે શરદ પૂર્ણિમાના દિવસે એક દિવસ માટે સહજાનંદ સ્વામીને વચ્ચે રાખી ગરબા ગાય છે. એ પ્રસંગની તેમની જાહેરાતના ફોટો છે.

9. અષાઢી બીજના દિવસે જ્યારે જગન્નાથ રથયાત્રા નીકળે છે ત્યારે આ સંપ્રદાય સનાતન ધર્મની ભગવાન કૃષ્ણ, બલરામ અને સુભદ્રાની રથયાત્રામાં શામેલ થવાના સ્થાને એજ દિવસે સહજાનંદ સ્વામીની રથયાત્રા નીકાળે છે, જેમાં સહજાનંદ સ્વામી ઉપર અને ભગવાન કૃષ્ણ નીચે હોય છે. BAPS ની આવી યાત્રાઓમાં સહજાનંદ સ્વામી નીચે એમના સંસ્થા પ્રમુખની ફોટો હોય છે પછી ભગવાન કૃષ્ણ હોય છે. આવું જ ગણેશ ચતુર્થીના દિવસે ભગવાન ગણેશની યાત્રામાં પણ તેઓ કરે છે. સહજાનંદ સ્વામીની મૂર્તિ કે ફોટો ઉપર અને ભગવાન ગણપતિ તેમના નીચે.

૭

કાર્યપ્રવેશનો નિર્ણય:

તો, આટલી વિકૃતિ મને ચોંકાવા માટે, આધાત પહોંચાડવા માટે પુરતી હતી, અને હું જાણું છું કે આ પ્રકરણે તમારી સાથે પણ એજ કર્યું છે, જો તમે આ હકીકત જાણતા નહોતા.

સ્પષ્ટ હતું કે આ સનાતન ધર્મને નાબુદ કરવાનું અને સનાતન ધર્મના જ શબ્દો અને બાહ્ય દેખાવનો સહારો લઇ હિંદુ સભ્યતાને એક નવા સર્વોપરી ઈશ્વર નીચે લાવવાનું કારસ્તાન હતું. આ સંપ્રદાયના અનુયાયીઓને સ્વામિનારાયણ સિવાય અન્ય કોઈ ઈશ્વરની ભક્તિ કરવાની કે અન્ય કોઈ ઈશ્વરનો ફોટો કે મૂર્તિ રાખવાની મનાઈ કરવામાં આવે છે. BAPS માં સ્વામિનારાયણ અને તેમના

શિષ્ય ગુણાતીતાનંદ સ્વામીની એ જોડિયા મૂર્તિની જ છૂટ છે. તેમને અન્ય કોઈ ઈશ્વરને માનવાની મનાઈ છે, અને એ મનાઈ કરવા માટે જ સનાતન ધર્મના આપણા ઈશ્વરોનો તેમના સાહિત્ય અને પ્રવચનોમાં ઉપહાસ કરવામાં આવે છે. તેમને નીચા દેખાડવામાં આવે છે અને તેમનું વિકૃત અપમાન કરવામાં આવે છે. આ પાછળનું મુખ્ય લક્ષ્ય તેમને પૂજવામાં કે માનવામાં સંકોચ અને હીનતા પેદા કરવા માટે છે. હિંદુ સમાજના ભગવાન વિષ્ણુ, શિવ, મા શક્તિ અને ગણેશજી સાથે જોડાયેલા તમામ ઉત્સવોને આ સંપ્રદાય સમાંતર રીતે તેમના આ નવા ભગવાન સાથે જોડીને ઉજવે છે. ઇસ્લામ અને ખ્રિસ્તી સંપ્રદાય કરતાં પણ આ ખતરનાક છે, કારણકે ઇસ્લામ સીધો અલ્લાહ નામે અને ખ્રિસ્તીઓ ઇસુ ખ્રિસ્ત નામે એક નવો ઈશ્વર થોપવાની કોશિશ કરે છે. તે બીજા કોઈ ઈશ્વરોને માનતા જ નથી. પણ આ સંપ્રદાય આપણા ઈશ્વરોને માને છે, તેમને આપણા સામે રાખે છે, અને પછી ધીમે ધીમે હિન્દુઓને છેતરી તેમને એક નવા સર્વોપરી ઈશ્વર પર લઇ જાય છે, અને ત્યારબાદ હિન્દુઓને સ્વયં જ હજારો વર્ષોથી તેમના આરાધ્ય રહેલા ઈશ્વરોનું અપમાન કરતાં કરી દે છે. આટલું ભયાનક છે આ. હિંદુ સમાજ પર થયેલું ઇતિહાસનું આ સૌથી ગંભીર આક્રમણ છે, કારણકે તે હિંદુ ધર્મના અંદર જ એક સંપ્રદાયને વિકૃત કરી દઈ કરવામાં આવેલી ભીતરઘાત છે.

તો બસ, આ સ્પષ્ટતા પ્રાપ્ત થવા સાથે જ મેં આ કાર્યમાં ઝંપલાવી દીધું. દિવસ હતો ૧૫ ડીસેમ્બર, ૨૦૨૨. પ્રમુખસ્વામી જન્મોત્સવના ઉદ્ઘાટન થયાનો બીજો દિવસ.

3
શંખનાદ

પ્રધાનમંત્રી નરેન્દ્ર મોદીએએ મહોત્સવનું ઉદ્ઘાટન કર્યું. પ્રમુખસ્વામી જન્મશતાબ્દી મહોત્સવ, જે અમદાવાદમાં એક મહિનો ચાલવાનો હતો. આખા ગુજરાતની એ ઘેલી પ્રજા જે આ સંપ્રદાયના ફન પાર્ક અને પર્યટક સ્થળ જેવા મંદિરોમાં શનિવાર-રવિવારની રજાઓ ગાળતી હતી, તેને એક મહિના માટે ફરવા જવાનું અને સેલ્ફીઓ લઇ સોશિયલ મીડિયા પર મુકવાનું બીજું એક સ્પોટ મળી ગયું હતું. નરેન્દ્ર મોદી પહેલા દિવસે આવ્યા હતા. હજી દેશના ગૃહ મંત્રી અમિત શાહ આવવાના હતા, RSS ના રાષ્ટ્રીય સરસંઘચાલક મોહન ભાગવતજી આવવાના હતા, વિદેશોમાં ભારતીયોનું માન વધારનાર વિદેશમંત્રી એસ. જયશંકર આવવાના હતા, રેલ્વે મંત્રી અશ્વિની ઉપાધ્યાય આવવાના હતા અને અક્ષરધામ નામની એક ટ્રેન અર્પણ કરવાના હતા. ગુજરાતના બધા મોટા મોટા લોક કલાકારો, સંતો અને અન્ય જાણીતા નામ ત્યાં આવવાના હતા. એક મહિનો ચાલવાના કાર્યક્રમમાં એ બધા માટેના દિવસો નક્કી હતા. પહેલાં દિવસે નરેન્દ્ર મોદીએ ઉદ્ઘાટન કર્યું તેના ફોટો અને વિડીયો બીજા દિવસે ચારે બાજુ સોશિયલ મીડિયામાં ફેલાવાઇ રહ્યા હતા અને પ્રમુખસ્વામીને બસ ભગવાન કહેવાની ઘોષણા જ બાકી હોય તેમ વખાણ થઇ રહ્યા હતા.

પણ આ બધા વચ્ચે આપણે પાછલા પ્રકરણમાં બતાવ્યું તે હકીકત પણ જાગૃત સનાતાનીઓના એક ઘડામાં આવી ચુકી હતી. તે બસ થેનોસ સામે હારેલા એવેન્જરોની ટીમની જેમ હદયભંગ હાલતમાં ગમે તેમ કરીને એ દિવસો સહન કરવાનો રસ્તો શોધી રહ્યા હતા. કારણકે હિન્દુત્વના નામે તેમણે જે પાટી અને લોકચહેતા નેતાને વોટ આપ્યા હતા, જે લોકચહેતા હિન્દુત્વ સંગઠનોને તે માન આપતા હતા, તે બધા આ મહોત્સવમાં તલ્લીન બની ચુક્યા હતા. અને બસ આજ પરિસ્થિતિ વચ્ચે, મહોત્સવના બીજા દિવસે, નરેન્દ્ર મોદીના એજ ઉદ્ઘાટન

વખતના ફોટા સાથે મેં મારો પહેલો લેખ ફેસબુક પર મુક્યો.

શીર્ષક: પ્રમુખસ્વામી મહારાજની એકસોમી જન્મશતાબ્દી નિમિત્તે સ્વામિનારાયણ સંસ્થાઓને હિંદુ સમાજ તરફથી એક સંદેશ

• ૧૫ ડીસેમ્બર, ૨૦૨૨/ ફેસબુક પર

સૌપ્રથમ, પ્રમુખસ્વામી મહારાજની એકસોમી જન્મશતાબ્દી નિમિત્તે એ દિવ્ય આત્માની દિવ્યતાને પ્રણામ કરું છું અને એ દિવ્ય આત્મા સંસારમાં નક્કર સત્યને પ્રકાશમાન કરવાની સમાજને ચેતના આપે એ પ્રાર્થના કરું છું. આ પ્રાર્થનાની જરૂર એટલા માટે છે, કારણ કે મોટા ઉત્સવો અને વ્યાપારી તથા રાજકીય સંડોવણી એ વિકૃતિથી લોકોનું ધ્યાન નહીં હટાવી શકે જે પ્રમુખસ્વામી મહારાજના ગયા પછી પૂરબહારમાં બહાર આવી છે. એટલે હું એ સ્વામિનારાયણ સંસ્થાઓમાં વધુ સમ્માનિત સ્થાન ધરાવતી BAPS ને પણ પ્રાર્થના કરું છું તે એક મહિનો ચાલનારા આ ઉત્સવમાં કઠોર આત્મમંથન કરવાનું કાર્ય કરે અને એ વિકૃત ચોપડા જેમાં સનાતન ધર્મના સર્વોચ્ચ શિખરો એવા ભગવાન શિવ, રામ અને કૃષ્ણનું અપમાન કરતા હાસ્યાસ્પદ લખાણો લખેલા છે, તેની કમ સે કમ પોતાની સંસ્થાના લખાણોમાંથી અને પોતાના સન્યાસીઓની માનસિકતામાંથી બાદબાકી કરી દે. એમાંના એક-બે સ્ક્રીન શોટ અહીં મૂક્યા છે. એમાંથી એક તો BAPS સંસ્થાને લગતું જ લખાણ છે, બીજું જાણકારી નથી કે બધાનું છે કે કોઈ નિશ્ચિત ફિરકાનું છે.

હિંદુ સનાતન ધર્મમાં અનેક પંથ, સંપ્રદાય અને મત-મતાંતર છે, પણ એમાંનો કોઈ પંથ પોતાના આરાધ્યને શિવ કે વિષ્ણુ ઉપર બતાવવાની ઈચ્છ નથી કરતો. તે બધા સનાતન ધર્મના તત્વજ્ઞાનના એ મૂળને સમજે છે કે સૃષ્ટિના આરંભમાં જે બ્રહ્મ નામની ઉર્જાનો જ્યોતિપિંડ હતો તે જ પહેલા શિવ રૂપે રચાયો, અને તે જ આગળ જતાં મહાવિષ્ણુ રૂપે અસ્તિત્વમાં આવ્યો. એ મહાવિષ્ણુની નાભિમાંથી અનેક બ્રહ્મા નીકળ્યા અને તે દરેક બ્રહ્માએ પોતાના બ્રહ્માંડની રચના કરી. તો સૃષ્ટિ જે બ્રહ્મથી યુક્ત છે તે બ્રહ્મનું સર્વોચ્ચ આખરી સ્વરૂપ જ મહવિષ્ણુ અને શિવ છે. તેમનાથી ઊપર કે બહાર બીજું કંઈ અસ્તિત્વમાં જ નથી. એટલે સંસારમાં જે પણ દિવ્ય પુરુષ સામે આવે તે એ મહાવિષ્ણુ કે શિવની જ દિવ્યતા ધારણ કરે છે. એટલે જ સનાતન ધર્મના તમામ પંથોમાં તેમના દિવ્ય સ્થાપક

પુરુષોને વધુમાં વધુ શિવ કે વિષ્ણુનો અવતાર કહેવાયા છે. શિવ અને વિષ્ણુના એવા અનેક અવતારો અત્યારે પુજાઈ રહ્યા છે. પણ તમારે તો તમારા સંસ્થાના સ્થાપકને વિષ્ણુના અવતાર નથી કહેવા, તમારે તો સનાતન ધર્મના સ્વરૂપની બહાર અને સમગ્ર સૃષ્ટિની બહાર જઈ શિવ અને વિષ્ણુથી ઉપર તે બધાના રાજા તરીકે તમારા સ્થાપકને બેસાડવા છે, જે હમણાં બસો વર્ષ પહેલાં જીવ્યા છે. રાણા પ્રતાપ અને શિવાજીએ જે સનાતન ધર્મને જીવતો રાખવા પોતાની જાત ઘસી નાખી, એ આખા સનાતન ધર્મના બૉસ કે રાજા તરીકે તમારે એ મહાપુરુષો પછી જન્મેલા કોઈ એક મનુષ્યને બેસાડી દેવો છે. કૃપયા, પ્રમુખસ્વામી મહારાજના જન્મ શતાબ્દી નિમિત્તે ચાલનારા આ ઉત્સવમાં BAPS સંસ્થા આ દેશની તમામ હિંદુ સનાતન ધર્મી પ્રજાને આ વાતનો જવાબ આપે કે તેમના સંપ્રદાયના બીજા ફિરકાઓની જેમ શું તેઓ પણ એજ માને છે? જો ના, તો તેઓ સહજાનંદ સ્વામી જેમને તે ભગવાન સ્વામિનારાયણ પણ કહે છે તેમને ભગવાન શિવ અને ભગવાન વિષ્ણુના સાપેક્ષે કઇ રીતે જુએ છે?

આ સ્પષ્ટતા જરુરી છે કારણકે જે વિદેશી સંપ્રદાયો સામે આ હિંદુ પ્રજા લડી રહી છે એમના શાસ્ત્રો પણ આવું તો નથી કહેતા. આજ સુધી હિંદુ ભગવાનો વિરુધ્ધ કોઈ મુસ્લિમ કે ખ્રિસ્તી જેવું બોલવાની હિંમત નથી કરી શક્યો તેવું તમારા ભગવાધારી સદસ્યો અવારનવાર નિયમિત રૂપે બોલી રહ્યા છે. એ વિદેશી સંપ્રદાયો કહી રહ્યા છે કે તેમનો જ ભગવાન સાચો છે, અને અમારા ભગવાન ખોટા છે. અને તમે કહી રહ્યા છો કે ના, અમારા પણ બધા ભગવાન સાચા તો છે, પણ એ તમારા ભગવાનના દાસ અને સેવક છે. એટલે અમારા ભગવાનોને ન પૂજાય, બસ તમારા આ બસો વર્ષ પહેલાંના નવા ભગવાનને જ પૂજાય. બોલો હવે, અમારે આ બેમાંથી કયાને વધુ અપમાનજનક સમજવું? કોને અમારો વધું મોટો દુશ્મન માનવો?

એટલે ખાલી પોતાના મંદિરોમાં રામ, કૃષ્ણ અને શિવ-પાર્વતીની મૂર્તિઓ મૂકીને મૌન ન બની રહો. એ ચોપડા જે વિકૃતીથી ચીતર્યા છે તે ચોપડાઓને સ્વચ્છ બનાવી સનાતન ધર્મના ફ્રેમવર્કમાં આવી જાઓ. કયા હિન્દુને આ જગતના સ્વામી એવા વિષ્ણુનારાયણ શ્રીહરિથી સમસ્યા હોય? બધા એમના ભક્ત છે. તમારા સહજાનંદ સ્વામીએ પણ જે 'સ્વામિનારાયણ' મંત્ર આપ્યો હતો એ મંત્ર પણ આજ ભાવ પ્રદર્શિત કરતો હતો. એ મંદિરોની મૂર્તિ પણ નારાયણ શ્રીકૃષ્ણની જ હતી. પણ પછી તમે સહજાનંદ સ્વામીને જ એ નારાયણ બનાવી દીધા અને કૃષ્ણની મૂર્તિઓને તેમની મૂર્તિ કહી દીધી. અમારી સમસ્યા ત્યાં સુધી પણ નથી, અમે માની લઈશું કે તમે એમને ભગવાન વિષ્ણુ-નારાયણના અવતાર રૂપે પૂજો છો. પણ નહીં, તમારા ચોપડા અને તમારા સ્વામીનાં પ્રવચન

કહી રહ્યા છે કે તમે તો એ નારાયણ શ્રીવિષ્ણુના ઉપર કોઈ સ્થાન શોધ્યું છે અને સહજાનંદ સ્વામીને એ સ્થાને બેસાડી તેમને જ 'સ્વામિનારાયણ' નામ આપી દીધું છે. અને હવે તો મહાદેવ શિવને એમના સામે એક કોઈ નાના મોટા દેવ જે દારૂડિયાઓને પોતાની પાસે રાખે છે એવા બતાવવાનું ચાલું કર્યું છે. તમારી આ બધી વિકૃતિઓથી ભારતના અન્ય રાજ્યોનો હિંદુ સમાજ હજી વાકેફ નથી. જ્યારે એ તેમના શિવ અને નારાયણ શ્રીવિષ્ણુનું આ અપમાન જાણશે, ત્યારે જે તોફાન આવશે એમાં તમે ટકી નહીં શકો.

હા, એ પણ વાત અમે જાણીએ છીએ કે તમે તમારા પૈસાના જોરે ભારતની એ સનાતન ધર્મની સંસ્થાઓમાં પોતાનો પગપેસારો કરવાની કોશિશ કરી રહ્યા છો, પણ એ પણ તમારું આ સત્ય જાણતી નથી. એ લોકો પણ તમારા 'સ્વામિનારાયણ' નામમાં આવતા પોતાના નારાયણ વિષ્ણુને કલ્પી રહ્યા છે, જેવું આટલા વર્ષો સુધી ગુજરાતી હિંદુ સમાજ પણ કલ્પી રહ્યો હતો. કદાચ, મોદીજી પણ હજી એજ અંધારામાં છે. પણ હવે કંઈ છૂપું રહ્યું નથી, એટલે વારંવાર પ્રમુખસ્વામી મહારાજના જીવનને આગળ ધરી લોકોને અંધારામાં રાખવાની કોશિશ ન કરો. સ્પષ્ટતા કરો. જો તમે આ સ્પષ્ટતા નથી કરતા તો એનો અર્થ એજ થાય છે કે તમે પણ એજ માનો છો, બસ વિવાદ ટાળવા બોલી નથી રહ્યા. સમય સુલભ જોતાં જ તમે એને સ્થાપવાનું શરૂ કરી દેશો. એટલે પેલા સારા અબ્દુલ અને ખરાબ અબ્દુલનો ભ્રમ સામે રાખી પોતાના મૌન વડે તમારા સંપ્રદાયનો સારો અબ્દુલ દેખાવાની કોશિશ ન કરો. જો એ વિકૃતિ તમારા મનમાં અને ચોપડીઓમાં નથી, તો એ ચોખ્ખા થયેલા ચોપડા અને મન બતાવી સનાતન ધર્મમાં એક થઈ જાઓ.

બોધ: જે વ્યક્તિમાં સામાન્ય માનવી જેટલી પણ સાત્વિકતા છે, તે ક્યારેય પોતાના ઇષ્ટની ભક્તિ કરતી વખતે બીજા કોઈના ઇષ્ટને નીચો દેખાડવાની કલ્પના નહીં કરે. કારણકે ભક્તિમાં તમારું મન ફક્ત પ્રેમમાં ડૂબેલું હોય છે. પણ જ્યારે તમારું ધ્યાન કોઈ બીજાના ઇષ્ટને નીચા દેખાડવામાં છે, ત્યારે સમજો તમારું ધ્યાન તમારા ઇષ્ટ પર પણ નથી. તમારું ધ્યાન ભક્તિમાં નથી. તે બીજાની ઇર્ષામાં, દ્વેષમાં અને અહંકારમાં છે. તમારે બીજાના ઇષ્ટને નાનો અને પોતાના ઇષ્ટને મોટો બતાવી તેના ઉપર સત્તા ભોગવવી છે. તમારે એનાથી મોટા બનવું છે, અને એ માટે તમે તમારા ઇષ્ટનો એક દુષ્ટ માર્ગે ઉપયોગ કરી રહ્યા છો. બસ આધ્યાત્મનું આટલું વિજ્ઞાન સમજી જશો તો પણ આખી વાત સમજાઈ જશે."

આ લેખના પ્રત્યાભાવ ઘણા સારા પડ્યા. સંઘ અને બીજેપીના મારા મિત્રોમાં અલગ અલગ સ્તરનો પ્રતિભાવ હતો. જે નજીકના મિત્રો હતા, તેમણે તરત મેસેજ કરીને કહ્યું, 'મને લાગતું જ હતું આ સંપ્રદાયમાં કંઈક કાળું છે. હમણાં અમે અમેરિકા ગયા હતા તો સ્વામિનારાયણ મંદિરમાં પણ ગયા હતા. ત્યાં બસ સ્વામિનારાયણ જ બધું છે અને બીજું કોઈ છે જ નહિ એવી વાતો હતી. સાવ અજુગતું લાગ્યું.' તો કોઈ મિત્રો આ લેખથી આઘાતમાં ગયા, કારણકે તે પણ પ્રમુખ બાપાની જય જયકારમાં લીન હતા, અને આ સંપ્રદાય સાથે જોડાઈને વાત કરવામાં પોતાનો ગર્વ માનતા હતા. તો સંઘ અને બીજેપીના કેટલાક નીકટના મિત્રો જ્યારે રુબરુ મળ્યા એટલે કહ્યું, 'સાહેબ, જબરો વિષય ઉપાડ્યો. જરૂર છે. બહુ ખરાબ પબ્લિક છે આ. થતું હોય તે કરો.'

પણ બીજી બાજુ અલગ પ્રકારના સંદેશ પણ ગુજરાતભરમાંથી મળી રહ્યા હતા. પેલા છુટા છવાયા સનાતની યોધ્ધાઓમાંના ઘણા બધા નવા લોકો આ લેખથી મારી ટાઈમ લાઈન પર આવ્યા. તે આ લેખની નીચે સંપ્રદાયના પ્રભાવમાં રહેલા લોકો જે કોમેન્ટ કરી રહ્યા હતા, તેનો જવાબ પાછલા અધ્યાયમાં જે લખાણ, વિડીયો અને ચિત્રો આપ્યા છે એનાથી આપતા હતા. તો એમાંના કેટલાક નિરાશામાં ગરકાવ થયેલા યોધ્ધાઓ લખી જતા, 'સાહેબ, અમે ઘણુય કીધું અને કર્યું, પણ કંઈ થાય એમ નથી. આ દુષ્ટ સંપ્રદાયને સત્તા અને હિંદુ સંગઠનોનો જબરો સાથ છે.' તો એની જ નીચે બીજો એક યોધ્ધા લખી જતો, 'નહિ. નહિ. આ લેખનું લેવલ તો જુઓ. આ અલગ સ્તરનું છે. આપણે ખાલી ગાળા ગાળી કરીએ છીએ. આપણે હવે આ રીતે વાત કરવી પડશે.'

તો, એકંદરે પ્રતિસાદ સારો રહ્યો. સામાન્ય હિંદુઓમાં એવું લાગ્યું જાણે એ લોકો જે ચાહતા હતા તે જ એમને મળ્યું. બસ એ પણ એવું માનતા હતા કે આવું કહેવાય એમ રહ્યું નથી. તો, કેટલાક બસ એક ક્ષણ ચોંક્યા હતા, અને જોઈ રહ્યા હતા કે આગળ શું થાય છે?

આગળ એ થયું કે એ મહોત્સવમાં સંઘ સરસંઘચાલક મોહન ભાગવતજી આવ્યા. નરેન્દ્ર મોદીના ફોટા જ્યારે સંપ્રદાયના લોકો એક વિજ્ઞાપનના બ્રાંડ એમ્બેસેડર તરીકે કરી રહ્યા હતા, ત્યારે તો સનાતાનીઓ પાસે મોદીજીના આશારામ બાપુ સાથેના ફોટો અને વિડીયો પણ હતા, અને મુસ્લિમ પંથો તેમજ ખ્રિસ્તી કાર્યક્રમોમાં તેમની હાજરીના ફોટા પણ હતા. સંદેશ એ અપાતો કે નેતા તો બધાને સંભાળે, નેતા કાર્યક્રમમાં આવે એનો મતલબ એમ નથી કે તમારા સ્વામીને ભગવાન હોવાની માન્યતા મળી ગઈ. પણ મોહન ભાગવતજી આવ્યા,

એ પછી આવું કહેવા માટે ખાસ નહોતું. તો એ દિવસે મેં બીજો લેખ લખ્યો.

શીર્ષક: શું આ હિંદુ સંગઠનો અને હિંદુ પાર્ટીઓ સ્વામિનારાયણ સંપ્રદાયની હકીકત જાણે છે?

• ૨૨ ડીસેમ્બર, ૨૦૨૨ / ફેસબુક પર

"મોદીજીએ ત્યાં જઈને કહ્યું, 'દરેક જીવમાં શિવ છે'. મોહન ભાગવતજીએ ત્યાં જઈને કહ્યું, 'સંત તુકારામ કહેતા 'વૈકુંઠવાસી (શ્રીવિષ્ણુ)ને ધરતી પર આવીને જીવવું પડે છે, કારણકે તેમને બતાવવાનું હોય છે કે જે ઋષીઓએ કહ્યું છે એ સાચું છે.'' સનાતન ધર્મના એ બે સર્વોચ્ચ શિખરોની મહત્તા બતાવતી વખતે શું એ બંને મહાનુભાવોને એ સંપ્રદાયના સાચા સ્વરૂપનું પૂરું જ્ઞાન હતું? - આ જ હવે મૂળ સવાલ બાકી વધ્યો છે. કારણકે ત્યાં વૈકુંઠનું કોઈ મહત્વ નથી. ત્યાં તો સૌથી ઉપર કોઈ સ્વામિનારાયણ ભગવાનનું અક્ષરધામ છે, જ્યાં વિષ્ણુ અને શિવ તેમના પછી આઠમા સ્તરના કોઈ નાના-મોટા દેવ છે. તે બંને અક્ષરધામમાં દરબારી તરીકે સ્વામિનારાયણને નમન કરે છે. જે ધરતી પર એ સંપ્રદાયમાં રહ્યો હોય તેને જ ત્યાં જવા મળે. બાકી જેણે એકવાર પણ દારૂનું કે અન્ય વ્યસન કર્યું હોય એ તો શિવજીના ધામ કૈલાસ જાય. આજ BAPS ના પુસ્તકોના મતે વૈકુંઠ, ગોલોક અને કાશી જેવા ધામમાં જવાથી તો ત્રિવિધ તાપ સહન કરવા પડે, મુક્તિ ખાલી અક્ષરધામમાં જ મળે. અને અક્ષરધામ સામે તો એ બધા ધામ નર્ક સમાન છે. સમય આવી ગયો છે કે આ સંપ્રદાયનું સત્ય સમગ્ર દેશના સંઘ પરિવાર અને સનાતની હિંદુ પરિવારને ખબર હોવું જોઈએ.

બીએપીએસના લોકોએ તેમના કોઈ સ્વામી ભદ્રેશદાસને બેંગલોરથી સંસ્કૃતની કાંઈક phd કરાવી છે અને એ તુત ફેલાવવાની કોશિશ કરી રહ્યા છે કે તેમણે ભારતીય આધ્યાત્મના છ મુખ્ય વૈદિક દર્શનો પછીનું એક સાતમું દર્શન 'અક્ષર પુરુષોત્તમ દર્શન' વિકસાવ્યું છે. આ છેલ્લા ચાર-પાંચ વર્ષનું કામ છે. હવે ધીરે ધીરે તે એને બીજા દર્શનો સાથે પ્રદર્શિત કરે છે અને એને માન્યતા અપાવવા કાશીમાં પૈસા દ્વારા કોશિશ કરી રહ્યા છે. આ દર્શન પેલા ચાર્ટને સ્થાપિત કરે છે જ્યાં સ્વામિનારાયણ સાકાર પરબ્રહ્મ રૂપે સૌથી ઉપર અને પછી સ્ટેપ બાય સ્ટેપ સાતમા - આઠમા નંબરે બ્રહ્મા, વિષ્ણુ, મહેશ છે. પણ આમાં તેમની ફોલ્ટ લાઈન એ છે કે બાકી બધા પંથોમાં સર્વોચ્ચ સ્થાન જો નિરાકાર બ્રહ્મ સીવાય કોઈ સાકાર બ્રહ્મને બતાવ્યું હોય તો તે શિવ અથવા વિષ્ણુના સ્વરૂપ

કે અવતાર રૂપે જ છે. કારણકે સનાતન ધર્મના બંધારણમાં બ્રહ્મના સવીચ્ચ સાકાર સ્વરૂપો પંચદેવમાંના શિવ અને વિષ્ણુ જ છે. આ લોકો સ્વામિનારાયણને એક સાકાર ભગવાન રૂપે બતાવી એમને પરબ્રહ્મ કહી રહ્યા છે. જ્યારે હિંદુ સનાતન ધર્મમાં પરબ્રહ્મ એક નિરાકાર ઈશ્વર છે જેને ઓમ સ્વરૂપે દર્શાવવામાં આવે છે. તે ઓમ રૂપી નિરાકાર પરબ્રહ્મ જ્યારે સાકાર રૂપ લે છે ત્યારે શિવ અને વિષ્ણુ સહીત પંચદેવ સ્વરૂપે જ આવે છે. આ લોકો એ શિવ અને વિષ્ણુના ઉપર એક બીજા સાકાર સ્વરુપ કે માનવને ઘુસાડી રહ્યા છે, જે શિવ અને વિષ્ણુના બૉસ છે. એટલે ત્યાંજ એ વૈદિક ધર્મ કે સનાતન ધર્મથી બહાર થઈ જાય છે.

આ બિલકુલ એજ કોશિશ છે જેવી અરબના દેવી દેવતાઓવાળા સમાજમાં એ બધાથી ઉપર એક અલ્લાહ બેસાડી દઈને ઇસ્લામ રૂપે એક નવા ધર્મનું સ્વરૂપ ઊભું કરવામાં આવ્યું હતું. જેવું યહૂદીઓના દેવી દેવતાઓવાળા સમાજમાં ઈસુના પિતા એવા એક God ને બેસાડી દઈ નવો ખ્રિસ્તી ધર્મ ઊભો કરવામાં આવ્યો હતો. આ લોકો બિલકુલ એજ રીતે હિંદુ ધર્મનું સ્વરુપ બદલવાની કોશિશ વર્તમાન ઈશ્વરોના ઉપર એક સવૌપરી ઈશ્વર બેસાડીને કરી રહ્યા છે. ફર્ક એટલો છે કે ઇસ્લામ અને ખ્રિસ્તી ધર્મે એમના પાછલા સમાજના દેવી દેવતાઓને માનવાની ના પાડી દીધી હતી, અને આ લોકો એમને પોતાના નીચે નાના-મોટા દાસ અને સેવક તરીકે બનાવી રાખે છે. કારણકે એમના સ્વામિનારાયણ માટે મંદિરોમાં કોઈ આવે એમ નથી. મંદિરોમાં આવતી ભીડ તો આ દાસ રૂપે રાખેલા હનુમાન, અને શિવજીથી જ આવે છે. પૈસા કમાવવા રાખ્યા છે એમને, અને એ પૈસાનો ઉપયોગ પોતાનું આ ઇસ્લામ અને ખ્રિસ્તી ધર્મવાળું સ્વરૂપ ફેલાવવા થાય છે.

୧୨

આ લેખ પછી સંઘ અને બીજેપીમાં ઘુસી ચુકેલા સંપ્રદાય સમર્થક લોકો હિંદુ હિંદુ વચ્ચે ભેદ ન પાડવાનો તર્ક લઈને આ સંપ્રદાયનો બચાવ કરવા આવ્યા. તો કેટલાક લેખકો અને પત્રકારો જેમને આ સંપ્રદાયના લોકોએ પોતાના મંદિરોમાં ભોગ કરાવીને, જાત જાતના કાર્યક્રમોમાં પ્રવચન આપવા બોલાવીને અને સમ્માન કે એવૉર્ડ અપાવીને ખરીદી રાખ્યા હતા, તે આ સંપ્રદાયના સેવાકાર્યના અને પ્રમુખ સ્વામીના વખાણમાં વધુ સકિય બન્યા. તો સામે મેં પણ એક પછી એક લેખ લખવાનું ચાલુ રાખ્યું, અને એમના કવર ફ઼ાયરને તોડવાનું કામ કર્યું.

શીર્ષક: વાહવાહી અને ઓળખ મેળવવા ભૂખ્યા એ ગુજરાતીઓને એક સંદેશ જે પદ, પૈસા અને પ્રતિષ્ઠા માટે પોતાના ધર્મ અને ઈશ્વરોને પણ ગીરવે મૂકવા તૈયાર છે.

- ૯ જાન્યુઆરી, ૨૦૨૩ / ફેસબુક પર.

જ્યારે અંગ્રેજો ભારતમાં આવ્યા ત્યારે તેમણે શરૂઆત આ રીતે જ કરી હતી. રાજાઓ અને સમાજના જાણીતા માણસોના વખાણ કરી, તેમને ભેંટ સૌગાદો અને ખિતાબો આપી પોતાના વશમાં કરી દેવા. અને તેમના પ્રભાવે બાકીની સામાન્ય જનતા પર પોતાનું રાજ સ્થાપવું. અને જ્યારે દેશની વ્યવસ્થા પોતાના હાથમાં આવી જાય એટલે તે રાજાઓ અને વગદાર માણસો પર પણ પોતાની જોહુકમી અને તાનાશાહી થોપી દેવી. આ જ મોડલ સાથે અંગ્રેજોએ ભારતમાં સત્તા જમાવી, અને આ જ મોડલ સાથે એ સત્તાને ટકાવી રાખી. આજે પણ યુરોપ અને અમેરિકાની લેફ્ટ લોબી આ જ મોડલને અનુસરી દુનિયાભરમાં નેરેટીવ પર પોતાનો કબજો જમાવે છે. બસ, સ્વામિનારાયણસંપ્રદાય અને એમાં પણ ખાસ કરીને BAPS સંસ્થા અંગ્રેજોની બિલકુલ આજ રીત પર ચાલી છે. આજના લેખકો, ડોકટરો, નેતાઓ અને ટીવી પર દેખાતા લોકોને પોતાના ત્યાં પ્રવચન આપવા આમંત્રણ આપી કે તેમના સ્થાને જઈ માન-સમ્માન અને એવોર્ડી આપી સંપ્રદાયના વખાણ કરવા પ્રેરી સામાન્ય જનતાને અચંબામાં નાખવાની જે કોશિશ છે, તે મોડલ બિલકુલ એ જ અંગ્રેજોવાળું છે.

આજ યોજના અંતર્ગત પ્રમુખ સ્વામીએ અબ્દુલ કલામ સાથે પણ મુલાકાત ગોઠવી તેમને ધર્મના મીઠા મીઠા શબ્દોમાં ઉતારી ભોળા કલામજી પાસે એક પુસ્તક લખાવી દીધેલું, જેનો કવર પૃષ્ઠ દેખાડી પ્રચાર તો ઘણો કરવામાં આવ્યો છે, પણ એ નકલી મંદિરોની જેમ એ પુસ્તકની પણ અસર ખોખલી અને શૂન્ય રહી છે. એ જન્મથી મુસ્લિમ એવા અબ્દુલ કલામજીની સાચી ધર્મનિરપેક્ષ જીવનશૈલી માટે એકવાર નજરમાં આવી જાય છે, પણ એના અંદરનું લખાણ કોઈને સ્પર્શતું નથી, કારણકે તે એક પ્રપંચનો ભાગ છે. આજ પ્રપંચ હેઠળ આજે ગુજરાતમાં પ્રધાનમંત્રી નરેન્દ્ર મોદીના જેટલા પણ નજીકના માણસો ગણાય છે તે બધા BAPS ના કબજામાં છે. અને આ વાતે એ સાબિત કર્યું છે કે આજે પણ ભારતીયો એવા જ પદ, પૈસા અને પ્રતિષ્ઠાના ભૂખ્યા છે કે નામના અને પૈસા મેળવવા પોતાના ધર્મ અને ભગવાનોને પણ ગીરવે મૂકી શકે છે. આજે પણ એ

વગદાર માણસોના જીવન અને ચરિત્રમાં એટલું ખોખલાપણું છે કે 'હું કંઈક છું' – એ સ્વીકૃતિ માટે તે આવા દુષ્ટ ઈરાદા ધરાવતા ચાપલૂસોથી ખરીદાઈ શકે છે અને સામાન્ય જનતાને બીજી એક ગુલામીમાં ધકેલી શકે છે.

જ્યાં એમની પેંઠ નથી, ત્યાં આ સંપ્રદાયની શરૂઆત ડોકટરો અને વેપારીઓને પોતાના ત્યાં તેમના સંપ્રદાયના ફોટા રખાવી અને માથે તેમનું તિલક કરાવી કરાવવામાં આવે છે. અને પછી એ ડોકટરો અને વેપારીઓને ગ્રાહકો આપવાની કોશિશ થાય છે. પોતાના ત્યાં એવોર્ડ અને સમ્માન આપી તેમને મોટા બનાવવામાં આવે છે, જેથી તેમના પાછળ અન્ય ડોકટર અને વેપારી તથા સામાન્ય જનતા સંપ્રદાયમાં ખેંચાય. આ રીતે જ ન્યુઝ પેપરના કોલમિસ્ટ અને નાના-મોટા નેતાઓને પોતાના સાથે જોડાય છે, અને મોટા કરાય છે. અને હવે એ રાષ્ટ્રીય સ્વયં સેવક સંઘ (RSS) માં કટ્ટર મુસ્લીમ વિરોધના દેખાવ હેઠળ ભળી રહ્યા છે, કે ભળી ચુક્યા છે. અને તેની શરૂઆત ૨૦૧૫ આસપાસ RSS ની રાષ્ટ્રીય સ્તરની બેઠક કચ્છમાં સ્વામિનારાયણ મંદિરમાં કરાવીને થઇ હતી. સંપ્રદાય જાણે છે કે સંઘમાં બહુમતી વધારવી મતલબ ભાજપ રૂપે દેશ-રાજ્યની સત્તા પર કાબૂ મેળવવો, અને બૌધ્ધો અને ખ્રિસ્તીઓની જેમ સત્તાના રસ્તે પોતાનો સંપ્રદાય આખા દેશમાં સ્થાપી દેવો.

પણ આ સંપ્રદાય છે શું એ જાણવાની કે સમજવાની કોશિશ આજ સુધી એ કોઈ ડોકટર, વેપારી, લેખક, કે નેતાએ કરી નથી. તેણે બસ પોતાને મળતા પદ, પૈસા, પ્રતિષ્ઠા અને વોટના ફાયદા પર જ ધ્યાન આપ્યું છે. અને એ સંપ્રદાય છે શું? જ્યારથી સનાતન હિંદુ સભ્યતા આ ધરતી પર જન્મી છે, ત્યાંથી આજસુધીમાં પેદા થયેલા એકમાત્ર લોકો - જે ના ખાલી પોતાના સ્થાપકને, પણ સમયે સમયે આવતા એ સંસ્થાના પ્રમુખને પણ નારાયણ શ્રીવિષ્ણુ અને મહાદેવ શિવના બૉસ એવા સૃષ્ટિના સર્વોચ્ચ ભગવાન બતાવે છે. હિંદુ સનાતન ધર્મના શાસ્ત્રોમાં આપેલ આધ્યાત્મ અને ધર્મના સ્વરૂપનું ઉલ્લંઘન કરી તે હિંદુ ઈશ્વરોનું અપમાન કરે છે, પણ છતાંય કથાઓ એ હિંદુ શાસ્ત્રોની જ કરે છે. ઇસ્લામની એક કાનૂની કિતાબની જેમ તેમની એક કાનૂની કિતાબ શિક્ષાપત્રી છે, જ્યાં સમાજમાં માણસોને કેવી રીતે જીવવું એના ચુસ્ત નિયમો છે. અહીં મુક્તિ મનુષ્યને પરબ્રહ્મ નથી બનાવતી. અહીં મુક્તિ મેળવનાર આત્મા સાકાર રૂપે રહેલ પરબ્રહ્મ એવા તેમના સ્થાપક અને તેમના નીચે અક્ષર રૂપે રહેલા તેમના પ્રમુખોની સેવા કરવા રોકાય છે. મતલબ, સંસારથી મુક્તિ એ કોઈ અક્ષરધામ નામના સ્વર્ગમાં બેઠેલા એક સર્વોચ્ચ ઈશ્વરની ગુલામી છે. બિલકુલ એવું જ જેવું ઇસ્લામમાં કુરાનના આદેશો પાળ્યા પછી મરનારા સાચા મુસ્લિમને મળે છે, અને બાઇબલના આદેશો મુજબ જીવીને મરનારા ખ્રિસ્તીને મળે છે.

હિંદુ સનાતન ધર્મના સ્વરૂપને છિન્ન ભિન્ન કરી, તેના તત્વજ્ઞાનના મૂળને સમજ્યા વિના તેના સર્વોચ્ચ ઈષ્ટોનું અપમાન કરીને પણ તેમને કહેવડાવવું તો હિંદુ જ છે, જેથી હિંદુઓના આંખોમાં ધૂળ નાખી તેમના આખા સમાજનું ચૂપકીથી મતાંતરણ કરાવી શકાય. તેમના બાળસાહિત્યમાં સનાતન ધર્મના સર્વોચ્ચ ત્રિદેવનું સતત અપમાન કરતી કથાઓ બાળકોના મનમાં ભરવામાં આવી રહી છે. અને આપણા ગુજરાતનો ઉપર બતાવેલ એ વગદાર વર્ગ બસ પોતાને મળતી થોડી વાહવાહી અને માન સમ્માનની લાલચે સામાન્ય હિંદુ જનતા પર આ લોકોની ગુલામી થોપવાનો માર્ગ તૈયાર કરી રહ્યો છે.

જાગી જાઓ મિત્રો. જે અંગ્રેજો અને મુસલમાનોથી લડીને સ્વતંત્ર થયા છો, એમની જ રીતે એમના જ સ્વરૂપને હિંદુ સમાજ પર થોપી ફરી તેને પરતંત્ર કરવા મથતા લોકોના તમે હાથા બની રહ્યા છો. અહીંથી જ રોકાઈ જાઓ, પોતાના ઇતિહાસ પ્રત્યે સતર્ક બની જાઓ. એક ના એક દિવસ આ લોકોને જાગરૂક હિંદુ સમાજ હરાવી બેસાડી જ દેશે, બસ એ વિચારો કે એ દિવસે આ સમાજ, અને તમારા જ વંશજો તમને કેવા લોકો તરીકે યાદ કરશે? સનાતન ધર્મ વિરુદ્ધ થયેલા આ ભ્રષ્ટ અતિક્રમણ વિરુધ્ધ લડવાવાળા નાયકો તરીકે કે તે અતિક્રમણને પોતાની ક્ષણિક વાહવાહી માટે તાકાત આપનાર કાયર અને ધર્મદ્રોહી માણસો તરીકે? સંઘમાં પણ આ લોકો જ્યાં પણ દેખાય ત્યાં સંઘના સનાતન હિંદુ ધર્મના અનુયાયીઓ તેમને મોંઢા પર સવાલ પૂછવાનું શરૂ કરે. ભારતીય શાસ્ત્રોના સ્વરૂપ અને વર્ણનોની વાત કરી તેમને અહીંથી જ રોકે. આ વાત સમાજની છે, રાજનીતીની નહીં. તો એક સાંસ્કૃતિક અને સામાજિક સંગઠન રૂપે સંઘની જવાબદારી આ સ્થિતિએ જ છે. રાજનીતિ અને ભાજપને આનાથી દૂર રહેવા દો, પણ દરેક વ્યક્તિ (નેતા અને મિનિસ્ટર પણ) એક સનાતની હિંદુ તરીકે વ્યક્તિગત રુપે આ ભ્રષ્ટ અને વિકૃત લોકો સામે પોતાના ધર્મના સાચા સ્વરૂપ અને તત્વજ્ઞાનને કહેવાનું શરૂ કરી દે. હવે, આ મૌન રહેવાનો સમય નથી. હવે મૌન રહેનાર ઇતિહાસમાં એ જ સ્થાને દેખાશે જે સ્થાને અંગ્રેજો અને ઇસ્લામી આક્રાંતાઓ સામે લડતા નાયકો વિરુધ્ધ પોતાના વ્યક્તિગત સ્વાર્થ માટે દુશ્મનોનો સાથ આપનારા ગદ્દારો દેખાયા હતા.

> "ધર્મો રક્ષતિ રક્ષિતઃ
> 'જે ધર્મની રક્ષા કરે છે, ધર્મ તેની રક્ષા કરે છે'
> "

๑๙

જ્યારે હિંદુ સમાજ પાસેથી તેના નારાયણ શ્રીહરિને ચોરવામાં આવ્યા...

• ૧૫ જાન્યુઆરી, ૨૦૨૩ / ફેસબુક પર

શરુઆત એ સર્વસામાન્ય જાણકારીથી કરીએ કે હિંદુ શાસ્ત્રોમાં મહાવિષ્ણુના અનેક નામોમાં ત્રણ મુખ્ય નામ છે; શ્રીહરિ, શ્રીનારાયણ અને શ્રીકૃષ્ણના નામ તરીકે શ્રીજી. હવે, રામાનંદ સ્વામી ગઢડામાં એ ઉદ્ધવ સંપ્રદાયને ચલાવી રહ્યા હતા જ્યાં નિત નારાયણ સ્વરૂપે શ્રીકૃષ્ણની ભક્તિનો રંગ લાગેલો રહેતો. આશ્રમમાં આવનારા અને સંપ્રદાયથી જોડાયેલા કૃષ્ણ ભક્તોને હરિ ભક્તો કહેવાતા. એ જ સંપ્રદાય સહજાનંદ સ્વામીના હાથમાં આવ્યો અને તેમણે સર્વોપરી ઈશ્વર એવા પૂર્ણ પુરુષોત્તમ શ્રીકૃષ્ણ ભગવાનને પોતાના આરાધ્ય કહી 'સ્વામિનારાયણ' મંત્ર આપ્યો અને લોકોને એ મંત્રના જાપ સાથે કૃષ્ણ ભક્તિ કરવાનું કહ્યું. તેમણે બે મુખ્ય કૃષ્ણ મંદિરો સ્થાપ્યા એમાં પણ લક્ષ્મી-નારાયણ અને નર-નારાયણની સ્થાપના કરી જે શ્રીમદ ભગવદ્ અને વિષ્ણુપુરાણમાં દર્શાવેલ ભગવાન વિષ્ણુના બે સબંધો હતા. એક લક્ષ્મી રૂપે ભગવતી શ્રી સાથે, અને નર રૂપે પુરુષ સાથે. આ સાથે તેમણે બીજા કેટલાક શ્રીકૃષ્ણ મંદિર સ્થાપ્યા, જેમાં જેતલપુરનું રેવતી બળદેવજી મંદિર, ધોળકાનું મુરલીમનોહર દેવ મંદિર, ધોલેરાનું મદનમોહનજી મહારાજ મંદિર, ગઢડાનું ગોપીનાથજી મહારાજ મંદિર, અને જૂનાગઢનું રાધારમણ દેવ મંદિર છે.

પણ એના પછી વાત ક્યાંથી ભ્રષ્ટ થઈ એ નિશ્ચિત જણાતું નથી એટલે આવી જઈએ સીધા BAPS ની વેબસાઇટ પર ઉપલબ્ધ સહજાનંદ ચરિત્ર નામના PDF પર, જેમાં ભષ્ટતા બહુ જલદી શરૂ થઈ જાય છે. એમાં સહજાનંદ સ્વામીના ઉદ્ધવ સંપ્રદાયના પ્રમુખ બન્યા પછી લખાયું છે કે પછી એ હરિ ભક્તોને સહજાનંદ સ્વામીએ પોતાના જ સ્વરૂપની સ્તુતિ કરતો સ્વામિનારાયણ મંત્ર આપ્યો અને પછી એમના માટે જ શ્રીહરિ અને નારાયણ શબ્દ પ્રયોજાવા લગાયો. ચાલો, માની લઈએ કે તેમણે પોતાને જ વિષ્ણુના એક અવતાર તરીકે ઘોષિત કરી દીધા, અને ત્યાંની પ્રજાએ તેમને સ્વીકારી લીધા. એ તે બંનેની અંગત વસ્તુ હોઈ શકે છે. પણ પછી આવે છે એ લખાણો જે હિંદુ શાસ્ત્રોના આધ્યાત્મ, વિજ્ઞાન

અને સ્વરૂપની ઐસી તૈસી કરે છે. પછી આવે છે કે આ શ્રીહરિ સ્વામિનારાયણનું ધામ અક્ષરધામ છે જ્યાં ત્રિદેવ સહિત બધા દેવતાઓ તેમની સ્તુતિ કરે છે અને તેમના સામે નતમસ્તક થાય છે. ત્રિદેવ એટલે બ્રહ્મા, વિષ્ણુ અને શિવ. પુસ્તકના અંગ્રેજી અનુવાદમાં ત્રીદેવના નામ અપાયા છે. પછી તો આગળ જતાં ખુલ્લે આમ આવે છે કે શિવ અને વિષ્ણુ પણ બીજા દેવો અને દેવીઓ સહિત એક પગે ઊભા રહી તેમની સ્તુતિ કરે છે. મતલબ, ધીરે ધીરે નારાયણ નામને ભગવાન વિષ્ણુથી અલગ કરાય છે અને તેને સ્વામિનારાયણ શબ્દ આપી વૈકુંઠથી અલગ અક્ષરધામમાં બેસાડાય છે, જ્યાં હિંદુ ધર્મના બાકી બધા ઈશ્વરો, શિવ અને વિષ્ણુ સહિત, તેમના સેવક છે.

મતલબ, આખો હિંદુ સનાતન ધર્મ આ એક નવા ગુસપેઠિયા એવા સ્વામિનારાયણ નામના ભગવાન કે માણસના તાબા હેઠળ તેમનો ગુલામ છે. એ બાબજી ક્યાંથી આવ્યા છે, ક્યાં એની ઉત્પત્તિ છે એવું અલબત્ત હિંદુ શાસ્ત્રોમાં તો વર્ણન ન જ મળે, પણ BAPS અને તેમની અન્ય શાખાઓના કોઈ ગ્રંથોમાં પણ વર્ણન મળે એમ નથી. તેમનું આ અક્ષરધામ જે કોઇ હિંદુ શાસ્ત્રોમાં નથી, તે અચાનક આખી સભ્યતાના ધાર્મિક સ્વરૂપ ઉપર, વૈકુંઠ અને કૈલાસથી પણ ઉપર ક્યાંથી આવ્યું? હોઈ શકે આ લેખ લખ્યા પછી હવે એમાં પણ એ લોકો કલ્પનાઓના ઘોડા દોડાવે અને તેના વિશે પણ કોઈ ઉટપટાંગ વાત લખી લે. પણ હાલ પૂરતું તો એ નવો ભગવાન કૃષ્ણ ભક્ત સહજાનંદ સ્વામીને ભગવાન વિષ્ણુના નામ ચોરીને બનાવાયો છે. હિંદુ શાસ્ત્રોમાં તો શિવ અને વિષ્ણુની ઉત્પત્તિ કેવી રીતે પરબ્રહ્મના જ્યોતિરપિંડ સ્વરૂપમાંથી થઈ એનું દરેક પુરાણમાં વર્ણન છે, અને કેવી રીતે તેમણે સૃષ્ટિની રચના શરૂ કરી એનું પણ.

તો, માણસ થઈ જાઓ ભઈલાઓ. એક સામાન્ય સાત્વિક માણસ પણ જ્યારે ગાયત્રીનો ઉપાસક હોય, માં અંબેનો કે કાલભૈરવનો ઉપાસક હોય કે રામ, કૃષ્ણ, હનુમાન કે મહાદેવ શિવનો ઉપાસક હોય ત્યારે પોતાનું મગજ બાકીના દેવી દેવતાઓ પોતાના આરાધ્યથી હિન છે અને તેમના સેવક છે ને સલામો ભરે છે - એવું વિચારવાની નીચતા બતાવતો નથી. એ પોતાની ઉપાસના, પોતાની ભક્તિને પોતાના આરાધ્ય પર કેન્દ્રિત રાખે છે અને બીજા ઈશ્વરોને પણ પરબ્રહ્મનું જ સ્વરૂપ માની એજ રીતે માને છે જેમ હિંદુ શાસ્ત્રોમાં કહેવાયું છે. અરે, એક દસ-પંદર વર્ષના બાળક અને કિશોરમાં પણ એટલી સાત્વિકતા અને દિવ્યતા હોય છે કે તે આવું વિચારવા તરફ જતો નથી. તમે લોકોએ તો ચોરી કરીને એક નવો સર્વોપરી ભગવાન ઊભો કર્યો છે અને કેટલાય ના કેટલાય ચોપડાં એ વિકૃતિને પોષણ આપી આપી લખી દીધા છે. બીજી વાત એ પણ કહેવાની છે કે જેમને તમે હવે નવા ભગવાન તરીકે બેસાડવાની તૈયારી કરી

રહ્યા છો એ પ્રમુખસ્વામી પણ આ બધું જાણતા જ હતા, અને આમાંનું ઘણું એમની છત્રછાયામાં જ લખાયું અને આગળ વધ્યું છે.

એટલે હવે પછી જ્યારે પ્રમુખસ્વામી મહારાજ ચંદ્રમાં કે સૂર્યમાં દેખાય કે કોઈ ચોરને દેખાય તો જરા કહેજો કે થોડું જાહેરમાં આવીને એ સ્પષ્ટીકરણ પણ આપતા જાય કે આવા વિકૃત અને સનાતન હિન્દુ ધર્મ વિરોધી ચોપડા કોણે ચિતરાવ્યાં અને તેમના પ્રમુખ પદ હેઠળ એ કેમ ચાલુ રહ્યાં? 'હું જે માણસને માનું છું એ જ બધાનો સર્વોપરી હોવો જોઈએ, જેથી મારું જે છે એ બધાથી સર્વોપરી દેખાય' - આ બાલિશ માનસિકતા એક ભક્તની નથી હોતી. તે એક સત્તાલોલુપ પાખંડીની માનસિકતા હોય છે. પણ એ માનસિકતામાં આ હદે જવાવાળા કે વિષ્ણુથી હરિ અને નારાયણને અલગ કરી આખા સનાતન ધર્મ પર એક નવા ભગવાન અને ધામને બેસાડવાની કોશિશ કરો - આવા તો આ ભારતભૂમિના ઇતિહાસમાં તમે એકલા જ પાક્યા છો. અને અંદરથી તમે જાણો છો કે કોઈના કોઈ દિવસ આ સંપૂર્ણ હિંદુ સમાજ તમારા વિરુધ્ધમાં ઉભો થશે જ. એટલે જ તો પોતાની દરેક pdf ની શરૂઆતમાં પહેલા જ પાને આવી કટ્ટરતા (જીવીશું શ્રીજી માટે અને મરીશું શ્રીજી માટે વાળી) લોકોના મનમાં ભરો છો જે ઇસ્લામના ધર્મ ગ્રંથમાં તેમના લોકોના મનમાં નાખવામાં આવી છે. તેમની જેમ તમારે પણ સમાજને કોઈ એક માણસ દ્વારા લખાયેલા પુસ્તકના કાયદાઓમાં જકડવો છે અને એમની જેમ તમારા માણસો પણ કટ્ટર બની બફાટ કરી રહ્યા છે કે 'અમારે ત્યાં કહી ગયા છે કે છેલ્લે ખાલી અમે જ રહીશું, બીજું કોઈ નહિ હોય.' સનાતન ધર્મના કોઈ શાસ્ત્રમાં કોઈ ભગવાન માટે કે કોઈ પંથ માટે આવી કટ્ટરતા ધરાવતું એક લખાણ નથી. કોઈ ભગવાન માટે લડવાની કે મરવાની વાત હિંદુ શાસ્ત્ર લખતાં નથી. તે બસ તે ભગવાનની ભક્તિના માર્ગે આત્મબોધ પ્રાપ્ત કરી આત્માની મુક્તિ અને સંસારમાં ધર્મ સ્થાપનાની જ વાત કરે છે.

๑๑

હવે, પાછલા પ્રકરણમાં આપણે જાણી ચુક્યા છીએ કે BAPS ના પુસ્તકોમાં જ સૌથી વધુ વિકૃત લખાણ કરાયેલું છે. આપણે તેમના 'અક્ષરપુરુષોત્તમ ઉપાસના' અને સહજાનંદ સ્વામીના ત્રણ ચરિત્રોના પુસ્તકમાં એ બધા લખાણ જોઈ ચુક્યા છીએ. એજ વાતો એ ગુણાતિતાનંદ સ્વામીની વાતોના એક પુસ્તકમાં પણ હતી, જે ગુણાતીતાનંદ સ્વામી પર BAPS નો મૂળ સંપ્રદાયથી અલગ પડવાનો પાયો ઉભેલો છે. 'ગુણાતિતાનંદ સ્વામીની વાતો' નામના એ

પુસ્તકમાં જ સનાતન ધર્મના સર્વ ઈશ્વરોને હીન બતાવતી સૌથી વિકૃત વાતો લખાઈ છે. અને એ પુસ્તકને જ બિરદાવતી વખતે પ્રમુખસ્વામી તેની તુલના બ્રહ્મસુત્રો સાથે કરતા. સનાતન ધર્મના એ જાગરુક યોદ્ધાઓએ એ પુસ્તકમાંથી એકઠી કરેલી માહિતીને આ લેખ રૂપે એકત્ર કરી હતી. મેં ૨૧ જાન્યુઆરી, ૨૦૨૩ ના રોજ મારી ટાઈમ લાઈન પર તે લેખને શેર કર્યો.

પ્રમુખસ્વામી આ બધી વિકૃત વાતોને જાણતા હતા અને બિરદાવતા હતા એનું ઉદાહરણ...

BAPS સ્વામિનારાયણ સંપ્રદાયનું પુસ્તક છે 'સ્વામીની વાતો.' લેખક છે- ગુણાતીતાનંદ સ્વામી. કુલ પેજ 386 છે. આ પુસ્તકને પ્રમુખસ્વામીએ 3 ફેબ્રુઆરી 1990ના રોજ આશીર્વાદ આપતા લખ્યું છે કે "ગુણાતીતાનંદ સ્વામીની વાતો એટલે બ્રહ્મસૂત્રો. અદભૂત વાતો છે. આ વાતોનું વાંચન નિરંતર કરવું જેથી અખંડ શાંતિ થશે. સર્વે આ વાતુંનું ચિંતનપૂર્વક વાંચન કરે જેથી શ્રીજીમહારાજનો (સહજાનંદ સ્વામી, જીવન - 3 એપ્રિલ 1781 થી 1 જૂન 1830) સિદ્ધાંત અને રહસ્ય સમજાશે !" આ વાતોનું એક પુસ્તક સ્વામિનારાયણ મંદિર કુંડળધામ તથા સ્વામિનારાયણ મંદિર, કારેલીબાગ, વડોદરાથી 27 ઓક્ટોબર 2006માં પ્રસિદ્ધ થયેલ છે; નામ છે : 'સદગુરુ શ્રીગુણાતીતાનંદ સ્વામીની વાતો.' કુલ પેજ 428 છે.

'સ્વામીની વાતો'માં શું લખેલ છે?

1. સહજાનંદજી ઈન્દ્ર/બ્રહ્મા/વિષ્ણુ/શિવ કરતા અનેક-અનેક ગણા મોટા છે! "આ પૃથ્વીના સર્વે જીવ, પ્રાણીઓ, રાજા, પ્રજા વગેરે છે તે જો ઈન્દ્ર વરસાદ ન વરસાવે તો સર્વે મરી જાય. તે ઈન્દ્ર, બ્રહ્મા/વિષ્ણુ/શિવ આગળ ગણતીમાં (ગણતરીમાં) નથી; એ સર્વે (બ્રહ્મા, વિષ્ણુ, શિવ) વૈરાટની આગળ ગણતીમાં નથી; તે વૈરાટ પ્રધાનપુરુષની આગળ ગણતીમાં નથી. એ સર્વે અક્ષરની આગળ ગણતીમાં નથી. તે અક્ષરથી પર એવા જે પુરુષોત્તમ (સહજાનંદજી) તે આપણને સાક્ષાત મળ્યા છે !" (પ્રકરણ-1, વાત-217)

2. સહજાનંદજી બ્રહ્મા/વિષ્ણુ/શિવ/રામ/કૃષ્ણ વગેરેથી સર્વોપરી છે! સર્વે અવતારના અવતારી છે. કારણના કારણ છે! સહજાનંદજી ઉપર કોઈ જ નથી! ગોલોક/ વૈકુંઠ કરતા અક્ષરધામ ઉત્તમ છે ! "જે લોકો મહારાજને

(સહજાનંદને) શ્રીકૃષ્ણ જેવા સમજે, તેઓ ગોલોકને પામે છે. રામચંદ્રજી જેવા સમજે, તેઓ વૈકુંઠને પામે છે. વાસુદેવ જેવા સમજે, તેઓ શ્વેતદ્વીપને પામે છે. નરનારાયણ જેવા સમજે, તેઓ બદરિકાશ્રમને પામે છે. મહારાજને સર્વ અવતારના અવતારી અને અક્ષરધામના પતિ સમજે, તેઓ અક્ષરધામને પામે છે !" (પ્રકરણ-2, વાત-2) "ગઢડામાં શ્રીજીમહારાજે એક ભક્તને કહ્યું કે 'તમે અક્ષરધામમાં જઈ આવો.' ત્યારે તે ભક્ત સમાધિ કરીને પ્રથમ પહોંચ્યા બદરિકાશ્રમમાં. ત્યાં આપણા સાધુ/પાળા/બ્રહ્મચારી/હરિભક્તને જોયાં. તેમને પૂછ્યું કે 'શ્રીજીમહારાજ ક્યાં છે?' ત્યારે એ સર્વે બોલ્યા કે 'આ નરનારાયણ છે તે જ શ્રીજીમહારાજ છે !' ત્યારે ભક્તએ કહ્યું કે 'ના, હું મહારાજને ઓળખું છું !' પછી ભક્ત શ્વેતદ્વીપમાં ગયો. ત્યાં પણ એવું જ જોયું એટલે પૂછ્યું કે 'શ્રીજીમહારાજ ક્યાં છે?' ત્યારે એ સર્વે બોલ્યા કે 'આ વાસુદેવ છે તે જ શ્રીજીમહારાજ છે !' ત્યારે ભક્તએ કહ્યું કે 'ના, હું મહારાજને ઓળખું છું !' પછી ભક્ત વૈકુંઠમાં ગયો. ત્યાં પણ એવું જ જોયું એટલે પૂછ્યું કે 'શ્રીજીમહારાજ ક્યાં છે?' ત્યારે એ સર્વે બોલ્યા કે 'આ લક્ષ્મીનારાયણ છે તે જ શ્રીજીમહારાજ છે !' ત્યારે ભક્તએ કહ્યું કે 'ના, હું મહારાજને ઓળખું છું !' પછી ભક્ત ગોલોકમાં ગયો. ત્યાં પણ એવું જ જોયું એટલે પૂછ્યું કે 'શ્રીજીમહારાજ ક્યાં છે?' ત્યારે એ સર્વે બોલ્યા કે 'આ શ્રીકૃષ્ણ છે તે જ શ્રીજીમહારાજ છે !' ત્યારે ભક્તએ કહ્યું કે 'ના, હું મહારાજને ઓળખું છું !' પછી ભક્ત અક્ષરધામમાં ગયો. ત્યાં શ્રીજીમહારાજને દીઠા. ત્યાં આપણા સાધુ/ બ્રહ્મચારી/પાળા/સત્સંગીને શ્રીજીમહારાજની સેવા કરતા જોયા. તે સમયે શ્રીજીમહારાજે ભક્તને પૂછ્યું કે 'ક્યાં ક્યાં ધામ જોતા આવ્યા?' ત્યારે ભક્તએ કહ્યું કે 'હે મહારાજ ! મેં બીજા ધામોમાં આપણા સાધુ/ બ્રહ્મચારી/પાળા/ સત્સંગીને જોયાં તે અહીં કેમ ન આવ્યા?' ત્યારે શ્રીજીમહારાજે કહ્યું કે 'અમને તે તે ધામના પતિ જાણ્યા, તે માટે ત્યાં જઈને રહે છે. જ્યારે આ બધાં અહીં એટલા માટે છે કે તેમણે અમને સર્વે અવતારના અવતારી જાણ્યા છે; અને સર્વે ધામથી પર અક્ષરધામના પતિ જાણ્યા એટલે અહીં છે !(પ્રકરણ-7, વાત-15)

3. "બીજા ધામને અને અક્ષરધામને; બીજા અવતાર અને મહારાજને એકસરખા કહે તેને પંચ મહાપાપીથી પણ વધુ પાપી જાણવો અને એનો સંગ કરવો નહીં !" (પ્રકરણ-6, વાત-20)

4
સંઘ અને સમાજ

પાછલા પ્રકરણના લેખોની હારમાળાથી ગુજરાતના હિંદુ સમાજમાં ઘણા તરંગો ઉઠ્યા. કારણકે એ લેખ ખાલી ફેસબુક પર લખાઈને સો બસો લાઈક મેળવતા હતા એટલું જ નહોતું. એમાં અપાયેલ માહિતી એ હતી જે લોકો અનુભવી રહ્યા હતા, પણ જાણતા નહોતા. જાણતા હતા, તો બોલતા ડરતા હતા. ચહેરાથી મૌન અણગમો બતાવતા, તો ક્યારેક ઊંડો નિસાસો નાખી કહેતા, 'હાલની સત્તા આના પર મહેરબાન છે એટલે સહન તો કરવું પડશે.' આ સંપ્રદાયના લોકોની રોજ બહાર આવતી જમીન પચાવી પાડવાની, પૈસાના વ્યવહારમાં છેતરપીંડી કરવાની અને સ્ત્રીઓ તેમજ બાળકો સાથે કરાયેલા જાતીય શોષણની વાતો હમેશા સમાજમાં નજર સામે રહેતી. સાથે એ સંપ્રદાયના સ્વામીઓની વાતો, વર્તનુક અને વાતાવરણ એક સામાન્ય સાત્વિક માણસ માટે પણ અજુગતા, અપવિત્ર અને ન ગમે એવા હતા. 'ધર્મનો ધંધો કરવો' - એ શબ્દોનો અર્થ જાણે આ સંપ્રદાયને જોઈને લોકો ઉદાહરણ રૂપે સમજ્યા હતા. એજ જે સત્યાર્થ પ્રકાશમાં સ્વામી દયાનંદ સરસ્વતીએ આ સંપ્રદાય વિશેના પોતાના મંતવ્યમાં પહેલા જ વાક્યમાં લખ્યું છે.

જયારે ગુજરાતના અને વિદેશોમાં વસેલા ગુજરાતીઓના વોટ્સઅપ ગ્રુપોમાં આ લેખ ફેલાયા, ત્યારે ચારે બાજુથી અમને હિંદુ સમાજમાંથી આ સંપ્રદાય વિશેના અનુભવ મળવા લાગ્યા. આ પ્રકરણમાં આ સંપ્રદાયના હિંદુ દેખાવથી છેતરાયેલા અને ફસાયેલા એજ હિંદુ સમાજ અને સંઘની વાત કરીએ.

ગયા પ્રકરણમાં આપેલા છેલ્લા લેખ પછી અમદાવાદથી એક પટેલ ભાઈનો મારા પર ફોન આવ્યો. તેમણે કહ્યું, 'આ સ્વામિનારાયણ સંપ્રદાય વિષે લખો છો એ તમે જ છો?' હું તૈયાર બેઠો હતો કે કોઈ આ સંપ્રદાયનો અનુયાયી આવી કોશિશ કરશે, તો મેં થોડી કડક અવાજે વાત કરી. 'હા, હું જ છું, બોલો શું કામ છે?'

તરત ત્યાંથી અવાજ આવ્યો, 'જે કરો છો એ બહુ જ સારું કરો છો. પણ તમે બહુ ઉપરછલ્લું ખાલી આધ્યાત્મિક વાતો વિષે લખી રહ્યા છો. અંદર બહુ બધું ખરાબ છે, જેની કલ્પના ના થઇ શકે.'

'મારી સમસ્યા એ સંપ્રદાયે સનાતન ધર્મના શાસ્ત્રો અને સ્વરૂપ વિરુદ્ધ જે કર્યું છે તેનાથી છે, કારણકે તે આખી હિંદુ સભ્યતાના ભવિષ્ય માટે એક સંકટ છે.' મેં કહ્યું. 'બાકી અંદરખાને એ જમીનોના ભ્રષ્ટાચાર, જાતીય શોષણ અને અન્ય શોષણની વાતો, એ બધામાં તો દરેક વ્યક્તિએ પોતાની સુજબુજથી પોતે વિચારવાનું હોય.' મેં મારી વાત કરી.

પટેલ ભાઈએ કહ્યું, 'પણ સાહેબ, જે કબજો જમાવાય છે એ પેલાથી જ જમાવાય છે. પહેલાં આમણે સુરતને વટલાવ્યું, હવે અમદાવાદ વટલાવવાની કોશિશમાં છે. તમારે સરખો ધંધો કરવો હોય, અને લાભ જોઈતો હોય તો તેમનું તિલક કરીને જ જવું પડે. એનાથી જબરો ફર્ક પડે. સરકારી તંત્રથી લઈને અન્ય જગ્યાએ. બીજી બાજુ ઘરમાં મહિલાઓને તો એવું ઠસાવાય છે જાણે તેના પતિ કરતાં પણ એમના એ ધનશ્યામ પાંડે જ મુખ્ય છે, એ અક્ષરધામ અપાવશે. ઘરની વૃધ્ધ સ્ત્રીઓની પરીક્ષા લેવાય છે, કે ધનશ્યામ મહારાજની હનુમાનજીએ સેવા ક્યાં કરી હતી?, અને શિવજીએ તેમની સેવા ક્યાં માંગી હતી? આવું બધું, જેથી મનમાં ઠસાયેલું રહે. એટલે તમે જે કરી રહ્યા છો એ સારું છે, પણ સમસ્યા બહુ વિકરાળ છે અને એને વ્યવસ્થિત રીતે મોટા પાયે કરવું પડશે.' મેં તેમનો સાથ આપવા બદલ આભાર માન્યો, અને તેમની વાત પર ધ્યાન આપવાનું આશ્વાસન આપ્યું.

આ ઉપરાંત બે બ્રાહ્મણ દંપતીઓએ સંપર્ક કર્યો જેમની સમસ્યા એક જ જેવી હતી. એક રૂબરૂ મળવા આવેલા, બીજામાં એક વડીલે મેસેજથી વાત કરેલી. બંનેની દીકરીઓના અમેરિકામાં NRI જોડે લગ્ન કરાયેલા હતા. બ્રાહ્મણ સમાજમાં જ, પણ બંનેના ભણેલા ગણેલા જમાઈ આ સંપ્રદાયમાં લપટાયેલા હતા. ઘરમાં બિલકુલ સનાતન ધર્મના ઈશ્વરો વિરોધી વાતાવરણ હતું. તે બંનેની ભેગી કરીને જે સંયુક્ત ફરિયાદ હતી એ આ હતી; 'અમારા ઘરમાં બ્રાહ્મણ રીત મુજબ ઉછરેલી છોકરી, અને હવે એ ઘરમાં એ ધનશ્યામ મહારાજ સિવાય બીજા કોઈ ઈશ્વરની મૂર્તિ કે ફોટો પણ રાખવાની મનાઈ છે. ઘરમાં કોઈ રામ ધૂન કે કૃષ્ણ ભજન પણ ના વાગે, કારણકે એ તો બધા એમના આ નવા ભગવાનના સેવક છે. અમારા જમાઈ તો બિલકુલ એમાં અંધ છે તે છે, અમારો છ-સાત વર્ષનો ભાણો પણ એવું બધું બોલે છે. એવું લાગે જાણે છોકરીને મુસલમાનોમાં પરણાવી દીધી.'

એમાંથી એક દંપતીની દીકરીએ મારો મેસેજથી સંપર્ક પણ કરેલો. તેણે કહ્યું, 'સર, મારા પપ્પાએ તમારા લેખ મને મોકલ્યા હતા, અને મેં તેમને કહ્યું કે આ બધું સાચું છે. મારા હસબંડ બિલકુલ એમાં બ્રેઈન વોશ છે. માથે તિલક કરીને ફરે છે, અને કમાયેલું ઘણું બધું દર અઠવાડિયે દાન કરી દે છે. એમાં પણ જેનું દાન વધુ હોય તેને સ્વામીઓ વધુ પંપાળે અને વધુ અંદર આવવા દે, એટલે લોકોમાં વધુ દાન કરવાની એક હોડ લાગી હોય છે. તમે મારા હસબંડ જોડે વાત કરશો? હું બહુ પરેશાન છું.'

મેં એમને કહ્યું, 'બહેન, જેટલા એક મહિનામાં એ સંપ્રદાયના અનુયાયીઓને મેં જોયા છે, એ બ્રેઈન વોશ થયેલા ઘેટાં છે. બિલકુલ કટ્ટર મુસ્લિમો જેવા, જેમને આખી દુનિયા પર એમનો ભગવાન સ્થાપી દેવો છે, અને શરૂઆત હિંદુ સનાતન ધર્મથી કરવી છે. આ વાતે તેમનું હિંદુ સનાતની હોવાનું ઝમીર જાગી જાય, અંતર આત્મા જાગી જાય, તો કંઈ થાય. બાકી, મારા લેખમાં જ્યાં કંઈ પણ તેમને આપવા જેવું મળે એ બધું એમને તર્કથી વિરોધમાં આપતા રહો. ધીરજ રાખીને કામ કરો.'

એક પટેલ પરિવારની માહિતી મળી જેમનો દીકરો ઓસ્ટ્રેલીયા ભણવા ગયો હતો, અને આ સંપ્રદાયના સ્વામીઓના હાથે બ્રેઈન વોશ થઇ ગયો. અમુક વર્ષ પછી તેના લગ્ન નક્કી થયા, અને લગ્ન માટે જ્યારે તે પાછો આવ્યો, તો એટલો બ્રેઈન વોશ થયેલો હતો કે તેણે તેના લગ્નની કંકોત્રીમાં ભગવાન ગણપતિનો ફોટો અને તેમનો શ્લોક રાખવાની ના પાડી દીધી. જાત જાતની શરતો મૂકી કે લગ્ન વખતે ઘરમાં પૂજા સ્વામિનારાયણની જ થવી જોઈએ, કંકોત્રીમાં દરેક પાને ફક્ત તેમનો જ ફોટો અને નામ હોવા જોઈએ, બીજા બધા તેમના સેવક છે. એક બાજુ લગ્ન, અને બીજી બાજુ પરિવારમાં ઉભું થયેલું ઘર્ષણ. તેના પિતાએ મારા એક મિત્ર આગળ આ વાત ભારે હ્રદયે વ્યક્ત કરેલી.

આ બનાવો જાણ્યા બાદ મેં વિદેશોમાં થઇ રહેલા આ ભયાનક મતાંતરણ વિષે વધુ જાણવાની કોશિશ કરી. સૌપહેલા જાણવા મળ્યું કોલેજમાં મારી સાથે રહેલા એક ડેન્ટીસ્ટ મિત્ર મારફતે. તેણે કહ્યું, 'મારી બહેન અને જીજાજી ઓસ્ટ્રેલીયા છે. આ સંપ્રદાય વાળા જે નવા લોકો વિદેશમાં જાય તેમને શરૂઆતના સંઘર્ષના સમયમાં પકડે છે. તેમને નાની મોટી નૌકરી શોધવામાં, રહેવામાં, જમવાની વ્યવસ્થા પૂરી પાડવામાં મદદ કરે. બદલામાં તમારે રોજ કે અઠવાડીયાના બે દિવસ એમની કથા સાંભળવા જવાનું, જેમાં એ ધનશ્યામ પાંડેજી ને સર્વોપરી બતાવતી બધી વાતો હોય, અને બાકીના હિંદુ શાસ્ત્રોમાંથી ઉઠાવેલી વાતો હોય. સાથે એવી પણ જીદ કરે કે તમારે તમારા બીજા મિત્રોને પણ ત્યાં લઈને જવાના. જો તમે એવું ના કરો, કે તેમને આ બાબતે માનવામાં

અનુસરણ ન કરો તો તમારાથી સબંધ બગડતો જાય, અને તમને છોડી દે. જો તમે એ કહે તેમ કરતાં જાઓ, તો તમને ક્યાંકના ક્યાંક સેટ કરીને ત્યાં રેસિડન્સ બનાવડાવે. પણ અહીં સુધી તમે એમનું ઇન્વેસ્ટમેન્ટ હોય, સેટ થયા પછી તમારે આજીવન તમારી કમાણીના અમુક ટકા મંદિરમાં આપે જવાના. મારી બહેન અને જીજાજી આમાં શરૂના સમયમાં પકડાયા હતા, તો માંડ માંડ નીકળ્યા.'

જ્યારે આ સાંભળ્યું તો મેં મારા પિત્રાઈ ભાઈ બહેનો જે ઓસ્ટ્રેલીયામાં સેટ થયા હતા, તેમની ભાળ લીધી કે શું આ સંપ્રદાયવાળા તેમના સુધી નથી પહોંચ્યા? મારા ભાઈએ એમનું નામ લેતાં જ નારાજગી સાથે કહ્યું, 'બહુ mean (છીછરા અને દુષ્ટ) લોકો છે, તેમના પુરા ઈરાદા એવા જ છે જેવા તું કહે છે. મને બિલકુલ નથી ગમતા. પણ તમારામાં ઘૂસવાનો પ્રયાસ હમેશા ચાલુ રાખે છે, ઘરના કોઈના કોઈ સભ્યને નિશાનું બનાવીને. પત્ની, બાળકો, ઘરના વૃધ્ધ માતા –પિતા. કોઈના કોઈને ફાંસી એ તમારા ઘરમાં એન્ટ્રી મારવાની અને તમને એમનામાં બાંધવાની કોશિશ કરે છે. મોમેડીયન જેવા છે.'

આ સાંભળ્યું એટલે મને એક જ વિચાર આવેલો, કે જ્યારે ચૌદસો વર્ષ પહેલાં આરબના દેવી દેવતાઓવાળા સમાજ પર એક સર્વોપરી અલ્લાહનો મજહબ સ્થાપાતો હશે, ત્યારે તે પણ જૂની સભ્યતાને પોતાનામાં લેવાની આ રીતે જ કોશિશ કરતા હશે. તે વખતે આવું બધું જ સંભળાતું હશે, આવી જ હાલત હશે. બસ એ રણ પ્રદેશના કબીલાવાલો સમાજ હતો એટલે હથિયાર તલવાર હતી. જ્યારે આ ગુજરાતના વેપારી અને કુટુંબ કેન્દ્રિત સમાજમાં થઇ રહ્યું છે એટલે હથિયાર વેપાર અને કુટુંબ છે.

આજ વાત મારી ઓસ્ટ્રેલીયામાં સ્થાયી બહેનને પૂછી, તો તેણે કહ્યું, 'હા, મારા સાસુ સસરા એમની ચપેટમાં આવ્યા છે. પણ મને એ લોકોને જોઇને હમેશા એક જાતનો અણગમો ફિલ થતો. શબ્દો નથી મળતા, પણ નહોતા ગમતા. તારા લેખ વાંચ્યા એટલે સમજી ગઇ. બસ એવું જ છે જેવું તું કહે છે. આપણા સમાજના કેટલાક લોકો સપડાયા છે એમાં. આપણા ગામની એક ફેમિલીને એ લોકોએ સેટ થવામાં મદદ કરી, અને હવે એ આખી ફેમીલી બસ એમાં જ છે. આ લોકો અહીંયા હિંદુ ધર્મનો પર્યાય બનવાની કોશિશ કરે છે, અને વિદેશના હિન્દુઓને પોતાનામાં વટલાવવાની કોશિશમાં છે. હમણાં દીકરી (મારી ભાણી) માટે વાત આવી હતી એક ઘરેથી, પણ એ ઘર આખું આ સંપ્રદાયમાં ચાલ્યું ગયું હતું, તો મેં ના પાડી દીધેલી. તેં આ બધું લેખ લખીને બહાર લાવ્યું એના પહેલાની વાત છે.'

સાબરકાંઠા બાજુના એક સિત્તેર વર્ષ ઉપરના વડીલ બેરિસ્ટરને મળવાનું થયું, તો તેમણે કહ્યું, 'મુસલમાનોએ તો ગળે તલવારો અને છૂરીઓ મૂકી ત્યારે લોકોએ પોતાનો ધર્મ છોડ્યો, પણ આજના આ લોકો તો એમનાથીય સાવ

ગયેલા છે. બસ પૈસા, ઝાકઝમાળ અને દેખાવ જોઈને પોતાના ભગવાન છોડી રહ્યા છે. આ બધું ભયંકર છે. નહોતું વિચાર્યું જીવનમાં આવું પણ નજરે જોવાનું આવશે. હમણાં ગયા વર્ષે જ મારા સબંધીનો એક છોકરો અમેરિકા ગયો છે. ચાર પાંચ છોકરા ત્યાં રૂમ રાખીને રહે છે. ખબર નહીં આ સંપ્રદાય વાળાઓને કયાંથી ખબર પડી ગઈ કે અહીં આ રીતે ગુજરાતથી આવેલા હિંદુઓ રહે છે, તો સામેથી તેમનો સંપર્ક કરી તેમને નિયમિત મળવા આવે છે. સત્સંગમાં આવવા નિયમિત દબાણ કરે છે, અને સ્પેશ્યલ ગાડી લઈને તેમને એ બધા પ્રવચનોમાં લઇ જવા આવે છે. તેમણે આખું નેટવર્ક બનાવી રાખ્યું છે જે તેમના સુધી વાત પહોંચાડે કે જ્યારે પણ કોઈ નવો ગુજરાતી ત્યાં વિઝિટર કે સ્ટુડન્ટ વિઝા પર આવે એટલે તેમના સુધી સામેથી પહોંચી જાય છે. સામે ચાલીને જાહોજલાલી અને મજા કરાવે છે, ત્યાં નોકરી મેળવવામાં અને સેટ થવામાં મદદ કરે છે. બસ તેમની કથાઓ અને પ્રવચનો સાંભળવા એ એમની શરત હોય છે.' આ પ્રવચનોની કથાઓ એજ હોય છે જેમને આપણે બીજા પ્રકરણમાં તેમના વિકૃત સાહિત્યમાં જાણી.

અમરેલીમાં એક જૂના સંઘ સ્વયંસેવકથી સાંભળવામાં આવ્યું કે તેમને તેમની કોશોરાવસ્થામાં આ સંપ્રદાયના મંદિરમાં ચાલી રહેલી ભજન મંડળીમાંથી હાથ પકડીને-ખેંચીને એમ કહીને નીકાળી દેવામાં આવેલા કે 'આ તો કુસંગીની ઔલાદ છે.' કુસંગી એટલા માટે કારણકે તેમનો પરિવાર શિવ ઉપાસક હતો. સાથે એ પણ કહ્યું કે અમરેલીના અમુક હિસ્સામાં શિવ ઉપાસક હોવાથી સનાતનીઓને ઘર ખરીદવા કે ભાડે પણ નથી અપાતું. વીટીવી ન્યૂઝ પર એક લોકગાયકે આવીને કહેલું કે "હું એક ગામમાં કાર્યક્રમ કરવા ગયો અને શરૂઆતમાં માતાજીની જય બોલાવી, તો તરત બધા લોકોએ મને ના પાડી દીધી કે 'નહીં, આ આખું ગામ સ્વામિનારાયણ છે, અને અહીંયા માતાજી કે બીજા કોઈની જય નથી બોલાતી. અહીંયા ફક્ત સર્વોપરી ભગવાન સ્વામિનારાયણની જ જય બોલાય છે.'" નીચે એક વીડિયોની લીંક આપી છે, જેમાં આ પ્રસરકારના સત્ત્યયો કહેવાયા છે.

- વિડીયો લીંક: https://drive.google.com/file/d/1-- ZFUV5Mggfra2wcd8sAY_VlOpGtoAV1/view?usp=drivesdk

આ બધું જાણી હું ફરી ચિંતામાં મારા સંઘના મિત્રો તરફ વળ્યો. હું તેમના પર દબાણ બનાવી રહ્યો હતો કે સંઘ કેમ કંઈ કરતુ નથી, આખાને આખા સમાજનું ધર્માંતરણ થઇ રહ્યું છે, અને સનાતન ધર્મ નષ્ટ કરાઈ રહ્યો છે! તો સંઘના

મિત્રો કહેતા કે 'વાત ઉપર પહોંચાડી છે, થશે ધીરે ધીરે. સંઘ પોતાની રીતે કાર્ય કરશે એના પર.' પણ સાથે કેટલાક મિત્રો જે સંઘમાં રહીને પણ પોતાના સ્વતંત્ર વિચાર અને દ્રષ્ટિને બચાવી શક્યા હતા, જેમના માટે ઉપરથી જે આવે એ જ બોલવાનું અને એજ વિચારવાનું, એનાથી બહાર વિચારવાનું પણ નહિ – એ સ્થિતિ નહોતી, તેમણે આ વિદેશની પરિસ્થિતિનો ચિતાર આપ્યો. તેમણે કહ્યું, 'વિદેશોમાં તો આ લોકોએ હિન્દુઓને જબરા છેતર્યા છે. ગુજરાત બહારના હિંદુઓ જલદી આમાં ફસાતા નથી, એમને અજુગતું લાગે છે. પણ ગુજરાતીઓ અને એમાં પણ પટેલો, ત્યાં સુધી કે પેલા મોટેલો વાળા પટેલો જે આફ્રિકાથી ત્યાં ગયા છે, તેમને પણ આ લોકોએ જબરા ફસાવ્યા છે. વિદેશમાં વસતા ગુજરાતીઓને પોતાની બીજી પેઢીને ભારતની સંસ્કૃતિ અને ભાષા સાથે જોડી રાખવામાં તકલીફ પડે છે. એ પેઢી જે ત્યાં જન્મે છે, અને ત્યાંના વાતવરણમાં ઉછરે છે, ત્યાંની સ્કૂલોમાં ભણે છે તેમને આ સંપ્રદાયના સ્વામીઓ ગુજરાતીના ક્લાસ કરાવવા તેમના ઘરે જાય છે. સાથે તેમને ભારતની સંસ્કૃતિ અને ધર્મ સમજાવે છે, બસ એ સમજ સંપ્રદાયની હોય છે, જ્યાં સનાતન ધર્મના બધા ઈશ્વરો ધનશ્યામ પાંડજીના સેવક છે, અને એકમાત્ર સ્વામિનારાયણ જ સર્વોપરી ઈશ્વર છે અને પૂજવા યોગ્ય છે. હિંદુ ધર્મની ફોરમેટ પણ એજ સંપ્રદાયની ખ્રિસ્તી ફોરમેટ હોય છે, જ્યાં ધનશ્યામજીના અક્ષરધામમાં જવું લક્ષ્ય છે.'

આ સાંભળી મેં મારા એ સંઘના મિત્રોને થોડા ઠપકાના સૂરમાં કહ્યું, 'આજ સુધી હું જે ફરીયાદ કરતો રહ્યો કે સંઘના લોકોમાં સનાતન ધર્મનું જ્ઞાન અને સમજ આત્મસાત કરેલું નથી, ત્યારે મને તર્ક અપાયો કે 'અમે છીએ તો સનાતની જ ને, એના માટે લડી રહ્યા છીએ. અમારે એ શાસ્ત્રોના પંડિત નથી થવું. અમારે ધર્મ અને સંસ્કૃતિ બચાવવી છે.' અને જુઓ, એ વિચારનું અધૂરાપણું આ કેટલા મોટા સંકટ રૂપે સામે આવ્યું છે! તમે કહો છો કે તમે સામાજિક અને સાંસ્કૃતિક સંગઠન છો. તમે એક આવરણ ઓઢ્યું કારણકે તમે સનાતન ધર્મના મૂળ સ્વરૂપથી જોડાયા નહોતા. તમે બસ એના બાહ્ય સ્વરૂપનું રક્ષણ કરવાની કોશિશમાં ધ્યાન આપ્યું, એમ માનીને કે સનાતન ધર્મના અંદર જે છે એ શ્રેષ્ઠ જ છે. વિવિધતામાં એકતા. પણ એ વિવિધતામાં શું સ્વીકાર્ય છે અને શું નથી? એ અનેક વિવિધતાઓમાં આખરે એકતા કેવી રીતે આવે છે? કેમ રામ અને રાવણ, કંસ અને કૃષ્ણ, હિરણ્યકશ્યપ અને પ્રહલાદ, દુર્યોધન અને યુધિષ્ઠિર વચ્ચેના ફરકને વિવિધતા કહી તેમની એકતા સાધવાની કોશિશ નથી થતી? તમે એના પર ધ્યાન ન આપ્યું. અને જુઓ, આ તમારી એ સૌથી મોટી કમજોરીનો લાભ ઉઠાવીને ઉભો થયેલો એક દૈત્ય છે.

એ તમારો સમાજ નથી બદલતો, તમારી સંસ્કૃતિ નથી બદલતો, બસ તેને આજ સુધીના બધા વૈદિક ઈશ્વરોથી હટાવીને બસો વર્ષ પહેલાં મરેલા એક માણસના સાથે જોડી રહ્યો છે, જેનું મોટાભાગનું જીવન એક કૃષ્ણ ભક્તનું હતું. બાહ્ય સ્વરૂપ એજ ભગવા વસ્ત્રો, માથા પર તિલક, મૂર્તિની આરતીનું છે, અરે નામમાં નારાયણ અને હરિ પણ છે. અને એટલે તમને એનો વિરોધ કરવાનો તર્ક નથી મળી રહ્યો. અંદરથી વ્યાકુળ હોવા છતાં, જાણતા હોવા છતાં કે આ સાચું નથી, તમારી પાસે એના વિરોધનો તર્ક નથી. ભગવા વસ્ત્રો, અને માથા પર તિલક સાથે પણ એ વૈદિક ધર્મ રહ્યો નથી. એ અબ્રહામિક પંથ સમાન છે. એ તમારો વૈદિક સમાજ નહિ બનાવે, એ ઇસ્લામ અને ખ્રિસ્તીઓ જેવો એક સર્વોપરી ઈશ્વરમાં માનતો અને બીજા ઈશ્વરને માનવાની ના પાડતો, તેમનું અપમાન કરતો સમાજ તૈયાર કરશે. એ તેમની સંસ્કૃતિ હશે, બસ બાહ્ય સ્વરૂપ તમને સંઘના લોકોને બતાવવા માટે હિંદુ સમાજ અને સંસ્કૃતિનું હશે. તમે જ્યાં છેતરાયા છો તે આ છે. તમારી કાર્યપ્રણાલીમાં જે દોષ હતો તે આ હતો.

હવે બે રસ્તા છે. એક, પોતાના એ દોષને સ્વીકારી એને સુધારો અને હિંદુ સમાજને આ ઇસ્લામ જેવો વળાંક લેતાં બચાવી લો. કાં તો બીજો, પોતાના અહંકારને પોષણ આપીને ગોળ ગોળ વાતો કરી પોતાનો દોષ ઢાંકવા આ દૈત્યને સ્વીકૃતિ આપતા રહો અને તેને મોટો કરી ગુજરાત બહારના ભારતમાં પણ ફેલવામાં મદદ કરો. કારણકે એ તમારાથી એજ કરાવવા માંગે છે. તમે એનું વેહિકલ છો, જેના પર તે મુસ્લિમ વિરોધના નામે આરૂઢ થઈને આખા ભારતમાં આ હાલત ઉભી કરશે. હવે આ બાબતમાં તમે જે કરશો એના પર તમારી અને આ હિંદુ સમાજનો ઈતિહાસ લખાશે.'

સંઘ, વીએચપી અને બીજેપી:

મેં મારા સંઘના મિત્રોને આ ઠપકો કેમ આપ્યો, એના પાછળનું કારણ હવે જાણીએ. અસલમાં મને બીજી બાજુ સતત કેટલાક નિરાશાજનક આહેવાલ મળી રહ્યા હતા. હું આ કાર્યમાં પ્રવેશ્યો તે પહેલાં જે સનાતાનીઓ મને આ વિષે કંઈક કરવા કહી રહ્યા હતા, તેમાંના ઘણા સંઘ સાથે જોડાયેલ વ્યક્તિ હતા. મેં કાર્યમાં પ્રવેશતા પહેલાં સૌથી પહેલો પ્રશ્ન આ જ કર્યો હતો કે 'સંઘના લોકોનો સંપર્ક કેમ નથી કરતા? એમને માહિતગાર કરો, એ રોકાવશે.' તો તેમણે કહ્યું, 'સાહેબ, સંઘની ક્યાં વાત કરો છો? સંઘના લોકો જ આમને મોટા કરી રહ્યા છે, અને બચાવી રહ્યા છે.' ત્યારબાદ મેં જે જાણકારી મેળવી એ કંઈક આવી હતી.

મુસ્લિમ વિરોધમાં ઉગ્ર દેખાઈ આ સંપ્રદાયના લોકો ભારે સંખ્યામાં સંઘ અને વીઍચપી (વિશ્વ હિંદુ પરિષદ) માં ધુસી ચુક્યા હતા. કેટલાક તેમના પદાધિકારી પણ હતા. સંઘના લોકો જ સનાતની સંતોને આ સંપ્રદાય સાથે જોડવા તેમના મંદિરોમાં લઇ જવાના કાર્યક્રમો ચલાવતા, અને સંઘ અને વીઍચપીના પણ મોટા ભાગના કાર્યક્રમો આ સંપ્રદાયના આલીશાન મંદિરોની એ જાહોજલાલી ભરેલી સગવડોમાં થતા. વીઍચપીમાં પ્રવીણભાઈ તોગડિયા સાથે રહેલા એક સ્વયંસેવક એમાં બહુ મુખ્ય ભૂમિકામાં હતા. જ્યારે નરેન્દ્રભાઈ મોદી અને પ્રવીણભાઈ તોગડિયા વચ્ચે વિવાદ ચાલ્યો, ત્યારે એ સ્વયંસેવકે પ્રવીણ તોગડીયાનો સાથ ન છોડ્યો. પરિણામે, ગુજરાત સંઘ અને વીઍચપી પર પ્રભુત્વ ધરાવતા નરેન્દ્રભાઈના ડરે એ સ્વયંસેવકનો હાથ ઝીલનાર કોઈ નહોતું. અને એ વખતે વડતાલ સ્વામિનારાયણ સંપ્રદાયના નૌતમ સ્વામીએ તે સ્વયંસેવકને આશરો આપ્યો. કંઈક એવી જ રીતે જેમ દુર્યોધને કર્ણને આપ્યો હતો. તેમને ફરવા ગાડી, ક્રેડિટ કાર્ડ અને રહેવાની સગવડો આપી. એ સ્વયંસેવકે હિંદુ સંતોનું એક નવું સંગઠન ઉભું કરી દીધું જેમાં નૌતમ સ્વામી ગુજરાતના પ્રમુખ હતા. સનાતની સંતોને સ્વામિનારાયણ સંપ્રદાય સાથે જોડવાનું અને તેમા એકરસ કરવાનું કાર્ય આ સ્વયંસેવકે ચલાવ્યું.

બીજી બાજુ, બીજેપી ઍજ સંપ્રદાયની BAPS સંસ્થાને મોટી કરી રહી હતી. ઍમાં પણ પ્રમુખ સ્વામી સાથે નરેન્દ્રભાઈ મોદીનો ઍવો જ સબંધ ભાગ ભજવી રહ્યો હતો જેવો ક્યારેક તેમનો આશારામ બાપુ સાથે પણ હતો. પણ આમ છતાંય નરેન્દ્રભાઈઍ એક વાતનો સંકેત હમેશા સમાજ સામે છોડેલો કે તેમણે ક્યારેય સ્વામિનારાયણનું તિલક કપાળે નહોતું કર્યું. ત્રિપુંડ અને વૈષ્ણવ સંપ્રદાયના અનેક પ્રકારના તિલકોથી પોતાનું કપાળ અવારનવાર રંગી દેનારા નરેન્દ્રભાઈઍ ક્યારેય સ્વામિનારાયણ સંપ્રદાયનું તિલક કપાળમાં નહોતું કર્યું. અને તે આજ દિન સુધી નથી કર્યું જ્યારે આજે હું આ લખી રહ્યો છું. ઍમ જ જેમ અનેકો ટોપીઓ અને પાઘડીઓ પહેનનારા તેમણે ક્યારેય ઇસ્લામની જાળીદાર ટોપી નથી પહેરી. પણ ૨૦૧૭ ની ગુજરાત વિધાનસભાની ચૂંટણી બીજેપીને BAPS માં ફસાવવામાં ઘણી અસરકારક પરિબળ તરીકે ઉભરી.

નરેન્દ્રભાઈ દ્વારા ગુજરાતનું મુખ્યમંત્રી પદ છોડીને દેશના પ્રધાનમંત્રી બન્યા પછી ગુજરાતની આ પહેલી વિધાનસભા ચુંટણી હતી. પાર્ટી રાજ્યમાં પાટીદાર અનામત આંદોલન, અને દલિત સમાજના આંદોલનનો માર સહન કરી રહી હતી. તે વખતે કહેવાય છે કે ચૂંટણીમાં પાટીદારોનું સમર્થન મેળવવા નરેન્દ્રભાઈઍ BAPS નો સહારો લીધો હતો. ગાંધીનગરના અક્ષરધામ મંદિરમાં સંસ્થાના પ્રમુખ મહંત સ્વામી સાથે મોદીઍ કરેલી સભા ઍનું સ્મારક હતી. BAPS

જે પાટીદારોની સ્વામિનારાયણ સંસ્થા ગણાય છે, તેના દ્વારા પાટીદારોનો એક હિસ્સો બીજેપી તરફી આવ્યો, અને બીજેપી એ ચૂંટણીમાં માંડ માંડ જીતી. અને ચર્ચાતું હતું કે ત્યારથી BAPS સંસ્થાએ રાજકીય લાભ લેવાની કોઈ તક નહોતી છોડી. એટલું જ નહિ પટેલ સમાજમાં પણ જે લોકો આ સંપ્રદાયથી દૂર હતા, તેમને ધંધામાં, નોકરીઓમાં, નોકરીઓની બદલીઓમાં લાભ લેવા આ સંસ્થા મારફતે જ વેપાર અને સંપ્રદાયની એ મુખ્ય ધારામાં આવવું પડ્યું. એક રીતે ધંધામાં આગળ આવવું હોય, ઠેકા મેળવવા હોય, નોકરીમાં બદલી કરાવવી હોય કે નોકરી લગાવવી હોય આ બધામાં BAPS ના સ્વામીઓની દખલ ચાલવા લાગી, જે પહેલાં પણ હતી. પણ ૨૦૧૭ ની ચુંટણી પછી તો એવું કોકટેલ જામ્યું જેવું પંદરસો વર્ષ પહેલાં યુરોપમાં રોમન કેથોલિક ચર્ચ અને રોમન રાજાઓ વચ્ચેની જુગલબંધીમાં ચાલેલું. આજ જુગલબંધીનો લાભ લઇ BAPS બને એટલું વધારે હિન્દુઓને પોતાનામાં જોડી દેવાની કોશિશોમાં હતી.

વલ્લભ વિદ્યાનગરની સરદાર પટેલ યુનિવર્સિટી સહિત અન્ય કેટલીક યુનિવર્સિટીઓમાં BAPS દ્વારા ભ્રષ્ટ કરાયેલા શાસ્ત્રો મુજબના કોર્સ પાઠ્યપુસ્તકોમાં ચલાવાઈ રહ્યા હતા, અને લોકોને તેમના કપોલ કલ્પિત દર્શનની પીએચડી ડિગ્રી અપાઈ રહી હતી. સૌરાષ્ટ્ર યુનવર્સિટીમાં આ કોશિશ થતાં ઇન્દ્રભારતી બાપુએ જાહેરમાં વિરોધ કરી આંદોલન ચલાવતાં એ નિર્ણય પાછો લેવાયેલો, બીજે આજે પણ એ ચાલે છે. આમ, બધું આ સંપ્રદાય માટે ખુલ્લું મૂકી દેવામાં આવ્યું હતું, અને આ સંપ્રદાય એનો પૂરા જોશથી ઉપયોગ કરી આખા ગુજરાતને પોતાનામાં વટલાવી દેવાની કોશિશોમાં હતો. એજ કોશિશ અંતર્ગત ૨૦૧૯ માં પાલનપુરમાં એ પ્રવચન માળાનું આયોજન થયું હતું, જેની વાત મેં પહેલા પ્રકરણમાં કરી છે. આ પ્રકરણની શરૂઆતમાં જેની વાત કરી તે અમદાવાદના પટેલભાઈ પણ જે કહી રહ્યા હતા તે આજ હતું. ધંધામા આગળ આવવું હોય, સરકારનો લાભ મેળવવો હોય, અને આર્થિક હાલાત ઠીક રાખવા હોય તો સંપ્રદાયનું તિલક કરીને જ ફરવું પડે. સુરત વટલાવી દીધું છે, અમદાવાદ હવે વટલાવાઈ રહ્યું છે.

તો, એકબાજુ બીજેપીની સહાયથી BAPS પટેલ અને અન્ય સમાજોને સ્વામિનારાયણ સંપ્રદાયમાં ખેંચી રહી હતી, અને બીજી બાજુ સંઘ અને વીએચપીના પેલા સ્વયંસેવક સનાતની સંતોને આ સંપ્રદાયમાં 'સમરસ' કરી રહ્યા હતા. યુરોપમાં રોમન રાજા કોન્સ્ટનટાઈનના ખ્રિસ્તી ધર્મમાં વટલાવવાથી રોમની યહૂદી પ્રજાનું જે રીતે ઇસાઇકરણ શરુ થયું હતું, બસ એજ રીતે ગુજરાતની હિંદુ પ્રજા અને સંત સમાજનું સ્વામિનારાયણ-કરણ આ પાર્ટી અને સંગઠનોથી અજાણતાં થઇ રહ્યું હતું. કારણકે તેમાંથી કોઈ નહોતું જાણતું કે આ

સંપ્રદાયની અંદરની ધાર્મિક હકીકત શું છે? બધા ઉપરથી ખુશ હતા કે બધું હિંદુત્વની વાત સાથે આરામદાયક અને જાહોજલાલી ભરેલું ચાલી રહ્યું છે. ફરીયાદ કરવા જેવું કંઈ હતું જ નહિ, તેમને જે જોઈતું હતું તે હિંદુ દેખાવા બહારથી દેખડાઈ રહ્યો હતો. પણ અંદરથી તેમની મદદથી આખોને આખો સનાતન ધર્મ ટેક ઓવર કરાઈ રહ્યો હતો, અને તેના આરાધ્યોને લુપ્ત કરાઈ રહ્યા હતા.

પણ કહેવાય છે કે પ્રજાની સામુહિક ચેતના બહુ પ્રબળ હોય છે. ગુજરાતની જનતામાં રાજનીતિ અને સંપ્રદાયની આ મિલીભગતથી એક નારાજગી અને રોષ હમેશા હતો, અને સાથે ડર પણ હતો. મેં લેખ લખવાના શરુ કર્યા ત્યારે બીજેપીમાં રહેલા મિત્રો અને શુભેચ્છકોએ નિરાશ ચહેરા સાથે મને કહેલું, 'કૌશિકભાઈ, તમે વિરોધ કરો છો, પણ તમે જાણતા નથી કે અંદર બધું કઈ હદે ભેળાઇ ગયેલું છે. બધું આ સંપ્રદાયના સ્વામીઓ ચલાવે એમ થાય છે. જમીનો, મંદિરો, ટ્રસ્ટ બધું આમના હવાલે થઇ રહ્યું છે. તમારે બીજેપીમાં સંપર્ક રાખવો હોય તો આ સંપ્રદાયના સ્વામીઓ સાથે સારા સારી રાખવી પડે, અને તેમનાથી જ ઉપર જવાય. એ જોઇને તો અમારો ઘણા સમયથી મુસ્લિમોથી પણ દ્વેષ ઓગળી ગયો છે. હજુ દસ વર્ષ પછી તો તમારા જેવું કોઈએ બોલવાની હિમત કરી તો જેમ ૧૯૮૦ ના દશકમાં કાશ્મીરમાં હિન્દુઓની હત્યાઓ શરુ થઇ ગઈ હતી તેવું અહીંયા પણ થવા લાગશે. એટલે સંભાળો, અને થતું હોય તો જવા દો.'

કોઈએ સૌરાષ્ટ્રથી ફોન કરીને મને કહેલું, 'સાહેબ અહીંયા એક હનુમાનજીનું મંદિર હતું. તેને આ લોકો સાળંગપુર મંદિરની જેમ જ પોતાના સંપ્રદાયમાં લેવા માંગતા હતા, જેથી એ મંદિરના હનુમાનજીને પણ સાળંગપુરની જેમ સ્વામિનારાયણના સેવક બતાવી શકે. કેસ કોર્ટમાં ચાલ્યો, અને સંપ્રદાયને ફાવટ નહોતી મળતી. તો કહેવાય છે કે સરકારે એક સ્પેશ્યલ જજની બદલી અહીં કરી, જેણે સંપ્રદાયના તરફેણમાં ચુકાદો આપ્યો, અને એ મંદિર પણ સંપ્રદાયે હડપી લીધું. હવે ત્યાંથી રામનું નામ, હનુમાન ચાલીસા બધું હટી રહ્યું છે.'

તો એક ભાઈએ કહેલું કે 'સાહેબ, પેલા જ્ઞાનવલ્લભ સ્વામીએ જ્યારે ભગવાન રામ અને કૃષ્ણને હત્યારા કહ્યા, ત્યારે હિંદુઓ તેનો વિરોધ કરવા અને તેને થોડો ધમકાવવા ગયા હતા, તે વખતે પણ વચ્ચે સંઘના જ એક માણસે આવી તેને બચાવવાનું કામ કર્યું હતું.'

જે લોકો મને રાજકોટથી મળવા આવેલા તે પણ હવે મને મેસેજ કરીને કહી રહ્યા હતા કે 'સાહેબ, તમે તો જોરદાર એન્ટ્રી મારી છે, આટલું તો અમે પણ નહોતું ધાર્યું. પણ સંભાળજો, આ બહુ દુષ્ટ પ્રજા છે. એ કંઈ પણ કરી શકે.' આવું જ્યારે તેમણે મને બીજી વખતે કહ્યું ત્યારે મેં તેમને પણ ઠપકો આપતા કહ્યું, 'જો એટલા

જ કાયર છો તો મને આ વાતમાં લાવવા શું કામ આવ્યા હતા? વધુમાં વધુ શું એ હત્યા કરાવશે? ધંધા બગાડશે? શું એ રીતે મહારાણા પ્રતાપ, શિવાજિ અને રાની લક્ષ્મીબાઈ ડરીને ચુપ રહી ગયા હોત, તો આપણે સ્વતંત્ર થઇ શક્યા હોત? શું એ લોકો આ હિંદુ સંસ્કૃતિ અને તેના આરાધ્યો માટે જંગલો અને ડુંગરોમાં ભૂખ્યા નથી ભટક્યા? ડર શાનો છે, જ્યારે આખી સભ્યતા નષ્ટ થઇ રહી છે? શું રાણા પ્રતાપ અને શિવાજીએ હિંદુ ધર્મ અને તેના આરાધ્યોને એટલા માટે બચાવ્યા હતા કે તેમના બસો વર્ષ પછી જન્મેલા એક માણસના નામે એ આરાધ્યો અને હિંદુ ધર્મને લુપ્ત કરી દેવામાં આવે?

સ્વામિનારાયણ સંપ્રદાયનો વિરોધ કરનારા એ બધા સ્વાભિમાની સનાતાનીઓ મોટાભાગે ક્યારેક સંઘની કોઈ સંસ્થાથી જોડાયેલા જ હતા. પણ હવે સંઘથી અલગ થઈને આ કાર્યને મહત્વ આપી રહ્યા હતા. તેમનો મિજાજ સ્પષ્ટ હતો, 'સંઘ હિંદુ ધર્મ અને તેના આરાધ્યોથી ઉપર નથી. અમે સંઘને નથી વરેલા. અમે હિંદુ ધર્મ અને અમારા આરાધ્યોને વરેલા છીએ. સંઘ અને હિંદુ ધર્મ વચ્ચે વિરોધાભાસ થાય તો હિન્દુ ધર્મને જ પકડવાનો હોય.' મને સંઘના કાર્યકર્તાઓના ફોન પણ આવેલા, અને તે કહેતા, 'સાહેબ, અમે તમારા લેખને લાઈક કે શેર કરીએ છીએ તો તરત ઉપરથી ફોન આવી જાય છે કે આપણે આમાં નથી પડવાનું.' કોઈ સંઘનો મિત્ર મને ફોન કરીને કહેતો, 'સાહેબ થોડું સંભાળજો. આમ તો કોઈ કંઈ નહિ કરે, કારણકે અંદરથી બધા જાણે છે કે તમે સાચા છો. પણ તોય થોડું સંભાળજો.'

આ દર્શાવતું હતું કે લોકોમાં આ સંપ્રદાયના હિંદુ સંગઠનો તેમજ સત્તા સાથેના ઘરોબાની કેટલી ખબર હતી, અને એનો કેટલો ડર હતો? આ આભાસી ડર એવો જ હતો જેવો નરેન્દ્ર મોદી સરકાર પહેલા પાકિસ્તાના આતંકી હુમલાનો જવાબ ન આપવામાં અપાતો- એમ કહીને કે એવું કરવાથી પરમાણુ યુધ્ધ થઈ જશે!

સંપ્રદાયને ગુજરાતના એક રાજકીય ધર્મ જેવું સ્થાન આપી દેવા બદલ રોષે ભરાયેલા સનાતાનીઓ એવો પણ આક્ષેપ લગાવતા કે આ સંપ્રદાયનો મુખ્ય ધંધો જ તેમના મંદિરોમાં કાળા નાણા ફેરવવાનો અને વિદેશોથી કાળા નાણા ભારતમાં તેમના મંદિરોમાં લાવીને ત્યાં એક નિશ્ચિત કમિશન લઈ નાણાં સફેદ કરી આપવાનો છે. આ વાત શેરીએ શેરીએ દરેકના મોંઢા પર હોય તે હદે લોકચર્ચામાં હતી, અને જાણીતા પત્રકારો સંપ્રદાયનું નામ લીધા વિના બધાને સમજાય તેમ ટીવી પર એ બોલતા પણ હતા. સાથે એવો આક્ષેપ પણ પ્રજાના મોંઢા પર હતો કે ૨૦૧૬ ની નોટબંધીમાં આ સંપ્રદાયે નેતાઓના કાળા નાણા સાચવી આપ્યા છે, ત્યારના એ તેમના તાબા હેઠળ આવી ગયા છે. આમ, બીજેપી અને સંઘના મૌન પાછળ મજબૂર હિંદુ સમાજ જાત જાતના કયાસો લગાવી

પોતાના મનની શાંતિ મેળવી રહ્યો હતો, જે કયાસો કે આક્ષેપોના કોઇ પ્રમાણ જાહેર જીવનમાં ન હતા.

મોરારી બાપુને સાઈડમાં કરવા:

આ બધી વાતો વચ્ચે મોરારી બાપુ સાથે જે કરવામાં આવ્યું હતું તે ગુજરાતની બદલાયેલી પરિસ્થિતિના એક દ્રષ્ટાંત તરીકે હતું. મોરારી બાપુના આજથી વીસ પચ્ચીસ વર્ષ પહેલાના એવા વિડીયો છે કે જ્યાં તે આ સંપ્રદાયની હકીકત ઓળખી ગયેલા દેખાય છે, અને પોતાની કથામાં તેમનો વિરોધ કરી હિન્દુઓને રામ, કૃષ્ણ અને શિવને ન છોડવાનું કહી રહ્યા છે. પણ ૨૦૧૭ પછી મોરારી બાપુએ એક કથામાં કહ્યું, 'મને ત્યાં મંદિરમાં લઇ ગયા અને પછી કે લો બાપુ, નીલકંઠ પર પાણી ચડાવો. અને મેં જોયું કે આ તો કોઇક બીજું છે, આ શાના નીલકંઠ? અરે, નીલકંઠ બનવા તો ઝેર પીવા પડે, આમ લાડુડીઓ ખાઈને નીલકંઠ ના બનાય?' આ સંપ્રદાયમાં શિવરાત્રીના દિવસે ભગવાન શિવના સ્થાને સહજાનંદ સ્વામીને જ નીલકંઠ વર્ણી કહી તેમની પૂજા અને અભિષેક થાય છે, તેના પર મોરારી બાપુ કહી રહ્યા હતા. હવે આનાથી પણ વધુ કડક એ વર્ષી પહેલાના વિડીયોમાં બોલતા દેખાય છે. સાથે આ એજ મોરારી બાપુ હતા જે ૨૦૧૩ પછીથી સતત દેશની ન્યુઝ ચેનલોમાં ઈન્ટરવ્યું આપતી વખતે ગુજરાતના મુખ્યમંત્રી નરેન્દ્ર મોદીને દેશના પ્રધાનમંત્રી બનાવવા તરફેણ કરતા, અને તેમનું નામ ગાજતું કરતા. આ એજ મોરારી બાપુ હતા જેમણે ૨૦૧૩-૧૪ માં બાબા રામદેવના કાર્યક્રમમાં તમામ મોટા હિંદુ સંતો સાથે મળીને નરેન્દ્રભાઈને પાર્ટીના વડાપ્રધાન પદના ઉમેદવાર બનવા માટે ધન્યવાદ આપ્યા હતા, અને તેમને હિંદુ સંતો તરફથી સમર્થન આપ્યું હતું. એ સમયે આ સંપ્રદાય ક્યાંય ચિત્રમાં જ નહોતો. પણ જેમ આપણે જાણ્યું તેમ, ૨૦૧૭ ની ગુજરાત ચુંટણી પછી પરિસ્થિતિઓ બદલાઈ ચુકી હતી. સંઘ, બીજેપી અને વીએચપીમાં ઘુસી ગયેલા આ સંપ્રદાયના લોકોએ મોરારી બાપુના વિરુદ્ધ અભિયાન ચલાવ્યું. આક્ષેપ હતો કે મોરારી બાપુ તો તેમની વ્યાસપીઠ પર અલી મૌલા બોલાવે છે, અને ગવડાવે છે.

હવે, ભારતના આત્મજ્ઞાની મહાપુરુષો અને ભક્તોની હમેશા એ બતાવવાની કોશિશ રહી છે કે સનાતન ધર્મમાં વિશ્વના તમામ પંથ અને રીતો આવી જાય છે. એમાં નિરાકાર અલ્લાહ પણ આવી જાય છે, અને સાકાર જીસસ પણ. સનાતન ધર્મથી બહાર કંઈ નથી. કબીરથી લઈને ગાંધીજી સુધી હિંદુ સંતોએ એ વિસ્તૃતતા બતાવવાની કોશિશ કરી છે. પાંડુરંગ શાસ્ત્રી પણ કહેતા હતા કે આપણે

જિસસ અને મોહમ્મદ પયગમ્બરને પણ અવતાર તરીકે માનીને આપણામાં સમાવી લેવા જોઈએ. આ તત્વજ્ઞાનના પાયા પર તમિલનાડુમાં સદ્ગુરુ, અહીં મોરારી બાપુ અને બીજા કેટલાક સંતો ગાંધીજીની ઈશ્વર-અલ્લાહ એક વાળા વિચાર જેવી દૃષ્ટિથી એવું કેટલીક મીનીટો માટે ગવડાવતા. પણ હમેશા મુસ્લિમ વિરોધની તક મળતા જ સક્રિય થઇ જતા સંઘના અન્ય કાર્યકર્તાઓએ પણ આમાં ઝંપલાવી દીધું, અને મોરારી બાપુને સંભળાવવાનું શરુ કરી દીધું. બાપુ વિષે દુષ્પ્રચાર ફેલાવવામાં આવ્યો કે તેમણે તેમની એક દીકરીને મુસ્લિમ સાથે પરણાવી છે. તેમના વિડીયોને કાપી કાપીને એડિટ કરી સોશિયલ મીડિયા પર ફેરવવામાં આવ્યા. આધેડ વયની મહિલાઓના મોંઢે મોરારી બાપુના ચરિત્ર વિષે આમ તેમ વાતો કરતી ઓડિયો કલીપો ફેરવતી કરાઈ. આ બધું પાછળથી જૂઠ નીકળેલું, પણ ત્યાં સુધી મોરારી બાપુની છબી બગાડી નાખવામાં આવેલી.

સંઘને ખબર નહોતી કે આના પાછળ લાડુડી વિવાદ વખતનો બદલો લેવાઈ રહ્યો છે. એક સનાતની સંતને ખતમ કરાઈ રહ્યો છે. અલી મૌલાનો વિરોધ કરવો હતો તો પણ એમની પાસે જઈને કહી શકાતું હતું કે 'બાપુ, આ બધું હમેશા એકતરફી રહે છે, અને આપણા સમાજને નુકશાન થાય છે. તમે અલી મૌલા બોલાવો પણ સાથે મુસલમાનોને પણ તેમની મસ્જીદમાં વેદ મંત્રોનો પાઠ કરાવડાવો. તે એવું સેક્યુલારિઝમ નહિ બતાવે. તો આ એક તરફું વલણ રહેવા દો ને. ઉપરથી અમે જે કહું તે મસ્જિદમાં વેદ મંત્રો વાળી વાત સામેથી તમે એમને કહો.' આવું કહ્યું હોત તો મોરારી બાપુ પણ માની જાત. સ્વયં સંઘના સરસંઘચાલક પણ મુસ્લિમ ધર્મગુરુઓને મળતા હોય છે. પણ બૃહદ હિંદુ સમાજ સમજતો હોય છે કે તે દ્વારા કઇ કોશિશ કરાઈ રહી છે. પણ સંઘને અંદરથી તેમનામાં ઘુસી ગયેલા આ સંપ્રદાયના લોકો એક ખાસ દિશામાં લઇ જઇ રહ્યા હતા. ત્યારબાદ મોરારી બાપુએ એકવાર પોતાની ઉત્તેજનામાં ભગવાન કૃષ્ણના જીવનને તેના અંતિમ સમયમાં આવેલા વિનાશના કારણે નિષ્ફળ કહી દીધું. એમાં એ સંદેશ આપવાની કોશિશ હતી કે કૃષ્ણ જેવા કૃષ્ણનું જીવન નિષ્ફળ ગયું છે ત્યાં આપણા જેવા મનુષ્યનું જીવન નિષ્ફળ જાય એમાં શું મોટી વાત છે! કંઈક એવા જ અર્થમાં કે રામ જેવા રામે જીવનમાં દુખ જ ભોગવ્યા છે, તો આપણે દુખ ભોગવીએ એમાં શું? પણ, અહીં પણ એજ પ્રચાર ટોળી મોરારી બાપુના વિરોધમાં લાગી ગઈ, અને એમાં એક ભાજપના નેતા મોરારી બાપુને થપ્પડ મારવા સુધી પહોંચી ગયા. આ સતત ચાલેલા કેમ્પેઈનથી મોરારી બાપુના કદને અને તેમના રાજકીય સમ્માનને વેતરી નાખવામાં આવ્યું.

હવે રમેશભાઈ ઓઝા જ વધ્યા હતા, જે સાચવી સાચવીને વિરોધ કરતા હતા. કહેવા જેવું કહેતા હતા, પણ જાણીને કે તેમનાથી એવું કંઈ ન બોલાઈ જાય

જેનો દુરુપયોગ આ લોકો કરી શકે. એટલે તેમણે મોરારી બાપુની જેમ ખુલ્લો પ્રહાર શરુ ન કર્યો. ગુજરાતમાં વિવિધ ચેનલો પર ચાલતી કથાઓમાં મોરારી બાપુ અને રમેશભાઈ ઓઝા કરતાં આ સંપ્રદાયના લોકો વધુ દેખાવવા લાગ્યા, નવી નવી એવી ચેનલો ખુલવા લાગી, જ્યાં રાત પડે એટલે વૃધ્ધ હિન્દુઓને કથા સંભળાવવા આ લોકો જ હોતા. કથાના નામ રામ કથા, અને ભાગવદ કથા જેવા હોતા, પણ વાતો ઘરસંસારની, ધંધાની અને તેમના સર્વોપરી સ્વામિનારાયણની થતી. ઘણું બધું એક રીતે એમના કબજામાં ચાલ્યું ગયું હતું.

મેં જ્યારે સંપ્રદાયની હકીકત ખુલ્લી કરતા લેખ લખ્યા અને હિંદુ સમાજની આંખો ખોલવાની કોશિશ કરી, ત્યારે સંઘના ઘણા લોકોમાં એ પશ્ચાતાપ અને સ્વીકાર જોયો અને તેમના મુખે સાંભળ્યો કે 'હા, એ વખતે અમે આ સંપ્રદાયના લોકોના હાથે ઉપયોગમાં લેવાયા.'

પણ આ બધી સંઘ અને તેની ભગિની સંસ્થાઓની ભૂલો બતાવ્યા પછી પણ મારું સંઘ પ્રત્યે માન ઓછું થયું નથી. અને એનું સૌથી મોટું કારણ એ છે કે બહુ સ્પષ્ટ હતું કે તેમના અજ્ઞાન અને આંધળા વિશ્વાસના કારણે તેમનો દુરુપયોગ થયો હતો. જેમ આખા હિંદુ સમાજ સાથે આ સંપ્રદાયે હિંદુ નામો સામે રાખીને પાછળ વિશ્વાસઘાત કર્યો હતો, તેવું જ તેણે સંઘ સાથે પણ કર્યું હતું. સંઘ અને સમાજ બંને એક સાથે આ સંપ્રદાયના દુષ્ટ ઈરાદાઓમાં છેતરાયા હતા. પાછળ કહી એ બધી સજાગ રહેવાની સલાહો મને મળી પછી હું સંઘના મિત્રો જોડે વાત કરીને વારંવાર એ શું કરવાના છે, અને હું કરું છું તેમાં એમને વાંધો કેટલો છે એ પૂછે રાખતો. અને એ બધા જવાબોથી બે વાતો સ્પષ્ટ થઇ કે સંઘ આમાં સીધું કંઈ નહિ કરી શકે. તે પોતાના જ ઉપરછલ્લા હિન્દુત્વના એ વિચારોનું ગુલામ છે, જે તેણે મુસ્લિમ વિરુધ્ધ સભ્યતાને બચાવવાની લડાઈમાં એકાગ્રતા માટે ધારણ કરી રાખ્યા છે. આ પરિસ્થિતિ તેના વિચારોની ઉણપમાંથી સર્જાણી હતી, પણ તેને સંભાળવાની વૈચારિક અને બૌધ્ધિક શક્તિ હજી સંઘે કેળવી નહોતી. સંઘના મોટાભાગના સ્વયંસેવકો આ નવા સત્યથી આહત હતા, અને તેની ગંભીરતા સમજતા હતા. તે ચાહતા હતા કે કંઈ થાય, પણ તેમના સંઘ વિચારમાં આ વિષે કંઈ કરવાની જોગવાઈ નહોતી. બીજો જવાબ જે મેં મેળવ્યો તે એ હતો કે સંઘ તમને રોકવાની કોશિશ નથી કરતુ, મતલબ તે તમે જે કરો છો તે કરવા દેવા માંગે છે. તેને એમાં સત્ય દેખાય છે, ભલે તે એને પોતાનો વિષય ન માને, પણ તે એને એક હલ કરવો જરૂરી હોય તેવો વિષય માને છે.

એટલે જ મેં કહ્યું, આટલું બધું જાણ્યા પછી પણ મેં આજસુધી ક્યારેય સંઘ પ્રત્યેનું માન નથી ગુમાવ્યું. એ હમેશા જણાયું છે કે તે અંદરથી પવિત્ર લોકો છે, બસ બૌધ્ધિક, આધ્યાત્મિક અને હિંદુ આત્મબોધની દ્રષ્ટિએ કાચા છે. અને એટલે

માં માન ભલે ના ગુમાવ્યું હોય, પણ તેમના પ્રત્યેનો વિશ્વાસ જરૂર ગુમાવ્યો છે. વિશ્વાસ કે આ લોકો હિંદુ ધર્મને અને સભ્યતાને બચાવી શકશે. નહિ, એ ખાલી મુસ્લિમ સ્પેશ્યાલીસ્ટ છે. આવા શાસ્ત્ર અને ધર્મના સ્વરૂપને બદલીને અંદરથી જ થતા હુમલા માટે તો તે ના ખાલી એક કાચા ખિલાડી છે, પણ એક વધારાની મુસીબત છે. તે સનાતન હિંદુ ધર્મને એવી ભીતરઘાતથી બચાવી શકે એમ નથી જેવી પ્રાચીન આરબ સમાજ પર ઇસ્લામ સાથે થઇ હતી, અને યહૂદી સમાજ પર રોમન ખ્રિસ્તી ધર્મ સાથે થઇ હતી. અને એજ નિષ્કર્ષ સાથે મેં તેમના સાથે મારી આત્મીયતા જાળવી રાખી, પણ તેમનાથી અલગ રહીને આ યુદ્ધ પણ ચાલુ રાખ્યું.

5

અક્ષરધામનું કોકળું વળી જવું

રોજ સંપ્રદાયના જૂઠમાં બ્રેઈન વોશ થયેલા હિંદુઓના ધાડે ધાડા મારી ફેસબુક ટાઈમ લાઈન પર ચાલ્યા આવતા હતા, અને હું એમને હિંદુ ધર્મના સાચા તત્વજ્ઞાન અને શાસ્ત્રોની સમજ આપી આપીને પાછા ધકેલે જતો હતો. ક્યારેક થાકતો એટલે વિચારતો, હમણાં પાંચ મહિના પહેલાં હું સનાતન ધર્મના કેટલા વિરાટ વિષયને લઈને ચિંતનશીલ હતો, અને આજે હું આ ક્યાં આવી પડ્યો છું - જ્યાં એ પાયાની વાતો પણ લોકોને કોઈ મોટા સત્યની જેમ કહેવી પડે છે, જે મારા ઘરનાં બાળકો જાણે છે. આ કાર્યમાં પ્રવેશ પહેલાં હું સનાતન ધર્મના શાસ્ત્રોને હવે નવા યુગમાં લઈ જવાના કાર્યમાં પ્રવૃત્ત હતો, જ્યાં એ શાસ્ત્રોના આધ્યાત્મિક સત્યોને આધુનિક વિજ્ઞાનની ભાષામાં વ્યાખ્યાયિત કરી ભવિષ્યની વૈજ્ઞાનિક શોધો ભારતીય જ્ઞાનની ભૂમિકાથી આપી શકાય. પણ અહીં મારે કયા સ્તરે નીચે ઉતરવું પડ્યું તે તમે આ પ્રકરણમાં જોશો.

તો, રોજ ચાલ્યા આવતા એ બ્રેઈન વોશ થયેલા ઘેટાંમાંથી એક 'ભગવાન શ્રીસ્વામિનારાયણ' નામનું એકાઉન્ટ ચલાવતા માણસે કહ્યું, 'અમારા ભગવાનના શરણમાં આવી જાઓ, આપણા શાસ્ત્રો કહે છે કે ખાલી તેમને જ એકમાત્ર સર્વોપરી ઈશ્વર માનવાથી સૌથી ઊંચું એવું અક્ષરધામ તમને મળશે.' અને મેં એને સહજ જવાબ આપી દીધો, 'ચલ જૂઠા. હિંદુ ધર્મના શાસ્ત્રોમાં અક્ષરધામ નામનું કોઈ ધામ જ નથી.' અને તે ભાઈના રોમે રોમમાં ખુશી ભરાઈ ગઈ. તેના શબ્દોમાં ગજબનો ઉન્માદ દેખાયો, 'અને જો હિંદુ ધર્મના શાસ્ત્રોમાં અક્ષરધામનું વર્ણન બતાવી દઉં તો શું કરશો? ગળે સ્વામિનારાયણની કંઠી પહેરી સ્વામિનારાયણ ધર્મ પાળશો?'

એક પળ તો હું પણ મૂંઝવાયો. આટલો બધો કોન્ફીડંસ આવે છે ક્યાંથી? મેં કહ્યું, 'આ ઝાકીર નાયકની જેમ ઇસ્લામની શરતો આપવાનું બધ કર. તારામાં હિંમત હોય તો બતાવ.' અને પછી જે આવ્યું એ કંઈક આ હદનું હતું.

તેણે 'ભગવદ ગીતામાં અક્ષરધામનું વર્ણન' એવું લખીને ભગવદ ગીતાના આઠમાં અધ્યાયનો એકવીસમો શ્લોક મુક્યો:

$$अव्यक्तोऽ क्षर इत्युक्तस्तमाहुः परमां गतिम् ।$$
$$यं प्राप्य न निवर्तन्ते तद्धाम परमं मम ॥ २१ ॥$$

ભાષાંતર: 'જે અવ્યક્ત 'અક્ષર' એમ કહેવામાં આવ્યો છે, તે જ અક્ષર નામના અવ્યક્તભાવને પરમ ગતિ કહે છે. તથા જે સનાતન અવ્યક્તભાવને પામીને માણસો પાછા આવતા નથી, એ મુજ વિષ્ણુનું પરમ ધામ છે.' (ભગવદ ગીતા ૮.૨૧)

મેં જવાબ આપ્યો, 'મૂરખા. એટલે જેમ ભગવાન વિષ્ણુના નારાયણ, હરિ, શ્રીજી એવા નામ ચોરી નવો ભગવાન ઉભો કર્યો છે, એમ સનાતન ધર્મના શાસ્ત્રોમાંથી શબ્દો ચોરી મન ફાવે તેવા અર્થના ધામ પણ ઉભા કર્યા છે? મને તો હતું કે તું કંઈક ખરેખર વિચારવા જેવું લઈને આવીશ. મુર્ખ, પહેલાં તો આ ભગવાન વિષ્ણુ પોતાના માટે કહી રહ્યા છે, અને તારો નવો ભગવાન તો તે વિષ્ણુનો પણ આરાધ્ય હોય એવા કોઈ ઢીંગલા તરીકે તેં બેસાડ્યો છે. આ શ્લોક સાબિતી છે કે તમે લોકો શાસ્ત્રોના જે શ્લોક ભોળી હિંદુ પ્રજાને કહો છો તે હિંદુ ધર્મના ભગવાન વિષ્ણુ માટે કહેવાયેલા શ્લોકો છે, જે તમે આ નવા ભગવાન સાથે જોડવા મથી રહ્યા છો. બીજું, આ શ્લોકમાં ભગવાન કૃષ્ણ રૂપે વિષ્ણુ કહી રહ્યા છે કે તેમનું મૂળ સ્વરૂપ અવ્યક્ત પરબ્રહ્મનું છે જે અક્ષર, એટલે કે અવિનાશી છે. અક્ષરનો અર્થ શાસ્ત્રોમાં છે જેનો ક્ષય-નાશ ન થાય તે. વેદોમાં ૦ૐ અક્ષર બ્રહ્મ કહેવાય છે, કારણકે તે નિરાકાર અવ્યક્ત બ્રહ્મનું નાદ રૂપે પહેલું સૂક્ષ્મ વ્યક્ત સ્વરૂપ છે. એટલે ૦ૐ પોતે જ ઈશ્વર છે, તે અવિનાશી (અક્ષર) બ્રહ્મ છે. એ અવિનાશી અવ્યક્તભાવ, એટલે કે જે ભૂમિકાએ ભગવાનને કંઈ વ્યક્ત ન કરવાનું મન ન થાય તે શાશ્વત ભાવને જીવની પરમગતિ કહે છે, કારણકે તે જ ભગવાન વિષ્ણુનું મૂળ સ્વરૂપ છે. તેને પામીને જીવ પાછો સંસારમાં આવતો નથી. આમાં તારા એ ઢીંગલાનું વૈકુંઠ અને કૈલાસથી પણ ઉપર હોય એવું

અક્ષરધામ ક્યાંથી આવ્યું?'

પણ તે સાંભળવા તૈયાર નહોતો. એ બસ પોતાનો એ પીટારો ખાલી કરવાના મૂડમાં હતો જે તેને બ્રેઈન વોશ કરવા તેના સંપ્રદાયના સ્વામીઓએ વાપર્યો હતો. તેણે બીજો શ્લોક આપી કહ્યું,

एवमुक्त्वा स भगवान्म रूद्रणवृतः प्रभुः । जगाम भवनं विष्णुरक्षरं परमं पदम ।।

સંપ્રદાયના બ્રેઈનવોશ માણસનું ખોટું ભાષાંતર: 'શ્રી હરિ વિષ્ણુ એ રાજા માંધતાને ઇન્દ્ર રૂપમાં દર્શન આપી ઉપદેશ આપ્યો, અને પછી પોતાના ભગવદધામ એટલે કે અક્ષરધામ ચાલ્યા ગયા.'(તેના કહ્યા મુજબ, મહાભારતના શાંતિ પર્વ ૬૫-૩૨ માં)

મેં ફરી કહ્યું, 'ચલ જુઠ્ઠા. મેં એ શ્લોક જોયો. એ પણ એજ કહે છે કે ઉપદેશ આપીને વિષ્ણુ પોતાના પોતાના અક્ષર પરમ પદમાં ચાલ્યા ગયા. એજ અર્થ છે શ્લોકના છેલ્લા બે શબ્દોનો. ભગવાન વિષ્ણુનું અવિનાશી અવ્યક્ત પરબ્રહ્મ સ્વરૂપ. બુધ્ધિના લઠ! તું તારા નવા ભગવાનની સાબિતી આપવા બેઠો છે કે ભગવાન વિષ્ણુની મહાનતા દર્શાવવા? ભગવાન વિષ્ણુને માની લે અને તારા એ સહજાનંદ સ્વામીને ભગવાન કૃષ્ણના ભક્ત માની લે જે તે હતા, તો આ વાત જ બંધ થઇ જય. હું પણ શાંતિથી મારા કામે વળું. અમને એમાં કોઈ સમસ્યા જ નથી. બીજું બોલ. હજી કંઈ છે?'

તો ભાઈએ હવે કૂર્મપુરાણનો એક શ્લોક મુક્યો,

तद् अक्षरं परमं ज्योतिः तद् विष्णोः परमं पदम् ।

એનું ભાષાંતર તેણે મુક્યું, 'એ અક્ષર જ્યોતીયોની પણ પરમ જ્યોતિ છે. તે વિષ્ણુનું પરમ પદ છે.'

હું માંડ માંડ મારું મન કાબુમાં રાખી રહ્યો હતો, અને એને કાબુમાં રાખવા આખરે મેં ખુલીને હસવાનું શરૂ કર્યું. વળી એ ભાઈના આ શાસ્ત્રોક્ત પ્રમાણો અને મારા તેમને જવાબો ફેસબુક પર બધા સનાતની યોધ્ધાઓ વાંચી રહ્યા

હતા. તેમણે બધાએ પોતપોતાની સોશિયલ મીડિયા પોસ્ટ પર અને ગ્રુપમાં લખવાનું શરુ કરી દીધું, 'અક્ષરધામ પણ તૂત છે. અક્ષરધામ જેવું કંઈ છે જ નહિ. કૌશિકભાઈએ અક્ષરધામનું કોકડું વાળી દીધું.'

અને આ બાજુ હું હજી પેલા 'ભગવાન શ્રી સ્વામિનારાયણ' પ્રોફાઈલવાળા ભાઈને જવાબ આપી રહ્યો હતો. કૂર્મપુરાણના શ્લોક માટે મેં કહ્યું, 'પહેલાં તો એનું ભાષાંતર થાય – તે અક્ષર (અવિનાશી) પરમ જ્યોતિ જે છે તે વિષ્ણુનું પરમ પદ છે. અને એ ભગવાન વિષ્ણુનું જ પદ છે, તમારા ૧૮૩૦માં કોલેરાથી મૃત્યુ પામેલા એ પામર મનુષ્યનું નહિ, જે પેશ્વા બાજીરાવથી પણ એંશી વર્ષ નાનો છે.'

ભાઈ છેલ્લે તો એજ તંગડી ઊંચી રાખવાની કોશિશ સાથે ગયો, પણ તે દિવસે એક સન્નાટો છવાઈ ગયો, જેની અસર ઘણા દિવસ રહી. મારી અને તેની વચ્ચે એક ફેસબુક પોસ્ટની કોમેન્ટમાં થયેલા આ વાદના સ્ક્રીનશોટ ભેગા થઇ એક પોસ્ટ બની અને તે ફેસબુકથી લઈને અનેક વોટ્સઅપ ગ્રુપમાં ગઈ. લોકોની ચેતનામાં એ વાત જોરથી પ્રવેશી કે કેટલા બધા સમયથી તેઓ અક્ષરધામ નામનું એક જૂઠ સાંભળી રહ્યા હતા અને તેની ખાતરી કરવાની પણ તેમણે દરકાર નહોતી લીધી, કે ત્યાં તેમનું ધ્યાન પણ નહોતું ગયું!

બે દિવસ બાદ મેં પણ એક વિસ્તૃત લેખ લખ્યો જેમાં સમજાવ્યું કે વિષ્ણુ પુરાણમાં ભગવાન વિષ્ણુના વૈકુંઠધામને અને શિવ પુરાણમાં કાશીને અક્ષર એટલે કે અવિનાશી કહેવાયા છે. અક્ષર શબ્દ એ બે સ્થાનોના ખાલી વિશેષણ તરીકે વપરાયો છે, 'અક્ષરધામ' એવો તો કોઈ શબ્દ જ વપરાયો નથી. પણ એ શબ્દનો અર્થ થાય છે 'અવિનાશી ધામ', જે સનાતન ધર્મમાં શ્રીવિષ્ણુનું વૈકુંઠધામ અને ભગવાન શિવનું કાશી ગણાય છે.

વેદોમાં જે ૐ રૂપી નિરાકાર ઈશ્વર છે તેને પરબ્રહ્મ કહે છે. તે પરબ્રહ્મને સામાન્ય મનુષ્યો માટે પુરાણોમાં પાંચ સાકાર રૂપે સમજાવવામાં આવ્યું છે. પરમ ઈશ્વરના આ પાંચ સાકાર રૂપ સનાતન ધર્મમાં પંચદેવ ગણાય છે. આદિ શંકરાચાર્યએ જ્યારે વૈદિક ધર્મનો પુનઃ પાયો નાખ્યો ત્યારે સ્થાપિત કર્યું કે વેદોનું પરબ્રહ્મ પુરાણોમાં પાંચ સાકાર સ્વરૂપે જ વ્યક્ત થાય છે. એ પાંચ સાકાર રૂપોને તેમણે પંચદેવ કહ્યા. ગણેશ, મા શક્તિ, વિષ્ણુ, શિવ અને સૂર્ય/બ્રહ્મા - આ પાંચ દેવોના અંશ હોય કે અવતાર હોય તે જ પુરાણોના સનાતન ધર્મમાં પરબ્રહ્મ ઈશ્વર રૂપે પૂજનીય છે. ચાર વેદ, છ દર્શન, છ વેદાંગ અને અઢાર પુરાણોમાં ફેલાયેલા સનાતન ધર્મનું આ રીતે તેમણે એક સ્વરૂપ આપ્યું. આદિ શંકરાચાર્ય પછી જેટલા પણ આચાર્ય થઈ ગયા, અને આજ સુધી જેટલા પણ પંથ કે સંપ્રદાય સનાતન ધર્મના હિસ્સા રૂપે રચાયા તે બધામાં આ વાત મૂળ રૂપે સ્વીકાર્ય હતી. ભક્તિનો માર્ગ કોઈપણ હોય, મોક્ષની વ્યાખ્યા કંઈ પણ હોય, પણ સાકાર રૂપે

ખાલી પંચદેવની પૂજાને જ સ્વીકૃતિ અપાઈ છે.

એટલે જ વૈષ્ણવ (અર્થાત્ 'વિષ્ણુનો ભક્ત') પરંપરાનો રામાનંદ સ્વામીનો ઉદ્ભવ સંપ્રદાય પણ પંચદેવ ઉપાસનાની જ આજ્ઞા આપતો હતો. અને રામાનંદ સ્વામી પછી એ સંપ્રદાય સહજાનંદ સ્વામીના હાથમાં આવ્યો ત્યારે તેમણે શિક્ષાપત્રીમાં પણ ભગવાન કૃષ્ણને જ પૂર્ણપુરુષોત્તમ સર્વોપરી ઈશ્વર માની પોતાના આરાધ્ય માનવાની આજ્ઞા કરી. અને તે સાથે તેમણે પણ પંચદેવ ઉપાસના કરવાની આજ્ઞા કરી. બસ આજ સીધું અને સચોટ નર્યું સત્ય છે. જે પણ સનાતન ધર્મના સંપ્રદાય રૂપે છે તે પંચદેવ સીવાય પરબ્રહ્મના કોઈ રૂપને સ્વીકારતા નથી. જે પણ નવો દિવ્ય પુરુષ કે સ્ત્રી થઈ જાય તે આ પંચદેવમાંથી કોઈનો અવતાર કે અંશરૂપે હોય, તો જ સનાતન ધર્મમાં પરબ્રહ્મ તરીકે પૂજનીય છે. સનાતન ધર્મનું વેદોથી પુરાણો સુધીનું સ્વરૂપ સામાન્ય લોકોને ખબર ન હોવાથી સમાજમાં વિકૃતિઓ ઊભી થાય છે. સામાજિક અને ધાર્મિક સંસ્થાઓએ જાહેરમાં આવીને સનાતની સમાજને વારંવાર આ વાત યાદ કરાવતા રહેવું જોઈએ, અને એ રીતે સમાજને દૂષણો અને વિકૃતીઓથી શુધ્ધ રાખવો જોઈએ.

બે દિવસ બાદ ૧૪ માર્ચ, ૨૦૨૩ ના રોજ શાસ્ત્રોમાં ખરેખર જે ધામ માટે અક્ષર વિશેષણ વાપરવામાં આવ્યું છે તે અક્ષર (અવિનાશી) વૈકુંઠધામનું શ્રીમદ ભાગવદમાં આપેલું વર્ણન સમજાવતો મેં એક નવો લેખ લખ્યો. આ રીતે મેં એ સ્પષ્ટ તુલના સામે રાખી કે એક નકલી ભગવાનના કાલ્પનિક ધામ અને એક સાચા ભગવાનના દિવ્ય ધામના વર્ણનમાં કેટલો ફરક હોય છે.

બનાવટી અક્ષરધામ અને સાચા અક્ષર વૈકુંઠધામ વચ્ચેનો ફરક

જેવું કુવામાં હોય એવું જ હવાડામાં આવે. સનાતન ધર્મના શાસ્ત્રોમાંથી શબ્દો અને નામ ચોરી કરીને એક નવો સર્વોપરી ભગવાન અને તેનું કાલ્પનિક 'અક્ષરધામ' જે બનાવવામાં આવ્યું તે કેટલું વિકૃત હતું તે ફરી યાદ કરી લઈએ. ભગવાન વિષ્ણુના જ નામ ચોરીને તૈયાર કારાયેલો આ નવો ભગવાન સનાતન ધર્મના પંચદેવથી ઉપર બેસાડવામાં આવ્યો અને સનાતન ધર્મના પંચદેવને આ નવા ભગવાનના દાસ બતાવી પૂજવા માટે અયોગ્ય કહી દેવામાં આવ્યા. આ સંપ્રદાયના પુસ્તકો અને પ્રવચનો મુજબ અક્ષરધામમાં તેમના સ્વામિનારાયણ ભગવાન બધા દેવી દેવતાઓના બોસ છે. અને જ્યારે તે ચાલીને તેમના આસન પર જતા હોય છે ત્યારે બ્રહ્મા, વિષ્ણુ, શિવ, પાર્વતી અને બીજા બધા દેવી દેવતા હાથ જોડી, મસ્તક નમાવી તેમને નમસ્કાર કરે છે. જયારે તે નવા ભગવાન તેમના આસન પર બેસે છે ત્યારે સનાતન ધર્મના એજ પંચદેવ અન્ય દેવી દેવતા સહિત એક પગે ઉભા રહી એ નવા ભગવાનની સ્તુતિ કરે છે. જાણે કોઈ ભગવાનનું ધામ ન હોય, પણ હિન્દી ફિલ્મોના કોઈ મોગેમ્બો જેવા વિલનનો અડ્ડો

હોય, જ્યાં સનાતન ધર્મના બધા ઈશ્વરો આ નવા ભગવાન સામે હાથ ઊંચા કરી 'યો મોગેમ્બો' કહેતા હોય.

તો આ અક્ષરધામ છે. હા, એ જ અક્ષરધામ જ્યાં તમે તમારી વેકેશનની રજાઓમાં ફરવા ગયા હશો હિંદુ મંદિર માનીને. ત્યાં તમને હિંદુ ઈશ્વરો દેખાયા હશે, અને તમે માન્યું હશે એ તમારું જ મંદિર છે, પણ ત્યાં હિંદુ ધર્મના ઈશ્વરોને ઉપર કહેલા ભાવે બેસાડવામાં આવે છે.

હવે, ભાગવત પુરાણમાં જેને સાચા અક્ષર (અવિનાશી) ધામ રૂપે કહેવામાં આવ્યું છે તે ભગવાન કૃષ્ણ કે ભગવાન વિષ્ણુના અવિનાશી વૈકુંઠધામનું નિરૂપણ જોઈએ. વૈકુંઠધામને પુરાણોમાં ભગવાન વિષ્ણુ અનેક સ્થાને નિરાકાર, અવિનાશી (અક્ષર) ઊર્જાના ધામ તરીકે પોતાનું પરમ પદ બતાવે છે. પણ ધીરે ધીરે પુરાણોમાં એ વૈકુંઠધામનો આકાર, સ્થાન અને તેનું સાકાર સ્વરૂપ નીખરતું જાય છે. ભાગવત પુરાણમાં, વૈકુંઠ બ્રહ્માંડના તમામ લોક અને ધામોથી ઉપર છે, અને તમામનું આરાધ્ય છે (X.12.26), તે સૃષ્ટિનું સર્વોચ્ચ ક્ષેત્ર છે જ્યાં વિષ્ણુ રહે છે (XII.24.14). તે અંધકાર અને સંસારની દુનિયાની બહાર, જન્મ અને મૃત્યુના ચક્રથી પર છે. (IV.24.29; X.88.25); જેઓ જીવતા હોવા છતાં પણ ત્રણ ગુણોને પાર કરી ગયા છે તે તેઓનું લક્ષ્યસ્થાન છે (XI.25.22); અને તેનાથી આગળ કોઈ ઉચ્ચ સ્થાન નથી (II.2.18, II.9.9). શાંતિપૂર્ણ સંન્યાસીઓ જે તે સ્થળે પહોંચે છે તે ક્યારેય પાછા આવતા નથી (IV.9.29; X.88.25-6). વૈકુંઠના રહેવાસીઓ ભૌતિક શરીર ધરાવતા નથી પરંતુ શુદ્ધ સ્વરૂપો ધરાવે છે (VII.1.34). આ સ્વરૂપો વિષ્ણુ (III.15.14ff.) જેવા છે. વિષ્ણુ વૈકુંઠમાં ભાગ્યની દેવી લક્ષ્મી સાથે સ્ફટિકની દિવાલોવાળા મહેલોમાં રહે છે. ત્યાંના ઉદ્યાનો પોતે જ અંતિમ મુક્તિની જેમ ચમકે છે અને તેમાં ઈચ્છા પૂરી કરતા વૃક્ષો છે, જે આખું વર્ષ ખીલે છે. ત્યાં સુગંધિત પવન છે. વિદેશી પક્ષીઓની બૂમો મધમાખીઓના ગુંજાર સાથે ભળે છે, અને ભવ્ય ફૂલો સર્વત્ર ખીલે છે. વિષ્ણુના ભક્તો તેમની સુંદર પત્નીઓ સાથે ઝવેરાત, નીલમણિ અને સોનાથી બનેલા હવાઈ વાહનોમાં મુસાફરી કરે છે, પરંતુ આ ક્ષેત્રના સુંદર હસતા રહેવાસીઓ વિજાતીય (લિંગના) લોકોના મનને વિચલિત કરી શકતા નથી, કારણ કે દરેક જણ કૃષ્ણના પ્રેમમાં કૃષ્ણમાં લીન છે (III.15.14-25).

આ છે આપણા સનાતન ધર્મનું સાચું અક્ષર વૈકુંઠધામ. અને આપણે જોઈ શકીએ છીએ તે કેટલું સાત્ત્વિક, દિવ્ય અને મુક્તિદાયક અનુભવાય છે, અને પેલું ચોરીનું ધામ કેવું એક સત્તાલોલુપ સરમુખત્યારના અડ્ડા જેવું.

6
શાસ્ત્રોના ખોટા અર્થઘટનોનું ષડયંત્ર તોડવું

અક્ષરધામના જૂઠનો પર્દાફાશ થતાં જ સંપ્રદાયના પાખંડની માયાજાળમાં એક બહુ મોટું ગાબડું પડ્યું. હવે સનાતની યોધ્ધાઓ જાગી ગયા હતા. આ એટલે પણ મહત્વપૂર્ણ હતું કારણકે હું આ કાર્યમાં પ્રવેશ્યો તે પહેલાં જેટલા પણ સનાતાનીઓએ વિરોધ નોંધાવ્યો તેમને આ સંપ્રદાય ધ્વારા સનાતન ધર્મના શાસ્ત્રોના આવા જ ખોટા અર્થ બતાવીને ગૂંચવી નાખવામાં આવ્યા હતા. આ સંપ્રદાયની અનેક નામે અનેક યુટ્યુબ ચેનલો ચાલતી, જેમાં તેમના બ્રેઈન વોશ થયેલા અનુયાયીઓ ભારે સંખ્યામાં જોડાયેલા હોતા. જયારે સંપ્રદાયના સ્વામીઓના પ્રવચનોમાં સનાતન ધર્મના ઈશ્વરી વિરુદ્ધ અપમાનજનક ટીપ્પણીઓ આવવા લાગી ત્યારે એક-બે વાર ભાગવદ કથાકાર ભાઈશ્રી રમેશભાઈ ઓઝાએ પણ ગુજરાતી ન્યુઝ ચેનલોમાં રોષ વ્યક્ત કર્યો હતો. તેમણે એક સાક્ષાત્કારમાં કહ્યું હતું, 'તમારા ચોપડાં ખોટા ચિતરાયા છે, તેમને સીધા કરો. નહીંતર આ બધાનું પરિણામ બહુ વિનાશકારી હશે.' અને એના જવાબમાં આ સંપ્રદાયના લોકોએ એવા વિડીયો બનાવીને મુકેલા કે જેમાં જાણે કોઈ દુકાનદાર તેના પાસે રહેલી કોઈ ડુપ્લીકેટ ગંજી વેચતો હોય તેમ એક માણસ વાતોના વડા કરીને આખા સંવાદને આડી અવળી વાતોમાં ફેરવીને હિંદુ ઈશ્વરોના અપમાનને યોગ્ય ઠરાવતો.

આ વિડીયો સંપ્રદાયના અનુયાયીઓમાં ફેલાવાતા એટલે બધા બ્રેઈન વોશ થયેલા ઘેટાંની જેમ ચારેબાજુ એવી ખોટી ખોટી વાતો કરીને લોકોને સામે બાજે જતા. રીતસરની લવારી કે જેમાં કોઈ તર્ક ન હોય, દેખીતું જૂઠ અને દુષ્ટતા હોય, પણ બસ બોલતા રહેવાનું અને સામેવાળાનો ટાઈમપાસ કરતાં રહેવાનું. ત્યાં સુધી જ્યાં સુધી સામેવાળો માણસ થાકીને ગાળ બોલીને જતો ના રહે. અને જ્યારે ગાળ બોલીને એ સાચો માણસ ગુસ્સામાં જતો રહે એટલે આ જમાત મીઠી ભાષામાં બોલે, 'જુઓ ને કેવી ગાળો બોલે છે. ધર્મના કોઈ સંસ્કાર જ નથી મેળવ્યા.' બસ, આ એમની મોરસ ઓપરેન્ડી હતી.

એ વિડીયોમાં ફેલાવાયેલી પાયા વિહોણી વાતોના એક બે વાર જવાબ में પણ આપેલા. પણ में કહ્યું તેમ એકી સાથે ધાડાં ધસી આવતાં અને પાયા વિહોણી વાતોમાં તમને ગોળ ગોળ ફેરવી તમને થકવી નાખવાનો પ્રયાસ કરતા. એક વાત એ વિડીયોમાં કહેવાતી કે 'જુઓ વિષ્ણુ પુરાણમાં શિવને વિષ્ણુને નમસ્કાર કરતાં અને શિવ પુરાણમાં વિષ્ણુને શિવને નમસ્કાર કરતાં દેખાડ્યા છે, તો શું એ ચોપડાં પણ ચિતરાયેલા છે?' બીજું કહેવાતું કે 'જુઓ કૃષ્ણ જ્યારે જન્મ્યા ત્યારે શિવ તેમના દર્શન કરવા આવ્યા, અને રામાયણમાં રામે રામેશ્વરમાં શિવલિંગ સ્થાપી શીવને પ્રણામ કાર્ય તો શું એ ચોપડા પણ ચિતરાયેલા છે?' બીજી એક વાત કહેવાતી, 'હનુમાન ચાલીસામાં એક વાક્ય આવે છે કે 'और देवता चित्त न धराई, हनुमत सेइ सर्व सुख कराई', બસ એ રીતે અમે પણ કહીએ છીએ કે ખાલી સ્વામિનારાયણ ભગવાનને જ પૂજાય બીજા ભગવાનને નઈ પૂજવાના. એ અમારી શ્રદ્ધા છે. તો શું હનુમાન ચાલીસા પણ ચિતરાયેલી છે?'

આનો જવાબ में એક મીનીટની કેટલીક ફેસબુક રીલ બનાવીને આપેલો, અને તે જવાબ સારો એવો વાઈરલ થયેલો. में કહ્યું, 'તમે સનાતન ધર્મમાં પંચદેવ ઉપાસનાને આદર્શ રૂપે સ્થાપવા જે વ્યવસ્થા ગોઠવાઈ છે તેનો દુરુપયોગ કરીને બચવાની કોશિશ કરી રહ્યા છો. રામાયણ અને મહાભારતમાં તેમજ પુરાણોમાં શિવ અને વિષ્ણુની એકાત્મકતા દર્શાવવા અનેક સ્થાને તે બંને એકબીજાને પોતાના આરાધ્ય કહેતા હોય તેવી વિનમ્રતા બતાવતા પ્રસંગો છે. શિવ કૃષ્ણના દર્શન કરવા આવે છે કારણકે કૃષ્ણ એ વિષ્ણુ છે. રામ શિવને પોતાન આરાધ્ય કહે છે કારણકે રામ એ વિષ્ણુ છે. અને વિષ્ણુ અને શિવ એક જ નિરાકાર પરબ્રહ્મના બે સાકાર રૂપ છે, એટલે કે તે એક છે. આખી હનુમાન ચાલીસા હનુમાનજીને વિષ્ણુના અવતાર એવા ભગવાન રામના ભક્ત બતાવે છે, અને સ્વયં હનુમાનજીને શિવના અવતાર બતાવે છે, અને પછી કહે છે કે ખાલી હનુમાનજીને જ પૂજવાથી તમે વિષ્ણુ અને શિવ એ બંને સાકાર રૂપ મારફતે પરબ્રહ્મ સુધી પહોંચી શકો છો, એટલે ખાલી હનુમાનજીને જ પૂજવા

પૂરતા છે. ત્યાં પણ લક્ષ્ય શિવ અને વિષ્ણુનું એકત્વ છે. તમારો આ નવો ભગવાન તો ના શિવ છે, ના વિષ્ણુ, ના પંચદેવમાંથી એકે છે. એ તો એ બધાના ઉપર જઈને બધાનો બોસ બનીને બેઠો છે. તો, તમે સનાતન ધર્મના સ્વરૂપ અને શાસ્ત્રોના બંધારણની બહાર છો, એટલે સનાતન ધર્મના ઈશ્વરોનું નામ લેવાનું અને તેમના સાથે સરખામણી કરવાનું બંધ કરી દો.

ખાલી પંચદેવના સ્વરૂપમાં કે તેમના અવતાર હોય તે મહાપુરુષો કે દેવોની પંચદેવ સાથે સરખામણી થઇ શકે છે. અને એ સરખામણી પણ સનાતન ધર્મના શાસ્ત્રો મુજબ થશે. તમારો આ બસો વર્ષ પહેલાં મરેલો માણસ સનાતન ધર્મના શાસ્ત્રોમાં રાહુ કેતુના રૂપમાં પણ નથી. તે પેલા હિરણકશ્યપ, રાવણ, કંસ અને પૌન્દ્રકના રૂપમાં છે જે પોતાને જ સર્વોપરી ભગવાન કહેતા અને વિષ્ણુને પોતાનો દુશ્મન અને સેવક સમાન ગણતા. તમે તમારા આ નવા ઈશ્વરને એ દૈત્યોની ભૂમિકાએ લઇ ગયા છો.'

આ જવાબોએ પણ સનાતની યોધ્ધાઓમાં ટેમ્પો વધારવાનું કાર્ય કરેલું. પણ છતાંય એનો વ્યાપ પેલા સંપ્રદાયના યુટ્યુબ ચેનલો અને સોશિયલ મીડિયા પોર્ટલોના જાળા સામે નજીવો હતો. આ પોર્ટલો અને યુટ્યુબ ચેનલો વિડીયો અને લખાણ મારફતે હિંદુ ધર્મના શાસ્ત્રોના હજુ ઘણા શ્લોકોના ખોટા અર્થઘટનો ફેરવતા હતા, એવા જ જેવા આપણે પાછલા પ્રકરણમાં અક્ષરધામ સાબિત કરવા માટે ફેંકાયેલા જોયા. ક્યાંક અર્થ બદલી નખાયેલા, ક્યાંક શ્લોક કંઈક કહેતો હોય અને ભાષાંતર કંઈક કહેતું હોય, તો ક્યાંક ભગવાન વિષ્ણુ માટે કહેલી વાતોને આ નવા ભગવાન સાથે જોડી દેવાયેલી જે ભગવાન વિષ્ણુનો પણ બોસ બની બેઠો હતો. અક્ષરધામના જૂઠને ફેલાવતા શ્લોકોના પર્દાફાશ પછી એક સનાતની યોદ્ધાએ મને મેસેજ કર્યો, 'સાહેબ, મને લાગે છે આ લોકો શાસ્ત્રોના જે પણ શ્લોક ફેલાવે છે તે બધામાં આવું જ હશે. જરા ચેક કરજો ને.' મેં મારા એક મિત્રને આ કામ સોંપ્યું કે એ બધા શ્લોકના ઓરીજીનલ ભાષાંતર ઓનલાઈન શોધવાની કોશિશ કરે અને એ ભાષાંતર જ્યાં હોય તે વેબસાઈટની લીંક જોડીને એક ડોક્યુમેન્ટ બનાવે. તેણે દસેક દીવસમાં તે બનાવી દીધું, અને મેં તેને થોડું વ્યવસ્થિત રીતે ગોઠવી એક પીડીએફ બનાવી લોકો સામે મૂકી દીધી. પછી શું હતું? ધમાલ મચી ગઈ. બીજું ભયાનક ગાબડું!

હવે જે લોકો વચ્ચે હતા, જે હજી પણ સંપ્રદાયની વિકૃતિને અવગણતા હતા, તે પણ સ્તબ્ધ બની ગયા, અને દરેકના આત્મબોધમાં આવી ગયું કે આ સંપ્રદાય એક નંબરનું જૂઠ અને પ્રપંચથી ભરેલું સનાતન ધર્મ વિરુદ્ધનું એક મોટું ખડયંત્ર જ છે.

આવો, એ શ્લોકોને સંપ્રદાય દ્વારા ફેરવાતા તેમના બનાવટી અર્થ અને શાસ્ત્રોના સાચા અર્થ સાથે જોઈએ.

૧. પદ્મપુરાણ, ઉત્તરખંડ,

શ્લોક:

નરઃકૃષ્ણો હરિર્ધર્મનન્દતો ધર્મજીવનઃ । આદિકર્તા સર્વસત્યઃ સર્વસ્ત્રીસ્વદર્પદા ।।

સંપ્રદાયનું ભાષાંતર: 'ધર્મને પુનઃજીવિત કરી તેની રક્ષા કરવા સ્વયં પરમાત્મા શ્રી હરિકૃષ્ણ ભગવાન ધર્મદેવને ત્યાં મનુષ્યરૂપે કળીયુગમાં અવતાર લેશે. તેઓ અનંતકોટી બ્રહ્માંડોના આદીકારતા છે. સંપૂર્ણ સત્ય સ્વરૂપ છે. અને ઇન્દ્રિયોને જીતનારા છે.' (પદ્મપુરાણ ઉત્તરખંડ, ૭૨.૧૭૫)

- સત્ય: આખું ભાષાંતર જ ખોટું છે. શ્લોક સંખ્યા પણ ખોટી લખી છે. આ શ્લોક પદ્મપુરાણ ઉત્તરખંડના ૭૧ માં પ્રકરણના ૧૭૨ અને ૧૭૩ નંબરના બે શ્લોકોને વચ્ચેથી તોડીને બનાવ્યો છે. તો એ ૭૨.૧૭૫ નથી. તે ૭૧.૧૭૨-૧૭૩ છે. હરિકૃષ્ણ નામ સહજાનંદ સ્વામીને જે અનેક નામ આપવામ આવ્યા છે તેમાંનું એક છે. સહજાનંદ સ્વામી એટલે કે ધનશ્યામ પાંડેજીના પિતાનું નામ હરિપ્રસાદ પાંડે અને માતાનું નામ પ્રેમાવતી પાંડે હતું. પણ આ સંપ્રદાય દ્વારા તેમના નામ પણ બદલીને અનુક્રમે ધર્મદેવ અને ભક્તિદેવી કરી દેવામાં આવ્યા છે, કારણકે તે પ્રાચીન ઋષિ નર નારાયણના માતા-પિતાના નામ છે. આ રીતે તેઓ આ આખા તુતને સનાતન ધર્મના શાસ્ત્રોમાં ધુસેડવા પ્રયાસ કરી રહ્યા છે.

શિવત્રિશૂલવિધ્વંસી શ્રીકંઠૈકવરપ્રદઃ
નરઃ કૃષ્ણો હરિર્ધર્મનંદનો ધર્મજીવનઃ ॥૧૭૨॥
આદિકર્ત્તા સર્વસત્યઃ સર્વસ્ત્રીરત્નદર્પહા
ત્રિકાલજિત કંદર્પ ઉર્વશીસૃડ્ગનીશ્વરઃ ॥૧૭૩॥

સાચું ભાષાંતર: 'એ શિવના ત્રિશૂલનો વિધ્વંસ કરનારા છે. શિવને પણ વરદાન આપનારા તે એક જ છે. તે એ પરમ નર છે. તે કૃષ્ણ છે. તે હરિ છે. તે ધર્મમાં આનંદિત છે. ધર્મ અને સત્ય તેમનું જીવન છે. તે પ્રથમ પ્રતિનિધિ છે. તે જ સમસ્ત સપૂર્ણ સત્ય છે. તે સર્વ સ્ત્રી રત્નોના અહંકારને હરનારા છે. તે ત્રણેય કાળમાં કામ કંદર્પને જીતી લેનાર છે. તે ઋષિઓના એ પ્રમુખ છે જેમણે ઉર્વશીને જન્મ આપ્યો.'

ર. કૂર્મ પુરાણ, બ્રાહ્મી સંહિતા, ૨૭.૧૨-૧૩

શ્લોક:

યે બ્રાહ્મણા વંશજાતા યુષ્માકં વૈ સહસ્ત્રશઃ ।
તેષાં નારાયણે ભક્તિર્ભવિષ્યતિ કલૌ યુગે ॥
પરાત્પરતરં યાન્તિ નારાયણપરા જનાઃ ।
તતે તત્ર ગમિષ્યન્તિયેદ્વિષન્તિમદેશ્વરમ્ ॥

સંપ્રદાયનું ભાષાંતર: ભગવાન શ્રીકૃષ્ણ ઋષિઓને કહે છે, કે જે અનેક જીવો તમારા વંશમાં ઉત્પન્ન થશે તેની કળીયુગમાં પ્રગટ થનારા પુરુષોત્તમ નારાયણમાં ભક્તિ ઉદય થશે. તે પરબ્રહ્મ નારાયણમાં ભક્તિ રાખનાર સર્વ

જનો, સર્વ ધામોથી પરનું સવીત્તમ પદ પ્રાપ્ત કરી લેશે. પરંતુ જે ભગવાન શિવનો દ્રોહ કરશે તેમને તે ધામ કદાપી પ્રાપ્ત નહિ થાય.'

- સાચું ભાષાંતર: જે હજારો બ્રાહ્મણ તમારા વંશમાં જન્મ લેશે, તેમની નારાયણમાં ભક્તિ હશે. નારાયણમાં ભક્તિ નિહિત લોકો એ સવીત્તમ પદ પ્રાપ્ત કરે છે. પણ જો તે મહેશ્વરથી દ્વેશ કરે છે, તો તે ત્યાં નહિ જઈ શકે.

- સત્ય: આ શ્લોકમાં "કળિયુગમાં પ્રગટ થનાર પુરુષોત્તમ નારાયણ" એવા કોઈ શબ્દોનો ઉલ્લેખ નથી, જે સંપ્રદાયના ભાષાંતરમાં ઉમેરવામાં આવ્યા છે. આ સંપ્રદાયમાં ભગવાન વિષ્ણુના જ નામ નારાયણ અને હરિને તેમનાથી અલગ કરી શાસ્ત્રોમાં જ્યાં પણ નારાયણ શબ્દ આવે છે તેને સ્વામિનારાયણ નામે સહજાનંદ સ્વામી સાથે જોડી દેવાની કોશિશ છે.

3. ઋગ્વેદ ૧.૧૫૪.૦૬

શ્લોક:

ता वां वास्तून्युश्मसि गमंध्य यत्र गावो भूरिशृङ्गा अयासः ।
अत्राद् तदुरुगायस्य वृष्णः परमं पदमवं भाति भूरं ॥

સંપ્રદાયનું ભાષાંતર: સર્વેથી પર જે બ્રહ્મધામમાં ખુબ મોટા અને લાંબા તેજના કિરણો સર્વત્ર પ્રસારિત છે, ખુબ જ કીર્તિવાળા અને સહજમાં આનંદ વરસાવવાવાળા પરમેશ્વર શ્રી પુરુષોત્તમ નારાયણનું એજ પરમપદ દિવ્ય ધામ છે. તેની કોઈ જ સીમા નથી. તે ધામમાં એક વિશાળ તેજપુંજમાંથી અતિ ઉન્નતીવાળા અને અતિ વિસ્તારવાળા તેજના કિરણોની છટાઓ છૂટે છે, અસંખ્ય નિત્યમુક્તો શ્રીહરિની અખંડ સ્તુતિ કરે છે, ત્યાં પોતાના નિત્યમુક્તોની સાથે શ્રીહરિ સદાય બિરાજમાન રહે છે. ભગવાનનું તે દિવ્ય ધામ અનંત, અધો-ઉર્ધ્વ ચારે કોરે પ્રમાણે રહિત અને સર્વવ્યાપી છે. તે અન્ય કોઈના પ્રકાશથી નહિ, પણ

પુરુષોત્તમ નારાયણના સ્વપ્રકાશથી જ પ્રકાશમાન છે.

- સત્ય: બહુ જ બેશરમીથી ઋગ્વેદની બે પંક્તિઓ લખી દઈ નીચે તેમના સંપ્રદાયનો ફકરો લખી દેવાયો છે, જેને શ્લોક સાથે કંઈ લેવા દેવા જ નથી. ઋગ્વેદમાં વિષ્ણુનો તેત્રીસ પ્રકારના દેવોમાં સર્વોચ્ચ દેવ તરીકે ઉલ્લેખ છે. અને આ તેમને સમર્પિત એક રુચા છે. યજુર્વેદમાં એજ વિષ્ણુના પગમાંથી નીર (જળ) નીકળવાથી તેમને નારાયણ અને તે સર્વત્ર વસેલા હોવાથી વાસુદેવ કહેવાયા છે, અને વારંવાર આવતા એક વિષ્ણુ ગાયત્રી શ્લોક વડે નિશ્ચિત કરાયું છે કે 'એ નારાયણ એજ વાસુદેવ છે અને એજ વિષ્ણુ છે, અમે એ વિષ્ણુ દેવને નમન કરીએ છીએ.' ઋગ્વેદના આ શ્લોકનો સાચો અનુવાદ નીચે મુજબ છે.

- સાચો અર્થ: હે ઇન્દ્ર અને વરુણદેવ! આપ બંનેથી અમે (યજમાન દંપતિ) અમારા નિવાસ માટે એવું આશ્રયસ્થાન ઈચ્છીએ છીએ, જ્યાં અતિતીક્ષ્ણ સ્વાસ્થપ્રદ સૂર્ય રશ્મીઓ પ્રવેશી શકે. જ્યાં સુંદર શીંગડાવાળી દુધારું ગાયો હોય. આવા શ્રેષ્ઠ ઘરોમાં જ અનેકોના ઉપાસ્ય, સામર્થ્ય સંપન્ન વિષ્ણુદેવના ઉત્તમધામોની વિશિષ્ટ વિભૂતિઓ સ્વપ્રકાશિત થાય છે.

૪. શુક્લ યજુર્વેદ, ૬.૩

શ્લોક:

યાતે યાતે ધામાન્યુ મ્મ સિગર્મંધ્ય યત્ર ગાવો ભૂરિશૃઙ્ગા અયાસઃ ।
અત્રાદ્ તદ્દુરુગાયસ્ય વિષ્ણોડ્પરમમ્પદમવં ભારિ ભૂરિ ॥

સંપ્રદાયનો અનુવાદ: સર્વેથી પર જે બ્રહ્મધામમાં ખૂબ મોટા અને લાંબા તેજનાં કિરણો સર્વત્ર પ્રસારિત છે, ખૂબ જ કીર્તિવાળા અને સરજમાં આનંદ વરસાવવા વાળા પરમેશ્વર શ્રી પુરુષોત્તમ નારાયણનું એ જ પરમપદ દિવ્ય ધામ છે. તેની કોઈ જ સીમા નથી. તે ધામમાં એક વિશાળ તેજપુંજમાંથી અતિ

ઉન્નતિવાળા અને અતિ વિસ્તારવાળા તેજનાં કિરણોની છટાઓ છૂટે છે, અસંખ્ય નિત્યમુકતો શ્રીહરિની અખંડ સ્તુતિ કરે છે, ત્યાં પોતાના નિત્યમુક્તોની સાથે શ્રીહરિ સદાય બિરાજમાન રહે છે. ભગવાનનું તે દિવ્ય ધામ અનંત, અધો-ઉર્ધ્વ ચારે કોર પ્રમાણે રહિત અને સર્વવ્યાપી છે. તે અન્ય કોઈના પ્રકારાથી નહિ, પરંતુ પુરુષોત્તમ નારાયણના સ્વપ્રકારાથી જ પ્રકાશમાન છે.

- સાચું ભાષાંતર: જે સૂર્ય રશ્મિઓથી પ્રકાશિત છે, સર્વવ્યાપક સમ્માનિય ભગવાન વિષ્ણુનું જે પરમધામ છે, અમે આપના તે ઉત્તમ સ્થાનમાં પહોંચવાની ઈચ્છા કરીએ છીએ. અમે આપને બ્રાહ્મણ, ક્ષત્રીય અને વૈશ્ય આદિ વર્ણમાં યથાયોગ્ય ઉચિત રીતથી બળ અને વૈભવને વહેંચવાવાળા સમજીએ છીએ. આથી, આપ બ્રહ્મનિષ્ઠ લોકોને સદ્‌જ્ઞાનની સંપદા, ક્ષત્રિયોને પૌરુષ - પરાક્રમ અને વૈશ્યોને ધન ઐશ્વર્ય પ્રદાન કરી પ્રજાની આયું અને તેની સંખ્યામાં વૃદ્ધિ કરો.'

- સત્ય: આ શ્લોકમાં બીજી લીટીમાં ચોખ્ખું 'વષ્ણિણો' લખેલું દેખાય છે. સ્વામિનારાયણના અર્થમાં ક્યાંય ભગવાન વિષ્ણુનું નામ નથી.

પ. સ્કંદ પુરાણ, વાસુદેવ માહાત્મ્ય, 17.1-5

શ્લોક:

તત્ત્વેककालसंभूतको टिकोट्र्यर्कसन्निभम् ।
स व्यचष्ट महतेजी दिव्यं सिततरं मुने ||१
दिशश्च विदिशः सर्वा ऊर्द्धाधो व्याप्नुवच्च यत् ॥
अक्षरं ब्रह्म कथितं सच्चिदानन्दलक्षणम् ||२
शा प्रकृतिं पुरुषं चोभौ तत्कार्याण्यपि सर्वशः ॥
व्याप्तं यद्योगसंसिद्धाः षट्चक्राणि निजान्तरे ॥
व्यतीत्य मूर्ध्नि पश्यन्ति वासुदेवप्रसादतः ||३॥
यद्भासा भासितः सूर्यो वह्निरिन्दुश्च तारकाः ॥
भासयन्ति जगत्सर्वं स्वप्रकाशं तथामृतम् ||४|
यद्वह्ममपुरमित्यादुर्भगवद्धाम सात्वताः ॥
यस्यान्तिकेषु परितस्तिष्ठन्त्यर्चकककोटयः ||५||

સંપ્રદાયનું ભાષાંતર: આ મહાચોકમાં દેખેલું મહાતેજ કેવું છે? એક સાથે ઉદય પામેલ હજારો સૂર્ય જેવું પ્રકાશમાન અને અમાપ છે. આ તેજ દિશાઓ, વિદિશાઓ તથા અધો - ઉર્ધ્વ વ્યાપીને રહેલ અક્ષરબ્રહ્મસંજ્ઞક છે. આ તેજ પ્રકૃતિપુરુષને તથા તેનાં કાર્યોને વિશે વ્યાપીને રહેલું છે. આ એજ તેજ છે જે સિદ્ધ યોગીઓ ભગવાનની કૃપાથી તમામ છ ચક્રો (તેમના શરીરની અંદર) પાર કર્યા પછી તેમના મન-મસ્તિષ્કમાં સહસ્રાર-કમલામાં જુએ છે. આ તેજથી જ સૂર્ય, ચંદ્ર, અગ્નિ અને તારાઓ પ્રકાશિત છે, જેને બ્રહ્મપુર અથવા પુરુષોત્તમ નારાયણનું ધામ કહું છે. તે તેજની ચારે તરફ પૂજન કરનાર ભક્તોનાં, સમૂહો ઊભા છે.

- સત્ય: આ શ્લોક વિશે પણ આ અક્ષરધામનું વર્ણન છે એવું વિડીયોમાં કહેવાયું છે, પણ આપેલ શ્લોક પછીના શ્લોક નંબર ૧૦, ૧૧ અને ૧૨ વાંચતા સ્પષ્ટ થાય છે કે કોઈ અક્ષરધામનું નહિ પણ નારાયણ વિષ્ણુના વૈકુંઠધામનું વર્ણન છે. અક્ષર શબ્દ તો જ્યાં જ્યાં વપરાયો છે તેનો અર્થ અવનાશી એટલે કે

imperishable તરીકે જ થયો છે.

- સાચું ભાષાંતર: સ્કંધ પુરાણ, વાસુદેવ માહાત્મ્ય, ૧૭. ૧-૫

1. હે સાધુ, તેમણે (ભગવાન વિષ્ણુ) કરોડો સૂર્યોના જેવું અતિશય તેજસ્વી અને સ્વર્ગ જેવું વૈભવી તેજ એકસાથે દેખાડ્યું.

2. તે સર્વ લોકોના તમામ સૂક્ષ્મતમ આધારભૂત સ્થાનોએ ઉપર-નીચે સર્વત્ર વ્યાપ્ત થયા. તે અવિનાશી બ્રહ્મ (અક્ષરબ્રહ્મ) છે, જે આ સમસ્ત અસ્તિત્વ, જ્ઞાન અને પરમાનંદ સ્વરૂપે વ્યક્ત થયા.

3. તે પુરુષ અને પ્રકૃતિ બંનેના તમામ વિકસિત રૂપોમાં પરોવાઇ કાર્યરત થયા. તે એ તેજ હતું જે મનુષ્યો ભગવાન વાસુદેવની કૃપાથી યોગ સાધના વડે શરીરના છ ચક્રોને પર કરી પોતાના મસ્તિષ્કમાં પ્રાપ્ત કરે છે.

4. આ તેમનું તેજ છે જેનાથી સૂર્ય, ચંદ્ર, અગ્નિ અને તારા પ્રકાશે છે. તે પોતાના અવિનાશી (અક્ષર) પ્રકાશ વડે સમગ્ર જગતને પ્રકાશિત કરે છે.

5. સાત્વત લોકો તેને પ્રભુના ઘર રૂપે બ્રહ્મપુર કહે છે, જેના આજુબાજુ કરોડો ભક્તો ઊભા છે.

6. હે સાધુ, બ્રહ્માઓ અને શંકરોની ભીડ હાથમાં પૂજાનો સમાન લઈ એના (બ્રહ્મપુર ધામ) પર વારી જાય છે, પણ ગોવાળો અને ગોવાલિકાઓ જેમના પર ભગવાન કૃષ્ણની કૃપા છે.

7. તે જ એ તેજસ્વી ઈશ્વરને જોઈ શકે છે. બાકીના બધા બસ એક તેજસ્વી વૈભવ જુવે છે. પ્રભુને નહિ.

8. નારદે ત્યાં એક આશ્ચર્યજનક, શોભાયમાન, દિવ્ય, અતિસુંદર ધામ જોયું જેમાં વિવિધ પ્રકારના અતિકીમતી માણેકથી, અનેક રત્નજડિત સ્તંભો અને એક વિશાળ સભાખંડ હતો.

9. તે ચારેબાજુ પ્રભુના ભક્તોના તેજસ્વી મકાનોની હારમાળાથી પ્રકાશિત થયેલું હતું. તે સ્ત્રી અને પુરુષ ભક્તો રત્નજડિત આભૂષણો અને અનેક પ્રકારના સુંદર વસ્ત્રોથી સુશોભિત હતા.

10. સાધુએ ઉન્માદપૂર્ણ આનંદ સાથે ત્યાં એક તેજસ્વી સિંહાસન જોયું જે કિંમતી પથ્થરોના અર્કથી બનાવેલું હતું, અને જે તેને જોવાવાળા દૃષ્ટાના મનમાં આશ્ચર્યભર્યો અચંભો ઉત્પન્ન કરતું હતું.

11. અને ત્યાં એ સિંહાસન પર તેણે જોયા ભગવાન કૃષ્ણને, એ નારાયણ જે નિર્ગુણ બ્રહ્મ છે, જે બ્રહ્માંડના સર્વજ્ઞાની રાજા છે, તે સર્વશ્રેષ્ઠ પુરુષ છે જેમને તેમના ભક્તો 'વાસુદેવ' કહે છે.

12. તેમને કેટલાક ભક્તો 'પરમ આત્મા' કહે છે. કોઈ 'સવૌચ્ય બ્રહ્મ' કહે છે, કેટલાક શ્રેષ્ઠથી પણ શ્રેષ્ઠત્તમ બ્રહ્મ' કહે છે. કેટલાક 'ભગવાન વિષ્ણુ કહે છે. જ્યારે કેટલાક 'પરમ સ્વામી' કહે છે.

૬. છાંદોગ્ય ઉપનિષદ, ૩.૧૩.૭

શ્લોક:

अथ यदतः परी दिवो ज्योतिर्दीप्यते विश्वतः पृष्ठेषु सर्वतः पृष्ठेष्वनुत्तमेश्तमेषु लोके ध्विदं वाव तद्यदिदम स्मिन्नन्तः पुरुषे ज्योतिः ॥

સંપ્રદાયનું ભાષાંતર: હવે આ સ્વર્ગ સમાન દિવ્ય લોકની ઉપર જે તેજ છે, અને તે તેજ અનેક બ્રહ્માંડો ઉપર અને સત્યલોક વગેરે ઘણાં ઉચ્ચ કોટિનાં લોકોમાં પણ છે. એ જ તેજ પુરુષ (પ્રકૃતિ પુરુષ) ની અંદર પણ રહેલું છે."

- સાચુ ભાષાંતર: 'અને પછી, આ સ્વર્ગથી પણ ઉપર, જગતથી ઉપર, સર્વ સ્થાનોથી ઉપર, તે સૌથી ઉપરના જગતમાં જેનાથી ઉપર કંઈ અસ્તિત્વમાં નથી - જે પ્રકાશ પ્રકાશે છે. તે એજ પ્રકાશ છે, જે એક મનુષ્યમાં (આત્મા રૂપે) પ્રકાશે છે.'

- સત્ય: મૂળ શ્લોકનો ભાવાર્થ છે કે વિશ્વની જે ઊંચામાં ઉંચી શક્તિ છે તેનું જ તત્વ છે તે જ એક સામાન્ય માનવમાં રહેલું છે. એટલે કે જીવ એ શિવનો અંશ છે. અથવા એ મૂળ રૂપે શિવ જ છે. એ ભાવાર્થ ને પરિવર્તિત કરીને પ્રકૃતિ પુરુષ કરી નાખ્યું છે. અને પ્રકૃતિ પુરુષ કોઈ અલગ જ લોક હોય તેવું દર્શાવ્યું છે. જેવું એમના સૃષ્ટિના સ્તરોના ચાર્ટમાં બતાવાય છે.

૭. સ્કંધ પુરાણ, વાસુદેવ માહાત્મ્ય, ૧૮.૪૨-૪૪

શ્લોક:

મયા કૃષ્ણેન નિહતા: સાड़र्जુનેન રણેષુ યે ।
પ્રવર્તયિષ્યન્ત્યસુરાસ્તે ત્વધર્મ યદા ક્ષિતૌ ॥
ધર્મદવાત્તદા ભક્તાદદં નારાયણો મુનિઃ ।
જનિષ્યે કોશલે દેશે ભ્રમૌ દિ સામગ્રી દ્વિનઃ ॥
મુનિશાપાન્નૃતાં પ્રાપ્તાનૃષીંસ્તાત તથોદ્ભવમ્ ।
તતોड़ વિતાસુરેભ્યોड़દં સદ્ધર્મ સ્થાપયત્રજ ॥

સંપ્રદાયનો અનુવાદ: ભગવાન શ્રી કૃષ્ણ કહે છે, કે "અર્જુને સહીત મારા દ્વારા રણમાં હણાયેલા સવાસનિક અસુરાં જ્યારે પૃથ્વી ઉપર અધર્મ પ્રવર્તાવશે, ત્યારે નારાયણમુનિ નામે હું પિતા ધર્મદેવ અને માતા શક્તિદેવી થકી પૃથ્વી ઉપર કોશલ દેશમાં સામવેદી-દ્વિજકુળમાં અવતાર ધારણ કરીશ. હે અજ! હે બ્રહ્માજી! હે તાત! સદ્ધર્મનું પાલન કરતો થકો હું, ઉદ્ધવ અને અન્ય ઋષિ-મુનિઓના શ્રાપને કારણે માનવ સ્વરૂપ ધારણ કરનારા દાનવોથી સાધુ-સંતોની રક્ષા કરીશ."

- સ્કંધ પુરાણ, વાસુદેવ માહાત્મ્ય, ૧૮:૪૨-૪૬ નો સાચો અનુવાદ: જ્યારે મારા (કૃષ્ણ) અને અર્જુન દ્વારા અસુરો યુધ્ધમાં હણાશે ત્યારે તે પૃથ્વી પર ધર્મનો પ્રસાર અને સ્થાપના કરશે. હું, નારાયણ ઋષિ, મારા ભક્ત ધર્મદેવના ઘરે કોસાલાની ભૂમિ પર સામવેદની ઋચાઓનું ગવન કરતા બ્રાહ્મણ તરીકે જન્મ લઈશ. (૪૨-૪૩)/ ઓ બ્રહ્મા, ધર્મની સ્થાપના કરીને હું એ સાધુઓની રક્ષા કરીશ જે મુનિઓના અને ઉદ્ધવના શ્રાપથી ધરતી પર માનવ રૂપે જન્મ્યા હશે. (૪૪) / કલીના અંતે હું કલ્કિ તરીકે અવતરિશ દિવ્ય અશ્વ પર સવારી કરીને હું મ્લેચ્છ ઉદભવ ધરાવતા અતિ પાપી લોકોનો નાશ કરીશ.

(૪૫) / જ્યારે વેદોમાં વર્ણવાયેલ ધર્મનો અસુરો દ્વારા લોપ થતો હશે, ત્યારે તે ધર્મની રક્ષા કરવા મારું અવતરણ થશે. (૪૬)

- સત્ય: આ શ્લોક માં ભક્તિદેવી નું કોઈ વર્ણન નથી. એ સંપ્રદાયના જૂઠા ભાષાંતરમાં ઉમેરેલું છે. ઉપરાંત સહજાનંદ સ્વામીના પિતાનું નામ હરિપ્રસાદ પાંડે હતું. ધર્મદેવ નહિ. હિંદુ પુરાણો માં નર નારાયણના માતા પિતાનું નામ ધર્મદેવ અને ભક્તિદેવી હતું, એટલે સહજાનંદ સ્વામીના માતા પિતા બંનેના નામ બદલવામાં આવ્યા છે, જેથી સ્વામીને નર નારાયણનાં અવતાર કહી શકાય.

૮. પદ્મપુરાણ, ઉત્તરખંડ

શ્લોક:

ततः स्वामिनमालोक्य लोकानां स्वामिनं विभुम् ।
यमालोक्य न पश्यन्ति निरयं जातु चिन्नराः ।
स्वर्गे कल्पशतं स्थित्वा मुक्तसंसारवासनाः ॥
मुक्तिं च प्रतिपद्यन्ते नात्र कार्या विचारणा ।

સંપ્રદાયનું ભાષાંતર: સર્વે બ્રહ્માંડોના સ્વામી, સર્વોપરી, શ્રી સ્વામિનારાયણ પ્રભુના એક વાર પણ દર્શન પ્રાપ્ત થવાથી કોઈને પણ યમપુરીમાં જવું પડતું નથી. તેમના દર્શન કરનાર સો કલ્પો સુધી સ્વર્ગમાં અતિશય સુખ ભોગવી, સંસારની વાસનાથી મુક્ત થઈ મહામુક્તિને, એટલે કે આત્યંતિક મોક્ષને પામે છે.પદ્મ પુરાણ, ઉત્તરખંડ, ૧૭૬.૪૮-૫૦

- સત્ય: પહેલા તો આ શ્લોકનું સ્થાન ખોટું છે. આ હકીકતે પદ્મપુરાણના 180 માં અધ્યાયનો (૧૭૬ માં નહિ જેમ આ લોકોએ કહ્યું છે) 48 મો અડધો,

અને 49 અને 50 માં નંબરનો આખો શ્લોક છે. પછી બીજું, અહીં 'સ્વામિનમાલોકય' શબ્દનો અર્થ "સર્વ લોકોના સ્વામી" એવો થાય છે. પ્રમાણિત ભાષાંતર ઇંગલિશમાં છે એટલે ત્યાં Lord of the worlds' એવું ભાષાંતર કર્યું છે. એમને પણ એ જ અર્થ લીધો છે, સર્વ લોકોના સ્વામી. પણ વિડીયો માં સ્વામિનમાલોકય શબ્દથી સ્વામી શબ્દ પર હાઇલાઇટ કરીને એ શબ્દ સ્વામિનારાયણ માટે છે એવું દર્શાવાયું છે.

• સાચું ભાષાંતર: સો કલ્પ સુધી જે સ્વર્ગમાં રહી પૃથ્વીલોક પર જન્મ લેવાના બંધનથી મુક્ત રહે છે, તે સર્વ લોકોના સ્વામીને જુએ છે. તેમને જોવાવાળો પછી ક્યારેય નર્ક જોતો નથી. સો કલ્પ સુધી સ્વર્ગમાં રહીને જે ભૌતિક વિશ્વમાં જન્મ લેવાની ઇચ્છાથી મુક્ત થઈ જાય છે તે મોક્ષ પ્રાપ્ત કરે છે. આ વિશે કોઈ સંદેહ ન થવો જોઈએ.

૯. વરાહ પુરાણ ૧૦.૧૫-૧૬

શ્લોક:

એવં વિષ્ણુર્મદેશાનાં નામ ગ્રદાવ્યવસ્થિતઃ ।
સ ચ નારાયણો દેવઃ કૃતે યુગવરે પ્રભુઃ ॥
ત્રેતાયાં રુદ્રરુપસ્તુ દ્વાપરે યજ્ઞમૂર્તિમાન ।
કલૌ નારાયણો દેવી બદુરુપી વ્યજાયત ॥

સંપ્રદાયનું ભાષાંતર: આ રીતે વિષ્ણુ ભગવાને સર્વે મહાન દેવોના નામોનો ઉલ્લેખ કરતાં કહ્યું, સતયુગમાં પણ ભગવાનનો અવતાર થાય છે. ત્રેતાયુગમાં રુદ્રરુપ અને દ્વાપર યુગમાં મૂર્તિમાન યજ્ઞ રૂપે ભગવાનના અવતાર થાય છે. અને કલિયુગમાં સ્વયં ભગવાન પુરુષોત્તમ નારાયણ પ્રગટ થઇ, પોતાના સ્વરૂપમાં દેવી દેવતાઓનાં બહુરુપનાં, એટલે કે અનેક દેવી - દેવતાઓનાં

દર્શન કરાવશે.”

- સાચું ભાષાંતર: ’આ રીતે વિષ્ણુએ એ મહાન ઈશ્વરોના નામ સ્થાપિત કર્યા. કીત યુગ (સતયુગ) માં તે નારાયણ છે. ત્રેતાયુગમાં તે રુદ્ર છે અને દ્વાપરયુગમાં તે યજ્ઞમૂર્તી છે, આહુતિઓના સ્વરૂપે. કળિયુગમાં ભગવાન નારાયણ ઘણા રૂપો લે છે.‘

- સત્ય: શ્લોકના સ્વામિનારાયણવાળા જૂઠા ભાષાંતરમાં એવું જૂઠ સિદ્ધ કરવાની કોશિશ થઈ છે કે વરાહ પુરાણમાં કેહવાયું છે કે કલિયુગ માં ભગવાન પ્રગટ થઇ, લોકોને અનેક દેવી દેવતાઓના દર્શન કરાવશે, અને એવું જ સ્વામિનારાયણે પણ કર્યું છે. એટલે એ જ કળિયુગમાં જન્મ લેનાર ઈશ્વર છે એમ સાબિત કરવાનો પ્રયત્ન કરાયો છે. પણ એ મુર્ખાઓની બુદ્ધિનું પ્રદર્શન ત્યાં થાય છે કે આ બધા શ્લોક ભગવાન વિષ્ણુના અલગ અલગ યુગોમાં થતા અવતાર વિશે છે. જ્યારે આમનો આ નવો ભગવાન તો વિષ્ણુ નહિ, વિષ્ણુ અને શિવ સહિત સનાતન ધર્મના બધા ભગવાનોનો આરાધ્ય એવો એક અલગ ભગવાન છે, એવું તે પોતે જ કહે છે.

૧૦. કૃષ્ણ ઉપનિષદ, ૨.૬

શ્લોક:

સ એવ ભગવાન યુગે તુરીયેઽપિ બ્રહ્મકુલે (બ્રઢાણ્યા) જાયમાનઃ સર્વ ઉપનિષદ ઉદ્દિદિધીર્ષુઃ સર્વાણિ ધર્મશાસ્ત્રાણિ વિસ્તાર વિષ્ણુઃ સર્વાનપિ જનાન સંતાર વિષ્ણુઃ
સર્વાનપિ વૈષ્ણવાન્ ધર્માન્ વિજૃમ્ભય ન્સર્વાનપિ પાષણ્ડાનિચખાન ।

સંપ્રદાયનું ભાષાંતર: કળિયુગમાં, સર્વોપરી ભગવાન બ્રાહ્મણના ફળમાં પ્રગટ થશે. તેઓ ઉપનિષદો અને સનાતન ધર્મના સર્વે શાસ્ત્રોના નિચોડરૂપ ઉપદેશ આપશે. તેઓ નાસ્તિકોને પણ આસ્તિક ભક્ત બનાવી જીતી લેશે, અને

લોકોની આસુરી વૃત્તિઓનો નાશ કરી દેશે. તેઓ વૈષ્ણવ ધર્મનું આચરણ કરશે, અને ધર્મનું સ્થાપન કરશે."

- સત્ય: આ શ્લોકના ભાષાંતરમાં કંઈ ખોટું છે નહિ, ઉપરથી સહજાનંદ સ્વામી વૈષ્ણવ ધર્મનું આચરણ કરતા હતા અને ભગવાન કૃષ્ણના ભક્ત હતા, જેમણે કૃષ્ણ ભક્તિ માટે જ સ્વામિનારાયણ મંત્ર આપ્યો હતો અને જેમને પાછળથી વિષ્ણુના જ આરાધ્ય એવા સ્વામિનારાયણ ભગવાન બનાવી દેવાયા - આ વાત સ્વીકારી લેતો સેલ્ફ ગોલ છે. મૂર્ખાઓને એ પણ ખબર નથી કે વૈષ્ણવ શબ્દનો અર્થ છે 'વિષ્ણુના ભકતો'.

૧૧. શ્રીમદ્ ભાગવદ ૧૧.૫.૩૨

શ્લોક:

$$\text{કૃષ્ણવર્ણં ત્વિષા કૃષ્ણં સાઙ્ગોપાઙ્ગાસ્ત્રપાર્ષદમ્ ।}$$
$$\text{યજ્ઞૈઃ સઙ્કીર્તનપ્રાયૈર્યજન્તિ દિ સુમેધસઃ ॥}$$

સંપ્રદાયનું ભાષાંતર: 'કલિયુગમાં પ્રગટ થનાર ભગવાન, તેમની વાણીમાં વિશેષ રૂપે કૃષ્ણ ભગવાનનું વર્ણન કરતાં હશે. નીલમમાંથી નીકળતાં ઝળહળતાં પ્રકાશની માફક તેમનાં અંગો પ્રકાશિત હશે, અને તેમનાં વિગ્રહનો રંગ "અકૃષ્ણ" એટલે કે ગોરો હશે. તેમનાં અંગ-ઉપાંગો મનુષ્ય જેવાં જ હશે, જેના ઉપર તેઓ સુંદર આભૂષણો ધારણ કરો. નામસ્મરણ જ તેમનું અસ્ત્ર હશે, અર્થાત તેઓ અસ્ત્ર ધારણ નહીં કરે, અને પાર્ષદો સંતોએ સહીત વિચરણ કરતાં હશે. કલિયુગના બુદ્ધિમાન મનુષ્યો યજ્ઞો દ્વારા તેમનું આરાધન કરશે, તેમનાં ગુણ, લીલા આદિનું ગાન કરશે અને તેમનાં નામનું સંકીર્તન કરશે.'

- સત્ય: અહીં આખા શ્લોકનું ભાષાંતર ખોટું કર્યું છે. અહી પ્રયત્ન કર્યો છે કે જેથી સાબિત કરી શકાય કે સ્વામિનારાયણના રૂપનું વર્ણન પણ પુરાણોમાં કર્યું છે.

- સાચું ભાષાંતર: કળિયુગમાં ભગવાનનો શ્રીવિગ્રહ થાય છે કાળા રંગનો, જેમ નીલમ મણીમાંથી ઉજ્જવળ કાંતિની ધારા નીકળે છે, તેમ ભગવાનના અંગની છટા પણ ઉજ્જવળ હોય છે. તે હૃદય આદિ અંગ, કૌસ્તુભ આદિ ઉપાંગ, સદર્પણ આદિ અસ્ત્ર અને સુનંદ પ્રભૃતી પાર્ષદોથી યુક્ત રહે છે. કળિયુગમાં શ્રેષ્ઠ બુદ્ધિ સંપન્ન પુરુષ એવા યજ્ઞો દ્વારા તેમની આરાધના કરે છે જેમના નામ, ગુણ અને લીલાઓ આદિના કિર્તનની પ્રધાનતા હોય છે.

૧૨. શ્રીમદ્ ભાગવદ્ ૧૧.૫.૩૮-૩૯

શ્લોક:

કૃતાદિષુ પ્રજા રાજન કલા વિચ્છન્તિ સમ્ભવમ્ ।
કલૌ ખલુ ભવિષ્યન્તિ નારાયણપરાયણાઃ ।
ક્વચિત્ક્વચિન્મહારાજ દ્રવિડેષુ ચ ભૂરિશઃ ॥
તામ્રપર્ણી નદી યત્ર કૃતમાલા પયસ્વિની ।
કાવેરીચ મહાપુણ્યા પ્રતીચીચ મદાનદી ।

સંપ્રદાયનું ભાષાંતર: "હે રાજન! સત્યયુગ, ત્રેતા અને દ્વાપરના રહેવાસીઓને આ કળિયુગમાં જન્મ લેવાની તીવ્ર ઈચ્છા રહે છે; કારણ કે આ કળિયુગમાં ભગવાન પુરુષોત્તમ નારાયણ અને તેમનો આશ્રય કરનારા અનેક ભક્તો જન્મ લેશે. આ ભક્તો અનેક સ્થાનો પર હશે, અને ઘણા ભક્તો દ્રવિડ દેશમાં એટલે કે દક્ષિણ ભારતમાં પણ જોવા મળશે; જ્યાં તામ્રપણી, કૃતમાલા, પાયસ્વિની, સૌથી પવિત્ર કાવેરી, મહાનદી અને પ્રતિચી નામની નદીઓ વહે છે."

- સાચું ભાષાંતર: રાજન, સતયુગ, ત્રેતા અને દ્વાપરની પ્રજા ચાહે છે કે અમારો જન્મ કલિયુગમાં થાય, કારણકે કલિયુગમાં ક્યાંક ક્યાંક ભગવાન નારાયણના શરણાગત તેમના જ આશ્રમમાં રહેવાવાળા અનેકો ભક્ત ઉત્પન્ન થશે. મહારાજ વિદેહ, કલિયુગમાં દ્રવિડ દેશમાં વધારે ભક્તો હોય છે, જ્યાં તામ્રપણી, કૃતમાલા, પયસ્વિની, પરમ પવિત્ર કાવેરી, મહાનદી અને પ્રતિચી નામની નદીઓ વહે છે. રાજન, જે મનુષ્યો આ નદીઓનું જળ પીવે છે, તેમનું પહેલા અંત કારણ શુદ્ધ થઈ જાય છે અને તે ભગવાન વાસુદેવના ભક્ત થઈ જાય છે.'

- સત્ય: અહીં સ્વામિનારાયણના ભાષાંતરમાં ફરી એજ ભગવાન વિષ્ણુના કલિયુગમાં થનારા અવતારને ચોરી કરી તે સ્વામિનારાયણ છે એવું ઠસાવવા શ્લોકના ભાષાંતર અને મર્મ સાથે છેડછાડ કરાઈ છે. ફરી સવાલ એજ થાય છે કે એમણે ઊભો કરેલ એ નવો ભગવાન ક્યાં વિષ્ણુ છે તે એ વિષ્ણુ ભગવાન માટે લખાયેલા પુરાણોમાં પોતાનો ઉલ્લેખ ઘુસાડવા આ બધા જૂઠ બોલી રહ્યા છે? એમણે તો એ નવા ભગવાનને વિષ્ણુ અને શિવનો પણ આરાધ્ય બતાવ્યો છે. એવો તો કોઈ ભગવાન સનાતન ધર્મના શાસ્ત્રો કે સૃષ્ટિની સમજમાં છે જ નહિ.

૧૩. બ્રહ્મવૈવર્ત પુરાણ, ખંડ ૪, પૂર્વાર્ધ, ૨૨.૪૮

શ્લોક:

અંશેન જ્ઞાનિનાં શ્રેષ્ઠૌ નરનારાયણાવૃષી ।
ત્વં ચ ધર્મસુતો ભૂત્વા લોકવિસ્તારકારકઃ ॥

સંપ્રદાયનું ભાષાંતર: 'આપ, ભગવાન નરનારાયણ સ્વયં ધર્મદેવના પુત્રરૂપે કલિયુગમાં અવતાર લેશો. આપ જ્ઞાનીઓમાં શ્રેષ્ઠ હશો, અને પોતાના અલ્પ અંશ સામર્થ્યથી જ સમગ્ર લોકોનો ઉદ્ધાર કરશો.''

- સાચું ભાષાંતર: 'નર નારાયણ રૂપે તે શ્રેષ્ઠ ઋષિઓ પણ આપના અંશ રૂપે જ જન્મ્યા હતા. ધર્મ પુત્રના રૂપમાં તમે બ્રહ્માંડનું વિસ્તરણ કર્યું. અત્યારે તમે જાતે જ કૃષ્ણ રૂપે પ્રગટ્યા છો, અને તમે જ તે સર્વ શાશ્વત અવતારોનું બીજ છો.'

- સત્ય: આ શ્લોકના મૂળ ભાષાંતરમાં એવું ક્યાય કેહવાયું નથી કે કલિયુગમાં નરનારાયણ ધર્મદેવના પુત્ર રૂપે અવતાર લેશે, સ્વામિનારાયણના ભાષાંતરમાં જ આવું લખ્યું છે. ઉપરાંત આ પુરાણના આ બે શ્લોક પેહલાના શ્લોકોમાં ભગવાન વિષ્ણુના એક પછી એક અવતારોનું વર્ણન છે. અને અંતે ૪૮ પછી ૪૯ મા શ્લોકમાં કહેવાયું છે કે "અને વર્તમાન માં તમે ભગવાન કૃષ્ણ રૂપે અવતાર ધારણ કર્યો છે." એટલે કે નર નારાયણ જેની અહિયાં વાત થઇ છે એમનો જન્મ કૃષ્ણ પહેલા થયો હતો. એટલે મૂળ રૂપે આ શ્લોક કૃષ્ણ પહેલા થયેલા ઈશ્વરના અંશ નરનારાયણની વાત કરે છે. ભવિષ્યમાં થનારા કોઈ નારાયણના અવતારની નહિ.

નીચે આપેલ લિન્કમાં આ તમામ સાચા ભાષાંતર જે પ્રમાણિત અનુવાદ થયેલા પુસ્તકોમાંથી લેવાયેલા છે તે પુસ્તકોની લીંક અને સ્ક્રીનશોટ આપેલા છે. પીડીએફ લીંક: https://drive.google.com/file/d/1foxPyn3Pkb4J_QIxleKBJLkWL7dvvmdL/view?usp=sharing

೧೨

તો, આ હતા એમના દ્વારા પસંદ કરાયેલા એ શ્લોક જેને દૂષિત કરી કે સંપૂર્ણ રીતે જૂઠ બોલી તે પોતાનું પાખંડ ફેલાવતા હતા. આ તેર ઉઠાંતરીઓ તો હવે સત્ય સામે આવવાથી બેઅસર થઇ ચુકી છે, પણ સનાતન ધર્મના વેદોથી લઇને રામયણ, મહાભારત અને અઢાર પુરાણો સુધીના શાસ્ત્રોમાં તો લાખોના લાખો શ્લોક છે. એટલે જેમ કોઈ ચોર એક સ્થાને ચોરી કરતાં પકડાઈ જાય એટલે થોડો સમય જેલ ભોગવી બીજા નવા સ્થાને નવા લોકોને લુંટવા જાય, તેમ આ જુઠ્ઠા અને દુષ્ટ લોકો શાસ્ત્રોમાંથી બીજા જ કોઈ પંદર-વીસ શ્લોકો પસંદ કરી નીચે ભાષાંતરમાં મન ફાવે તે લખીને ફરી ફેરવવાનું શરુ કરી શકે છે. અને ક્યાંકનું ક્યાંક કોઈના સામે એ ચાલુ જ હશે. એટલે દુષ્ટોના અંત સિવાય તેમની દુષ્ટતાનો અંત મુશ્કેલ છે, પણ કારણકે આ એ સૌપહેલા તેર શ્લોક કે શ્લોક-સમૂહ હતા જેના સાથે આ જૂઠનો પ્રયોગ કરવામાં આવ્યો હતો, એટલે એનું જૂઠ સામે આવતાં આ સંપ્રદાયની છેતરપીંડીની માનસિકતાની હદ સમાજને ખબર પડી

ગઈ. હિંદુ સમાજ સમજી ગયો કે એક સામાન્ય માણસ પાસે પણ જેટલી સત્યતા કે સાત્વિકતાની અપેક્ષા સમાજ કરે તેટલી પણ અપેક્ષા આ સંપ્રદાયથી કરી શકાય એમ નથી. મતલબ, કોઈ સમૂહ એક આખા સભ્ય સમાજ સાથે આટલા બેફામ જૂઠ આટલા લાંબા વર્ષો સુધી કેવી રીતે બોલી શકે છે? કોઈ શેર બજારનું કૌભાંડ પકડાય તે હદનું આ જૂઠ ભરેલું કૌભાંડ હતું જે તે દિવસે ખુલ્લું પડી ગયું.

પણ આ કૌભાંડ જેણે બહાર લાવ્યું હતું તે સનાતની યોદ્ધા આ પુસ્તક બહાર આવે એના બે મહિના પહેલા જ મૃત્યુલોક છોડી ગયો. એનું નામ હતું યશ. આ પુસ્તક સમાજ સામે ઉપલબ્ધ થવાનો સમય નજીક આવ્યો એટલે મને તે યાદ આવ્યો. દોઢેક મહિનાથી સોશિયલ મીડિયા પર દેખાતો નહોતો, કોઈ મેસેજ પણ નહોતો. તો મેં એને મેસેજ કર્યો કે કેમ ક્યાંય દેખાતો નથી, બધું ઠીક તો છે ને? સાંજ સુધી જવાબ આવ્યો નહિ તો ફોન કર્યો. એની બહેને ફોન ઉપાડ્યો, અને કહ્યું એ ૨૮ ઓગસ્ટે (૨૦૨૪) તે મૃત્યુ પામ્યો. તાવ આવ્યો હતો, અશક્તિ હતી તો ડોકટરે બાટલો ચડાવ્યો. એનાથી ઠંડી વાઈને ધ્રુજારી આવી, અને બાટલો ઉતર્યા પછી દસ મિનિટમાં મૃત્યુ પામ્યો. તે રાજકોટનો હતો, અને અમદાવાદ નોકરી કરતો હતો. બે ત્રણ મહિને મને મળવા પાલનપુર આવતો, અને કોઈક ને કોઈક આધ્યાત્મિકતા અને ભારત વિશેના સવાલ લઈને આવતો. વચ્ચે જરૂર પડતી તો મેસેજમાં સવાલ છોડતો, અને તેના સવાલ એટલા ઊંડાણવાળા હોતા કે હું તેને જવાબ આપવા યુટ્યુબ લાઈવ ગોઠવી દેતો.

૨૦૧૯ માં મેં એને અષ્ટાંગ યોગની દીક્ષા આપેલી, અને એ પછીથી સમય સાથે એનામાં આવેલું આધ્યાત્મિક પરિવર્તન અને ઊંડાણ પ્રભાવી હતું. ફોન કરીને પજવતા એક નાદાન છોકરાથી લઈને હું એને મિત્ર કહી શકું એટલું વૈચારિક ઊંડાણ મેળવવા સુધીની સફર તેણે ખેડી હતી. મૃત્યુ પામ્યો તે વખતે પણ તેણે સદગુરુના ઈશા આશ્રમમાં જવાની ફલાઇટની ટીકીટ બુક કરાવેલી હતી. લગ્ન માટે ના પાડતો હતો. છેલ્લા બે વખત મને મળવા આવ્યો તે વખતે મેં કહ્યું હતું કે કોઈ સાંસારિક કાર્યથી દૂર રહીને એને જીતી નહિ શકાય, એના વચ્ચે થઈને ગૂજરવું પડશે, તો જ એ જીતાશે. તો, હવે લગ્ન માટે ઘરે છોકરીઓ જોવા તૈયાર થયો હતો. સમય મળે મારા જે ગુજરાતી લેખ એને ગમતા એના હિન્દીમાં અનુવાદ કરીને મને મોકલતો, અને એકાદ વાર મેં એ હિંદી લેખ પોસ્ટ કરી નીચે અનુવાદકમાં એનું નામ લખ્યું તો તેણે કહ્યું, 'મારું નામ નહિ આપો સર. મને તમે જેમ કહ્યું છે તેમ નિસ્વાર્થ કર્મ કરવા દો.'

આ પ્રકરણમાં આપેલા હિંદુ શાસ્ત્રોના શ્લોકના જે જૂઠા ભાષાંતર કરીને આ સંપ્રદાયે સમાજ વચ્ચે છોડી રાખ્યા હતા, તેને પણ તેણે જ પકડ્યા હતા. પદ્મપુરાણનો પહેલો શ્લોક મોકલી તેણે મને કહેલું, 'સર, આ બધા ભાષાંતર

ખોટા છે. મેં ચેક કર્યા.' મેં એને કહ્યું, 'એ બધા શ્લોકના ખોટા ભાષાંતર નીચે સાચા ભાષાંતર અને તે શાસ્ત્રને વાંચવાની ઓનલાઇન લિંક સાથે તે શ્લોકનું સાચું ભાષાંતર કયા પેજ પર છે તે મૂકી એક પીડીએફ તૈયાર કર. આપણે એ સમાજને આપી દઈએ, એટલે આપણું કર્મ પુરું.' તો તેણે દસેક દિવસમાં જ એ પીડીએફ તૈયાર કરી દીધેલી જેની લિંક નીચે કૉમેન્ટમાં આપી છે. એમાં પણ તેણે કહેલું, 'સર પોસ્ટ લખતી વખતે મારું નામ ન લખતા.' પણ આજે તેનું નામ અહીં લખી રહ્યો છું. કોઈ અંગતને આકસ્મિક ગુમાવવાનો મારા માટે આ પહેલો અનુભવ હતો, અને એ ભારે પીડાદાયક હતો. મેં તેના પપ્પા સાથે ફોન પર વાત કરી ત્યારે પણ એજ કહ્યું, 'ગર્વ કરજો કે આવો કોઈ આત્મા તમારા ઘરે જન્મ્યો હતો જે વીસ વર્ષે યોગ દીક્ષા લઇ જીવનનો ઉદ્દેશ્ય શોધવા ફાંફાં મારતો હતો, અને છવ્વીસ વર્ષનો થતાં થતાં તેણે એ ઉડાણ મેળવી લીધું હતું જે સિત્તેર વર્ષના માણસોમાં નથી હોતું.' તેમણે કહ્યું, 'એટલે ભગવાન આવા લોકોને જલદી બોલાવી દે છે.'

મેં કહ્યું, 'એ ત્યાં જશે જ્યાં એના ધ્યેયમાં એની યાત્રા ઝડપી બનશે. એની ચિંતા નથી મને. બસ એને યાદ કરો એટલે એક પ્રેરણા મેળવજો કે જીવનમાં જે શોધવા અને કરવા જેવું હતું તે એ શરૂ કરી ચૂક્યો હતો, અને જો તમે હજી એ શરૂ નથી કર્યું તો હવે એ કરવું જોઈએ. આજ એને યાદ કરવાની સાચી રીત હશે.'

મારા તરફથી યશને શ્રદ્ધાંજલિમાં કહેવા માટે આટલું જ છે. 'વેલડન સન. જેટલું જીવ્યો સાચું જીવ્યો. આ જીવન સફળ હતું. અને તે આવનારા જીવનને સફળ બનાવનાર બીજ બનશે. વેલ ડન. તારા પર ગર્વ રહેશે.'

તો, જે ગુમનામ સનાતની યોદ્ધાઓ હું આ પુસ્તકમાં લખી રહ્યો છું તે આવા યશ જેવા લોકો છે. એ સનાતની યોદ્ધાઓ એ જ આ કાર્યને કરવામાં મને પ્રેરણા આપી છે. તે એવા જ લોકો છે જેમને આ પુસ્તક શરૂઆતમાં જ સમર્પિત કરાયું છે. કારણકે આ સંસારમાં સત્ય એવા લોકોથી જ સચવાયેલું રહે છે.

7
સંઘ અને શંકરાચાર્ય

એક લાંબી અશક્ય લાગતી યાત્રા પર તમે પોતાનો ધર્મ સમજીને નીકળી પડો, જ્યાં વારંવાર તમને કહેવાઈ રહ્યું હોય કે 'આનો કોઈ અંત નથી. આ કર્મ વ્યર્થ છે. હવે કંઈ ફરક પડવાનો નથી – મોડું થઇ ચુક્યું છે'. કોઈ શુભેચ્છકો તમારી ચિંતામાં આવું કહી શકે છે, કોઈ કાયરો જે હમેશા ગુલામી સ્વીકારી લઈને શાંતિ મેળવવા માંગે છે તે આવું કહી શકે છે, તો કોઈ કાલનેમી જેવા શુભેચ્છકના વેશમાં છુપાયેલા દુશ્મન આવું કહી શકે છે. પણ તે સાંભળીને તમારું મન બે જ કાર્ય કરે છે. એક, તમારું લક્ષ્ય કેમ જરૂરી છે તે યાદ કરી આગળ ધ્યાન આપે છે, અને હજુ વધારે મહેનત કરવાની શક્તિ મેળવે છે. અને બીજું, તમારું મન પાછળ ફરીને એ જોવાની કોશિશ કરે છે કે કેટલું ચાલી લેવાયું? જેટલું કર્યું એનાથી શું ફરક પડ્યો?

આ બંને વાતો સતત એ દરેક સનાતની યોધ્ધાના મનમાં જીવંત રહેતી હતી જે જાણે અજાણે કોઈના કોઈ સમયે આ કાર્યમાં ધર્મ રક્ષા માટે કૂદી પડ્યો હતો. અને હવે હું પણ એમાંથી એક બની ચુક્યો હતો. પાછલા બે પ્રકરણમાં જે દર્શાવ્યું તે સત્ય જ્યારે સમાજ સામે આવ્યું ત્યારે એ સન્નાટો જ અમે આ સંપ્રદાયની નિયત સામે લાવી સમાજમાં ઉત્પન્ન કર્યો હતો, તે હવે આ સંપ્રદાય પ્રત્યેના રોષમાં પરિવર્તિત થવા લાગ્યો હતો. તટસ્થ માણસો, અને ક્યાંક આ સંપ્રદાયથી અંજાયેલા માણસો પણ હવે સમજવા લાગ્યા હતા કે હિંદુ સમાજ સાથે ના ખાલી છેતરપીંડી થઇ છે, પણ એક ભીતરઘાત થઇ છે. એ હિંદુ ધર્મ જે સદીઓથી અનેક વિદેશી સંપ્રદાયોના આક્રમણને હરાવીને જીવતો રહ્યો, તે આ વખતે એના અંદરથી જ કરાયેલા આક્રમણનો શિકાર થયેલો હતો. અને આ ભીતરી આક્રમણ એ બાહ્ય આક્રમણોથી વધુ ખતરનાક હતું. કારણકે તે હિંદુ વેશભૂષા અને શબ્દાવલી સાથે થઇ રહ્યું હતું. હિંદુઓ હજારો વર્ષથી તેમની સભ્યતાના

અને પૂર્વજોના આરાધ્ય રહેલા ઈશ્વરોને ક્યારે હીન સમજી ત્યાગવા લાગતા એની તેમને પણ ખબર નહોતી રહેતી. મેડિકલના વિદ્યાર્થીઓને તેમના કોલેજ અને પીજીના સમયથી સ્વામીઓ દ્વારા ફાંસવામાં આવતા. કેટલાક સન્યાસ લઈ સ્વામી બની જતા, બાકીના માથા પર તિલક કરી ડોકટરી કરતા અને સમાજમાં સંપ્રદાયનો પ્રભાવ ઊભો કરતા. સંઘના સ્વયંસેવકો અને બીજેપીના કાર્યકર્તાઓ અંગત રીતે આ નવું સત્ય જાણીને સ્તબ્ધ હતા, પણ પાર્ટી અને સંગઠનથી હટીને તે કંઈ કરી શકે એમ નહોતા. છેલ્લા છ-સાત મહિનામાં જે ભીષણ યુધ્ધ અમે કર્યું હતું એ બાદ આ સ્થિતિ પણ અમને હિંમત આપતી એક ઉપલબ્ધી સમાન લાગતી હતી.

સોશિયલ મીડિયા પર સક્રિય રહેતા લોકોમાં એક શરૂઆતી જાગૃતિ આવી ચુકી હતી. લોકો આ સંપ્રદાયની ચકાચંદથી બે ડગલાં પાછા રહેવા લાગ્યા હતા. જે પ્રમુખસ્વામી જન્મોત્સવને પ્રમુખ સ્વામીને નવા ભગવાન તરીકે સ્થાપવા આયોજિત કરાયો હતો, એજ ઉત્સવનો અંત આવતાં આવતાં એ કુસ્વપ્નનો પણ અંત આવી ચુક્યો હતો. એ ઉત્સવ સાથે જ શરુ થયેલા અમારા આ અભિયાને તેમના ઈરાદાઓને ખોરવી નાખ્યા હતા. હવે કોઈને નવો ભગવાન બનાવવો તો દૂર, જે એક નવો ભગવાન છેલ્લી દોઢેક સદીથી બનાવી દીધેલો હતો તેના પાછળનું પણ જૂઠ, પાખંડ અને પ્રપંચ બહાર આવી ચુક્યું હતું. લોકો કહી રહ્યા હતા, 'હવે આ લોકોની પોલ ખુલી ગઈ છે.'

પણ હિંદુ સમાજમાં ધર્મ જ્ઞાનની બાબતમાં એક ભારે શૂન્યાવકાશ હતો, સાચા આધ્યાત્મિક પુરુષોનો લોપ થયેલો હતો. જાગેલા સનાતાનીઓને ઘણું કરવું હતું, પણ તેમનો હાથ પકડવાવાળું કોઈ નહોતું. મોટાભાગના સંત પણ વિદેશી સંપ્રદાયોના વિરોધને જ પોતાનો મુખ્ય ધર્મ માની બેઠા હતા, અને એનાથી એમનું રાજકીય માન થતું. અને આ પરિસ્થિતિનો દુરુપયોગ સ્વામિનારાયણ સંપ્રદાયે એકબાજુ સંઘ અને બીજેપી સાથે મુસ્લિમોને કોસવામાં જોડાઈને અને બીજી બાજુ હિંદુ ધર્મના શાસ્ત્રો અને સ્વરૂપને દૂષિત કરીને સમાજ પર એક નવો સર્વોપરી ઈશ્વર થોપવામાં ખૂબ કર્યો હતો. હું સંપ્રદાયની હકીકત સામે લાવવા સાથે સનાતન ધર્મના સાચા શાસ્ત્રો અને સિધ્ધાંતોની સમાજને જાણ થાય એ અર્થે એક યુટ્યુબ ચેનલ શરુ કરી ચુક્યો હતો અને તેમાં શાસ્ત્રોના જાણકાર સંતો સાથે ચર્ચા પણ કરી રહ્યો હતો.

બીજી બાજુ, આપણા એ ગુમનામ સનાતની યોધ્ધાઓ સતત બેચેનીભરી મનોસ્થિતિએ કોઈ આધાર શોધી રહ્યા હતા જે આ લડતને સોશીયલ મિડીયાથી જમીન ઉપર લઇ આવે. કોઈ સનાતની યોધ્ધા પોતાની રીતે જ અમદાવાદમાં કોઈ વકીલ પાસે સંપ્રદાયના વિકૃત લખાણો સામે કાનૂની કાર્યવાહી કરવા

સલાહ લીધેલી. શરૂઆતમાં તો તે વકીલે વિના મુલ્યે કેસ લડવાનું આશ્વાસન આપેલું, પણ આગળ જતાં કેસ લડવાની ના કહી દીધેલી.આનાથી એ સબક બધા શીખ્યા કે આ કામ બહુ જ વિશ્વસનીય, સનાતન નિષ્ઠાવાળા અને સંપ્રદાયના સનાતન દ્રોહી સ્વરૂપને ઓળખતા વકીલ મારફતે જ કરી શકાય એમ છે. સનાતની યોધ્ધાઓ આખા ગુજરાતના આશ્રમે આશ્રમ ફરી ફરીને વિવિધ સંતોને આ સંપ્રદાયે કરેલી ભીતરઘાતથી માહિતગાર કરી રહ્યા હતા, અને તેમને કંઈક કરવા વિનંતી કરી રહ્યા હતા. પણ એ બધાનો પણ એજ પ્રશ્ન હતો, કોનો હાથ પકડીને શરુ કરવું? મોરારી બાપુનો રાજકીય પ્રભાવ ખતમ કરી દેવાયો હતો, અને એ કારણે ભાઈશ્રી રમેશભાઈ ઓઝા સંભાળીને ચાલી રહ્યા હતા. કારણકે તે જાણતા હતા કે સત્તા કોના પ્રભાવમાં છે.

એવામાં એક સનાતની યોધ્ધા દંતાલી ખાતે સ્વામી સચ્ચિદાનંદજીને મળવા અને આ વિષય પર માર્ગદર્શન લેવા ગયો. સ્વામીજીએ તેને અભિનંદન આપતાં કહ્યું, 'તમારા જેવા લોકો આમ એકલા ચાલી નીકળ્યા છે એ જોઇને ખુબ આનંદ થયો. આ કાર્યમાં ભીડની રાહ જોશો નહિ કે સમાજનો મોટો હિસ્સો જાગે અને તમારી સાથે એના વિરોધમાં સુર પુરાવે. એ કદી નહિ થાય. તમારે લડે જવું પડશે, અને આનો ઉકેલ કાયદાકીય રીતે જ આવશે. કોર્ટમાં જવું જ પડશે, બીજો કોઈ રસ્તો નથી. અને ત્યાં તમે પડકારશો ત્યારે જ આ સમાજ જાગશે.' જ્યારે સ્વામીજીને સનાતની યોધ્ધા દ્વારા પુછાયું કે 'આમાં કોની મદદ લઇ શકાય?' તો એ નેવું વર્ષ ઉપર ઉંમર વટાવી ચુકેલા અનુભવી સંતે તેની અનુભવી દ્રષ્ટિથી કહ્યું, 'કોઈની પાસે જવાથી કંઈ નહિ થાય. બધા પોતપોતાના ફાયદામાં રમેલા છે. એક દ્વારિકામાં આપણા શારદામઠના શંકરાચાર્ય મહારાજને મળો, અને તેમને બધી વાત કરો. તે તમારો સાથ આપશે.' જ્યારે તેમને પૂછાયું કે 'શંકરાચાર્યજીનો સંપર્ક કેવી રીતે કરવો?' તો તેમણે કહ્યું, 'એ બધું મને ના ખબર હોય. ત્યાં જાઓ, અને એમને મળવાની કોશિશ કરો. એ મળશે અને તમારી વાત સાંભળશે.'

આ રીતે સનાતની યોધ્ધાઓની એ ટોળકીને સ્વામી સચ્ચિદાનંદ મહારાજે શારદાપીઠના શંકરાચાર્યજીનો માર્ગ બતાવ્યો, અને આ કથાને એક મહત્વપૂર્ણ વળાંક આપ્યો. હું અન્ય અનેક નામોની જેમ સ્વામી સચ્ચિદાનંદજીનું નામ આપવાનું પણ ટાળી શકતો હતો, કારણકે તેમનો આશ્રમ પણ એજ વિસ્તારમાં છે જ્યાં આ સંપ્રદાય ફાલ્યો ફૂલ્યો છે. ભૂતકાળના તેમના પ્રવચનોમાં તે સંપ્રદાયના માણસોની હાજરીમાં તેમના વખાણ પણ સાંભળવા મળી જાય છે, અને અન્ય પ્રવચનોમાં સંપ્રદાયના પોતાને જ સર્વોપરી ઈશ્વર માનતા સ્વામીઓ પ્રત્યે કટાક્ષ અને રોષ પણ દેખાય છે. પણ તેમની નેવું ઉપર ચાલેલી ઉમરને જોઇને

હવે તેમનું નામ આપવામાં તેમને કોઈ ખતરો કે નુકશાનનો ભય લાગતો નથી. જ્યારે બીજી બાજુ, ખરા સમયે તેમણે જે માર્ગ ચીંધ્યો તે કેટલો મહત્વપૂર્ણ હતો તે આપણે આ કથામાં આગળ વધીશું એટલે સમજી શકીશું. ભવિષ્યમાં આ લડત જે પણ માર્ગે જાય, પણ તે મહત્વપૂર્ણ મુકામે સ્વામી સચ્ચિદાનંદજીએ જે સચોટ અને અનુભવી માર્ગદર્શન આપ્યું તે માટે તેમને મળવાપાત્ર સમ્માનથી હું તેમનું નામ છુપાવી તેમને વંચિત રાખવા માંગતો નથી.

આમ, માર્ગ સ્પષ્ટ બન્યો. હમણાં કેટલાક મહિનાઓ પહેલાં જ સપ્ટેમ્બર ૨૦૨૨ માં અભિષિક્ત થયેલ દ્વારિકા સ્થિત શારદાપીઠના શંકરાચાર્ય શ્રી સદાનંદ સરસ્વતી મહારાજ. સનાતની યોધ્ધાઓ તેમને મળવા વિચારી રહ્યા હતા, પણ તેમાં એક પેચ હતો. સદાનંદ સરસ્વતીજી શિષ્ય હતા તેમના પહેલાં દ્વારિકા અને જોશીમઠ બંનેના શંકરાચાર્ય રહેલા સ્વરુપાનંદ સરસ્વતીજીના. અને સ્વરુપાનંદ સરસ્વતીજીની છબી કૉંગ્રેસી શંકરાચાર્યની છેલ્લા કેટલાક વર્ષોથી બની ચુકી હતી. તે નરેન્દ્રભાઈ મોદીના પ્રધાનમંત્રી બન્યા પછી તેમના વિરુદ્ધ કંઈક બોલી ચુક્યા હતા, અને મધ્ય પ્રદેશના હિંદુ વિરોધ માટે બદનામ પૂર્વ કૉંગ્રેસી મુખ્યમંત્રી દિગ્વિજય સિંધ તેમના શિષ્ય તરીકે તેમની મુલાકાત લેતા રહેતા. સાથે તેમણે સાઈબાબાનો મુસ્લિમ હોવા અંગે અને અન્ય ભગવાનોના હિંદુ મંદિરોમાં તેમની મૂર્તિ મુકવાનો વિરોધ કર્યો ત્યારે પણ દેશની મીડિયા ચેનલોમાં તે એક વિવાદાસ્પદ શંકરાચાર્ય તરીકે ઉપસી આવ્યા હતા.

પણ સપ્ટેમ્બર ૨૦૨૨ માં તેમના બ્રહ્મલીન થયા બાદ તેમના શિષ્ય તરીકે શારદાપીઠના શંકરાચાર્ય બનેલા સદાનંદ સરસ્વતીજી શાંત સ્વભાવના અને મૃદુભાષી હતા, અને હિંદુ ધર્માંતરણ રોકવા પ્રવાસો કરવામાં ઘણા સક્રિય રહેતા હતા. પણ છતાંય, તેમને સાથે લેવામાં એક મોટો ખતરો એ હતો કે જેમ મોરારી બાપુને ઉંધા ચીતરી નાખવામાં આવ્યા હતા, તેમ આ સંપ્રદાયના સનાતન ધર્મ વિરુદ્ધ ષડયંત્રના વિરોધને કૉંગ્રેસનું બીજેપી વિરુદ્ધ ષડયંત્ર બતાવીને બદનામ કરવામાં આવશે. આ એક મોટો ખતરો હતો, જેના માટે હું તૈયાર નહોતો. આથી, મેં એ માર્ગથી દૂરી બનાવી દીધેલી હતી, અને હું મારા સંઘના મિત્રોને જ પંજૅડે જતો હતો કે 'ભાઈઓ કેમ મૌન છો', 'કેમ કંઈ કરતાં નથી?'

આ દરમિયાન સંઘના ક્ષેત્ર (ગુજરાત રાજ્ય) ના એક પદાધિકારીજી મને એક-બે વાર કહી ચુક્યા હતા કે 'સંઘ એક શોધ આયામ શરુ કરી રહ્યું છે, જે રીસર્ચ અને કન્ટેન્ટ ડેવલોપમેન્ટનું કાર્ય કરશે. હું તમને એના ગુજરાતના મુખ્ય સંયોજક બનાવવા માંગુ છું.' આ સંપ્રદાયના હિંદુ શાસ્ત્રોમાં કરેલા ભ્રષ્ટાચારને જે રીતે હું શોધીને બહાર લાવ્યો હતો, તે પછી તે પણ સંપ્રદાયની આ હકીકતથી રુબરુ થઈને વ્યક્તિગત રીતે ચિંતિત હતા, પણ એક પદાધિકારીના દાયિત્વ સાથે

સંઘનું એમાં સંપ્રદાયને સમર્થન નથી એટલી જ વાત કરતા. સાથે સંઘના બધા અનુભવી લોકોનું કહેવું હતું કે સંઘ હવે જાણી ગયું છે તો ધીમે ધીમે એની રીતથી એ વિષયે કાર્ય કરશે. તો, હું પણ એ રીતથી જોડાવવા માંગતો હતો જે હિંદુ સભ્યતાને સુરક્ષિત કરવા માટે સંઘ અપનાવતું હતું. આમ પણ હું તો આ કાર્યને પકડવાવાળું અને આગળ લઇ જવાવાળું કોઇ નહોતું એટલે એને મારી ક્ષમતાથી કરતો રહ્યો હતો. સંઘ આ સંપ્રદાયના આક્રમણથી ગુજરાતમાં સનાતન ધર્મને બચાવી લેશે એવો એકવાર વિશ્વાસ આવી જાય, તો હું પણ આ કાર્ય છોડી મારા અન્ય કાર્યોમાં જવા માંગતો હતો. આ બધા કારણે એકદિવસ ક્ષેત્રના તે પદાધિકારીજીએ જ્યારે મને ઔપચારિક રીતે પૂછી લીધું, તો મેં હા પાડી દીધી, અને કર્ણાવતી (અમદાવાદ) જઇ હેડગેવાર ભવનના એક કાર્યક્રમમાં એ દાયિત્વ સ્વીકારી લીધું. આમ, હું સંઘ સાથે ચાલ્યો, અને એ ગુમનામ સનાતાનીઓ જેમાંના ઘણા સંઘથી અલગ પડીને આ સંપ્રદાયના આક્રમણ સામે લડવા આવ્યા હતા તે અન્ય સંતો અને શંકરાચાર્યજીના માર્ગે ચાલ્યા.

અમે શોધ આયામમાં અમારું કાર્ય શરુ કર્યું પછી મને સંઘના એ પદાધિકારીજીએ એક કાર્યશાળામાં ભાગ લેવા દિલ્લી મોકલ્યો. મને લાગ્યું કે તેમણે મારી ભલામણ કરી હશે, અને એ પાછળની તેમની મંશા મને સંઘના વિચારોથી રૂબરૂ કરાવવાની તો હશે જ પણ હોઇ શકે સાથે તે એ પણ માનતા હશે કે જો હું ત્યાં જઇશ તો સંઘના અખિલ ભારતીય મોટા લોકો સામે આ સંપ્રદાયની હકીકત મુકવાનો પણ કોઇ રસ્તો કાઢી લઇશ. કારણકે મેં જે જોયું એ મુજબ સંઘમાં નીચેથી ઉપર વાત પહોંચાડવી મુશ્કેલ હતી, બધો પ્રવાહ ઉપરથી નીચે આવતો હતો. ઉપરથી જ કહેવાય, શીખવાડાય એ નીચે એક ચેનલ મારફતે બોલવાનું અને કરવાનું હોતું. દિલ્લીમાં મેં શું અનુભવ્યું એ વિષે વધુ ન કહેતાં હું સારાંશ રૂપે કહીશ કે મેં ત્યાં ભારતીય સભ્યતા માટે ચિંતિત દેશભક્તો તો જોયા, પણ તેમનામાં શત્રુબોધ એટલો હાવી થઇ ચુક્યો હતો કે તેમનો આત્મબોધ લગભગ શૂન્યતાના આરે હતો. પોતાના શત્રુઓની હરકતોમાં ખામીઓ અને બદઇરાદા જોવા અને તેમને કેવી રીતે તેમના દોષ કહેવા, કેવી રીતે ખોટા સાબિત કરવા એની શિખામણ હતી, પણ શત્રુના ઇરાદા અને વિચારો સામે આપણે કોણ છીએ અને એ દરેક મુદ્દે જ્યાં શત્રુ આપણા સમાજમાં ભ્રષ્ટતા લાવવા માંગે છે તે મુદ્દે હિંદુ સિધ્ધાંતો માનવતાને શું આપે છે? – આ બધું ચિંતનમાં જ નહોતું. દિલ્લી યાત્રાને મેં સંઘને જાણવા અને સમજવા જ ઉપયોગમાં લીધી અને આ સંપ્રદાયની વાત કોઇના પણ સામે છેડી નહિ.

શોધ આયામની બેઠકોમાં હું મારા વિચારોને સાંકડા કર્યા વિના કોઇ વિષયમાં મારા પાસે હોતું તે બધું આપી દેતો, અને પછી તેમને તેમના એજન્ડા

મુજબ જે લેવું હોય, અને જે બાદ કરવું હોય તે કરવા દેતો. તે દરમિયાન સુરતની એક ક્ષેત્ર બેઠકમાં હું એ પદાધિકારીજી અને અન્ય સંઘ મિત્રો જોડે ગયો હતો. ત્યાં પશ્ચિમ ભારત (પ્રાંત) ના ટોચના પદાધિકારીઓ સામે એક રીતે જે કામ કર્યું હોય એનું રીપોર્ટીંગ કરવાનું હોતું, અને ઉપરથી જે નવા આદેશ આવ્યા હોય તેને સમજવાના હોતા. એને વિમર્શ કહેવાતો, પણ મેં જેમ કહ્યું તેમ, એનો અર્થ એજ હોતો કે ઉપરથી જે વિમર્શ નક્કી થયો છે એ તમારે સાંભળવાનો છે અને નીચે ફેલાવવાનો છે. ત્યાં પણ મેં મારી જાતને શોધ આયામમાં અમે શું કરીએ છીએ એ જણાવવા સુધી જ સીમિત રાખી, અને એ દુનિયાને વધુ સમજવાની કોશિશમાં ગ્રહણશીલતા બનાવી રાખવાની કોશિશ કરી. પણ ત્યાં અમારા એ પદાધિકારીજીએ (ભારતના પશ્ચિમ) ક્ષેત્રના ઉપરી પદાધિકારીઓ સામે આ મુદ્દો ઉઠાવ્યો. તેમણે કહ્યું, 'આપણે આ સ્વામિનારાયણ સંપ્રદાયવાળી વાતમાં કંઈક કરવું પડશે. કારણકે તેમની ટીપ્પણીઓ સામે સનાતની હિન્દુઓનો જે રિસ્પોન્સ આવે છે તે બહુ ઉગ્ર છે, અને આગળ હાલત બગડશે.' હું સાંભળીને ખુશ થયો, તેમના પ્રત્યે માન થયું. પણ સાથે પ્રશ્નમાં એક વાંક પણ દેખાયો. એ ટીપ્પણીઓ તો ખાલી સપાટી છે, મૂળ અપરાધ અને સ્ત્રોત તો એ વિકૃત બનાવાયેલા ચોપડા છે. બધું ત્યાંથી આવે છે અને વિચારોમાં નખાય છે. પણ સમજી શકતો હતો કે કદાચ અહીંયા આટલું માંગવું પણ મુશ્કેલ હશે. અને એ સાચું પણ પડ્યું.

સામેથી ક્ષેત્રના અધીકારીજીનો જવાબ આવ્યો, 'આપણે એમાં નથી પડવાનું. આપણે આપણા કાર્યમાં જ રહેવાનું છે. એ બધું ત્યાં દક્ષિણ ભારતમાં પણ ચાલે જ છે ને, શિવ મોટા કે વિષ્ણુ? આપણે એમાં નથી પડવાનું.' જેવું તેમણે આટલું કહ્યું, હું આ બાબતમાં કોઈ સંઘ મીટીંગમાં પહેલીવાર બોલ્યો, 'એમાં એક બહુ મોટો ફર્ક છે જે સમજવો જરૂરી છે. દક્ષિણ ભારતમાં શૈવો અને વૈષ્ણવો વચ્ચે ચાલે છે તે પુરાણોના સ્વરૂપમાં છે. સનાતન ધર્મમાં સાકાર ઈશ્વર તરીકે પંચદેવની માન્યતા છે, જેમાંથી મનુષ્ય ચાહે તેને પોતાનો આરાધ્ય માની શકે છે. તમે પંચદેવમાંથી જેને પોતાના આરાધ્ય માનો તે સિવાયના બાકી ચારને તેમના અંશ કે અન્ય રૂપ માની લેવાના હોય છે. આ રીતે સાકારથી નિરાકાર તરફ જવાની ઉપાસના અપાયેલી છે. આ સંપ્રદાય એ પંચદેવના વેદો અને પુરાણોના સ્વરૂપથી બહાર જતો રહ્યો છે. અહીં શિવ, વિષ્ણુ, મા શક્તિ, બ્રહ્મા અને ગણેશ ઉપર એક નવો સર્વોપરી ઈશ્વર બેસાડાઈ રહ્યો છે, જેને સનાતન શાસ્ત્રો સાથે કોઈ લેવાદેવા નથી, જે હમણાં બસો વર્ષ પહેલાં મરેલો એક પામર મનુષ્ય છે. આ એજ છે જે ચૌદસો વર્ષ પહેલાં દેવી દેવતાઓવાળા આરબના સમાજમાં એકમાત્ર સર્વોપરી ઈશ્વર અલ્લાહને ઉભો કરીને થયું હતું. આખી પ્રાચીન અરબી સંસ્કૃતિ નષ્ટ થઇ ગઈ જે આપણા જેવી હતી. આ લોકો તો એક સાકાર ઈશ્વર સનાતન

ધર્મ ઉપર બેસાડી રહ્યા છે, અને આપણા ઈશ્વરોને સેવક કહીને પૂજવા યોગ્ય ન હોવાનું કહી રહ્યા છે. હિન્દુઓને તેમના જ વૈદિક અને પુરાણિક ઈશ્વરોનું અપમાન કરતાં કરાવાઈ રહ્યા છે.'

તેમણે વાતને વચ્ચે કાપતાં કહ્યું (જેની કોશિશ એ પહેલાં પણ કરી રહ્યા હતા જ્યારે હું બોલી રહ્યો હતો), 'ઠીક છે એ બધું. પણ તમે એમાં કેમ આટલા બધા પ્રવેશી રહ્યા છો? આપણે એમાં નથી પડવાનું. એવો અહીંયા ઉત્તરમાં એક રાધા સ્વામી સંપ્રદાય પણ છે. ઠીક છે, ખ્રિસ્તી તો નથી બની રહ્યા ને બધા?'

મેં કહ્યું, 'આ એનાથી વધુ ખતરનાક છે. કારણકે આ વિદેશોમાં હિન્દુઓને વટલાવી રહ્યો છે. આ પણ એક ધર્માંતરણ છે, વધુ ઝડપી થશે આ ખ્રીસ્તીઓથી. અમુક દશકો પછી જ્યારે તેમની સંખ્યા વિદેશોમાં વધી જશે પછી બહુ મોટા સંઘર્ષને જન્મ આપશે. એની અસર ભારતમાં મોટા પાયે થશે, વિદેશના ખાલિસ્તાની શીખો થી જ સમસ્યા આજે આપણે અનુભવી રહ્યા છીએ, એનાથી હજારો ઘણું મોટું હશે તે. ભારતના હિંદુઓ સામે પણ વિકલ્પ આવીને ઉભો રહી જશે કે હિંદુ ધર્મના બધા ભગવાનને છોડીને એ નવા ભગવાનને સ્વીકારવો છે કે અંદરો અંદર મોટો સંઘર્ષ ખેલવો છે, જ્યાં સામે ઘણા પોતાના જ સબંધીઓ હશે. બિલકુલ એવું જેવું ઇસ્લામના ઉદય વખતે મોહમ્મદના અનુયાયીઓ અને તેમના સબંધીઓ રૂપે રહેલા જૂના આરબો વચ્ચે થયું હતું. આ વાતને કાબૂમાં લેવાનો આજ સમય છે, અને કદાચ, આ છેલ્લો સમય છે.'

પણ તેમણે ફરી વાત કાપી નાખી. કહ્યું, 'હા, એ ઠીક છે બધું. એટલી બધી ચિંતા કરવાની જરૂર નથી. આપણે એમાં નથી પડવાનું. આપણે આપણી જે હિન્દુત્વની અવધારણા છે એમાં જ રહેવાનું છે.'

મેં પૂછ્યું, 'એવી કઈ અવધારણા છે?'

'છે એ.' તેમણે મોબાઇલમાં જોતા કહ્યું. અને અહીં મને થોભવાનો ઈશારો કરવા ગુજરાતના એ પદાધિકારી પણ હસતા હસતા મારી સામે જોઈને બોલ્યા, 'છે એ.' મેં પણ હસી લીધું, અને ફરી ગ્રહણશીલતા અને શિસ્તના એ કોચલામાં જતો રહ્યો. હું તેમને જ ના કહી શક્યો તે એ હતું કે રાધા-સ્વામી સંપ્રદાયને હજી સુધી એવું રાજકીય સમર્થન અને વેપારી જાતિનું બળ નથી મળ્યું, ના તેણે વિદેશોના હિન્દુઓને પોતાનામાં વટલાવી હિંદુ ઈશ્વરોને નાબૂદ કરવાની કોશિશ કરી છે. રાજકારણ અને વેપારી કોમની જે જુગલબંધી આ સંપ્રદાયને ગુજરાતમાં પ્રાપ્ત થઇ છે, સંકટ એનાથી આવ્યું છે.

હું ચૂપ થઈ કોચલામાં તો જતો રહ્યો, પણ પણ હવે ત્યાં પહેલાં જેટલો સ્થિર નહોતો. અંદર એક ડર જાગી ચુક્યો હતો. 'આ લોકો એમની જ કોઈ દુનિયામાં છે. એ સંપ્રદાય સમજી ચુક્યો છે કે આમની એ જ પણ હિન્દુત્વની વિચારધારા છે

તે એ સંપ્રદાયના લોકોનું કવચ છે. એ આખી દૃષ્ટતાની શક્તિ આ કવચમાંથી આવે છે.' થોડીવાર પછી પ્રચાર મુદ્દે તે ક્ષેત્રના અધિકારી આગળ ઇશારાઓમાં એમ પણ બોલ્યા, 'આ બધા સંપ્રદાયોના અનુયાયીઓ બહુ ચુસ્ત અને સોશિયલ મીડિયા પર એક્ટીવ હોય છે. આપણે આપણા સંઘ કાર્યોમાં એમનો શક્ય એટલો સારો ઉપયોગ કરવો જોઈએ.' જયારે મેં આ સાંભળ્યું ત્યારે મેં એમનાથી બાકી વધેલી એ આંશિક અપેક્ષા પણ ખતમ કરી દીધી.

કેટલાક દિવસો બાદ કર્ણાવતીના હેડગેવાર ભવનમાં હું એક બેઠકમાં હતો, જ્યાં ગુજરાતના એક અન્ય મોટા પદાધિકારી બેઠક લઇ રહ્યા હતા. ત્યાં આર્યસમાજ દ્વારા કેવી રીતે હિંદુઓ તેમના સાકાર ઈશ્વરોથી અલગ થઇ રહ્યા છે, અને કેવી રીતે પંજાબમાં થયેલ હિન્દુઓના મતાંતરણમાં એ પરિબળ જવાબદાર છે – એ વાત નીકળી. મેં પણ એમાં મારું ચિંતન કહ્યું કે 'આર્યસમાજના લોકો સારા છે, પણ એક સીમિત વિચારધારામાં કેદ થઈને જડ બની ગયા છે. તેમણે હિંદુ શાસ્ત્રોને કાપીને સીમિત કરી દીધા છે, અને વેદોના ૐ ને અલ્લાહ જેવો જ બનાવી દીધો છે. સાકાર ઈશ્વરની પૂજા જ નહિ, પ્રકૃતિ પૂજા પણ હટાવી દીધી છે એમાં. ત્યાં મોક્ષ જેવું કંઈ રહેતું નથી. પોતાની સીમિતતાને પોષવા ભાગવદ ગીતાને પણ તેમણે સાતસો શ્લોકોમાંથી સિત્તેર શ્લોકોની કરી દીધી છે. જેમ અલ્લાહને નમાજ પઢીને પૂજાય છે, તેમ વેદોના નિરાકાર ઈશ્વરને યજ્ઞથી આહ્વાન કરાય છે. શરીયાના કાનૂન અને બીજાને કાફિર કહેવાની વાત બાદ કરો તો બાકી બધું લગભગ સમાન છે. ઉપરથી ઇસ્લામની જન્નતવાળી આખી વાત આર્યસમાજના સાપેક્ષ માણસને એક વધુ લલચાવનારું અને નશાયુકત લક્ષ્ય આપે છે. એટલે આર્યસમાજના કારણે મુસ્લિમોનું હિંદુઓમાં માતાંતરણ થવાના સ્થાને પોતાના સાકાર ઈશ્વરોથી વિખૂટા પડેલા હિન્દુઓનું ખ્રિસ્તી અને મુસ્લિમોમાં મતાંતરણ થવાની સંભાવના વધુ રહે છે. સંઘે સાથે રહીને આર્યસમાજને સનાતન ધર્મની મુખ્ય ધારામાં લાવવાની જરૂર છે.' તો તે પદાધિકારીજીએ તરત કહી દીધું, 'આપણે શાસ્ત્રોમાં નથી પડવાનું. શું આપણે શાસ્ત્રોથી ચાલતા લોકો છીએ? આપણે એ બધી વાતમાં નથી પડવાનું. આપણે આપણી સંસ્કૃતિ મુદ્દે જ કાર્ય કરવાનું છે.'

પણ સંસ્કૃતિ છે શું? ફક્ત બાહ્ય પ્રતીકો? કપાળે તિલક, માથા પર મુંડન અને ચોટલી, કે ભગવા વસ્ત્રો? ગાય અને સત્સંગની વાતો, વેદ અને શાસ્ત્રોના શબ્દો અને નામ? આ બધા શબ્દો એમના એમ રાખીને કોઈ હિંદુ સભ્યતાને જિસસ કે અલ્લાહ જેવા એક નવા ઈશ્વર સાથે જોડી દે જ્યાં વેદોથી લઇને પુરાણોમાં ઉલ્લેખિત બધા ઈશ્વરો તેમજ દેવી દેવતાને હીન માની પૂજવા યોગ્ય ન માનવામાં આવે તથા તેમને ઘરોમાંથી નામશેષ કરી દેવામાં આવે, તો પણ

શું આ સંસ્કૃતિ હિંદુ કહેવાશે? આખા ભારતમાં અનેક વિવિધતાઓ પછી પણ બધા હિંદુઓ પોતાને હિંદુ કહે છે એનું કારણ વેદ કે ઉપનિષદ પણ નથી. એ તો કોઈએ વાંચ્યા જ નથી. એ બધા હિંદુ તરીકે એક દેખાય છે, કારણકે હજારો વિવિધતાઓ વચ્ચે પણ તેમના આરાધ્ય ઈશ્વર તરીકે એજ વિષ્ણુના અવતાર, શિવ અને શક્તિ છે.

જે ભગવાન વિષ્ણુના તુલસી સાથે વિવાહ પછી આપણા લગ્ન મુહૂર્ત શરુ થાય છે, તે મા તુલસીને બસો વર્ષ પહેલા મરેલા ભગવાન કૃષ્ણના એક ભક્ત સાથે લગ્ન કરાવવામાં આવે. તેને નીલકંઠ વર્ણી નામ આપીને શિવરાત્રીના દિવસે શિવલિંગના સ્થાને તેના પર અભિષેક કરવામાં આવે, અને ભગવાન શિવને તેના ચરણોમાં બેસાડીને શોભા યાત્રા કાઢવામાં આવે. મા અંબાની નવરાત્રીઓ બંધ થઇ જાય, અને તેના સ્થાને ખાલી શરદ પૂર્ણિમાના દિવસે એક જ દિવસના ગરબા થાય, જ્યાં આ નવો ભગવાન કેન્દ્રમાં હોય. જગન્નાથ રથયાત્રાના દિવસે ભગવાન કૃષ્ણ, સુભદ્રા અને બલરામજીની યાત્રા બંધ થઇ જાય, અને તેના સ્થાને આ નવા ભગવાનની યાત્રા નીકળે, જેને એ યાત્રાના પ્રસંગ સાથે કંઈ લેવા દેવા ન હોય. બસ એ નવો ભગવાન સ્વર્ગમાં બેઠેલા જીસસની જેમ અક્ષરધામ નામના સ્વર્ગમાં બેસેલો એક નવો ભગવાન હોય જેના સાથે વિષ્ણુનું નારાયણ નામ જોડી દેવામાં આવ્યું હોય, જ્યારે સ્વયં વિષ્ણુ સહીત સનાતન ધર્મના તમામ ઈશ્વર ત્યાં તેના સેવક તરીકે સ્તુતિ કરતા દેખાડાતા હોય. વેદોના નિરાકાર ૐ ના સ્થાને સૃષ્ટિમાં સૌથી ઉપરનું સ્થાન આ નવા સાકાર ભગવાનને આપી દેવાય, અને સનાતન ધર્મના શાસ્ત્રોની આખી શબ્દાવલીને અર્થના અનર્થ કરી આ નવા ભગવાનના નીચે લાવી દેવાય. તેના નામે ધરતી પર સ્વામીઓ લોકોના ઘરમાં ઘુસી તેમના ધંધા, નોકરીથી લઈને તેમના સાંસારિક જીવનમાં પણ ચર્ચના પાદરીઓની જેમ દખલ કરતાં હોય.

ચર્ચની સ્કૂલોની જેમ અહીંયા પણ ગુરુકુળોમાં બાળકો સાથે સ્વામીઓ દ્વારા સૃષ્ટિ વિરુદ્ધના કૃત્યો થતા હોય. સંભોગને મુખ્ય પાપ કહેતા પાદરીઓની જેમ સ્ત્રીનું મોંઢું પણ ન જોવાની વાત કરતાં સ્વામીઓ અંદરખાને અનેક સ્ત્રીઓનું જાતીય શોષણ કરતાં હોય. આખો સમાજ રોમન કેથોલિક ચર્ચની જેમ આ હિંદુ દેખાવવાળા સંપ્રદાયની કેદમાં હોય, પેલા નવા ભગવાનના કોઈ સ્વર્ગ જેવા ધામને જીવનનું લક્ષ્ય માનીને– તો પણ શું આ હિન્દુત્વ હશે? ગાય, તિલક, ભગવા વસ્ત્રો, માથે મુંડન અને શીખા બધું જ મળશે, પણ શું એ સનાતન ધર્મ હશે? અને શું સનાતન ધર્મ સિવાયની કોઈ ભારતીય સંસ્કૃતિ તમને સ્વીકાર્ય છે? શું રામ, કૃષ્ણ, શિવ અને મા અંબા વિના, શું નિરાકાર ૐ વિના પણ ભારતીય સંસ્કૃતિ હોઈ શકે છે? આ બધા પ્રશ્નો હવે સંઘની વિચારધારામાં ઉપસ્થિત ભયંકર

કુંઠિતતાને છતી કરતા હતા. કારણકે તેના જવાબ તેની પાસે નહોતા. સંસ્કૃતિ અને પહેરવેશ તો આજે પણ આરબનો એજ છે જે દેવી દેવતાઓની પ્રાચીન અરબી સંસ્કૃતિમાં હતો. પછી ત્યાં આ રીતે એક અને માત્ર એક જ સર્વોપરી ઈશ્વરવાળો ઇસ્લામ આવ્યો, અને આખું ધાર્મિક સ્વરૂપ બદલાઈ ગયું. દેખાવે એ આજે પણ એજ અરબી સંસ્કૃતિ છે, પણ શું તે ખરેખર પ્રાચીન આરબ રહ્યું છે? સંઘના વિચારમાં જે અધૂરાપણું હતું ત્યાંજ આ સંપ્રદાયે પોતાનો ખેલ ખેલ્યો હતો. પરિણામે આટલો વિકૃત અને સનાતન વિરોધી બની ચુકેલો સંપ્રદાય પણ ગુજરાતના સંઘમાં પ્રભુત્વ ધરાવતો હતો. અને સંઘની વિચારધારામાં રહેલી આ જ ખોટ તેને આગળ એ બધું કરવા પ્રેરે છે, જે આપણે આ પુસ્તકમાં જોઈશું.

આમ, હું જે દિશામાં ગયો હતો, ત્યાં શક્યતાઓ લગભગ ખતમ થઇ ગઈ. મારો રસ્તો બંધ હતો, અને હું એ કાર્ય બાબતે હવે ફસાઈ ચુક્યો હતો. પણ એ આ આખી યાત્રાનો એક ઇન્ટરવલ માત્ર હતો. ખરું યુદ્ધ હવે શરુ થવાનું હતું. કારણકે પેલા ગુમનામ સનાતન યોધ્ધાઓ, જેમણે મને તેમના નામ ન આપવા કહ્યું છે, તેમણે કમાલ કરી દીધો હતો. તેમણે આખા ગુજરાતમાં ફરી ફરીને સનાતન ધર્મના તમામ નાના-મોટા સંતોને આ સંપ્રદાયની હકીકતથી વાકેફ કરી દીધા હતા. મોટા ભાગે તે બધાને સંપ્રદાયના લખાણો અને ફોટા બતાવતા, અને સાથે માં લખેલા લેખ આપતા. તેમણે દ્વારિકા જઈને શારદાપીઠના શંકરાચાર્યજીની પણ મુલાકાતનો સમય લઇ લીધો હતો, અને મને સાથે આવવા કહી રહ્યા હતા. તેમની ઈચ્છા હતી કે હું ત્યાં હોઉં તો શાસ્ત્ર સાથે આખી વાત સમજાવી શકું કે શું ખોટું કરવામાં આવ્યું છે. હું કોઈ કારણસર શંકરાચાર્યજીને મળવાનું ટાળી રહ્યો હતો, જેનું કારણ આગળ એક પ્રકરણમાં આવશે. પણ મેં તેમને શંકરાચાર્યજીના નામે પાંચ પાનાનો એક પત્ર લખી આપ્યો, અને એમાં આખી સમસ્યા શું છે અને શું કરવાની જરૂર છે એ લખી આપ્યું.

સનાતની યોધ્ધાઓ શંકરાચાર્યજીને એ પત્ર સાથે મળ્યા, અને શંકરાચાર્યજીએ કહ્યું, 'હમમ. સારું લખ્યું છે. ધર્મ પ્રત્યે તમારી જાગૃતિ સારી છે. પણ હું આ પત્રના અને આ પુસ્તકોના ફોટાઓના આધારે કંઈ ન બોલી શકું. મને એ બધા પુસ્તકો ખરીદીને આપો.' આ સાથે તેમણે આશીર્વાદ આપ્યા, અને આખરે આ યુદ્ધમાં સનાતની યોદ્ધાઓને આંગળી પકડવા માટે એક હાથ મળ્યો. ત્યાંથી નીકળીને સનાતની યોધ્ધાઓ સીધા જુનાગઢ ગયા અને BAPS ના મંદિરમાંથી અમુક પુસ્તકો ખરીદી અમુક પુસ્તકો ભુજ મંદિર, અમુક ગોંડલ મંદિર અને અમુક મણીનગર મંદિરમાંથી ખરીદ્યા. તે સર્વ પુસ્તકોનો એક મોટો જથ્થો તેમણે પાવતીઓ સહીત શંકરાચાર્ય મહારાજના પ્રતિનિધિને આપ્યા અને ત્યાંથી આ કથાને એક નવો વળાંક મળ્યો.

8
શંકરાચાર્ય અને સાળંગપુર

સદાનંદ સરસ્વતી મહારાજ,
જગદગુરુ શંકરાચાર્ય પીઠાધિપતિ,
શારદાપીઠ, દ્વારિકા

સ્વામિનારાયણ સંપ્રદાય ભારતના પશ્ચિમ છેડે કરવામાં આવેલી એ જ કોશિશ છે જે આજથી ચૌદસો વર્ષ પહેલાં દેવીદેવતાઓ વાળા અરબી સમાજમાં એક સર્વોપરી ઈશ્વર અલ્લાહ ને ઉભા કરીને થઇ હતી. અને આ કોશિશ એ જ ગુજરાતમાં થઇ રહી છે જ્યાં સદીઓથી જગદગુરુ આદીશંકરાચાર્ય દ્વારા સ્થાપિત શારદા મઠ આવેલો છે.

એક હતા ધનશ્યામ પાંડે, જે ઉત્તર પ્રદેશથી સન્યાસ લઇ ભારત ભ્રમણ કરતાં અઢાર વર્ષની ઉમરે ગુજરાત આવ્યા. ગુજરાતમાં તે ગઢડાના કૃષ્ણ ભક્તિમાં સમર્પિત ઉધ્ધવ સંપ્રદાયના અનુયાયી બન્યા, અને તે સંપ્રદાયના વૈષ્ણવ ગુરુ રામાનંદ સ્વામીના શિષ્ય બન્યા. સ્વામી રામાનંદે તેમને ઉધ્ધવ સંપ્રદાયમાં સન્યાસની દીક્ષા આપી સહજાનંદ સ્વામી રુપે નવું નામ આપ્યું. સહજાનંદ સ્વામી પણ કૃષ્ણ ભક્ત બન્યા. પણ ત્રણ વર્ષ બાદ રામાનંદ સ્વામી દેવલોક સિધાવ્યા અને સંપ્રદાય ત્રણ વર્ષ પહેલાં આવેલા સહજાનંદ સ્વામીના હાથમાં આવ્યો. સહજાનંદ સ્વામીએ લોકોને કૃષ્ણ ભક્તિ માટે 'સ્વામિનારાયણ' નામે એક નવો મંત્ર આપ્યો. ત્યારબાદ લોકો

તેમને જ સ્વામિનારાયણ કહેવા લાગ્યા. પણ સહજાનંદ સ્વામીના દેહાંત બાદ (કેટલાક લોકોના મતે તેમના છેલ્લા વર્ષોમાં) કૃષ્ણ ભક્ત સહજાનંદ ગાયબ થઈ ગયા. શ્રીકૃષ્ણ અને કૃષ્ણ ભક્તિ પણ ગાયબ થઈ ગઈ. અને તે મંત્રના નામથી સહજાનંદ સ્વામીને જ એક નવા ભગવાન બનાવી દેવામાં આવ્યા. તેમનું નામ ભગવાન સ્વામિનારાયણ રાખવામાં આવ્યું. સહજાનંદ સ્વામીના ઉદ્ધવ સંપ્રદાયમાં જે કૃષ્ણ ભક્ત લોકો આવતા હતા, તેમને 'હરિ ભક્ત' કહેવામાં આવતા હતા. હવે તે જ હરિ ભક્તોને સ્વામિનારાયણના ભક્ત કહેવામાં આવ્યા, અને એ રીતે 'સ્વામિનારાયણ' સાથે 'હરિ' શબ્દ પણ સહજાનંદ સ્વામીના નામ રૂપે જોડી લેવામાં આવ્યો.

પરંતુ આ બે નામ સનાતન ધર્મના જે ભગવાન શ્રીવિષ્ણુના હતા, તેમને આ બે નામોની ચોરી કરીને છોડી દેવામાં આવ્યા. એટલું જ નહીં, સનાતન ધર્મના પંચદેવ સહીત ભગવાન વિષ્ણુને પણ આ નવા ભગવાન સ્વામિનારાયણના સેવક કહેવામાં આવ્યા. હિંદુ શાસ્ત્રોમાં વારંવાર વર્ણિત 'અવિનાશી (અક્ષર) વૈકુંઠધામ' માંથી 'અક્ષર' શબ્દ ચોરી કરીને એક નવું અક્ષરધામ આ નવા ભગવાનને આપવામાં આવ્યું. આ અક્ષરધામમાં સ્વામિનારાયણ સિંહાસન પર બેસે છે, અને તેમની સામે બ્રહ્મા, વિષ્ણુ, શિવ, મા શક્તિ અને હિંદુ ધર્મના સર્વ દેવી દેવતા એક પગ પર ઉભા રહીને હાથ જોડીને તેમની સ્તુતિ કરી રહ્યા હોય છે. આ અક્ષરધામને વૈકુંઠ, ગોલોક, કૈલાસ, બ્રહ્મલોક અને અન્ય તમામ ધામોથી ઉપરનું ધામ કહેવામાં આવે છે. એટલું જ નહિ, સનાતન ધર્મના શાસ્ત્રોમાં વર્ણિત એ સર્વ ધામોને માયાના પ્રભાવમાં ગણવામાં આવે છે, જ્યાં જઈને ત્રિવિધ તાપ જીવને ભોગવવા પડે છે. મુક્તિ ખાલી આ નવા ભગવાનના અક્ષરધામમાં જ મળે છે. એટલે અક્ષરધામના સાપેક્ષે સનાતન ધર્મના અન્ય ધામ નર્ક સમાન છે એવું અનેક સ્થાને કહેવામાં આવ્યું છે.

તે સંપ્રદાયના પુસ્તકો અને વ્યાખ્યાનોમાં રોજ સનાતન ધર્મના દેવી દેવતાઓનું અપમાન થાય છે. જેમ અરબી સમાજમાં ઇસ્લામના ઉદય સાથે એકમાત્ર સર્વોપરી ઈશ્વરને 'અલ્લાહ' નામ આપીને અરબના દેવી દેવતાઓને માનવાથી ઇન્કાર કરી દેવામાં આવ્યો હતો, તેવું જ આ નવા સ્વામિનારાયણ ભગવાનના માધ્યમથી સનાતન ધર્મમાં કરવાનો પ્રયાસ કરવામાં આવી રહ્યો

છે, અને તેનું કેન્દ્ર ગુજરાત છે. ફરક ફક્ત એટલો છે કે ઇસ્લામ તેના પહેલાના અરબી દેવી દેવતાઓને જૂઠા કહીને માનવાથી ઇન્કાર કરી દેતો હતો, અને સ્વામિનારાયણ સંપ્રદાયમાં સનાતન ધર્મના સર્વ ઈશ્વરો અને દેવી-દેવતાને આ નવા ભગવાનના સેવક બતાવીને- 'તેઓ પૂજવા યોગ્ય નથી' - એવું બતાવવામાં આવી રહ્યું છે. શરૂઆતમાં તેઓ હિંદુઓને પોતાની અંદર લાવવા માટે સનાતન ધર્મના દેવી દેવતાઓની જ વાત કરે છે, તેમના જ મંદિરો સ્થાપે છે, કે તેમના ભગવાનના મંદિરોમાં એક બાજુ પર સૌને સ્થાપિત કરે છે, જેથી હિંદુઓને લાગે કે આ તેમના જ ધર્મનું મંદિર છે. પરંતુ ધીરે ધીરે પુસ્તકો અને વ્યાખ્યાનોથી તેમનું બ્રેઈન વોશિંગ થાય છે કે આ બધાના આરાધ્ય સ્વામિનારાયણ છે, અને આ બધાને શક્તિ સ્વામિનારાયણથી જ મળે છે. તેથી સેવકોને છોડીને મૂળ ઈશ્વરને જ પૂજવું જોઈએ. જે લોકો તેમાં પૂરી રીતે સામેલ થઈ જાય છે, તેમને પોતાના ઘરમાં સ્વામિનારાયણ સિવાય કોઈ બીજા ભગવાનનો ફોટો કે મૂર્તિ રાખવાની સખત મનાઈ કરી દેવામાં આવે છે. તેમને મા અંબાની નવરાત્રીમાં જવાની પણ ના પાડવામાં આવે છે. તેમના અનુયાયીના ઘરમાં વાગતી કોઈ રામ ધૂન કે નરસિંહ મહેતાનું કૃષ્ણ ભજન સાંભળીને પણ તેમના સ્વામીઓ છંછેડાઈ જાય છે.

આ સ્વામિનારાયણ સંપ્રદાયની BAPS શાખા આ વિકૃતિમાં ખ્રિસ્તી ધર્મનું રોમન કેથોલિક સ્વરૂપ લાવી છે. તેમના દ્વારા ઘડવામાં આવેલી ફિલસૂફીને ટૂંકમાં સમજીએ તો તે આ રીતે છે. આપણા સનાતન ધર્મના શાસ્ત્રોમાંથી શબ્દો લેવામાં આવ્યા છે અને તેને નવા ફોર્મેટમાં ફીટ કરીને સમજાવવામાં આવ્યા છે. ત્રણ શબ્દો મહત્વપૂર્ણ છે. એક પરબ્રહ્મ, બીજું પ્રગટ બ્રહ્મ અને ત્રીજું બ્રહ્મ. તેમના સ્થાપક સહજાનંદ સ્વામી, જેમને આ લોકો પછીથી સ્વામિનારાયણ કહેવા લાગ્યા, તે તેમના માટે પરબ્રહ્મ છે, એટલે કે સમગ્ર બ્રહ્માંડના સ્વામી. તે પૃથ્વી પર આવતા નથી, તે ક્યાંક દૂર અક્ષરધામ નામની પોતાની જગ્યામાં છે. પણ ઇસ્લામના મોહમ્મદ પયગંબરની જેમ તે એકવાર પૃથ્વી પર આવી ગયા એટલે હવે બીજા કોઈને પૂજાય નહિ. બીજો શબ્દ પ્રગટ બ્રહ્મ છે. તેમની BAPS સંસ્થાના વર્તમાન વડા માટે કહેવાય છે કે તેઓ પ્રગટ બ્રહ્મ છે, જેઓ પરબ્રહ્મ કહેવાયેલા સ્વામિનારાયણના સીધા સંપર્કમાં છે. એક રીતે ધામમાં બેઠેલા તેમના પરબ્રહ્મ પૃથ્વી ઉપર આ સંસ્થા પ્રમુખ રૂપે પ્રગટ રહે છે,

એટલે તેમને પ્રગટ બ્રહ્મ કહે છે. આ રીતે કૃષ્ણ ભક્તિમાંથી જે રીતે સહજાનંદ સ્વામીની વ્યક્તિ પૂજા શરૂ થઈ હતી, તે વ્યક્તિ પૂજા હવે પ્રગટ બ્રહ્મના નામે BAPS સંસ્થાના એક ખાસ જાતિના પ્રમુખો સુધી આવી છે.

જેમ રોમન ખ્રિસ્તી ચર્ચમાં પોપ છે, જે સ્વર્ગના જીસસ સાથે સીધા સંપર્કમાં છે, કે તેમના પ્રતિનિધિ છે. તેમ આ સંસ્થા પ્રમુખ પૃથ્વી પર પરબ્રહ્મની સૂચના મુજબ કાર્ય કરે છે, અને જ્યારે પણ સ્વામિનારાયણ સંપ્રદાયને અનુસરતા લોકો વતી જરૂર પડે ત્યારે સ્વામિનારાયણનો સંપર્ક કરે છે. પણ આ પ્રગટ બ્રહ્મ માત્ર એક જ નથી. તેમના ભગવાન સ્વામિનારાયણે આદેશ આપ્યો હતો કે મા શક્તિ, ગણપતિ, શિવ અને હનુમાનની પણ પ્રગટ બ્રહ્મના રૂપમાં પૂજા કરવી જોઈએ. એટલે કે, આપણા સનાતન ધર્મના ઈશ્વર તેમના પરબ્રહ્મ સ્વામિનારાયણ પાસેથી શક્તિ મેળવ્યા પછી જ પોતાના ભક્તો સામે પ્રગટ થઈ પરિણામ આપી શકે છે. પરંતુ આપણા ઈશ્વર અને દેવી-દેવતાઓ દેખાતા ન હોવાને કારણે તેઓને મંદિરોમાં સ્થાપિત કરવામાં આવે છે, અને હિન્દુ સનાતન ધર્મના માનનારા લોકો તેમને પોતાના શિવ અને હનુમાન માનીને ત્યાં જાય છે. પરંતુ કારણ કે એક માત્ર પ્રગટ બ્રહ્મ, એટલે કે તેમની સંસ્થાના વર્તમાન વડા જ પૃથ્વી પર મનુષ્ય સ્વરૂપે વિદ્યમાન છે, તેથી તે બીજા પ્રગટ બ્રહ્મ સ્વરૂપો (સનાતન ધર્મના દેવી-દેવતાઓ) કરતાં મહાન અને વધુ પૂજનીય છે. જ્યારે આ વર્તમાન સંસ્થાઓના વડાઓ મૃત્યુ પામે છે, ત્યારે તે બધા પરબ્રહ્મ સ્વામિનારાયણ પછી અક્ષરધામમાં બીજા સ્થાને બિરાજે છે, અને તેમને 'અક્ષર' કહેવામાં આવે છે. આ તેમની સંસ્થાનું નામ છે 'બોચાસણવાસી અક્ષર પુરુષોત્તમ સંસ્થા' (BAPS).

આ સંપ્રદાયના વિવિધ ફાંટાઓમાં સૃષ્ટિનો એક ચાર્ટ આપવામાં આવે છે, જેમાં ઉપર તેમના સાકાર ઈશ્વર પછી આ અક્ષર બનેલા સ્વામીઓ, તેના નીચે તેમના સંપ્રદાયમાં માનનારા લોકો જે મૃત્યુ પછી મુકતો કહેવાય છે. અને તે પછી પણ કેટલાક પડાવ બાદ બ્રહ્મા, વિષ્ણુ અને શિવનું સ્થાન આવે છે. દરેક ફાંટાના ચાર્ટમાં નાના મોટા અંતર છે. BAPS માં તેમણે આ રીતનું 'અક્ષર - પુરુષોત્તમ દર્શન' નામનું કોઈ દર્શન ઘડ્યું છે, જેને તે સનાતન ધર્મના છ વેદાંત દર્શનો સાથે સાતમા દર્શન તરીકે ઘુસાડવા માંગે છે, અને તેમના એક ભદ્રેસદાસ નામના સ્વામીને બેંગલોરની કોઈ સંસ્કૃત કોલેજમાં

તૈયાર કરી આ દર્શનના જનક એવા સાતમા આચાર્ય બનાવવા માંગે છે. તેમણે કાશીના બ્રાહ્મણો વચ્ચે એક બે નાના કાર્યક્રમ કરી આ દર્શનને માન્યતા મળી ગઈ છે એવું દર્શાવતા વિડીયો બનાવી દીધા છે, અને તેને યુટ્યુબ પર ફેરવી લોકોને ગેરમાર્ગે દોરવાની કોશિશ કરી રહ્યા છે.

જેમ કોઈ ચોર બીજાની લૂંટેલી સંપત્તિથી પોતાને રાજા બનાવે અને પછી બીજા રાજાઓ વચ્ચે ઊભો રહી તેમનાથી મોટો બનવાનો પ્રયાસ કરે, તેવી જ રીતે, હિન્દુ સનાતન ધર્મના જ શાસ્ત્રોમાંથી શબ્દો અને નામ ચોરીને એક કપોળકલ્પિત દર્શન ઊભું કરી હિંદુ સનાતન ધર્મને પોતાની નીચે લાવવાની કોશિશ આ સંપ્રદાય કરી રહ્યો છે. અને એની સ્વીકૃતિ હિંદુ સંસ્થાઓ પાસેથી જ મેળવવાની કોશિશ છે. આ સંપ્રદાય વિદેશમાં સ્થાયી થયેલા હિંદુઓને તેમના વિદેશોમાં બનાવેલા મંદિરો દ્વારા પોતાના પક્ષમાં લઈ રહ્યો છે. તેઓ હિંદુ ધર્મના સંપ્રદાય તરીકે વિદેશી હિંદુઓની સામે ખૂબ જ સક્રિય બની રહ્યા છે, અને ધીમે ધીમે તેમને તેમના નવા રચાયેલા ભગવાન સાથે બાંધી રહ્યા છે. આ સંકટની સ્થિતિમાં આપને યથાયોગ્ય પ્રયાસ કરવા ગુજરાતના સનાતન ધર્માવલંબી સમાજની વિનંતી છે.""

୬

આ એ પત્ર છે જે મેં શારદાપીઠના શંકરાચાર્યજીને સનાતની યોધ્ધાઓ મારફતે મોકલાવ્યો હતો. એવું નહોતું કે તેઓ આ સંપ્રદાય વિષે જાણતા નહોતા. તેમણે એ બધા સનાતન ધર્મના ઈશ્વરોના અપમાન કરતાં નિવેદનો વિષે સાંભળ્યું હતું, અને પ્રમુખસ્વામી શતાબ્દી જન્મોત્સવના આખરી દિવસે ત્યાં જઈને તેમને ઠપકો પણ આપ્યો હતો. પણ તેમને હતું કે એ બધું ખાલી પોતાના ગુરુને મોટા કરવાની એક અનૈતિક કોશિશ સુધી જ મર્યાદિત હશે. પણ જ્યારે તેમણે સનાતની યોધ્ધાઓએ લાવીને આપેલાં સંપ્રદાયના પુસ્તકો વાંચ્યા, ત્યારે તે અત્યંત દુ:ખી થયા. તે સંપ્રદાયની વિવિધ શાખાઓના પુસ્તકોમાં તેમણે એકસમાન વિકૃત લખાણ જ્યારે જોયું ત્યારે ચિંતિત ભાવે તે સમજી ચુક્યા હતા કે આ ખાલી એક ષડયંત્ર જ નહિ, સનાતન ધર્મ પર એક આક્રમણ સમાન છે. તેમણે ગુજરાતના તમામ સનાતની સંપ્રદાયો અને અખાડાઓને એક મીટીંગ કે સંમેલન માટે કહેણ મોકલી દીધું. તેમનો વિચાર શરૂઆતમાં સ્વામિનારાયણ

પંથની બધી શાખાઓ સાથે વિકૃત લખાણ બાબતે પત્રવ્યવહાર દ્વારા જવાબ માંગવાનો હતો. પણ તે પહેલાં જ સનાતની સંતોમાં ભરાયેલો આક્રોશ બહાર આવી ગયો.

થયું એવું કે સાળંગપુર મંદિરના પ્રાંગણમાં કેટલાક મહિનાઓ પહેલાં જે એક ઊંચી હનુમાન પ્રતિમા ઉભી કરવામાં આવી હતી, તેના પાયામાં બનાવેલા એક ચોરસ સ્તંભ પર ચારેય બાજુ વિવિધ ભીંત ચિત્રો ચિતરવામાં આવ્યાં હતા. અને એ ભીંત ચિત્રો બીજું કંઈ નહિ, પણ એજ બધા વિકૃત ચિત્રોમાંથી હતા જે એમના પુસ્તકોમાં હતા અને જેના વિષે જનજાગૃતિ સનાતની યોધ્ધાઓ ફેલાવી રહ્યા હતા. એમાં હનુમાનજીને સહજાનંદ સ્વામીની અને તેમના માતા-પિતાની સેવા કરતા બતાવ્યા હતા. એ ચિત્રો ફોટા પાડીને સનાતની યોધ્ધાઓએ સંતોને વોટ્સઅપમાં મોકલ્યા, અને સંતો આક્રોશમાં આવીને બહાર આવી ગયા. બધા સનાતની ઈશ્વરોના અપમાન મુદ્દે માંડ માંડ ક્રોધ દબાવીને બેઠા હતા. સનાતની સંતોએ મીડિયામાં વિરોધ કરવાનું શરૂ કરી દીધું, અને ગુજરાતી ટીવી મીડીયામાં રહેલા સનાતાનીઓએ પણ આ વાતને હાથોહાથ લઇ પુરુ મહત્વ આપ્યું.

સાળંગપુર માં લાગેલા વિવાદિત ભીંતચિત્રોના એક સનાતની યોદ્ધાએ
લીઘેલા ફોટા, જે વાઇરલ થતાં સાળંગપુર વિવાદ સામે આવ્યો

પણ સનાતની સંતોનો આ વિરોધ શરુ થતાં, 'ચોરની દાઢીમાં તણખલું' – એ કહેવત રૂપે સ્વામિનારાયણ સંપ્રદાયના સ્વામીઓના ભડકાઉ ભાષણો સામે આવવા લાગ્યા. વડોદરા ગુરુકુળના દર્શનવલ્લભ સ્વામીના એક ભાષણમાં ભાઈ ધમકી આપી રહ્યા હતા કે 'તમે ગાંજા અને ચલમ ફૂંકીને સનાતની અને હિંદુ

હોવાનો દંભ ભરો છો, અમે તો માથે શીખા રાખી કોઈ વ્યસન વિના માથે તિલક કરી અમારા શાસ્ત્રોનું વચન પાળીએ છીએ. એટલે સ્વામિનારાયણવાળાઓને છંછેડવાના ધંધા કરવાના નહિ. આખી દુનિયા આમથી તેમ થઇ જાય, પણ અમારો ભગવાન સવૉપરી છે, છે, તે છે જ.' સાથે વડતાલના નૌતમસ્વામીનું પણ એવું જ ભાષણ બહાર આવ્યું કે 'કોઈએ ડરવાની જરૂર નથી. આપણા બધા શાસ્ત્રોમાં બધું લખેલું જ છે. સ્કંધ પુરાણમાં અને બીજા અનેક પુરાણોમાં ભગવાન સ્વામિનારાયણનો ઉલ્લેખ છે જ. કોઈ નાના માણસો શું કહે છે એના પર ધ્યાન આપવું નહિ. કોઈ ભીંત ચિત્રો હટાવવાનો સવાલ જ ઉભો નથી થતો.'

આપણે પાછળના પ્રકરણોમાં વાત કરી હતી કે પ્રવીણભાઈ તોગડિયા સાથે સંકળાયેલા એક સંઘના સ્વયંસેવક નરેન્દ્રભાઈ મોદીના વિરોધના લીઘે સંઘથી છુટા પડી આ નૌતમ સ્વામીના શરણમાં જતા રહ્યા હતા. અને તે સ્વયંસેવકે આખા ભારતના સંતોનું એક સંગઠન બનાવ્યું હતું જેનું નામ હતું 'અખિલ ભારતીય સંત સમિતિ'. અને આ નૌતમ સ્વામી એ સંત સમિતિના ગુજરાતના અધ્યક્ષ હતા. જો કે એ સમિતિ અખિલ ભારતીય હતી, પણ એમાં રાષ્ટ્રીય અધ્યક્ષ પણ ગુજરાતના જ હતા, અને અન્ય ઘણા સંતો ગુજરાતના હતા. નૌતમ સ્વામીના આ વિવાદિત ભાષણ પછી સંત સમિતિમાં રહેલા સનાતની સંતોનું પણ સ્વાભિમાન ઘવાયું, અને તેમણે પણ ગુજરાત બહાર કોઈ સ્થાને મીટીંગ ભરી નૌતમ સ્વામીને ના ફક્ત સમિતિના અધ્યક્ષ સ્થાનેથી કાઢી મુક્યા, પણ આખી સંત સમિતિમાંથી જ છૂટા કરી દીધા.

હવે નૌતમ સ્વામીના ભાષણનો અંશ તો મુખ્ય મીડિયામાં ચગી ગયો હતો, અને ભાઈ સંત સમિતિના અધ્યક્ષ હતા એટલે તેનો જવાબ તો સંત સમિતિ તરફથી આવી ગયો, અને ન્યાય થયો. પણ પેલા ટપોરીની જેમ સનાતનીઓને ધમકાવનારા દર્શનવલ્લભ સ્વામીનો વિડીયો મેં બે મહિના પછી જોયેલો, જ્યારે સનાતની યોધ્યોએ એ વિડીયો મને મોકલીને કહેલું, 'સાહેબ, આનો કોઈ બરાબર જવાબ આવ્યો નથી. થાય તો કંઈક જવાબ આપજો ને આને.' મેં એ બે મિનિટનો વિડીયો જોયો અને એ સ્વામીની વાતને ફેસબુક પર એક નાનો લેખ લખી જવાબ આપ્યો. એ લેખ નીચે મુજબ હતો.

સનાતની કોણ છે અને કોણ નથી - એનો સ્પષ્ટ જવાબ.

• ૩ નવેમ્બર ૨૦૨૩ / ફેસબુક પર

સનાતન શબ્દનો અર્થ છે શાશ્વત. જેનો કોઈ આદિ અને અંત નથી. જેની શરૂઆત કરનાર કોઈ પ્રવર્તક વ્યક્તિ નથી. જેના પ્રવર્તનનો કોઈ સમય નથી. જે હંમેશાથી અહીં જ છે અને અહીં જ રહેવાનું છે તે સનાતન છે. અને તે સનાતનને આચરણ કરવા માટે ધારણ કરવું એને જ કહેવાય છે 'સનાતન ધર્મ'. એટલે કોઈ બાપુ કથામાં કંઈ આડું અવળું બોલી જાય કે કોઈ બાબજી ચલમ કે ગાંજો ફૂંકી દે એને એ સનાતન ધર્મને કંઈ લેવા દેવા નથી. કારણકે તે સનાતન ધર્મના કોઈ પ્રવર્તક નથી. પણ જેને પેટ ખરાબ થઈને પોતાના જ મળમાં આળોટીને મરે હજુ બસો વર્ષ પણ નથી થયા એ માણસ જેનો પ્રવર્તક અને ભગવાન હોય એ સંપ્રદાય કે પંથ તો સનાતનની આ શાસ્ત્રબદ્ધ વ્યાખ્યામાં આવતો જ નથી, આવતો જ નથી, અને આવતો જ નથી. ચાહે એ ચોટલી બાંધે, માથા પર તિલક કરે કે ભગવા વસ્ત્ર પહેરે કે બીજો કોઈ દેખાવ કરે. જેનો ભગવાન અને પ્રવર્તક કોઈ એક માણસ છે અને તેની શરૂઆતનો એક સમય છે એ સનાતની નથી. જેમ જિસસ અને મોહમ્મદના પ્રવર્તનથી શરૂ થયેલા પંથ સનાતનની વ્યાખ્યામાં નથી આવતા.

વેદોનું ૐ રૂપે રહેલું નિરાકાર બ્રહ્મ જે પંચદેવ તરીકે સાકાર રૂપમાં પ્રગટ થાય છે, તે નિરાકાર ૐ અને સાકાર પંચદેવને પોતાનો ઈશ્વર માનવાવાળા લોકો જ સનાતન ધર્મી છે. કારણકે તે ઈશ્વર પોતે સનાતન છે. તેનો કોઈ આદિ નથી કે અંત પણ નથી. તેની અને તેના સિદ્ધાંતોની ઉત્પત્તિનો કોઈ સમય નથી. તે હંમેશા અહીં જ છે. એ ઈશ્વરની ચેતનાને પોતાના આત્મામાં અનુભવી તેને ધારણ કરવી એ સનાતન ધર્મ છે.

❧

મામલો બરાબર ગરમ થઇ ચુક્યો હતો. એક ગઢવી ભાઈ સારંગપુરના પ્રાંગણમાં લાગાવાયેલા પોલીસ બંદોબસ્તમાંથી છટકી ભીંત ચિત્રો સુધી પહોંચી ગયા, અને ભીંત ચિત્રો પર કાળી સ્યાહી નાખી કોઈ ઔજાર વડે તેને તોડવા લાગ્યા. આખરે, પોલીસે તેમને ઝડપી લીધા અને ધરપકડ કરી તેમને કોર્ટ લઇ ગઈ. બીજી બાજુ, સનાતની સંતોનું એક આંદોલન નિર્માણ પામી રહ્યું હતું. આ સંપ્રદાયના બાંધેલા વિવિધ સ્થળોથી રોજ નવા નવા વિવાદાસ્પદ ફોટા વાઈરલ થઇ રહ્યા હતા. સાળંગપુર ભીંતચિત્રો જેવા જ ભીંતચિત્રો મેં મુંબઈ વરલીમાં મહાલક્ષ્મી મંદિરના માર્ગમાં રોડ પર બનેલા આ સંપ્રદાયના મંદિરમાં જોયા. કોઈએ પોઈચામાં શિવ પાર્વતી સહજાનંદ સ્વામીની સેવા કરતાં હોય તેવા મોડલના ફોટા પાડીને મુક્યા.

વરલી મુંબઈના સ્વામિનારાયણ મંદિરમાં બનેલા વિવાદાસ્પદ ભીંત ચિત્રો

પોઈચામાં મળી આવેલ વિવાદાસ્પદ મૂર્તિઓ, જેમાં આ લખાઈ રહ્યું છે ત્યારે માતા પાર્વતીના પૂતળાનું મુખ ફેરવીને ભગવાન શિવ તરફ કરી દેવામાં આવ્યું છે, જેથી વિવાદ ટાળી શકાય. પણ હજી શિવ પાર્વતીનું નીલકંઠવણી નામ આપીને બેસાડેલા સહજાનંદ સ્વામીના પૂતળા પાસે એ રીતે ઊભા હોવું એ સનાતનીઓને સ્વીકાર્ય નથી.

સનાતની સંતો હવે જાગી ચૂક્યા હતા. ત્રીજી સપ્ટેમ્બર, ૨૦૨૩ ના રોજ અમદાવાદના સનાથાન વિસ્તારમાં આવેલા લંબે નારાયણ ભારતી આશ્રમમાં સનાતનના અમુક મુખ્ય સંતોની બેઠક મળી. તે મીટીંગના અંતે પહેલીવાર સનાતન ધર્મના પ્રતિનિધિ સંતો દ્વારા સ્વામિનારાયણ સંપ્રદાયનો બહિષ્કાર કરવામાં આવ્યો. સાથે સનાતની સંતો તરફથી સાળંગપુરના વિવાદિત ભીંત ચિત્રો હટાવવાનું અલ્ટીમેટમ આપવામાં આવ્યું. બે દિવસ પછી સુરેન્દ્રનગરના લીંબડી ખાતે વધુ એક સંત સંમેલન યોજાયું જેમાં ગુજરાતના ખૂણે ખૂણેથી મોટી સંખ્યામાં સનાતની સંત આવ્યા. આ થતાં જ સરકાર, સંઘ અને વીએચપી (વિશ્વ હિંદુ પરિષદ) વાતમાં પડ્યા. અમદાવાદના શિવાનંદ આશ્રમમાં વિશ્વ હિંદુ પરિષદે આશ્રમના વડા સ્વામી પરમાત્માનંદ સરસ્વતીજીની મધ્યસ્થતામાં સનાતની સંતો અને સ્વામિનારાયણના સ્વામીઓની એક મીટીંગ બોલાવી. આ મીટીંગમાં રામ માધવ પણ હાજર હતા. આ મીટીંગમાં પ મી સપ્ટેમ્બરના સવાર પહેલાં એ વિવાદાસ્પદ ભીંત ચિત્રોને ત્યાંથી હટાવી લેવાની વાત સ્વામિનારાયણ સંપ્રદાયના સ્વામીઓને માનવી પડી.

૪થી સપ્ટેમ્બરની સાંજે શિવાનંદ આશ્રમમાંથી એક પ્રેસ કોન્ફરન્સ કરી મીટીંગના પરિણામની જાહેરાત કરવામાં આવી. પ્રેસ કોન્ફરન્સમાં કહેવાયું કે વડતાલના આચાર્ય રાકેશપ્રસાદજીએ સ્વામિનારાયણ સંપ્રદાયને હિંદુ સમાજનો ભાગ જ કહ્યો છે, અને સમાજની લાગણીઓ ન દુભાય તે માટે એ ભીંત ચિત્રો બીજા દિવસની સવાર સુધીમાં ત્યાંથી હટાવી લેવાશે. સાથે વડતાલના આચાર્યજીએ સ્વામિનારાયણના સ્વામીઓને ખોટા નિવેદનો ન આપવા કહ્યું છે. સાથે એ પણ ઘોષણા થઇ કે શારદાપીઠના શંકરાચાર્ય જગદગુરુ શ્રી સદાનંદ સરસ્વતી અને વડતાલના આચાર્ય શ્રી રાકેશ પ્રસાદજીના આશીર્વાદ હેઠળ એક સમિતિ રચાશે જેમાં સ્વામિનારાયણ સંપ્રદાયને લગતા તમામ વિવાદોને સુલજાવવામાં આવશે.

પહેલી નજરે અંત સુખદ આવ્યો હતો. જે બધું અમે એક વર્ષથી કહી રહ્યા હતા તે હવે રાજ્યમાં એક મોટો અને મુખ્ય મુદ્દો બની ગયો હતો, જેના પડઘા ગુજરાત બહાર પણ ગયા હતા. હું એક ગજબની શાંતિ અને હળવાશ અનુભવી રહ્યો હતો. જાણે મારું કામ પુરુ થયું, અને હવે સંઘ અને વીએચપી ગંભીરતાથી આખી વાતને સંભાળી લેશે. હું સંઘમાં શોધ આયામના ક્ષેત્રમાં મારું કાર્ય કરી રહ્યો હતો. પણ ભીંત ચિત્રો દૂર થયા પછી સોશિયલ મીડિયા પર એક અલગ પહેલ ચાલુ થઇ. હવે સ્વામી સંપ્રદાયના ઘવાયેલા અહમને દવા લગાડવાનું અને તેને ફરી લોકોની નજરોમાં સાફ સુથરો કરવાનું કાર્ય શરુ થયું, અને એ પણ એજ બધા જુના જૂઠ સાથે. એ બધા શાસ્ત્રોના ખોટા અર્થઘટનો જેને આપણે પ્રકરણ ૬ માં જોયા, તેજ અર્થઘટનો સોશિયલ મીડિયા પર ફરી ઘૂમી રહ્યા હતા. યુટ્યુબ પર ચાલતી નવી ન્યુઝ ચેનલોમાં સંપ્રદાયના સ્વામીઓના એજ શ્લોકોનું એજ ખોટું અર્થઘટન કરતાં વિડીયો આવી રહ્યા હતા. મારે ફરી એમાં પ્રવેશવું પડ્યું. મેં છઠા પ્રકરણમાં એ શ્લોકોના સાચા અર્થ અને સંપ્રદાયની બદનિયતને ઉજાગર કરતુ એ પીડીએફ લોકો સામે રાખ્યું, અને એ બધી યુટ્યુબની ન્યુઝ ચેનલો સુધી પણ પહોંચાડ્યુ. એનાથી ફર્ક પડ્યો. એજ યુટ્યુબ ચેનલોએ પોતાના એન્કરો દ્વારા જવાબ આપ્યા કે તમે શાસ્ત્રોના શ્લોકને જ ફેરવી નાખ્યા છે. લોકોમાં સંસ્કૃતનું જ્ઞાન નથી. એનો ગેરફાયદો ઉઠાવીને તમે આ બધું જૂઠ ઉભું કર્યું છે. સાથે ટીવી ન્યુઝ ચેનલો શંકરાચાર્યજી પાસે ગઈ, એનું સ્પષ્ટીકરણ માંગવા, અને શંકરાચાર્યજીએ પણ કહ્યું કે 'સ્કંધ પુરાણમાં કોઈ સ્વામિનારાયણનો ઉલ્લેખ નથી. અને શાસ્ત્રોમાં જે નારાયણ છે તે ભગવાન વિષ્ણુ છે, સ્વામિનારાયણ કે સહજાનંદ સ્વામી નથી.'

શંકરાચાર્યજીના વાતમાં શામેલ થવાથી વાત રાષ્ટ્રીય સ્તરે પહોંચી ગઈ. યાદ છે ને BAPS ના પેલા ભદ્રેસદાસ જેમણે કોઈ કપોળ કલ્પિત અક્ષર-

પુરુષોત્તમ દર્શન બહાર પાડ્યું હતું અને આ સંપ્રદાય એ ભદ્રેસદાસ શંકરાચાર્ય, રામાનુજાચાર્ય અને વલ્લભાચાર્યની શ્રેણીના સાતમાં આચાર્ય બની ગયા હોવાની વાતો સોશિયલ મીડિયા પર ઉડાવતું હતું. કારણ એ હતું કે જ્યારે કોઈ એમની અસલિયત જાણતું નહોતું ત્યારે BAPS ના સ્વામીઓએ કાશીની વિદ્વત પરિષદમાં સારાસારી રાખીને અમુક પંડિતોની હાજરીમાં ભદ્રેસદાસના એ દર્શનને માન્યતા અપાવી દીધી હતી, અને તેના વિડિયો બનાવી યુટ્યુબ પર મૂકી દીધા હતા. આ વાતનો શંકરાચાર્ય અને અન્ય આચાર્યોએ વિરોધ પણ કરેલો. પણ હવે, સાળંગપુર વાળી વાત બહાર આવતાં કાશીથી બે સમાચાર એક સાથે આવ્યા. બનારસ હિંદુ યુનીવર્સીટી (BHU) ના વૈદિક વિજ્ઞાન કેન્દ્રએ અક્ષર-પુરુષોત્તમ દર્શનનું ખંડન કર્યું, અને એ સમાચાર અમર-ઉજાલામાં છપાયા. સાથે એ જ કાશીની પરિષદ જેણે ભદ્રેસદાસના એ દર્શનને મંજૂરી આપી હતી, તેમણે આ સંપ્રદાયને કઠોર ઠપકો આપતું એક જાહેર નિવેદન બહાર પાડ્યું. નિવેદન પરિષદના મહામંત્રી શ્રી રામનારાયણ દ્વિવેદીજીના હસ્તાક્ષરથી હતું.

અમરઉજાલાનું પેપર કટિંગ અને કાશી વિદ્વત પરિષદનું જાહેર નિવેદન

૮ સપ્ટેમ્બર, ૨૦૨૩ ની તારીખ સાથેનું કાશી વિદ્વત પરિષદનું જાહેર નિવેદન કંઈક આ રીતનું હતું; "કાશીવિદ્વત પરિષદે કહ્યું સનાતન ધર્મના ઉપાસ્ય દેવોનો અનાદર કોઈ કીમત ઉપર સહન નહિ કરાય. પ્રો. રામનારાયણ દ્વિવેદી મહામંત્રી શ્રીકાશીવિદ્વત પરિષદે કહ્યું, 'આપણા સનાતન ધર્મમાં પંચદેવ

ઉપાસનાનું વિધાન છે. અમે બધા પંથો અને સંપ્રદાયોનો આદર કરીએ છીએ, પણ જો કોઈ સંપ્રદાય અમારા ઇષ્ટ દેવતાઓને સેવક, ચાકરના રૂપમાં પોતાના મંદિરોમાં રાખે છે કે એ રીતે પ્રસ્તુત કરે છે, તો એ બિલકુલ સહન કરી શકાય એમ નથી. સમાજમાં આવી વાતો હમણાં સ્વામિનારાયણ સંપ્રદાય, ગુજરાતના કેટલાક સ્થાનોથી તથાકથિત વિડીયો, ચિત્ર અને સોશિયલ મીડીયાના માધ્યમથી આવી છે - જે સર્વથા અનુચિત છે. કાશીવિદ્વત પરિષદ એનો ધોર વિરોધ કરે છે. સાથે કોઈક તથાકથિત લોકોએ નાથ સંપ્રદાયના વિરુદ્ધ પણ અભદ્ર ટીપ્પણી કરી છે, (આજ સંપ્રદાયના એક સ્વામીએ નાથ સંપ્રદાયના સાધુઓને કાનફટ્ટા કહીને ઉપહાસ કર્યો હતો) જે સર્વથા અનુચિત છે. નાથ સંપ્રદાય આપણા સનાતન ધર્મનો અંગ છે. મહારાજ ભતૃહરીથી લઈને તમામ નાથ સંપ્રદાયના સંતોએ ભારતની મહિમા વધારી છે, અને રાષ્ટ્રહિતમાં અમુલ્ય યોગદાન આપ્યું છે. તે સંપ્રદાયના મૂળ ગુરુ આદિનાથ શિવ છે. એટલે એ સંપ્રદાય વિરુદ્ધ કોઈપણ પ્રકારની ટિપ્પણી જો કોઈ કાલનેમી કોઈ ચોગો ઓઢીને કરી રહ્યો છે તો એના તરફ કડક કાર્યવાહી થવી જોઈએ. નિશ્ચિતપણે રાષ્ટ્રવિરોધી તાકતોથી એ વ્યક્તિને સબંધ હશે. એની જાંચ થવી જોઈએ. આપણે લોકો ભગવદ્‍પાદ શંકરાચાર્યના મૂળ સંસ્થાપિત સિદ્ધાંતોના ઉપાસક છીએ. ..... કાશીવિદ્વત પરિષદ ધર્મ સાથે ખિલવાડ કરનારા તથા આપણી દેવપ્રતિમાઓ સાથે અનાદરભાવ પ્રગટ કરવાવાળા લોકો વિરુદ્ધ સખત કાર્યવાહીની માંગ કરે છે.”

આમ, અમારી મહેનત રંગ લાવી હતી. શરૂઆત થઇ યુકી હતી. સૌરાષ્ટ્ર બાજુથી સ્વામિનારાયણના તિલકવાળા નિશાન હિંદુ મંદિરમાં લગાવી દીધા હોય તેને હવે ઉખાડીને ફેંકતા વિડીયો જય શ્રીરામના નારા સાથે આવી રહ્યા હતા.

તો આ બાજુ, મારી પેલા શાસ્ત્રોના અર્થઘટનોને સામે રાખતી ફેસબુક પોસ્ટ પછી મને સંઘ તરફથી મેસેજ આવી ગયો કે ‘આપણા પદાધિકારી કોઈ વિષયમાં અંગત રીતે પડી શકતા નથી. તમે બીજા કોઈને તમારું કન્ટેન્ટ આપો, અને વાત ચાલુ રાખો. પણ તમારા નામે કરશો તો તમને જોઇને સંઘના અન્ય સ્વયંસેવકો પણ આમાં કૂદી પડશે.’ વાત વ્યાજબી હતી, તો મેં એમની સાથે સંમતિ દર્શાવી.

પણ બીજી બાજુ એક ધડા દ્વારા સ્વામિનારાયણ સંપ્રદાયની ઈમેજ સુધારવાનું અભિયાન ચાલુ હતું. રોજ કંઈક ના કંઈક જૂઠ આવતા. એકાદ વાર મેં એક અન્ય સતાનાતી ચોધ્ધાને એના જવાબો આપી મોકલ્યા, અને ફેસબુક પર પોસ્ટ કરવા કહ્યું. પણ ઘણી સમસ્યાઓ હતી. દરેક વખતે એના નીચે સામેથી જે કુતર્ક આવતો એનો જવાબ એ નહોતા આપી શકતા. એટલે મારે લખી લખીને

મોકલવા પડતા. બીજો પ્રશ્ન આવ્યો નામની વિશ્વસનીયતા અને પ્રમાણિતતાનો. બીજા શબ્દોમાં બ્રાન્ડનો. હું જે લખતો હતો એનો પ્રભાવ એ શબ્દોના સાથે મારી જે એક વિશ્વસનીયતા અને પ્રમાણિતતા બની હતી એના સુમેળથી મોટો બનતો હતો. એ બધું ગાયબ થતાં ખાલી એ ઘોસ્ટ રાઈટીંગના લખાણમાં કોઈ અસર ન થઇ. અને એવામાં બે ઘટનાઓ સાથે બની. અમદાવાદમાં આ સ્વામી સંપ્રદાયના જ અનુયાયી દ્વારા નીકળતા ધર્મજિજ્ઞાસા નામના એક મેગેઝીનમાં એ બધા કુતર્ક ફરીથી આપવામાં આવ્યા જે સોશિયલ મીડિયામાં અમે મહિનાઓ પહેલાં તોડી ચુક્યા હતા.

એક રીતે વાત એ થઇ રહી હતી કે સોશિયલ મીડિયા પર એ લડાઈ હારી રહ્યા હતા. ટીવી ન્યુઝ ચેનલોના એન્કરો તેમને ઓળખી ચુક્યા હતા, એટલે એકલ દોકલ એમનાથી ખરીદાયેલી ચેનલો સિવાય કોઈ એમના તરફી ખોટી વાતો ફેલાવે એમ નહોતું. એટલે તે પોતાના અનુયાયીઓના અને એ લેખકોના સહારે આવી ચુક્યા હતા જેમને આજ સુધી તેમણે પોતાના બનાવ્યા હતા. આ ધર્મજિજ્ઞાસા વાળા ભાઈના જૂઠ ખોલવા માં એક લેખ લખવા સાથે એક ફેસબુક વિડીયો જ બનાવીને મુક્યો, અને તેણે ખુબ અસર ફેલાવી. પણ ફરી મને કહેવામાં આવ્યું કે તમે આમાં ખુલ્લેઆમ બહાર ન આવો. હું ફરી ચુપ રહેવાની કોશિશ કરવા લાગ્યો. પણ પછી બીજી મોટી હરકત થઇ.

૯
સંઘથી અલગ ખેડાણ

બજરંગ દળની એક યાત્રા ખેડાના એક મુસ્લિમ એરિયામાંથી પસાર થઇ અને મુસ્લિમોએ એના પર પથ્થર મારો કર્યો. અને આના સામે હિંદુ સંગઠન સાથે જોડાયેલા લોકો જ ફેસબુક પર લખવા લાગ્યા, 'શું થઇ ગયું પેલા સાળંગપૂરમાં ચિત્રો તોડવા નીકળ્યા હતા એમને, એમને કહો અહીંયા ગણેશ યાત્રા પર પથ્થર મારો થયો છે તમારી જરૂર છે.' આ પોસ્ટ સંઘ અને વીએચપીના ઘણા સ્વયંસેવકોના ફેસબુક વોલ પર દેખાઈ, જેમાંથી કેટલાક મારા મિત્રો હતા. પોસ્ટના નીચે કોમેન્ટોમાં એ સનાતની યોદ્ધાઓની મજાક ઉડાવવામાં આવી હતી જેમણે બે વર્ષ સુધી એકલા હાથે સંઘર્ષ કરી સંપ્રદાયની હકીકતથી સનાતની સમાજને રુબરુ કરાવ્યો હતો. સંપ્રદાયનો વિરોધ કરીને જે લોકો વાત અહિયાં સુધી લઇ આવ્યા હતા, એમનો આજ સુધી સાથ તો આ સંગઠનના લોકોએ નહોતો આપ્યો. પણ હવે પહેલીવાર એક જાગૃતિ જ્યારે હિંદુ સમાજમાં આવી હતી ત્યારે તે એ સનાતની યોધ્ધાઓનો ઉપહાસ કરી રહ્યા હતા, જાણે તે મુસ્લિમ વિરોધમાં જે કરે છે, એજ હિંદુ ધર્મની સેવા છે. અને અહીંયાથી મેં ચુપ રહેવાની કોશિશો છોડી દીધી. મેં ફેસબુક પોસ્ટ લખી.

ખેડા - ઠાસરામાં જે થયું એના વિશે મારા વિચાર અને એ મુદ્દે સંપ્રદાયના બચાવમાં તર્ક આપવા નીકળેલા લોકોને એક વિનમ્ર સંદેશ

• તારીખ: ૧૭ સપ્ટેમ્બર, ૨૦૨૩

તમને વધુ પીડા અને ચિંતા કોનાથી થાય છે? સ્ટાલિન, હિંદુ કોમ્યુનીસ્ટ અને ખાલિસ્તાની શિખોથી કે ઇસ્લામીસ્ટો અને ખ્રિસ્તી પાદરીઓથી? ચોક્કસ જવાબ છે પહેલા ત્રણથી જેમને આપણા અંદરથી જ વિકૃત અને બ્રેઈન વોશ કરી અલગ કરાયા છે. આપણને નષ્ટ કરવામાં જ પોતાનો ધાર્મિક આદેશ જોતા એ વિદેશી સંપ્રદાયોથી તો આપણે સદીઓથી લડી જ રહ્યા છીએ, અને જીત્યા પણ છીએ. પણ ભારતના બીજા એક પ્રદેશમાં આ સ્ટાલિન જેવા બીજા લોકો પોતાનામાંથી જ પાકા ન થાય એ માટે કોઈ હિંદુઓ લડી રહ્યા છે, તો બીજા હિંદુ રક્ષકોએ એમને કૃતજ્ઞતાના ભાવથી જોવા જોઈએ. તેમને તેમનો મનોમન આભાર માનવો જોઈએ કે પોતાની કોઈ મજબૂરીમાં કે કમજોરીમાં જે જરૂરી લડાઈ તે નથી લડી શકતા તે એ સનાતનીઓ લડી રહ્યા છે. અને જ્યારે જેહાદીઓ કે ખ્રિસ્તી મિશનરીઓથી લડવાની વાત આવશે ત્યારે પણ એ લોકો જ વધુ સારી રીતે લડશે જે પોતાના અંદર ઉભા થયેલા સનાતન દ્રોહીઓને ઓળખી શકે છે અને કોઈનાથી પણ ડર્યા વિના એમના સામે ઊભા થઈ શકે છે. તે એ બીજા હિંદુ રક્ષકો કરતાં વધુ શક્તિશાળી છે. કારણકે વાત જ્યારે સનાતન ધર્મની આવે ત્યારે તેમને મજબૂર કરવાવાળું કોઈ પરિબળ નથી.

જે રામ, કૃષ્ણ, શિવ અને જગદંબાને દાસ બનતાં અને રોજ અપમાનિત થતાં જોઈને પણ કંઈ ન બોલવા અને એ અપમાન કરવાવાળાઓનો બચાવ કરવા મજબૂર હોય તે મુસલમાનોના કોઈ પથ્થરમારાને હાથો બનાવી ધર્મ જાગૃત લોકો પર તંજ કસવાનું ધૃણિત કાર્ય ન કરે. એ પ્રદર્શિત કરે છે કે તેમનો અંતરાત્મા તેમને અંદરથી સત્ય કહી કોરી રહ્યો છે, અને તે એના વિરુધ્ધ પોતાના અહમને બચાવવા સનાતન ધર્મના એ સ્વતંત્ર રક્ષકોને નીચા દેખાડવાની કોશિશ ઉપર ઉતર્યા છે. આવી એક પોસ્ટ માં જોઈ છે, હું આશા રાખું છું આવી બીજી પોસ્ટ હું નહિ જોઉં. જો ચૂપ રહેવા અને શિસ્તમાં રહેવા કહેવાયું છે, તો બધી બાજુ ચૂપ રહી બસ જેના સામે લડવામાં ફોકસ રાખવા કહેવાયું છે એમાં જ ધ્યાન આપો.

વાત રહી ખેડામાં ભગવાન શિવની યાત્રા પર પથ્થર મારી કરનારા એ ઇસ્લામીસ્ટોની, પહેલી જવાબદારી તો સરકારની જ છે કડક એક્શન લેવાની. કોઈ હિંદુ કંઈ કરવા જશે તો કાયદો હાથમાં લીધો કહેવાશે. પેલા સંપ્રદાય વાળી બાબતમાં પણ પહેલી જવાબદારી સરકારની જ હતી. હિંદુત્વના મુદ્દે ચૂંટાયેલી સરકાર બ્રહ્મા, વિષ્ણુ, શિવ અને માં દુર્ગાને દાસ બનાવી કોઈના મૂત્ર અને ગટરમાં વહેતા કરવાવાળા લોકોને પણ સનાતની કહી ચૂપ રહી. ના કોઈ હિંદુ સંગઠનો બે વર્ષ સુધી સામે આવ્યા. એટલે સનાતની સમાજને પોતે જાગીને જવાબદારી પોતાના હાથમાં લેવી પડી. જે સંતો અને સનાતનીઓ પોતાના

સમાજમાં ઉભા થયેલા સનાતન વિરોધીઓ વિરુધ્ધ આટલો આક્રોશ ઠાલવી યુધ્ધ કરી શકતા હોય, એ તે વિદેશી સંપ્રદાયો વિરુધ્ધ કઈ હદે લડશે તે કોઈપણ તટસ્થ બુદ્ધિવાળો માણસ સમજી શકશે. એટલે સરકાર પગલાં લે, અને ના લઈ શકે હોય તો કહે. સનાતન વિરોધી સંપ્રદાય વિરુધ્ધ લડતા સનાતનીઓ ત્યાં લડવામાં મોખરે રહેવાના જ છે. એટલે ફરી, પેલા ઇમ મેચ્યોર છોકરા પોતાની મજબૂરીમાંથી ઉભુ થયેલું ફ્રસ્ટ્રેશન આ રીતે ન કાઢે. આવી વાત એ સંપ્રદાયવાળા કહેતા તો એમને આપવા અમારી પાસે ઘણા જવાબ હતા, પણ જેમની સ્થિતિને અમે સમજીએ છીએ એ હિંદુ રક્ષકો આ સ્તરે આવશે તો બિલકુલ પેલી ટુકડે ટુકડે ગેંગને અભિવ્યક્તિની સ્વતંત્રતાના નામે બચાવતા કૉંગ્રેસીઓ જેવા દેખાશે. So, step back and Stay focused where you are appointed. જે લોકોના બચાવમાં એ તર્ક જઈ રહ્યા છે તેમના ચોપડા, વ્યાખ્યાન અને નિયત એ પથ્થરમારો કરવાવાળા લોકો જેવાં જ છે.

੧੨

ત્યારબાદ બારેક દિવસ પછી ફરી એકવાર બજરંગ દળની યાત્રા એવા એક સ્થળેથી નીકળી અને એના પર પણ પથ્થરમારો થયો. હવે મીડિયામાં અમુક લોકો અને સામાન્ય હિંદુઓ ઇશારાઓમાં બોલવા લાગ્યા હતા કે સાળંગપુરવાળા વિવાદ બાદ પેલા સંપ્રદાયને મુસ્લિમ વિરોધના સહિયારા કાર્યમાં સનાતનીઓમાં ભેળવી દેવા માટે આ થઇ રહ્યું છે. જો કે આ વખતે પેલી સનાતાની યોધ્ધાઓનો ઉપહાસ કરવાની કોશિશ નહોતી થઇ, જે દસ દિવસ પહેલાં થઇ હતી. પણ જો આ વાતમાં થોડું પણ તથ્ય હોય કે આ બધું જાણી જોઇને સંપ્રદાયને ફરી મુખ્ય ધારામાં લાવવા કરાઈ રહ્યું છે, તો આ મુર્ખાઓ જમીન પરની હકીકતથી બિલકુલ અજાણ છે. હું એ હિંદુ સંગઠનોના મિત્રોને આ જાળમાં ફસાતા રોકવા માંગતો હતો. અને એટલે એ બીજા પથ્થરમારાના બીજા દિવસે મેં આ લેખ લખ્યો.

સનાતન ધર્મની યાત્રાઓ પર થતા પથ્થરમારા અંગે મુસ્લિમ સમાજને કેટલાક સવાલ અને સૂચન

• ૩૦ સપ્ટેમ્બર, ૨૦૨૩

ચાલો વિરોધ પક્ષના તર્કથી શરૂ કરીએ. એજ કે ઇલેક્શન આવવાનું છે એટલે અને ગુજરાતમાં હાલ જે વિવાદો ચાલે છે તેના કારણે મુસ્લિમ એરિયામાંથી જાણી જોઈને આવી યાત્રાઓ કઢાય છે. કે પછી એ વખતે વાજિંત્રોના અવાજને વધારી દઈ મુસ્લિમોને ઉકસાવવામાં આવે છે. આવું હોતું નથી, પણ હમણાં એક સંપ્રદાયની ઈમેજ સાફ કરવા મુસ્લિમ વિરોધમાં કોણ કેટલું ચડિયાતું છે એની પોસ્ટો શરૂ થશે એટલે એવું નહિ હોય તોય તમને એવું બોલવાની તક મળશે. પણ એક પળ માટે માની જ લો કે એ બધું સાચું છે. તો પણ, મુસ્લિમ મિત્રોને સનાતની ઈશ્વરોની શોભા યાત્રા પર પથ્થર મારવાનો અધિકાર કયા તર્ક હેઠળ (કાયદાનો તો સવાલ જ નથી) મળે છે? તમે એક નિરાકાર ઈશ્વર અલ્લાહમાં જ માનો છો અને તેના એકમાત્ર આખરી પયગંબર મોહમ્મદને જ માનો છો એ? તો, અમે હિંદુઓ પણ એ એકમાત્ર નિરાકાર ઈશ્વરને પરબ્રહ્મ કહીએ છીએ, અને માણસને એના સુધી પહોંચવા માટે પાંચ સાકાર રૂપનો સહારો લેવાની છૂટ આપીએ છીએ. થોડો ઘણો એવો સહારો તમે પણ લો છો નમાજ પઢતી વખતે કાબાના એ પથ્થર સામે મોંઢું રાખીને. પણ તમે એ આકારમાં ઈશ્વરની હાજરી નથી માનતા, તો અમે પણ ઈશ્વરના કોઈ પયગંબર કે દૂતમાં નથી માનતા. અમે ઈશ્વરના અવતારમાં માનીએ છીએ.

મતલબ, મૂળ તથ્ય રૂપે આપણે ઈશ્વરના એક જ નિરાકાર સ્વરૂપની વાત કરીએ છીએ, પણ તેના સાથે જોડાવવા માટે અલગ અલગ સહારા લઈએ છીએ. અમે કોઈ આકાર કે મૂર્તિનો તો તમે કોઈ પયગંબરનો. તો શું જ્યારે દિવસમાં પાંચ વાર લાઉડસ્પીકર પર તમે પુકારો છો કે 'અલ્લાહ જ એકમાત્ર ઈશ્વર છે, અને મોહમ્મદ જ એના એકમાત્ર પયગંબર છે' - ત્યારે એ અમારી માન્યતાઓનું અપમાન કે ઉલ્લંઘન નથી હોતું? અમારા ઇશ્વરોના નામને તમે સ્વીકારવાની ના પાડો છો, અને જે પયગંબરવાદમાં અમે નથી માનતા તેના અસ્તિત્વને જોર શોરથી બોલીને અમને સંભળાવો છો. શું અમે ક્યારેય તમારી અજ્ઞાન વખતે તમારા મસ્જિદ પર પથ્થરમારો કર્યો? જ્યારે ઈદના દિવસે એજ માન્યતા સાથે તમે રસ્તા પર નમાજ પઢવા મોટી સંખ્યામાં એકઠા થયા ત્યારે નમાઝ પઢતી વખતે તમારા પર શું અમે પથ્થર ફેંક્યા? જો નહિ, તો અમે અમારા એ નિરાકાર પરબ્રહ્મના કોઈ સાકાર રૂપની યાત્રા કાઢીએ છીએ ત્યારે કયા અધિકારથી યાત્રા પર પથ્થરો ફેંકો છો? શું આ આતંક નથી?

હા, જો અમારામાંથી કોઈ તમારા અલ્લાહને કંઈ અપમાનજનક બોલે, કે અમારા હનુમાન, ગણપતિથી તમારા ઈશ્વર કે પયગંબરને નીચા બતાવે તો નૈતિક અને ભાવનાત્મક રૂપે એ સમજી શકાય છે. કાયકાકીય રીતે તો એ સંજોગોમાં પણ પથ્થર ના મારી શકાય. એટલે જ તો અમારા સાકાર ઇશ્વરોને

કોઈ એના હજી કાલે બનાવેલા કાર્ટૂનના સેવક બતાવે છે ત્યારે પણ અમે સનાતનીઓ કાયદાનું માન રાખીને એને પથ્થર કે દંડો નથી મારતા. અમે એમને સમજાવીએ છીએ, શાસ્ત્રાર્થ કરીએ છીએ, સરકાર અને સંગઠનોને તટસ્થ બની સાચું બોલવા દબાણ કરીએ છીએ. અને વધુમાં વધુ કોર્ટ જવાની વાત કરીએ છીએ. એટલે પોતાની માન્યતાઓની સીમાનું ઉલ્લંઘન જેમ એક સનાતની નથી કરતો તેમ તમારે બીજા સંપ્રદાયોએ પણ ન કરવું જોઈએ - આ એક માનવીય સમજ છે અને એને જ સભ્યતા કહે છે. પોતે પોતાની માન્યતામાં રહીએ, પણ બીજાનું સમ્માન અને અધિકાર જાળવીને. આજ એ એકમાત્ર ઈશ્વર તેના બધા સંતાનોને કહી રહ્યા છે. કોઈએ મનમાં નાખેલી કટ્ટરતાથી હટીને આ વાત સમજવાની કોશિશ કરશો, તો સમજી જશો કે અસલમાં મુસ્લિમ એરિયા અને હિંદુ એરિયા જેવું કંઈ હોતું નથી, અને હોવું પણ ન જોઈએ. છેલ્લે, સાર રૂપે આ મજાનું ઉદાહરણ વાંચો અને સમજો.

સાર: માની લો કે કાલે ઉઠીને એક મૂર્ખ માણસે એક નવો સંપ્રદાય બનાવ્યો અને આજે જેમ ટોળા અને નાણાંથી બધું ચાલી જાય છે એમ એ સંપ્રદાય ઠીકઠાક ચાલી નીકળ્યો. હવે એ સંપ્રદાયના અનુયાયીઓની મુખ્ય માન્યતા છે કે ખાલી તેમના સ્થાપકના માં-બાપ જ આખી દુનિયાના માં બાપ છે, બીજા કોઈના માં-બાપ છે જ નહિ. જે કોઈ માણસ પોતાના માં-બાપ તરીકે સ્થાપકના માં-બાપ સીવાય બીજા કોઈને ઓળખાવે તે વિધર્મી કે કાફિર છે. તો શું એવા સંપ્રદાયના અનુયાયીઓના ઘર આગળથી નીકળતી વખતે આપણે બધા હિંદુ અને મુસલમાનોએ પોતાના માં બાપને ઢાંકીને ચાલવાનું? શું આખી દુનિયાને એ સંભાળવાનું હોય કે એ સંપ્રદાયના માણસને બીજાનાં માં-બાપ ના દેખાય? કે એ અનુયાયીએ પોતાની માન્યતા પોતાના સંપ્રદાયના માણસો સુધી સીમિત રાખવાની હોય? આ પથ્થરમારો આ કોમન સેન્સ લેવલનો સવાલ ન સમજી શકવાના કારણે છે, એટલે અમે આશા રાખીએ છીએ કે હવે એ આગળ ફરી નહીં થાય. એકવીસમી સદી છે, બસ થોડી માનવતા અને થોડી સામાન્ય સમજ વિકસાવીએ તો આ બધું સોલ્વ થઈ શકશે.

❧

મેં હવે ફેસબુક પર સનાતની યોધ્ધાઓનો સાથ આપવાનું ખુલ્લેઆમ શરુ કરી દીધું હતું. મેં સંઘમાં પણ મારા મિત્રો મારફતે સંદેશ મોકલાવી દીધો હતો કે હું આ લોકો સાથે સંઘના શોધ આયામમાં જોડાતા પહેલાં જોડાયો હતો. હું આ કાર્યમાં જે કરી રહ્યો હતો એના પરથી જ મને એ કાર્ય કરવા કહેવાયું હતું. હું માનતો હતો કે સાળંગપુર વિવાદ બાદ અને શંકરાચાર્ય તેમજ અન્ય

સનાતની સંતોના સક્રિય થવા બાદ સંઘ અને વીએચપી સનાતન ધર્મના પક્ષે રહીને આ કાર્ય સંભાળી લેશે. પણ જે હું જોઉં છું એ સંપ્રદાયના બચાવની અને તેની બગડેલી ઈમેજ ધોવાની કોશિશ સિવાય કંઈ નથી. તો, હું આ સનાતની યોધ્ધાઓને એકલા છોડી શકું એમ નથી. મારો ધર્મ એમના તરફ છે. જ્યાં સુધી આ કાર્યમાં મારી જરૂર છે, મારે મારો ભાગ ભજવવો જ પડશે. તો, તમે ચાહો તો શોધ આયામ અન્ય કોઈ લાયક વ્યક્તિને સોંપી શકો છો. આ મેસેજ આપ્યા બાદ પણ હું શોધ આયામના કાર્યમાં સક્રિય હતો, પણ હવે વાતાવરણ પહેલાં જેવું નહોતું.

મારી એ ટીમમાં રહેલા દરેક સ્વયંસેવકો વ્યક્તિગત રીતે મારી સાથે હતા, સાળંગપુર વિવાદથી વ્યક્તિગત રીતે ખુશ પણ હતા, કારણકે તે પણ ચાહતા હતા કે આ સંપ્રદાય ઠેકાણે આવે. પણ સંઘના સ્વયંસેવક તરીકે તેમને ચિંતિત રહેવાનું હતું. તેમને વિવાદ સુલજાવી સ્વામિનારાયણને પણ હિંદુ માની હિંદુ સમાજને ભેગો રાખવાની વાત કરવાની હતી, અને મુસ્લિમો સામે જે કરતા હતા તે કરે જવાનું હતું. મારા સિવાય કેટલાક અન્ય સભ્યો પણ જે મારી જેમ બહારથી સીધા સંઘ સાથે જોડાયા હતા, તે પણ મારી જેમ ચિંતિત હતા અને આ સંપ્રદાય વિરુદ્ધ બોલતા હતા, પણ સંઘના સ્વયંસેવક તરીકે રહેલા મિત્રોની દુનિયા અંગત લાગણી અને સંઘ વિચાર વચ્ચે વહેંચાયેલી હતી. હું એમને મારા કારણે વધુ ચિંતા કે પીડા આપવા નહોતો માંગતો, એટલે હું ધીરે ધીરે તેમનાથી ખસવા માટે પેલા સંપ્રદાયની ગતિવિધિઓને નિશ્ચિત બની સટીક જવાબ આપી રહ્યો હતો.

એજ સમયમાં અમેરિકામાં BAPS દ્વારા તેના સૌથી મોટા મંદિરનું ઉદ્ઘાટન થઇ રહ્યું હતું. સામાન્ય સંજોગોમાં એના ઉદ્ઘાટનના સમારંભને ગુજરાતમાં બહુ મોટા પાયે ઉપયોગમાં લેવાની યોજના હતી, પણ સમય હવે બદલાઈ ચુક્યો હતો. ગુજરાતમાં સોંપો પડેલો હતો, કોઈ એ મંદિરનું નામ લેવા નહોતું માંગતું. પણ સંપ્રદાયના અનુયાયીઓ અને તેમના તરફી લોકો એ ઇવેન્ટને મોટું કરી સંપ્રદાયની ઈજ્જત ફરી ઠેકાણે કરવાની કોશિશ કરી રહ્યા હતા. પણ બધું વ્યર્થ જઈ રહ્યું હતું. સનાતનીઓના હૃદયની લાગણીને વાચા આપવા માટે મેં એ સમયે આ અત્યંત મહત્વપૂર્ણ લેખ લખ્યો.

સનાતની ભારતીયો સાથે વિશ્વાસઘાત કરીને ઉભી કરાયેલી રાવણની લંકા

વિદેશમાં રહેતા સનાતની ભારતીયો અને ભારતની હિંદુ સંસ્થાઓને એક સંદેશ

• ૨૬ સપ્ટેમ્બર, ૨૦૨૩/ફેસબુક પર •

સ્વામિનારાયણ સંપ્રદાય અત્યારે એના પાપ છુપાવવા અમેરિકામાં ૮ તારીખે થનારા તેના મોટા અક્ષરધામ મંદિરના ઉદ્ઘાટન માટે ભારે PR કરી રહ્યો છે. હવે, આ મંદિર પણ એજ છે જ્યાં એક બસો વર્ષ પહેલા જન્મેલા માણસને મુખ્ય આસન પર બેસાડી સનાતન ધર્મના તમામ ઇશ્વરો, દેવો અને દેવતાઓને બાજુમાં દરબારી તરીકે બતાવ્યા હશે. વેદોથી લઇને પુરાણો સુધી સનાતન ધર્મનું સ્વરૂપ છે નિરાકાર પરબ્રહ્મની સાકાર પંચદેવ (ગણેશ, સૂર્ય, વિષ્ણુ, શિવ અને શક્તિ) સ્વરૂપે આરાધના, અને તે માધ્યમથી સાકારથી નિરાકાર તરફ જવું. કોઈપણ દિવ્ય પુરુષ કે સ્ત્રી જે આ પંચદેવના અંશ કે અવતાર રૂપે હોય તે જ સનાતન ધર્મનો હિસ્સો ગણાય છે. હવે, આ સ્વામિનારાયણવાળાઓએ ભગવાન વિષ્ણુના નારાયણ અને હરિ નામ ચોરી એક નવા ભગવાનને ઊભો કર્યો છે જે ભગવાન શ્રીવિષ્ણુની પત્નીઓ રાધાજી, લક્ષ્મીજી અને તુલસીજીને પોતાની પત્નીઓ કહી રહ્યો છે, પણ સામે પોતાને ભગવાન વિષ્ણુ, ભગવાન શિવ, બ્રહ્માજી, માં શક્તિ અને અન્ય દેવી દેવતાઓનો આરાધ્ય બતાવે છે. ના આવા કોઈ ભગવાનનું સ્વરૂપ છે આપણા સનાતન ધર્મમાં, ના કોઈ એવું કોઈ ધામ છે જ્યાં આપણા આ તમામ ઇશ્વરો કોઈ અજ્ઞાત માણસના સેવક કે ભક્ત હોય.

પણ તોય, આપણી હિંદુ સંસ્થાઓ અને પાર્ટીઓ હમણાં ખુશ થઈને આ ભૌતિક ચકા ચાંદથી અંજાઈને એ સ્થાનની વાહવાહી શરૂ કરી દેશે જ્યાં સનાતન ધર્મના આપણા બધા ઇશ્વરો કોઈ માણસના દાસ તરીકે કેદ છે. ગુજરાત અને ભારતમાં જેમ હિંદુ સંગઠનોને આમણે ફસાવ્યા છે, તેમ વિદેશમાં વસતા હિન્દુઓને પણ આ લોકો આપણા એ કેદ કરાયેલા ભગવાન બતાવી બતાવીને ફસાવી રહ્યા છે. આ રીતે અમેરિકા, કેનેડા, ઓસ્ટ્રેલિયા અને બ્રિટનમાં સનાતનીઓનું ધર્માંતરણ ચાલી રહ્યું છે જે આગળ જતાં કેનેડાના ખાલિસ્તાની શીખોથી ઘણું મોટું સરદર્દ બનશે.

ભારત બહારના તમામ સનાતનીઓ તથા ભારતના હિંદુ સંગઠનોને સમજવું જરૂરી છે કે જો એક દુષ્ટ બની ચૂકેલા બાળકની જીદ સામે નમતું જોકતા હોઈએ તેમ આ લોકોને આ કાર્ય આગળ ધપાવવા દેવામાં આવે તો સનાતન ધર્મ

કેવી રીતે નષ્ટ થાય એમ છે. જો સનાતન ધર્મના સ્વરૂપથી બહારના કોઈ એવા માણસને જે પંચદેવમાંથી કોઈનો અવતાર નથી તેને આપણે પંચદેવનો આરાધ્ય કે સર્વોપરી ઈશ્વર તરીકે સ્થાપવા દઈએ છીએ તો એ આખી દુનિયા માટે એવું કરવાનો રસ્તો ખોલી દે છે. પછી જિસસને અને અલ્લાહને પણ એ પંચદેવના આરાધ્ય બતાવી શકાય, ઇસ્લામના કોઈ પીર, ફકીર અને મૌલવીને પણ એ રીતે બતાવી શકાય, અને વિશ્વમાં અને ભારતમાં આવનારા સમયમાં ખૂણે ખૂણે એવા માણસો ઊભા કરી શકાય જે બ્રહ્મા, વિષ્ણુ, શિવ અને શક્તિના આરાધ્ય હોય અને આપણા પંચદેવ તેમના સેવક હોય. આખા વિશ્વમાં ઠેકાણે ઠેકાણે રામ, કૃષ્ણ, શિવ અને મા શક્તિ સાથે લોકો ફૂટબોલની જેમ રમતા હોય અને તેમને દાસ બતાવતી આપણે કલ્પના પણ ન કરી શકીએ એવી ઘૃણિત કથાઓ માર્કેટમાં ફરતી હોય. આખો સનાતન ધર્મ પડી ભાંગે. એટલે આ લોકો એ તાળાની ચાવી માંગી રહ્યા છે, જે સનાતન ધર્મને નષ્ટ કરવા જરૂરી છે. સાકાર પંચદેવ એ આ ઉદાર સનાતન ધર્મ ફરતે રહેલી એકમાત્ર દીવાલનો એ એકમાત્ર દરવાજો છે, જે એના સ્વરૂપને અકબંધ રાખી તેની રક્ષા કરે છે. આજસુધી એ કિલ્લાના દરવાજાને બહારથી કોઈ ખોલી શક્યું નથી, એટલે આ લોકો તેને અંદરથી ખોલવાની કોશિશ કરી રહ્યા છે.

આ લોકો જે ઈચ્છે છે તે આપણે તેમને આપી શકીએ તેમ નથી. કારણકે એ પોતે જ ઘરની સ્ત્રીને નિર્વસ્ત્ર કરી બજાર વચ્ચે મૂકવા જેવી વાત છે. પછી એની ઈજ્જત પર હાથ મારવા માટે અફધાન લૂંટારાઓની જરૂર નથી રહેતી, બજારમાં ઉભેલા લોકો જ એ કરી દે છે. આમ, આપણને ખબર છે એ રીતે કમાવવામાં આવતા એ પૈસાથી ઊભી કરાયેલી ભવ્ય ચર્ચો જેવી ઇમારતોથી અંજાઈને આપણે સનાતન ધર્મના વિનાશની એ ચાવી આ લોકોને આપી શકીએ એમ નથી. સનાતન ધર્મ પોતાના જ્ઞાન અને દિવ્યતાથી દુનિયાને આંજે છે, માનવજાતિને દિવ્ય બનાવે છે. આ ભૌતિક ચકાચાંદ વાળા ચર્ચો તો રોમન રાજાઓના આશ્રિત બનેલા ખ્રિસ્તી ધર્મની રીત છે. આપણે એની કોપી મારવાની જરૂર નથી. આપણું વિશ્વ સમક્ષ પ્રતિનિધિત્વ કરવા ઇસ્કોનના કૃષ્ણ ભક્તિમાં ડુબાળતા મંદિરો પૂરતા છે, અને એ પછી સનાતન ધર્મના ગૂઢ જ્ઞાનમાં ડૂબવા સ્વામી વિવેકાનંદ દ્વારા સ્થાપિત વેદાંત સોસાયટી સૌથી શ્રેષ્ઠ છે. બુદ્ધિજીવી અમેરિકનો પણ આ સ્થાને જાય છે. તો વિદેશોમાં રહેતા સનાતનીઓને આપણા આ બે શ્રેષ્ઠ સ્થાને જ જવું જોઈએ.

૭૭

જૂઠ અને કુતકીને એક સામટો જવાબ

આ બાજુ સ્વામી સંપ્રદાયની સનાતન વિરોધી છબી સાફ કરી સનાતની સમાજમાં ફરી તેને મુખ્યધારામાં લાવવાની કોશિશો તેમના અનુયાયીઓ મારફતે પણ સતત થઇ રહી હતી. તેમને બધું પહેલાં જેવું કરવું હતું, પણ સુધરવું નહોતું. તેમને એજ સર્વોપરીનું ધતિંગ ચાલુ રાખવું હતું, એજ વિકૃત ચોપડાઓને ચાલુ રાખવા હતા, પણ પાછલા લેખના અંતે કહ્યું તેમ સનાતની સમાજ પાસે સનાતન ધર્મને નષ્ટ કરવાની સ્વીકૃતિ જોઈંતી હતી. અને એના માટે રોજ નવા નવા જૂઠ અને કુતર્ક અપાઈ રહ્યા હતા. પણ સનાતની સમાજ હવે જાગી ગયો હતો. અમેરિકાના એ BAPS મંદિરના ઉદ્ઘાટન પહેલાં તેમના તરફથી કેટલાક જૂઠ ફરી ફેલાવાયા. એ જૂઠ મને અપાયા અને એના પણ મેં નીચે મુજબ જવાબ આપ્યા, જે સોશિયલ મીડિયા પર ફેલાતાં તેમની કોશિશોનું સસુરીયું થઇ ગયું.

આટલું બધું સત્ય બહાર આવી ગયા પછી પણ સ્વામિનારાયણ સંપ્રદાય તરફથી સનાતની સમાજને છેતરવાની બેશરમ કોશિશો ચાલુ છે. એ સંપ્રદાય તરફથી નીચેનો મેસેજ ફોરવર્ડ કરાઈ રહ્યો છે. સનાતની સમાજના હિતમાં એમના દરેક જૂઠના નીચે પ્રમાણ સહિત સત્ય કહીને અહીં આપવામાં આવ્યું છે. સ્વામિનારાયણ સંપ્રદાય વિષે આટલુ વાંચશો તો મુદ્દો સમજાઈ જશે.

- # જૂઠ - સ્વામિનારાયણ સંપ્રદાય શુદ્ધ વૈષ્ણવ પરંપરાનો સંપ્રદાય છે.
- √#સત્ય - વૈષ્ણવ શબ્દનો અર્થ થાય છે 'વિષ્ણુનો ભક્ત'. રામાનંદ સ્વામીનો ઉદ્ધવ સંપ્રદાય કૃષ્ણ ભક્તિનો સંપ્રદાય હતો, એટલે એ વૈષ્ણવ સંપ્રદાય હતો. સહજાનંદ સ્વામીએ પણ શિક્ષાપત્રીમાં ભગવાન શ્રીકૃષ્ણને જ પૂર્ણપુરુષોત્તમ સર્વોપરી ઈશ્વર માની તેમને પોતાના આરાધ્ય માન્ય, અને કૃષ્ણ ભક્તિ સાથે પંચદેવ ઉપાસના કરવાની આજ્ઞા કરી. તેમણે કૃષ્ણ ભક્તિ માટે જ સ્વામિનારાયણ મંત્રની દીક્ષા આપી. ત્યાં સુધી એ પણ વૈષ્ણવ સંપ્રદાય હતો. પણ એમના પછી એજ સહજાનંદ સ્વામીને નારાયણ કૃષ્ણનું નામ આપી દઈ સ્વામિનારાયણ નામે નવા ભગવાન બનાવી દેવાયા, અને આ નવા ભગવાન ભગવાન શ્રીકૃષ્ણ અને તેમના મૂળ રૂપ એવા ભગવાન વિષ્ણુથી પણ મોટા છે, એટલું જ નહીં ભગવાન વિષ્ણુ એમના મતે આ સહજાનંદ સ્વામીના સેવક છે. અને ત્યાંથી તેમના સંપ્રદાયના પુસ્તકોમાં ભગવાન વિષ્ણુ અને કૃષ્ણને હીન ચીતરતી વાતો લખેલી છે.
- ભગવાન વિષ્ણુનું ધામ વૈકુંઠ ધામ હતું, તેના સ્થાને આ નવા ભગવાનને સનાતન શાસ્ત્રોમાં ક્યાંય નથી એવું અક્ષરધામ નામનું નવું ધામ આપવામાં

આવ્યું. અને આ નવા ધામમાં સનાતન ધર્મના દરેક ઈશ્વરો અને દેવી-દેવતાઓ આ નવા સ્વામિનારાયણ ભગવાનના દાસ અને દરબારી તરીકે કેદ છે. આજના સ્વામિનારાયણ સંપ્રદાયના તમામ ફાંટાઓનું આજ સ્વરુપ છે.

- જૂઠ - રામાનુજાચાર્ય એ સંપ્રદાયના આચાર્ય છે અને વિશિષ્ટાદ્વૈત એ એમનો મત છે અને વેદ એમનો સામવેદ છે અને શાખા કૌથમી છે.

- સત્ય: રામાનંદ સ્વામીનો ઉદ્ભવ સંપ્રદાય જ વિશિષ્ટાદ્વૈત મતનો હતો. એના પછી જે સ્વામિનારાયણ સંપ્રદાય બનાવવામાં આવ્યો તે વેદોથી લઈને પુરાણો સુધીના સમગ્ર સનાતન ધર્મના સ્વરૂપની જ બહાર છે. સનાતન ધર્મનો દ્વૈત, વિશિષ્ટાદ્વૈત અને અદ્વૈત દરેક મત પરબ્રહ્મની પંચદેવ (વિષ્ણુ, શિવ, શક્તિ, ગણેશ, સૂર્ય) રૂપે ઉપાસના કરવાનો સિધ્ધાંત ધરાવે છે. જ્યારે આ નવા સ્વામિનારાયણ સંપ્રદાયમાં આ પંચદેવથી અલગ કોઈ નવો જીસસ કે અલ્લાહ જેવો ભગવાન બેસાડાયો છે. રામાનુજાચાર્ય પીઠના વર્તમાન આચાર્ય શ્રી રાઘવાચાર્ય હમણાં જ આ સંપ્રદાયને સનાતન ધર્મ માટે એક ખતરો બતાવી ચૂક્યા છે.

- જૂઠ - ગુજરાતમાં લક્ષ્મીજીનું સૌથી મોટું મંદિર એ વડતાલ શ્રી સ્વામિનારાયણ મંદિર છે. જ્યાં 200 વર્ષથી લક્ષ્મીજીની સેવા પૂજા થઈ રહી છે ને પ્લેટિનમના વાઘા પહેરાવવામાં આવે છે. સ્વામિનારાયણ સંપ્રદાય સિદ્ધેશ્વર મહાદેવ જુનાગઢ, નરનારાયણ દેવ અમદાવાદ - ભુજ, મદનમોહનજી મહારાજ ધોલેરામ, ગોપીનાથજી મહારાજ ગઢપુર, સૂર્યનારાયણ દેવ, વરાહ દેવ વરતાલ ધામ અને હનુમાનજી મહારાજના અનંત મંદિરો સાથે વૈદિક દેવોની 200 વર્ષથી સેવાઓ થઈ રહી છે.

- સત્ય: આ મૂળ છ મંદિરો સહજાનંદ સ્વામીએ શ્રીકૃષ્ણને નારાયણ સ્વરૂપે સ્થાપિત કરી બનાવ્યા હતા. પણ આજે તેમાં નારાયણ તરીકે સ્વામિનારાયણ નામના નવા ભગવાનને માનવામાં આવે છે. ત્યાં સુધી કે ભગવાન કૃષ્ણની પત્ની શ્રીલક્ષ્મીજી અને રાધાજીને આ નવો ભગવાન પોતાની પત્ની કહે છે, પણ શ્રીકૃષ્ણ જેમનો અવતાર છે તે ભગવાન વિષ્ણુને પોતાના સેવક કહે છે. મતલબ, અહીં સહજાનંદ સ્વામી જે માં લક્ષ્મીને માતા માની પૂજતા કરતા હતા તે લક્ષ્મીજીને સહજાનંદ સ્વામીનાં પત્ની તરીકે આ સંપ્રદાયના પુસ્તકોમાં સ્થાપિત કરાવી દેવાયાં છે.

- જૂઠ - આવા 3,000 મંદિરોમાં દેવોને થાળ, શણગાર અને વાઘા ધરાવવા માટે વર્ષે 150 કરોડથી પણ વધારે ખર્ચ કરવામાં આવે છે. જે સંપ્રદાયના ખાલી અમેરિકામાં 200 થી વધારે મંદિરો છે. જે સંપ્રદાયની સંસ્થાઓ યુનોમાં હિન્દુ સહકારી સંસ્થા તરીકે સેવાનું કામ વર્ષોથી કરે છે.
- સત્ય: આ સંપ્રદાયના દરેક મંદિરમાં સનાતન ધર્મના ઈશ્વરોને એટલે બેસાડવામાં આવ્યા છે, કારણકે સનાતન ધર્મના લોકો પોતાના એ ઈશ્વરોને જોઈને એ મંદિરોમાં જાય, અને પછી તેમને આ સંપ્રદાયના એક સર્વોપરી ભગવાનમાં ચેન કેન પ્રકારે ખેંચી શકાય. આ અમારું કહેવું નથી. BAPS નું મૂળ પુસ્તક અક્ષર પુરુષોત્તમ ઉપાસનાના પાના નંબર 65-66 પર આ ચોખ્ખું લખાયું છે. સાથે એ જ વાત કહેતા વડતાલના એક સ્વામીનો વીડિયો પણ આપણી સામે ઉપલબ્ધ છે.

- જૂઠ: આ કંઈ ચર્ચ, મસ્જિદ તો નથી ને...??? હિન્દુ સનાતનના જ મંદિરો છે.
- સત્ય: આ સંપ્રદાયનું સ્વરૂપ ખ્રિસ્તી ધર્મનું જ છે, જ્યાં ખાલી એક સંપ્રદાયમાં અને તેના નવા ઈશ્વરમાં જ માનવાથી તમને તે ઈશ્વર પાસે સ્વર્ગમાં સ્થાન મળવાની લાલચ અપાય છે. ખ્રિસ્તી સંપ્રદાયમાં એ ભગવાન જીસસ અને સ્વર્ગ હેવન છે, અહીં એ અનુક્રમે સહજાનંદ સ્વામી અને અક્ષરધામ છે. BAPS ની રચનામાં એ બે વચ્ચે કેથોલિક ખ્રિસ્તીઓના પોપ જેવા પ્રમુખો છે. સહજાનંદ સ્વામી અને ખ્રિસ્તી પાદરીઓ તથા અંગ્રેજ અમલદારો વચ્ચે કેવી સાંઠગાંઠ હતી તે પણ આપણે જાણીએ જ છીએ. (આગલા પ્રકરણમાં)

- જૂઠ - જે સંપ્રદાયના સાધુઓ અયોધ્યા રામ મંદિર બનાવવા માટે આંદોલન કરે અને એક એક મહિનો જેલમાં પણ જાય. જે સ્વામિનારાયણ સંપ્રદાય જન્માષ્ટમી, શિવરાત્રી, હોળી, ઉત્તરાયણ, દિવાળી, રામ નવમી, હનુમાન જયંતી, વિષ્ણુ યાગ, મારુતિ યાગ, લક્ષ્મી પૂજન, સરસ્વતી પૂજન, ધનુરમાસ - શ્રાવણ માસ શિવપૂજન આવા વગેરે પૂજનો પાછળ દર વર્ષે સવા સો કરોડનો ખર્ચ કરે છે. જે દુનિયાભરમાં 3,000 થી વધારે મંદિરોનું સંચાલન કરે છે. 400 થી વધારે જેની પાસે એજ્યુકેશન સ્કૂલ અને ગુરુકુલો છે, જેની અંદર સાડા સાત લાખ વિદ્યાર્થીઓ ભણે છે. 250 થી વધારે ગૌશાળાઓનું સંચાલન કરે છે ને ગાયોની સેવા કરે છે. 75 થી વધારે જે હોસ્પિટલ ચલાવે છે. રોજ 4 - 4.5 લાખ લોકોને એવરેજ નિશુલ્ક અન્ન ક્ષેત્રમાં ભોજન કરાવે છે. જે સંપ્રદાયના દુનિયાભરમાં વસતા લાખો પરિવાર દરરોજ પ્રાતઃકાળમાં ધોતી પહેરીને ભગવાનની પૂજા કરે છે. લાખો પરિવારના લોકો એકાદશી,

જન્માષ્ટમી, શિવરાત્રી, રામ નવમીનાં અને શ્રાવણ માસના વ્રત ઉપવાસ કરે છે. સ્વામિનારાયણ સંપ્રદાયના લાખો ભક્તો સવાર સાંજ રામકૃષ્ણ ગોવિંદ જય જય ગોવિંદની ધૂન બોલે છે. જે સંપ્રદાયના લાખો લોકો પોતાના માથામાં શિખા રાખે છે એટલે કે ચોટલી રાખે છે. જે સંપ્રદાય પાસે 3000 મંદિરો જ છે તો એ શું ચર્ચ છે ? ? ? મસ્જિદો છે ? ? ? એ મંદિરો ઉપર હિન્દુ સનાતન ધર્મની જ ધજા ફરકે છે. આટલી મોટી જે સંપ્રદાય ધાર્મિક પ્રવૃત્તિ કરે છે એને લોકો કહે છે કે તમે સનાતન નથી... ??? એટલા માટે કોને નીચા દેખાડ્યા ? ? કોને ઉંચા દેખાડ્યા એ બધું બંધ કરી ખાલી તમે એટલું સ્વીકારી લો કે તમને સંપ્રદાયની પ્રવૃત્તિઓની ઈર્ષા થાય છે જલન થાય છે એટલે મુદ્દો પૂરો થઈ જાય. અને તમે ગમે તેવું કામ કરો પણ 4 જણને જલન તો થવાની જ....

• **સત્ય:** સનાતન ધર્મ માટે કાર્ય કરતી એક નાની ખિસકોલી પણ આપણી પૂજ્ય છે, એની ઈર્ષા નથી થતી, એનાથી પ્રેરણા લેવાય છે. આ સનાતની સમાજનું ચરિત્ર છે. પણ આ સંપ્રદાયની બધી હિંદુ ગતિવિધિ એક ષડયંત્ર અને વિશ્વાસઘાત કરવા માટેનો દેખાવ છે. હજારો વર્ષોથી સનાતન ધર્મના આરાધ્ય રહેલા પંચદેવ રૂપી ઈશ્વરો ઉપર સનાતન ધર્મના સ્વરૂપમાં ક્યાંય બંધ ન બેસતો હોય એવો એક નવો ઈશ્વર બેસાડી સનાતની ઈશ્વરોને તેના દાસ બતાવવામાં આવી રહ્યા છે. તેની આડમાં સનાતનીઓનું ધર્માંતરણ થઈ રહ્યું છે. આ સંપ્રદાયમાં ફસાઈ ચૂક્યા હોય કે સમર્પિત થઈ ચૂક્યા હોય તેવા લોકોના ઘરમાં એક સ્વામિનારાયણ સીવાય આવા દાસ બનેલા સનાતની ઇશ્વરોના ફોટા કે મૂર્તિ રાખવાની મનાઈ હોય છે. તેમને કુળ દેવી અને મા અંબેના ગરબા છોડાવવામાં આવે છે. તેમના ઘરમાં નરસિંહ મહેતાનું કૃષ્ણ ભજન વાગે તો પણ તેમના સ્વામીઓ ચિડાઈ જાય છે. કહે છે, 'સેવકોને ના પૂજવાની અને બધાના સર્વોપરી સ્વામિનારાયણને જ પૂજવાની આજ્ઞા કરેલી છે તો આ કેમ કરો છો?' આ છેતરપિંડી અને વિશ્વાસઘાત સાથે સનાતની સમાજ પર કોઈ એક ઇશ્વરની અને તેના નામે સ્વામીઓની ગુલામી થોપવાનું ષડયંત્ર છે. તેમના ગુરુકુળો હિંદુ બાળકોનું આજ મતાંતરણ કરવાની મોટી ફેકટરીઓ છે. જેવી રીતે ચર્ચ કોન્વેન્ટ શાળાઓ ચાલવે છે અને સેવાના નામે હોસ્પિટલો પણ ચલાવે છે, બસ એજ રીતે આ લોકો એજ બધા ખ્રિસ્તી હથગંડા હિંદુઓના માતાંતરણ માટે અપનાવી રહ્યા છે.

ꙮ

ત્યારબાદ, ૧૮ ઓક્ટોબર, ૨૦૨૩ ના રોજ મેં એક નાની ફેસબુક પોસ્ટ લખી જેણે વિરોધીઓમાં સૌથી વધુ ધ્રુજારી અને સનાતની સમાજમાં સૌથી વધુ નક્કર સ્પષ્ટતા ઉત્પન્ન કરી. એ સ્પષ્ટતા તે દિવસથી આજદિન સુધી નિરંતર વધી જ છે. તે પોસ્ટ આ હતી:

"કોઈ તમારી સામે 'જય સ્વામિનારાયણ' બોલે ત્યારે એનો અર્થ 'અલ્લાહ-ઉ-અકબર' બોલે એવો જ થાય છે. કારણકે તે હિન્દુઓના ભગવાન વિષ્ણુને નારાયણ નથી કહી રહ્યો. તેણે વિષ્ણુનું નામ ચોરી જે એક નવો સર્વોપરી ભગવાન ઊભો કર્યો છે, જેણે સનાતન ધર્મના પંચદેવને કોઈ અક્ષરધામમાં સેવક બનાવીને રાખ્યા છે - તેને તે સ્વામિનારાયણ કહી રહ્યો છે. તે અલ્લાહ જેવો એક સર્વોપરી ભગવાન છે, જેને માન્યા પછી હિંદુઓનાં ઘરોમાંથી બધા સનાતની ઈશ્વરોને દૂર કરવામાં આવે છે. એટલે જેમ તમને કોઈ 'અલ્લાહ-ઉ-અકબર' કે 'અલ્લાહ હાફીઝ' બોલે તો તમે સામે જય શ્રી રામ, જય શ્રીકૃષ્ણ કે હર હર મહાદેવ જ બોલો છો, એમ આ 'જય સ્વામિનારાયણ' સામે પણ બોલવું જોઈએ, જ્યાં સુધી તે એ નારાયણ ભગવાન કૃષ્ણ કે વિષ્ણુ છે એવું પોતાના દરેક ચોપડામાં જાહેર ન કરી દે."

ત્યારબાદ કેટલાક મૂર્ખ કુતકી જે આ સંપ્રદાયના બ્રેઈનવોશ થયેલા અનુયાયીઓ ફેલાવે જતા હતા, તે મને આપવામાં આવ્યા. અને મેં એ બાધાનો પણ જવાબ આપી સનાતની યોદ્ધાઓને એક પોસ્ટ લખી આપી. એ કુતર્ક અને તેના જવાબ નીચે મુજબ છે.

- કુતર્ક: રામ-કૃષ્ણનો ઉલ્લેખ તેમના જન્મ પહેલા નથી.
- સનાતની જવાબ: રામ અને કૃષ્ણ પંચદેવમાંના એક ભગવાન વિષ્ણુના અવતાર છે. પંચદેવ જેમ જેમ અવતાર લે છે તેમ તેમની કથાઓ અને ચરિત્ર લખાય છે. પણ પંચદેવ તો મૂળ નિરાકાર પરબ્રહ્મ સ્વરૂપ છે. તે હંમેશાથી અહીં જ છે. તેમનો ના જન્મ થાય છે ના મૃત્યુ થાય છે. તેમના અવતારો મનુષ્ય રૂપે આવે છે અને મનુષ્યોની જેમ જન્મે છે અને દેહ છોડે છે, જેથી માનવજાતિનું માર્ગદર્શન કરી શકાય. આટલી સામાન્ય વાત સનાતની ધરમાં જન્મેલું એક નાનું બાળક પણ સમજે છે, પણ તમારી ગળથૂથી પેલા

પાખંડી સ્વામીઓએ કરેલી છે, એટલે તમને એની ખબર નથી.

- કુતર્ક: સ્કંધપુરાણમાં સ્વામિનારાયણનો જન્મ થશે એવું બતાવેલ છે.
- સનાતની જવાબ: એ જૂઠનો પર્દાફાશ કરે જમાના થઇ ગયા. સ્કંધપુરાણના એ બધા શ્લોક જે ભગવાન વિષ્ણુ અને તેમના આગામી અવતાર માટે લખાયા છે તેને તમે જૂઠા ભાષાંતર કરી અજ્ઞાની હિંદુઓ સામે ફેરવે જાઓ છો. પણ હવે એનો ભાંડો ફૂટી ચુક્યો છે. જગદગુરુ શંકરાચાર્ય મહારાજે પણ કહી દીધું છે કે સ્કંધપુરાણમાં કોઈ સ્વામિનારાયણનો ઉલ્લેખ નથી, હોઈ પણ ન શકે. સ્કંધપુરાણ ભગવાન વિષ્ણુની વાત કરે છે, અને સનાતન ધર્મના શાસ્ત્રોમાં 'નારાયણ' એ ભગવાન વિષ્ણુનું જ એક પ્રચલિત નામ છે.

- કુતર્ક - અમને અમારો ધર્મ માનવા દો, તમે તમારો ધર્મ માનો.
- સનાતની જવાબ: હું કોઈના ઘરમાં ચોરી કરીને લૂંટનો સામાન મારા ઘરે લેતો આવું, પછી એ માણસ જેના ઘરમાં ચોરી કરી એને એવું ન કહેવાય કે મને આ સામાન વાપરવા દે, તારા ઘરમાં જેટલું વધ્યું છે તે તું વાપર. ધોકા પડે આવું બોલો એટલે. આવું ઇસ્લામ સ્થપાતો હતો ત્યારે નવા અસ્તિત્વમાં આવેલા મુસ્લિમો પણ જુના આરબો અને યહુદીઓને કહેતા હતા. પણ એનો અર્થ એજ થાય છે કે અમે જે આ નવો ઈશ્વર ઉભો કર્યો છે, અને સનાતન ધર્મના શાસ્ત્રોના અર્થ પલટીને, જૂઠ બોલીને સર્વોપરી વાળું જે ધતિંગ કર્યું છે, તેને સ્વીકૃતિ આપો અને અમને વિકસવા દો. જેથી એક દિવસ રાજકારણ, વેપાર અને અન્ય પ્રપંચો દ્વારા અમે તમને નષ્ટ કરી દઈએ. ઈસ્લામે આજ કહ્યું હતું, અને એજ કર્યું.

- કુતર્ક: કૃષ્ણ ભગવાનનો પણ વિરોધ થયો હતો.
- સનાતની જવાબ: બિલકુલ થયો હતો. કૃષ્ણ ભગવાન જ નહિ, ભગવાન વિષ્ણુનો પણ વિરોધ થયો હતો. પણ એ બધા વિરોધ કરવાવાળા હિરણકશ્યપ અને શિશુપાલ જેવા દૈત્ય હતા. જેમ આજે પણ તમારા ચોપડા અને સ્વામીઓના પ્રવચન કૃષ્ણ ભગવાનને હીન ચીતરતાં અને તેમને 'હત્યારો', 'ગોવાળ' કહેતા નિવેદનોથી ભરેલા છે, તેમ એ સમયમાં પણ લોકો હતા. એટલે જ તો એ હણાયા, અને તમારું ભવિષ્ય પણ જો તમે ન સુધર્યા તો એજ છે. એ વેપારી સ્વામીઓ તમને બચાવી નહિ શકે. એ પોતાને પણ નહિ બચાવી શકે. એ દરેક વ્યક્તિ પણ નષ્ટ થશે જે તેમને બચાવવા વચ્ચે આવશે. આજ સનાતન ધર્મની રીત છે. આજ એનો અવિરત પ્રવાહ છે.

- કુતર્ક - સ્વામિનારાયણને સમજવા તમારે સત્સંગમાં આવું પડે.
- સનાતની જવાબ: જે સત્સંગથી તમારા જેવા મૂર્ખ જન્મ લેતાં હોય, જે સત્સંગથી રામ અને કૃષ્ણને હત્યારા કહેનારા સ્વામીઓ પેદા થતાં હોય, જે સત્સંગમાં ભગવાન શિવ અને પંચદેવનું વિકૃત અપમાન કરતી કથાઓ કહેવાતી હોય એ એક સનાતની માટે તો શું, સંસારના કોઈપણ સાત્વિક માણસ માટે સત્સંગ નથી. તે દારૂ-જુગાર અને વ્યાભિચાર કરતા કોઠાથી પણ હીન સ્થાન છે. એ સ્થાનને બંધ કરાવવું એજ સમાજનું દાયિત્વ હોય છે.

- કુતર્ક: તમે હિન્દુઓમાં ભાગલા કરો છો. આપણે એક રહેવાની જરૂર છે.
- સનાતની જવાબ: આ સનાતની હિંદુ સમાજને એટલો માયકાંગલો અને નિર્બળ સમજવાની જરૂર નથી કે તેને પોતાની રક્ષા કરવા માટે તમારા જેવા છેલ્લી કક્ષાના દુષ્ટ ધર્મદ્રોહીઓની જરૂર પડશે. રામ અને રાવણની એકતા નથી હોતી. જે એવી કોશિશ કરે છે તે વેચાઈ ચુકેલો કાયર અને પાખંડી છે. અને તમે હિંદુ રહ્યા જ ક્યાં છો તે ભાગલાની વાત કરો છો. તમે તો હિન્દુઓ અંદર રહીને તેમના શાસ્ત્રોને દૂષિત કર્યા, તેમના આરાધ્યોને હીન બતાવી તેમના ધર્મને નષ્ટ કરવાની કોશિશ કરી. તમે એક દુષ્ટ આક્રાંતા છો. તમારા સાથે એક રહેવાની વાત કરવી એ બિલકુલ એવી જ છે જેવી ખિલાફત આંદોલનને સમર્થન આપી ગાંધી બાપુએ હિન્દુઓને મુસલમાનો સાથે એક થવા માટે કરી હતી. ત્યાં અંગ્રેજોને દુશ્મન બતાવાતા હતા, અહીંયા મુસલમાનોને બતાવાય છે. આ એજ ભૂલનું પુનરાવર્તન કરવાની અને કરાવવાની કોશિશ છે. અનિષ્ટને તમે ઢાંકો છો કે બચાવો છો ત્યારે તે હજુ વધારે મોટો રાક્ષસ બનીને બહાર આવે છે. તેને જ્યારે જાગો ત્યારે નષ્ટ કરી દેવું જોઈએ. ત્યાંથી એક ડગલું પણ આગળ ન વધવા દેવું જોઈએ.

- કુતર્ક: હિમ્મત હોય તો મુસ્લિમ સામે બોલો.
- સનાતની જવાબ: તમારા સામે અમે જેવું બોલીએ છીએ એવું જ જરૂર પડ્યે મુસ્લિમ સામે પણ બોલીએ છીએ. અમારી સોશ્યલ મીડિયા ટાઈમલાઈનો ભરેલી પડેલી છે એમના સામે સનાતન ધર્મના રક્ષણ અને સમ્માન માટે કહેવાયેલી વાતોથી. પણ અમે એટલા મૂર્ખ નથી કે એજ મુસ્લીમથી પણ ખતરનાક લોકોને ખાલી એટલે ના ઓળખી શકીએ, કારણકે તેનો પહેરવેશ અને દેખાવ હિંદુ જેવા છે. અમારી સનાતન નિષ્ઠા પહેરવેશ જોઇને અને નામ જોઇને ભેદભાવ નથી કરતી. અમને એ તથ્ય અંદરથી કોરી ખાય છે કે અમારા વચ્ચે રહીને પણ તમે આ સનાતન ધર્મના આરાધ્યો વિષે જે બોલ્યું

અને લખ્યું છે, તેવું તો આજસુધી એ મુસ્લિમોએ પણ નથી બોલ્યું કે લખ્યું. તમે એ કોટીએ નીચે ઉતરેલા છો.

* કુતર્ક - અમે આખા વિશ્વમાં સનાતન ધર્મનું નામ રોશન કર્યું મોટા મંદિરો બાંધીને. અમે કુદરતી આફતોમાં અને બીજી રીતે ઘણી બધી લોકસેવા કરીયે છીએ.

* સનાતની જવાબ: તમે સનાતન ધર્મમાં છો જ નહિ. તમે બસ એક ષડયંત્રકારી આકાન્તા છો જે હિન્દુઓને વટલાવી સનાતન ધર્મને ઇસ્લામ અને ખ્રિસ્તીઓ જેવા એક સર્વોપરી ઈશ્વર નીચે લાવી ખતમ કરવા માંગે છે. તમારા એ ચર્ચ જેવા મંદિરો એ ષડયંત્રનો પાયો છે. તમારી શાળાઓ અને હોસ્પિટલો અને સેવાના કાર્યો એજ છે જે છેલ્લી પાંચ સદીથી ભારતમાં ખ્રિસ્તી મીશનરીઓ કરી રહી છે. પ્રમુખ સ્વામીનું જીવન એજ છે, જે મધર ટેરેસાનું છે. સનાતાનીઓને ખબર નહોતી એટલે આજસુધી સંત માની માન આપ્યું. પણ હવે બધાને સમજાઈ ગયું છે કે અંદરખાને નિયતમાં એજ હતું જે એ ભ્રષ્ટ ચોપડાઓમાં લખાયેલું છે.

* કુતર્ક - અમારા મંદિરોમાં પણ રામ-કૃષ્ણ અને શિવ હોય છે. તમને શાસ્ત્રોનું જ્ઞાન નથી.

* સનાતની જવાબ: હા, અને એ કઈ રીતે, કયા વિચારથી હોય છે તે હવે અમે સમજી ચુક્યા છીએ. તમારા BAPS ના પુસ્તક ‘અક્ષરપુરુષોત્તમ ઉપાસના’ માં ખુલ્લી બડાશ મારવામાં આવી છે કે કેવી રીતે સહજાનંદ સ્વામીએ હિંદુ ધર્મના ભગવાનોની પોતાના મંદિરમાં સ્થાપના કરીને હિન્દુઓને મંદિરોમાં આવતા કર્યા, અને પછી તેમને આ સર્વોપરીના તૂતમાં વટલાવ્યા. જ્યાં સુધી વાત રહી શાસ્ત્રોની, તમે જે વિકૃત ચોપડાઓને શાસ્ત્રો કહો છો એ ગોબરનું પણ હવે તો અમને જ્ઞાન થઇ ચુક્યું છે, એટલે જ તો તમારી અસલીયતની ખબર પડી. બાકી અમારા સનાતન ધર્મના શાસ્ત્રોનો બોધ તો પેઢીઓથી અમારી ચેતનામાં વહે છે, એ અમારા ડીએનએમાં વણાયેલો છે. એટલે જ તો તમને જોતાં જ ખબર પડી જાય છે કે તમે સનાતન શાસ્ત્રોમાં ક્યાં કઈ ગંદકી ફેલાવવાની કોશિશ કરી છે. તમારા સંપ્રદાયના સ્વામીઓને વિકૃત કરાયેલા એ ચોપડાઓથી તૈયાર કરાયા છે, અને તેમણે એ ગંદકી તમારામાં ભરી છે. એટલે જ તો તમારી એ સનાતન ચેતના મરી પડવારી છે.

- કુતર્ક - તમે ક્યાં કૃષ્ણ ને જોયા છે? સ્વામિનારાયણ રૂપે અમને તો પ્રત્યક્ષ ભગવાન જોવા મળ્યા.

- સનાતની જવાબ - એ ઢીંગલો કે કાર્ટૂન જેને તમે 'સ્વામિનારાયણ ભગવાન' કહો છો તેને તમે જોયા નથી, બનાવ્યા છે. તે એ સહજાનંદ સ્વામી હતા, જે ભગવાન કૃષ્ણના ભક્ત હતા અને કૃષ્ણને પોતાના સ્વામી એવા નારાયણ કહેતા. એ સહજાનંદ સ્વામીની દાઢી અને મોંઢા પર મોટા મોટા મસા હતા, જે તેમના જુના ચિત્રો અને મૂર્તિઓમાં દેખાય છે. પણ પછી તમે તેમને ભગવાન બનાવ્યા, એટલે તમે એમનો ચહેરો પણ બદલી નાખ્યો, અને ઇસ્કોનની ભગવાન કૃષ્ણની મૂર્તિઓ જેવા દેખાતા એક ચહેરાને ભગવાન કૃષ્ણથી પણ ઉપર માળીયે ચઢાવીને સર્વોપરી બનાવી દીધો. તમે એ લોકો છો, જેમને પોતાના બાપનો ચહેરો ના ગમતો હોય તો તે ફોટામાં બાપના ચહેરા પર બોલીવુડના કોઈ હીરોનો ફોટો ચોટાડી તેને પોતાનો બાપ કહે.

- અને જ્યાં સુધી વાત છે ભગવાન કૃષ્ણને જોવાની, જ્યારે તે મનુષ્ય રૂપે અવતાર લઈને આવ્યા ત્યારે પણ તેમણે એજ કહ્યું હતું કે 'આ શરીર મારું મૂળ રૂપ નથી. હું એ અવ્યક્ત અવિનાશી (અક્ષર) પરબ્રહ્મ છું જેનાથી આ સંસાર વ્યાપ્ત છે. હું જ સમસ્ત સંસારમાં વસેલો છું.' અમે પૃથ્વી પર ફરેલા તેમના એ શરીરને જ ભગવાન કૃષ્ણ નથી સમજતા. અમે તેમના મૂળ પરબ્રહ્મ રૂપમાં એમને રોજ પોતાનામાં અનુભવીએ છીએ. જ્યારે જ્યારે અમે તમારા જેવા દુષ્ટો સામે સત્ય માટે લડીએ છીએ એટલે પરબ્રહ્મ રૂપી શ્રીકૃષ્ણ અમારા વડે કાર્ય કરતા હોય છે. એજ નિરાકાર, અવ્યક્ત, અક્ષર (અવિનાશી) પરબ્રહ્મ અમારું અંતિમ ગંતવ્ય સ્થાન છે. એમાં ભળી જવું એ અમારું લક્ષ્ય છે. એ અમારો મોક્ષ છે. અમારે તેમને જોવા નથી, અમારે તેમનાથી એક થઇ જવું છે. આજ આમારા સનાતન ધર્મમાં ઈશ્વરનું અને મોક્ષનું સ્વરૂપ છે. અમારે એ મોગેમ્બોના અડ્ડા જેવા અક્ષરધામમાં નથી જવાનું.

10
તિલક અને ટોપીનો ઇતિહાસ: અંગ્રેજ અમલદારો અને ખ્રિસ્તી પાદરીઓ સાથે સ્વામીનારાયણ સંસર્ગ

હવે આવે છે આ સંપ્રદાયના ઇતિહાસમાં આવતા ખ્રિસ્તી પાદરી અને અંગ્રેજ અમલદારોના સહજાનંદ સ્વામી પરના પ્રભાવની જાણકારી. એ વિગત જે આપણે ભૂમિકામાં આપેલા સંપ્રદાયના ઇતિહાસમાં આપી છે, તે અહીં પ્રાપ્ત થઈ.

સંઘના શોધ આયામના સંયોજક તરીકે જ્યારે હું વિવિધ ઐતિહાસિક બનાવો અને વ્યક્તિઓ પર સંશોધન અર્થે શોધ કરી રહ્યો હતો, ત્યારે પહેલીવાર મારું ધ્યાન સહજાનંદ સ્વામીના કાર્યકાળ પર કેન્દ્રિત થયું. અત્યાર સુધી મેં ખાલી તેમના પુસ્તકો અને વર્તમાન સ્વરૂપમાં આવેલી સનાતન વિરોધી વિકૃતિને જ બહાર લાવવાનું કાર્ય કર્યું હતું. એ માન્યતા સાથે કે આ બધું કૃષ્ણ ભક્ત સહજાનંદ સ્વામીના મૃત્યુ પછી શરૂ થયું હશે. પણ જેમ એક્સ-મુસ્લીમોના સામે આવ્યા પછી આપણને ઇસ્લામ વિષે જાણવા મળતું હતું કે અસલમાં કંઈ પાછળથી નથી બગડ્યું, તે સ્થાપકના સમયમાં જ આ રૂપમાં આવી ગયું હતું. તેમ હવે મને સહજાનંદ સ્વામીના કાર્યકાળને જોવાની ઈચ્છા હતી. મારું ધ્યાન

આ સંપ્રદાયના પુસ્તકોમાં લખેલી એ બડાશ પર ગયું જ્યાં લખ્યું છે કે 'સ્વામિનારાયણે અંગ્રેજ અમલદાર માલ્કમને આશીર્વાદ આપ્યા કે તેનું રાજ સો વર્ષ ટકશે.' મને અહીંયા કાંઈક દાળમાં કાળું રંધાયેલું હોવાની અનુભૂતિ થઈ. મેં ગૂગલમાં સર્ચ કર્યું 'સ્વામિનારાયણ એન્ડ બ્રિટીશ ઓફિસર માલ્કમ'. અને આ સાથે ગૂગલ ઉપર આ સંપ્રદાયની ઇસ્ટ ઇન્ડિયા કંપની અને ખ્રિસ્તી પાદરીઓ સાથેની જુગલબંધીનો જે ઐતિહાસિક ઉપક્રમ મળ્યો તે પેલા વાક્યથી બિલકુલ વિરુદ્ધ ચિત્ર બતાવતો હતો. આશીર્વાદ સ્વામિનારાયણે નહોતા આપ્યા, આશીર્વાદ માલ્કમે સ્વામિનારાયણને આપ્યા હતા. આવો જાણીએ એ બ્રિટિશ દસ્તાવેજોના ચિત્રને.

૧૮૧૫ માં ફ્રાંસના નેપોલિયનની વોટરલૂની લડાઈમાં હાર બાદ અંગ્રેજોનો દબદબો દુનિયામાં વધી ગયો. અને ત્યારથી અંગ્રેજોએ દુનિયાભરમાં એક ચળવળ શરૂ કરી 'પેક્સ બ્રિટાનિકા (Pax Britannica)', જેનો અર્થ થાય છે 'બ્રિટીશ શાંતિ'. આ ચળવળનો હેતુ હતો જે દેશ-પ્રદેશ અંગ્રેજોના આધિપત્યમાં આવે ત્યાંના સમાજને સભ્ય બનાવવાની કોશિશો કરી અંગ્રેજ સરકાર સાથે તેમની સમરસતા અને શાંતિ કાયમ કરવી. વિશ્વભરના બ્રિટીશ શાસિત પ્રદેશોમાં આ ચળવળ ૧૮૧૫ માં શરૂ થઈ અને ૧૯૧૪ માં પ્રથમ વિશ્વ યુદ્ધની શરૂઆત સાથે એનો અંત આવ્યો. એ સો વર્ષની Pax Britannica ચળવળના દસ્તાવેજોનો એક આખો ભંડાર બ્રિટનની યુનિવર્સિટીઓ અને લાઇબ્રેરીઓમાં ભરેલો છે, જેમાં ગુજરાતમાં પેક્સ બ્રિટાનિકા કેવી રીતે ચલાવવામાં આવી એ દસ્તાવેજોમાં સહજાનંદ સ્વામી વિશે બહોળા પ્રમાણમાં લખવામાં આવ્યું છે. એજ રીતે જેમ બંગાળમાં પેક્સ બ્રિટાનિકા ચળવળના દસ્તાવેજોમાં રાજા રામમોહન રોય એક મહત્ત્વનું પાત્ર ઉપસી આવે છે. રાજા રામ મોહન રાય સાથે બંગાળમાં જે સામાજિક સુધારણાની ચળવળ ચાલી એ અસલમાં આજ પેક્સ બ્રિટાનીકાની ચળવળ હતી. એજ દસ્તાવેજોમાંથી બ્રિટનના લેખકોએ ઓક્સફર્ડ અને કેમ્બ્રિજ યુનિવર્સિટી માટે સ્વામિનારાયણ સંપ્રદાય પર કેટલાક પુસ્તકો લખ્યા છે. એમાંથી એક છે રેમોન્ડ બ્રેડી વિલિયમ્સનું 'An Introduction of Swaminarayan Hinduism' અને બીજું છે એજ લેખકનું અન્ય સહલેખક સાથે લખાયેલું 'A new face of Hinduism - Swamianarayan Religion'.

આ બધા પુસ્તકો અને દસ્તાવેજોમાં અંગ્રેજ ગવર્નર જહોન માલ્કમ મુખ્ય હીરો છે, જેણે સહજાનંદ સ્વામી રૂપી એક સપોર્ટિંગ એક્ટરની મદદથી ગુજરાતમાં Pax Britannica સ્થાપી. બ્રિટિશ દસ્તાવેજો અને ખ્રિસ્તી પાદરીઓની ડાયરીઓ સહજાનંદ સ્વામીને હિંદુ-ખ્રિસ્તી સંવાદને જન્મ આપી બ્રિટિશ અને સ્વામિનારાયણ હિન્દુઓના સબંધોને આગળ વધારનારા અને હિંદુ શાસ્ત્રોના

નવા અર્થઘટન કરી તેમને શુદ્ધ કરનારા એક સમાજ સુધારક તરીકે વર્ણવે છે. આવો હવે એ દસ્તાવેજો અને પુસ્તકોમાં કહેવાયેલા ઇતિહાસને જાણીએ. અહીં આપવામાં આવેલી સમસ્ત જાણકારી એ બ્રિટિશ દસ્તાવેજો અને સ્વામિનારાયણ સંપ્રદાયના અનુયાયીઓથી જાણીને લખાયેલા રેયમોન્ડ બ્રેડી વિલિયમ્સના પુસ્તક 'An Introduction of Swaminarayan Hinduism' ના 'The Beginning of Swaminarayan Hinduism' નામના પ્રકરણ એક માંથી અપાઈ છે.

ઓગણીસમી સદીના આરંભમાં ગુજરાતમાં બે નેતાઓ બે દિશામાંથી પ્રવેશ્યા, અને તેમણે ગુજરાતી સમાજમાં વમળો ઉત્પન્ન કર્યા. તે વમળો સમાજમાં એવા ઊંડે સુધી ઉતર્યા કે આજે પણ તેની અસર ગુજરાતમાં અને વિદેશોમાં ગયેલા ગુજરાતીઓમાં જોવા મળે છે. એ બે નેતા હતા બોમ્બે પ્રેસીડેન્સીના ગવર્નર જહોન માલકમ અને સ્વામિનારાયણ હિંદુવાદના સહજાનંદ સ્વામી. એ જહોન માલકમ જ હતા જેમણે ૧૮૧૮ માં પેશ્વાની અંગ્રેજો સામે હાર થતાં પેશવાનું સરેન્ડર સ્વીકાર્યું હતું. એ સાથે જ ગુજરાત અંગ્રેજોના હાથમાં આવ્યું, જ્યાં વડોદરાને તેનું રાજ્ય સ્વતંત્ર રીતે ચલાવવાનો અધિકાર આપવામાં આવ્યો. કારણકે વડોદરાના ગાયકવાડે 1782 માં જ પેશવાથી અલગ પડીને બ્રિટીશ સંરક્ષણ સ્વીકારી લીધું હતું. આમ, વડોદરા રાજ્ય સિવાયનું આખું ગુજરાત અંગ્રેજોના હાથમાં આવ્યું. પણ એ ગુજરાત પેશવાના કુશાસનના કારણે અનેક રજવાડાઓ અને ધાડ પાડું બહારવટિયાઓના પ્રદેશોમાં વહેંચાયેલું હતું. સમાજમાં હિંસા અને કુરિવાજો ચરમ પર હતા. એક રીતે આખા ભારતમાં તે સમયે ગુજરાત સૌથી વધુ હિંસક અને વિખરાયેલો પ્રદેશ હતો. બંગાળનો સમાજ ભણેલો ગણેલો અને બુદ્ધિજીવી હતો, એટલે ત્યાં રાજા રામમોહન રાયની મદદથી ખ્રિસ્તી અને બ્રિટિશ સિધ્ધાંતો સાથે સમાજમાં ચળવળ ઊભી કરવામાં આવી હતી. પણ ગુજરાતના હિંસક અને અસ્તવ્યસ્ત સમાજમાં બ્રિટીશ શાંતિની એ ચળવળ મુશ્કેલ હતી. એટલે ક્રાંતિકારી વિચારોવાળા જહોન માલકમે ખ્રિસ્તી પાદરીઓથી અલગ હટીને ગુજરાતી સમાજના ધાર્મિક આગેવાનો દ્વારા સમાજને અંગ્રેજ સરકાર સાથે જોડવાની કોશિશ કરી. અને આ માટે તેણે સહજાનંદ સ્વામીની મદદ લીધી જે કાઠિયાવાડના એક પદ્ધામાં બહોળા પ્રમાણમાં અનુયાયી ધરાવતા હતા. તેમનું નિવાસસ્થાન દાદા ખાચર નામના એક મોટા કાઠી જમીનદારનું ઘર હતું, જે સહજાનંદ સ્વામીના અનુયાયી બનવાના કારણે તેમની જાગીરના સમસ્ત તેર-ચૌદ ગામ સહજાનંદ સ્વામીના અનુયાયી બન્યા હતા. સહજાનંદ સ્વામી તે ગામોમાં વૈષ્ણવ જેવો પણ એક અલગ પ્રકારનો સામાજિક સુધારણાવાળો પંથ

ચલાવતા હતા.

પણ ૧૮૦૨ માં રામાનંદ સ્વામીનો ઉદ્ધવ સંપ્રદાય સંભાળવાથી લઈને ૧૮૧૮ માં અંગ્રેજોના ગુજરાતમાં આવવા સુધીનો પંદર વર્ષનો સમય સહજાનંદ સ્વામીનો ગુજરાતની પ્રજા દ્વારા વિરોધ અને સતામણીનો સમય હતો. કાઠીયાવાડના અમુક રાજાઓએ તેમને ધર્મ વગરના, લોકોને ભરમાવતા વ્યક્તિ કહીને બળપૂર્વક રોકવાની કોશિશ કરેલી. તો અંગ્રેજોના આવ્યા પહેલાના અમદાવાદના રાજાએ સહજાનંદ સ્વામી પર અમદાવાદ રાજ્યમાં આવવા પર પ્રતિબંધ મૂકી દીધેલો. લોકોમાં તેમના પ્રત્યેના રોષનું કારણ જાતિના આધારે લોકો સાથે ભેદ કરતા ઉપદેશ આપવા, સ્ત્રીઓનો અનાદર કરવો, અને મૂળ વૈષ્ણવ સંપ્રદાયથી અલગ ઉપદેશ આપવો વગેરે હતા. રામાનંદ સ્વામીનો સંપ્રદાય સહજાનંદને મળવાથી રામાનંદ સ્વામીની બે સ્ત્રી શિષ્યો અને એક શિષ્ય રઘુનાથદાસે ઉદ્ધવ સંપ્રદાય છોડી દીધેલો, અને તેમના સમર્થનમાં પણ સમાજમાં સહજાનંદ સામે વિરોધ હતો.

પણ ૧૮૧૮ ફેબ્રુઆરીમાં અંગ્રેજો દ્વારા અમદાવાદની સત્તા હાથમાં આવતાં જ ખેડાના મેજિસ્ટ્રેટ રહેલા એડવર્ડ આયર્નસાઈડે સૌપ્રથમ સહજાનંદ સ્વામીનો અમદાવાદ આવવા પરનો પ્રતિબંધ હટાવ્યો અને તેમને મળવા માટે આવવા આમંત્રણ મોકલ્યું. એડવર્ડ આયર્નસાઈડનું સ્વામિનારાયણ સંપ્રદાયના ચોપડાઓમાં 'ઇરોન સાહેબ' તરીકે અનેકવાર વર્ણન આવે છે. સંપ્રદાયના ગ્રંથોમાં ઇરોન સાહેબની નોંધ સ્વામિનારાયણને એ વિશ્વાસ અપાવનાર વ્યક્તિ તરીકે છે કે અંગ્રેજો સ્વામિનારાયણના ઉપદેશ આપવાના અધિકારનો બચાવ કરશે અને તેમના સાધુઓને ઉત્પીડન અને હુમલાથી બચાવશે (શ્રીહરિચારિત્રામૃત સાગર ૧૭.૭૪). ઇરોન સાહેબ અને સહજાનંદ સ્વામીની પ્રથમ મુલાકાત ૧૮૦૯માં ખેડામાં થઈ હોવાનું વર્ણન છે, અને તે પછી તે ૧૮૧૭માં પણ મળ્યા. અને ૧૮૧૮ માં જ્યારે અમદાવાદમાં અંગ્રેજ સત્તા આવી ત્યારે ઇરોન સાહેબ કલેકટર હેઠળના અધિકારી તરીકે અમદાવાદ આવ્યા, અને ત્યારે સહજાનંદ સ્વામીને આમંત્રણ આપવામાં આવ્યું. ૧૮૧૯ માં ઇરોન સાહેબ અને સહજાનંદ સ્વામી મળ્યા જ્યાં ઇરોન સાહેબે કાલુપુરમાં મંદિર બાંધવા માટે જમીનનો એક પ્લોટ આપવાનું વચન આપ્યું, અને કહ્યું હવે તે સુરત જવાના છે અને દુલપ સાહેબ (જ્હોન એન્ડ્રુ ડનલોપ) અમદાવાદમાં રહેવાના છે.

જ્હોન એન્ડ્રુ ડનલોપ ૧૮૧૮ માં અમદાવાદના પહેલાં કલેકટર નિમાયા હતા. ડનલોપે ૧૮૨૦ માં સહજાનંદ સ્વામીને અમદાવાદમાં મંદિર બાંધવા માટે જમીન આપવાની મંજૂરી બ્રિટનથી મેળવી આપી. અને ફેબ્રુઆરી ૧૮૨૨માં કાલુપુરનું એ નર-નારાયણ મંદિર બનીને તૈયાર થયું. આ માટે રેયમોન્ડ

વિલિયમ્સ તેના પુસ્તક અં Introduction to Swaminarayan Hinduism માં લખે છે, '૧૮૨૦ માં અમદાવાદના કલેકટરે સહજાનંદ સ્વામીને મંદિર બાંધવા જમીન આપી અને (સ્વામિનારાયણનું) પહેલું મંદિર ત્યાં બંધાયું. આમ, અંગ્રેજો આ સંપ્રદાયના પહેલા મંદિરના બાંધકામમાં શામેલ હતા, જે એક આબેહુબ પ્રતિક હતું એ વાતનું કે 'પેક્સ બ્રિટાનિકા' અને 'પેક્સ સહજાનંદા' એક સહિયારા લક્ષ્ય તરફ ચાલનારા સમાંતર આંદોલન હતા. ૧૮૨૩ માં જ્યારે તે નર-નારાયણ મંદિરનું લોકાર્પણ થયું ત્યારે સહજાનંદ સ્વામી સાથે ૫૦,૦૦૦ લોકો હતા. આમ, બ્રિટીશ આવ્યા તે પહેલાના સહજાનંદના વર્ષો વિરોધ અને સતામણીના રહ્યા હતા, પણ બ્રિટીશ આવ્યા પછીના તેમના આખરી દસ વર્ષ મહાન સફળતા, ઊંચા સમ્માન અને મોટી સમાજ સુધારણાના વર્ષો રહ્યા.'

ખ્રિસ્તી પાદરીઓ સાથે મુલાકાતો:

આયર્નસાઈડ (ઇરોન સાહેબ) અને એન્ડ્રુ ડનલોપ બોમ્બે પ્રેસિડન્સીના ગવર્નર જ્હોન માલ્કમના સહજાનંદ સ્વામી સાથેના પ્લાન હેઠળ કાર્ય કરનારા અંગ્રેજ અમલદાર હતા. જ્હોન માલકમે આગળ આ કાર્યક્રમમાં ખ્રિસ્તી બિશપોને પણ જોડ્યા. એન્ડ્રુ ડનલોપે કાલુપુર મંદિરના નિર્માણ સમયના બે વર્ષોમાં સહજાનંદ સ્વામીના જીવન અને કાર્ય વિશે એક અહેવાલ તૈયાર કર્યો, જેનું નામ હતું 'હિન્દુઓનો એક નવો સંપ્રદાય (A new sect of Hindus)'. ડનલોપે આ લેખિત અહેવાલને સૌથી પહેલા કલકત્તાની બિશપ કોલેજના પ્રથમ પ્રિન્સિપાલ બનેલા વિલિયમ હોજ મિલ સાથે શેર કર્યો હતો. કાલુપુર મંદિરના ઉદઘાટનના ચાર મહિના બાદ વિલિયમ હોજ મિલ જૂન ૧૮૨૨માં ગુજરાત પ્રવાસે આવ્યા ત્યારે ડનલોપે તેમને આ નિબંધ બતાવ્યો, જેની મિલે તેમની ડાયરીમાં નકલ કરી હતી, જે હવે ઓક્સફર્ડ યુનિવર્સિટીની બોડલીયન લાઇબ્રેરીમાં સચવાયેલો છે. આ આહેવાલનું 1822 માં વિસ્તૃત સંસ્કરણ બોમ્બે કુરિયરમાં અજ્ઞાતપણે પ્રકાશિત થયું હતું, જે 'સ્વામિનારાયણ હિંદુવાદ' વિશે અંગ્રેજીમાં પ્રથમ કૃતિ મનાય છે.

સ્વામિનારાયણના અનુયાયીઓ આ બ્રિટિશ અધિકારીઓ સાથે સંપકી અને માહિતીના મધ્યસ્થી હતા. વિલિયમ હોજ મિલ પોતાની ડાયરીમાં આહેવાલ આપે છે કે તે એક ગૃહસ્થ કુબેરસિંહ છડીદાર અને સાધુ ભજાનંદ સ્વામીને મળ્યા અને આ આહેવાલ વિશે ચર્ચા કરી. સામે કુબેરસિંહે ખ્રિસ્તી ધર્મના પુસ્તકો આપવાની વિનંતી કરી, જેને સ્વીકારી મિલે તેમને ખ્રિસ્તી નવા કરારના તમામ પુસ્તકો આપ્યા. કુબેરસિંહે દરેક પુસ્તકના નામ અને વિષયવસ્તુ લખ્યા અને

સ્વામિનારાયણ સાથે તે પુસ્તકો શેર કરવાનું વચન આપ્યું. સાથે તેમણે મિલને સંસ્કૃત અથવા હિન્દીમાં તેમના સંપ્રદાયના સિદ્ધાંતો સંબંધિત તમામ પુસ્તકો મોકલવાનું વચન આપ્યું હતું. તેમના ભાઈ, મોતીરામ ચોપદાર (અધિકારી), અમદાવાદમાં બ્રિટિશ ઈસ્ટ ઈન્ડિયા કંપનીની ઑફિસમાં ક્લાર્ક તરીકે સેવા આપતા હતા અને બ્રિટિશ અને સ્વામિનારાયણ નેતાઓ વચ્ચે મીટિંગ ગોઠવવા માટે મધ્યસ્થી તરીકે કામ કરતા હતા.

ભજાનંદ સ્વામી કાવ્યશાસ્ત્ર, પુરાણો અને આયુર્વેદિક દવાના વિદ્વાન હતા. વચનામૃતના પાંચ પ્રવચનમાં તેઓ છ વખત દેખાય છે. ભજાનંદ સ્વામીએ વિલિયમ મિલ પાસેથી રાજા રામમોહન રોયના ઉપદેશો વિશે માહિતીની વિનંતી કરી, જેમના સુધારાએ બંગાળમાં વિવાદ ઊભો કર્યો હતો અને જેની સાથે મિલ વ્યક્તિગત રીતે પરિચિત હતા. ભજાનંદે કહ્યું કે મિલ તેને રોયના કેટલાક પ્રકાશનો હિન્દી અથવા સંસ્કૃતમાં મોકલે.

માર્ચ ૧૮૨૫ માં અન્ય એક પાદરી સહજાનંદ સ્વામીને મળવા આવ્યા. તે હતા રેજિનાલ્ડ હેબર. જાણીતા કવિ, સ્તોત્ર લેખક અને કલકત્તાના લૉર્ડ બિશપ એવા એવા હેબર તેમના કલકત્તાથી બૉમ્બે પ્રવાસ દરમિયાન નડિયાદ ખાતે સહજાનંદ સ્વામીને મળ્યા. સહજાનંદ સ્વામી તેમના ભત્રીજાની જનોઈ વિધિના કાર્યક્રમ માટે નડિયાદ આવ્યા હતા. હેબર પોતાના લખાણમાં એ મુલાકાતના ચિત્રને વિચિત્ર કહે છે, કારણકે સહજાનંદ સ્વામી સાથે ૨૦૦ ઘોડેસવાર તેમના ઘોડા સાથે હતા, અને એનાથી પણ મોટી સંખ્યામાં બંદૂકો લઈને ચાલતા તેમના અનુયાયી હતા. સહજાનંદ સ્વામીની સુરક્ષા માટે આ તાક-જામ અંગ્રેજોએ કરી આપ્યો હતો. હેબર સાથે પણ સો ઘોડેસવાર હતા, અને આ કારણે બે ધાર્મિક શિક્ષકો ઢાલની અથડામણ, અને યુદ્ધ-ઘોડાઓના ટ્રેમ્પના અવાજથી શહેરને ભરી દેતા હોય તેમ મળ્યા. હેબરને વિલિયમ હોજ મિલે સહજાનંદ સ્વામી વિશે જણાવી રાખ્યું હતું, અને નડિયાદ આવ્યા પછી કાઠિયાવાડનો એક રાજકુમાર પણ હેબરને મળવા આવેલો, જેણે સ્વામિનારાયણ સંપ્રદાય વિશે ઘણી નકારાત્મક વાતો હેબરને કરી હતી. આ રાજકુમારે શસ્ત્રોના બળથી આ સંપ્રદાયને નીચે પાડવાનો પ્રયાસ કર્યો હતો, પરંતુ અંગ્રેજોએ તેને રોક્યો હતો. પણ અંગ્રેજોએ સહજાનંદ સ્વામીના વખાણ કર્યા હોવાથી હેબર આદરભાવ સાથે સહજાનંદ સ્વામીને મળ્યા. અંગ્રેજોએ તેમને કહ્યું હતું કે સહજાનંદ સ્વામી પણ ખ્રિસ્તીઓની જેમ એક ઈશ્વરની જ વાત કરે છે.

મિટિંગમાં સહજાનંદે આ વિસ્તારમાં ચાલી રહેલા તેમના કેટલાક પ્રોજેક્ટ્સ માટે હેબરના સમર્થન અને બ્રિટિશ સરકારના અધિકારીઓ સાથે સારો પ્રભાવ મેળવવાની આશા સાથે વિનંતી કરી. મીટિંગ પછી તેમણે વડતાલ ખાતે લક્ષ્મી-

નારાયણના મંદિર માટે અને એક નિવાસસ્થાન અને હોસ્પિટલ માટે આર્થિક સહાય મેળવવા હેબરની મદદની વિનંતી કરી. હેબરે મંદિરના નિર્માણ માટે કોઈ ટેકો આપવાનો ઇનકાર કર્યો, પરંતુ બોમ્બેના ગવર્નર શ્રી એલ્ફિન્સ્ટોનને હોસ્પિટલ અને રેસિડેન્સ હોલ માટે સમર્થનની વિનંતી પહોંચાડવા તે સંમત થયા. ચર્ચા અને અસંમતિનો મુખ્ય મુદ્દો ભગવાનના સિદ્ધાંત વિશે હતો. સહજાનંદે ઈશ્વરની અભિવ્યક્તિ વિશે સ્વામિનારાયણ સંપ્રદાયમાં જે એક અલગ હિંદુ સ્વરૂપ બનાવવામાં આવ્યું હતું તેને સ્વીકારવા હેબર સંમત નહોતા થયા. સહજાનંદ સ્વામીએ એ સ્વરૂપ વિશે જે સમજાવ્યું તેના માટે હેબરે ખ્રિસ્તી ધર્મનો એ પ્રચલિત વાક્ય સમૂહ બોલી સંભળાવ્યો, "એક ભગવાનમાં, સ્વર્ગ અને પૃથ્વી પરની બધી વસ્તુઓના નિર્માતા, જેમણે બધી જગ્યા ભરી દીધી, દરેક વસ્તુનું સમર્થન કર્યું અને તેનું સંચાલન કર્યું, અને ખાસ કરીને, જેઓ તેને ખંતપૂર્વક શોધતા હતા તેમના હૃદયમાં વસવાટ કર્યો." અર્થાત્ સહજાનંદ સ્વામીએ જે એક ઈશ્વરની વાત કરી તે આ ખ્રિસ્તી વિચારથી મળતી હતી, પણ હેબર હિંદુ સિદ્ધાંતો સાથે પૂરતા વાકેફ હતા. તેમણે પૂછ્યું કે શું સહજાનંદે બ્રહ્મનો ઉલ્લેખ કર્યો. સહજાનંદે જવાબ આપ્યો, "જે છે અને જે એક જ છે તેને ઘણા નામો હોઈ શકે છે, અને તે આપવામાં આવ્યા છે, પરંતુ અમે અને અન્ય હિંદુઓ તેને બ્રહ્મ કહે છે.' હેબરે આને એકેશ્વરવાદના પ્રકાર તરીકે સ્વીકાર્યું. પણ તે ખ્રિસ્તી પશ્ચિમનો એકેશ્વરવાદ ન હતો.

હેબરને સહજાનંદના સ્પષ્ટીકરણથી આશ્ચર્ય થયું કે કૃષ્ણ ભગવાનનું એક સ્વરૂપ છે, જેની તેઓ પૂજા કરતા હતા, અને સાથે સહજાનંદ પોતાને પણ ભગવાનનું સ્વરૂપ માનતા હતા. સહજાનંદે તેમની માન્યતાને સમજાવ્યું કે "જુદા જુદા દેશોમાં ભગવાનના ઘણા અવતાર થયા છે, એક ખ્રિસ્તીઓ માટે, ભૂતકાળમાં બીજો હિંદુઓ માટે,' અને પછી એક સંકેત જેવું કંઇક ઉમેરતાં તેમણે કહ્યું કે કૃષ્ણ અથવા સૂર્યનો બીજો અવતાર તેમનામાં (સહજાનંદમાં) થયો હતો. આ સંકેત આપી સહજાનંદ સ્વામીએ હેબરને એક ચિત્ર ભેટ આપ્યું જેમાં વચ્ચે શ્વેતદ્વીપપતિ વાસુદેવ ઊભા હતા, અને બાજુમાં નર-નારાયણ ઋષિ તેમને પંખો નાખતા હતા.

આમ, ક્રમશઃ બ્રિટિશ સહાય અને સબંધોની મદદથી સહજાનંદ સ્વામીનું વર્ચસ્વ અને ચકાચાંદ ભર્યો પ્રભાવ વધતો ગયો, અને તેમણે એક પછી એક કુલ છ મંદિરો બનાવ્યા. હેબરના પ્રસંગથી એ મૂળ રહસ્ય પરથી પડદો ઉઠતો દેખાય છે. એજ કે વર્ષ ૧૮૨૪ માં સહજાનંદ સ્વામીએ લખેલી શિક્ષાપત્રીમાં તે ભગવાન કૃષ્ણને જ પોતાના આરાધ્ય અને પૂર્ણ પુરુષોત્તમ સર્વોપરી ઈશ્વર કહી પંચદેવ ઉપાસના કરવાનું કહે છે, પણ તે પછી લખાયેલા વચનામૃતોમાં

પોતે જ સર્વોપરી પુરુષોત્તમ ઈશ્વર હોવાની વાતો સામે આવવા લાગે છે. આ પરિવર્તન શિક્ષાપત્રી લખ્યા પછી આવેલું જણાય છે. અને અહીં એ સંભાવના જણાય છે કે એ પરિવર્તન ૧૮૨૫ માં વડતાલના લક્ષ્મી-નારાયણ મંદિરના નિર્માણ દરમિયાન અને તે પછી આવ્યું છે. હેબરે સહજાનંદ સ્વામીના ઈશ્વરની સંકલ્પનાને એકેશ્વરવાદ રૂપે ખ્રિસ્તી સ્વરૂપ જેવો માન્યો, પણ હજુ તે અલગ હોવાનું કહીને વડતાલ મંદિરમાં જમીન આપવાનો ઇનકાર કરી દીધો. પણ સાથે હોસ્પિટલ અને રેસિડન્સ હોલ માટે આર્થિક મદદ આપી એ ઈશારો પણ આપ્યો કે જો સહજાનંદ તેમના એકેશ્વરવાદને હજી વધુ ખ્રિસ્તી સ્વરૂપ નજીક લઇ આવે તો અંગ્રેજ અમલદારો અને ખ્રિસ્તી પાદરીઓ ખુશ થઈને વધુ મદદ કરી શકે. અને કદાચ એટલે જ જ્યારે ૧૮૨૫ માં વડતાલ લક્ષ્મી-નારાયણ મંદિર તૈયાર થયું ત્યારે સહજાનંદ સ્વામીએ લક્ષ્મી-નારાયણની મૂર્તિના બાજુમાં પોતાની મૂર્તિ રૂપે બીજી એક મૂર્તિ મુકાવી, અને તેને હરિકૃષ્ણ મહારાજ નામ આપ્યું. વડતાલના સ્વામીઓ આજે તેમના પ્રવચનોમાં કહે છે કે તે સમયે જ સહજાનંદ સ્વામીએ કહ્યું હતું કે જ્યારે લોકો આ મંદિરમાં તેમના ઇષ્ટ દેવ એવા લક્ષ્મી નારાયણના દર્શન કરવા આવે ત્યારે ધીરે ધીરે તેમની એ હરિકૃષ્ણ મહારાજ રૂપે તેમનામાં (સહજાનંદમાં) સર્વોપરી ઈશ્વર તરીકેની શ્રદ્ધા દ્રઢ થાય એ માટે એ મૂર્તિ ત્યાં સ્થાપી છે.' આમ, આ આખા સનાતન વિરોધી વિકૃત કૃત્યોની શરૂઆતનું મૂળ એ ક્ષણમાં મળે છે.

આ રીતે પોતાના અંગ્રેજ અમલદારો અને ખ્રિસ્તી બિશપોને સહજાનંદ સ્વામી પાછળ લગાવી ગવર્નર જ્હોન માલકમે ગુજરાતમાં સહજાનંદ સ્વામીને તૈયાર કરી Pax Britannica સ્થાપ્યું. અને જ્યારે એ કાર્ય પૂરું થઈ ગયું ત્યારે નિવૃત્ત થતાં પહેલાં ૧૮૩૦ ના ફેબ્રુઆરી મહિનામાં તે સહજાનંદ સ્વામીને મળવા જ્હોન માલકમ પહેલીવાર રાજકોટ આવ્યા, એ પણ એટલા માટે કારણકે સહજાનંદ સ્વામી ગંભીર માંદગીમાં પટકાયેલા હતા. એ વિશે રેયમોન્ડ વિલિયમ્સ પુસ્તકમાં લખે છે, '૨૮ ફેબ્રુઆરી, ૧૮૩૦ ના રોજ રાજકોટ ખાતે સર જ્હોન માલકમ અને સ્વામિનારાયણની મિટિંગ થઈ, જે ગુજરાતમાં બ્રિટિશ કંટ્રોલ અને સ્વામિનારાયણ હિંદુઈઝમના સહજાનંદ સ્વામીની વધતી લોકપ્રિયતાથી સ્વાભાવિક બની ચૂકી હતી. આ મિટિંગ તે પહેલાં બ્રિટિશ અમલદારો તથા ખ્રિસ્તી પાદરીઓની સ્વામિનારાયણના ધાર્મિક નેતાઓ સાથે થયેલી અનેક બેઠકોનું પરિણામ હતી. આ મિટિંગ સહજાનંદ સ્વામીની આખરી માંદગીના સમયમાં થઈ અને તે તેમની આખરી મુલાકાતોમાંથી એક હતી. તે (જૂનમાં સહજાનંદ સ્વામીના મૃત્યુ) પછી ડિસેમ્બરમાં જ્હોન માલકમ પણ બ્રિટન પાછા આવી ગયા. તે બંનેની મિટિંગ એ તાકતોને ગતિ આપી જેમણે ભારતના રાજનૈતિક,

સામાજિક અને સાંસ્કૃતિક પરિદૃશ્યને મહત્ત્વપૂર્ણ રૂપથી પ્રભાવિત કર્યું. એ તાકતોએ બ્રિટન અને સમગ્ર આધુનિક સંક્રમણ નેટવર્કમાં જ્યાં પણ ગુજરાતમાંથી સ્થળાંતર થયું છે ત્યાં બંને તરફ પ્રભાવ પાડવાનું ચાલુ રાખ્યું છે.'

આ સાથે રેયમોન્ડ વિલિયમ્સ પુસ્તકમાં લખે છે કે 'ગુજરાતીઓ લાંબા સમયથી બ્રિટિશ શાસન અને સહજાનંદના મંત્રાલયના જોડાણને ઓળખે છે. તે સમયની એક જૂની ગુજરાતી કહેવત છે; "ટોપી [બ્રિટિશની હેલ્મેટ] અને તિલક [સ્વામિનારાયણ સંપ્રદાયના અનુયાયીઓ દ્વારા કપાળ પર કરવામાં આવતી નિશાની] એકસાથે આવ્યા, અને તેઓ એકસાથે જ જશે." અંગ્રેજો આવ્યા અને ગુજરાતમાં પ્રચંડ પરિવર્તનના એજન્ટ હતા. તેમનો વારસો સર્વત્ર સ્પષ્ટ છે, પરંતુ તેઓ અદૃશ્ય થઇ ગયા છે. ગુજરાતમાં અને હવે ઈંગ્લેન્ડમાં પણ તિલક ખૂબ જ પુરાવામાં છે, અને સહજાનંદ દ્વારા સ્થાપિત ધાર્મિક સંસ્થા ગુજરાતના ધાર્મિક જીવનમાં અને જ્યાં પણ ગુજરાતીઓ છે ત્યાં મુખ્ય બળ બની રહી છે.'

પણ અહીં ગુજરાતી સમાજના સાચા ચિત્રને અને ગુજરાતીઓની સાચી લાગણીને સમજવામાં આ અંગ્રેજ લેખકે થાપ ખાધી છે. કારણકે આ જૂની કહેવત એક આખા સમાજની ગૂંગળામણ બતાવી રહી છે. અને આજે આ પુસ્તકમાં બતાવેલી આ સંપ્રદાયની જે વિકૃતિ આપણે જોઈ રહ્યા છીએ એનું જ નિર્માણકાર્ય આજથી બસો વર્ષના આપણા એ ગુજરાતી પૂર્વજો સહન કરી રહ્યા હતા. વિદેશી સત્તા અને પોતાના ધર્મથી વિપરીત સંપ્રદાયની મીલીભગતથી સમાજમાં ઊભી થયેલી બેચેની અનુભવાય છે એ કહેવતમાં. એક આખો સમાજ એક કહેવતનો ટેકો લઈને પ્રતીક્ષા કરવાની હિંમત મેળવી રહ્યો છે કે એક દિવસ આ સમય જતો રહેશે. પણ આ પુસ્તકના બીજા પ્રકરણમાં જોયેલી વિકૃતિ પછી એ કઠોર સત્ય આપણી સામે આવે છે કે એ સમય પૂર્ણ રીતે ક્યારેય ગયો જ નહિ. કારણકે સહજાનંદ સ્વામીના એ સંપ્રદાયને નવી નવી ટોપીઓ સાથે જોડાવવાની અને તેનો ઉપયોગ કરવાની ફાવટ આવી ગઈ. સ્વતંત્રતા પછી કૉંગ્રેસ, અને ત્યારબાદ ભાજપ. અને આજે બિલકુલ બસો વર્ષ પછી ૨૦૧૭ થી આ લખાઈ રહ્યું છે ત્યારે ૨૦૨૪ સુધી ગુજરાતના સનાતની સમાજમાં એજ ગૂંગળામણ છે જે ૧૮૧૭ થી ૧૮૩૦ વચ્ચે અને તે પછી હતી. ફરક ખાલી એટલો છે કે ટોપી સ્વરૂપે અંગ્રેજ અમલદારો અને ખ્રિસ્તી પાદરીઓના સ્થાને ભાજપ અને હિંદુ સંગઠનો આવી ગયા છે. અને છેલ્લા સાતેક વર્ષથી આજનો ગુજરાતી સમાજ એ જૂની કહેવતનો જ મર્મ બીજા શબ્દોમાં કહે છે. આજે તે કહે છે, 'આ તો આ સંપ્રદાયને અત્યારની સત્તાનો સંપૂર્ણ ટેકો છે, એટલે આ બધું પાખંડ ચાલે જાય છે. જે દિવસે આ સરકાર નહીં હોય તે દિવસે એનો પણ પાપનો ઘડો ભરાઈ જશે.'

પણ ના આજનો ગુજરાતી સમાજ એ જાણે છે ના આજના સત્તાધીશ પક્ષો કે આ સંપ્રદાયનો ઉદભવ જ આ રમતથી થયો છે. પૈસા, ભોગ અને સત્તાની લાલચથી આ સંપ્રદાયના સ્થાનોએ સલામો ભરવામાં પોતાનું સૌભાગ્ય સમજવાવાળા ભાજપ અને સાથી સંગઠનો એ નથી જાણતા કે તેમના જેવી તો ઘણી ટોપીઓ આ સંપ્રદાયે ફેરવી દીધી, અને તેમનો નંબર ત્રીજો છે. જ્હોન માલકમ એમને સત્તા અને ચર્ચની મીલીભગતથી સમાજ પર આધિપત્ય ભોગવાનો એ યુરોપીય માર્ગ બતાવી ગયો છે. અને એમાં પાવરધો બનેલો આ સંપ્રદાય તમારો ઉપયોગ સનાતન ધર્મ અને તેના આરાધ્ય ઈશ્વરોને નષ્ટ કરવા કરી રહ્યો છે.

୧୭

ખ્રિસ્તી પાદરીઓ અને અંગ્રેજો સાથેના આ સંસર્ગ બાદ આ સંપ્રદાયમાં જે પરિવર્તન આવ્યું એમાં ભગવાન કૃષ્ણ નહિ સહજાનંદ સ્વામી સર્વોપરી પૂર્ણપુરુષોત્તમ ભગવાન હતા, અને ભગવાન કૃષ્ણ/વિષ્ણુ સહીત સનાતન ધર્મના બધા ઈશ્વરો તેમના દાસ હતા. પણ કહેવાય છે કે તમે જેવું રોપો છો એવું જ લણો છો. સહજાનંદ સ્વામીના મૃત્યુ પછી આ સંપ્રદાયમાં કેવા પાખંડ અને અંદરો અંદર સત્તા માટેના સંઘર્ષ થયા એની જાણકારી વડતાલ અને BAPS વચ્ચે થયેલા કોર્ટ કેસ પર આધારિત પુસ્તક 'બોચાસણ બંડનો ઈતિહાસ' માં મળે છે. ત્યારબાદનો ઈતિહાસ આ સંપ્રદાયમાં વારે વારે કોઈના કોઈ સ્વામી દ્વારા પોતાને સર્વોપરી ઈશ્વર ઘોષિત કરવાથી લઈને સંપ્રદાય દ્વારા તેમને તડીપાર કરાતા સંપ્રદાયના નવા ને નવા ફાંટાઓના નિર્માણનો છે, જ્યાં દરેક નવો ફાંટો ધર્મ અને આધ્યાત્મિક જગતમાં એક નવા સ્તરની વિકૃતિ લઈને આવે છે.

આ સમગ્ર જાણકારી મેળવ્યા બાદ में યુરોપમાં રોમન સત્તાની મીલીભગતથી ખ્રિસ્તી ધર્મ કેવી રીતે સ્થપાયો એની જાણકારી આપતા લેખ લખ્યા. આ સંપ્રદાયના ઈતિહાસ પર નજર નાખતા જણાતું હતું કે તેણે અંગ્રેજોથી લઈને કોંગ્રેસ અને ભાજપ સુધી જે પણ સત્તામાં હોય તેના સાથે મળીને તેમનું સનાતન ધર્મ વિરોધી માળખું ગુજરાતમાં પ્રસારવાનો પ્રયાસ કર્યો હતો. આ તેની મોરસ ઓપરેન્ડી હતી. એટલે એ આખું અબ્રહામિક વૃક્ષ જ્યાં એક નવો સર્વોપરી ઈશ્વર સ્થાપાતાં જ તે પહેલાંની સભ્યતા કેવી રીતે નાશપ્રાય થવા લાગી, તેના સાથે કેવા અત્યાચારો થયા એ વિશે में બે લેખ લખી લોકોને ચેતવ્યા.

ખ્રિસ્તી ધર્મની સ્થાપના કેવી રીતે થઈ? જીસસને ભગવાન કોણે ઘોષિત કર્યા? અને આજના ગુજરાતનું ચિત્ર એનાથી કેવી રીતે સમરૂપ થઈ રહ્યું છે? જાણો આ લેખમાં.

• ૨ ઓક્ટોબર, ૨૦૨૩ / ફેસબુક પર

ઇસ ૩૩ માં જીસસના મૃત્યુ પછી એમના અનુયાયીઓ નાજરેથ છોડી અલગ અલગ પ્રદેશમાં વિસ્થાપિત થવા લાગ્યા. તેમણે રોમ તરફ જઈ યુરોપમાં એક ઈશ્વરના ઈસુના સંદેશને ફેલાવવાની કોશિશ કરી. પણ લગભગ પોણા ત્રણસો વર્ષ સુધી રોમન રાજાઓ દ્વારા ઈસુના અનુયાયીઓની એજ રીતે શૂળી પર ચડાવીને હત્યાઓ કરવામાં આવી જેવી રીતે ઈસુની કરાઈ હતી. આ વર્ષોમાં ધીમે ધીમે રોમન સામ્રાજ્યમાં ઈસુ ખ્રિસ્તના અનુયાયીઓની સંખ્યા વધીને હજારેક સુધી થઇ હતી. આ અનુયાયીઓના પ્રભાવમાં આવી રોમન રાણી ઈસુ ખ્રિસ્તની અનુયાયી બની ગઈ. અને રાણીએ ધીમે ધીમે તેના પતિ એવા રોમન રાજા કોંસ્ટન્ટાઈનને પ્રભાવમાં લઈ ખ્રિસ્તી બનવા માટે તૈયાર કરી દીધો. ઇસ ૩૧૨ માં રાજા કોંસ્ટન્ટાઈને એક સભા બોલાવી અને તેમાં ઈસુના ઉપદેશો પાછળ ચાલતા એ સમુદાયને ખ્રિસ્તી ધર્મ નામે સ્વીકૃતિ આપી. તેણે ખ્રીસ્તી ધર્મને રોમન રાજ્યનો રાજધર્મ ઘોષિત કરી દિધો. આજ સભામાં ઈસુ ખ્રિસ્તને ભગવાન તરીકે માન્યતા અપાઈ, જેમને ત્યાં સુધી એક સંત મનાતા હતા. રોમન ચર્ચની સ્થાપના થઇ અને ખ્રિસ્તી ધર્મના આજે અસ્તિત્વમાં છે એ બધા નિયમો ઘડાયા. ૨૫ ડિસેમ્બરે જીસસનો જન્મદિવસ મનાવવાનું પણ આ સમયે જ નક્કી થયું. સાથે આજે જીસસ સાથે જોડાયેલી ઘણી બધી વાતો જે તે પહેલા અસ્તિત્વમાં નહોતી, તે અહિયાંથી ઘડાઈ. બિલકુલ એવું જેવું ૧૮૩૦ માં મુંબઈના ગવર્નર જ્હોન માલ્કમ અને ખ્રિસ્તી પાદરીઓ સાથે સહજાનંદ સ્વામીની મુલાકાતો પછી કૃષ્ણ ભક્ત સહજાનંદ સ્વામીમાંથી એક નવા સ્વામિનારાયણ ભગવાન બનાવવાનું અને નવી નવી સનાતન ધર્મ વિરોધી વિકૃત કથાઓ ઘડવાનું કાર્ય શરૂ થયું.

આ રીતે ખ્રિસ્તી ધર્મ રોમન સત્તાનો આશ્રિત બન્યો અને રોમન સમાજ પર ચર્ચ દ્વારા એક નવા ધર્મના નિયમો લાગુ કરાયા. હવે નાગરિકો રાજ્ય, આસ્થા અને ધર્મ એ ત્રણેયના કાયદાઓ સાથે પાળવા મજબૂર હતા. ઈસુ ખ્રિસ્ત જ એકમાત્ર ભગવાન છે, બીજું કોઈ નહિ એ વાત મુખ્ય થતી ગઈ. ખ્રિસ્તી

પાદરીઓની સત્તા સમાજ પર સતત વધતી જ ગઈ. વર્જિન મેરીના સિધ્ધાંત પાછળ સ્ત્રીઓ ચર્ચ માટે ખતરો બની, તો એક સમય એવો પણ આવ્યો કે આઝાદ વિચારો ધરાવતી ૫૦,૦૦૦ થી વધુ સ્ત્રીઓને જીવતી સળગાવી દેવામાં આવી. તો ક્યારેક પોતાના અનુરૂપ રાજા કે રાણીને ગાદી પર જાળવી રાખવા ચર્ચે રાણીને તેના દીકરા સાથે લગ્ન કરવા મજબૂર કરી. રાજા અને ચર્ચની સાઠગાંઠ એટલી ભયાનક વધી ગઈ કે ચૌદસો વર્ષનો એ આખો સમય 'કાળો ઇતિહાસ' કહેવાય છે, જેનું દસ્તાવેજીકરણ આપણને પ્રખ્યાત પુસ્તક 'એ હિસ્ટ્રી ઓફ ક્રિસ્ટિયન ચર્ચ' માં મળે છે.

ગેલેલીયો અને ન્યુટન જેવા વૈજ્ઞાનિકોથી લઈને સ્વતંત્ર વિચારકો કેવા પરેશાન કરાયા એ પણ એ પુસ્તકમાં જાણવા મળે છે. આખરે અઢારમી સદીમાં વૈજ્ઞાનિકો અને વિચારકોનો એવો સમૂહ તૈયાર થયો જેમણે સમાજને સત્તા અને સંપ્રદાયના આ ગઠબંધનની ગુલામીમાંથી બહાર કાઢવાના વિચારો આપ્યા. અને વોલ્ટેર જેવા એ મહાન વિચારકોમાંથી જ એક વિચાર નીકળ્યો જે હતો સેક્યુલરીઝમનો વિચાર. એ વિચાર અહીં ઊભો થયો. સત્તા અને ધર્મ કે સંપ્રદાય વચ્ચે કોઈ કનેક્શન જ ન હોવું જોઈએ. ધર્મ અને સંપ્રદાય સમાજનો અને વ્યક્તિનો અંગત વિષય છે, તે કોઈ રાજસત્તાનો આશ્રિત ન હોઇ શકે. અને યુરોપની આ વૈચારિક ક્રાંતિથી જ અઢારમી સદીના ઉત્તરાર્ધમાં અમેરિકન ક્રાંતિ અને ફ્રેન્ચ ક્રાંતિ થઈ ત્યાં લોકતાંત્રિક સરકારો અસ્તિત્વમાં આવી.

ભારતમાં ધર્મ સંપ્રદાય રૂપે રાજસત્તાના આશ્રિત થયો હોય તેવું સમ્રાટ અશોકના બૌધ્ધ મિશનમાં સૌથી પહેલીવાર જોવા મળે છે. પણ એજ અશોકનો વંશજ બૃહદ્રથ જ્યારે બૌધ્ધ ધર્મના નાસ્તિકવાદમાં મૂઢ બની ગયો અને દુશ્મનો મગધ સુધી ધસી આવ્યા, ત્યારે તેના શિવભક્ત સેનાપતિ પુષ્યમિત્ર શુંગે બૃહદ્રથની હત્યા કરી દીધી અને પોતે રાજા બની દુશ્મનોને પાછા ધકેલ્યા. ત્યારબાદ ધીમે ધીમે ફરી સનાતન ધર્મી રાજાઓની સંખ્યા ભારતમાં વધવા લાગી અને આ કારણે સમાજમાં ફેલાયેલા બૌધ્ધ ધર્મ પર સત્તાની મહેરબાની હટી ગઈ. ત્યારે શંકરાચાર્ય આવ્યા જેમણે સમાજમાં શાસ્ત્રાર્થ ચલાવી બૌધ્ધ ધર્મને હટાવ્યો. જ્યાં સુધી બૌધ્ધ સમર્થિત સત્તાધારીઓ બેઠેલા હતા ત્યાં સુધી કોઈ શંકરાચાર્ય નહોતા તૈયાર થઈ શક્યા. આ એક ભેદી તથ્ય છે. સનાતન ધર્મ કોઈ સંપ્રદાયના રૂપમાં ન હોવાથી તે ક્યારેય રાજસત્તા સાથે જોડાઈ જઈ સમાજ પર પોતાનું આધિપત્ય થોપવાની કોશિશ નથી કરતો, પણ આ વિદેશી ફોર્મેટમાં રહેલા ભારતના અને બહારના સંપ્રદાયો એજ કામ પહેલા કરે છે. એમનો ફેલાવો એજ માર્ગે થાય છે.

૧૭

શું તમે જાણો છો મુસ્લિમોની યહૂદીઓથી થયેલી દુશ્મની પાછળ મુખ્ય શરત શી હતી?

જાણો કે એ ઇતિહાસમાં આજે આપણા માટે કેટલો મોટો સબક છે.

• ૧૯ ઓક્ટોબર, ૨૦૨૩ / ફેસબુક પર

અબ્રાહમની પત્નીનું નામ હતું સારાહ. પણ સારાહથી અબ્રાહમને કોઈ સંતાન નહોતું થતું. તો અબ્રાહમે સારાહ પાસે બીજા વિવાહની પરમિશન માંગી. સારાહે તેમને હાજરા સાથે બીજા લગ્ન કરવાની રજા આપી. અબ્રાહમે હાજરા સાથે લગ્ન કર્યા અને તેમનો એક દીકરો જન્મ્યો. નામ હતું ઇસ્માઇલ. પણ આ બાળકના જન્મ પછી અબ્રાહમ અને સારાહને પણ એક દીકરો થયો, અને નામ રખાયું ઇસાક કે ઈઝાક. તો, આરબોએ હાજરાના સંતાન ઇસ્માઇલના વંશને પોતાના નબી માન્યા. અને યહૂદીઓએ સારાહના દીકરા ઇઝાકના વંશને પોતાના ઈશ્વરીય દૂત માન્યા. તો આ બે એક પિતા પણ બે જુદી માતાઓના વંશ રૂપે આરબ અને યહૂદી અસ્તિત્વમાં આવ્યા. બંનેનો રિવાજ, દેવી દેવતા બધું ઘણા અંશે સમાન રહ્યું. બસ આ બે વંશમાં થયેલા પૂર્વજોને પયગંબર માનવાની વાતે જ બંનેમાં ભેદ રહ્યો.

આમાં પહેલા યહૂદીઓમાં અનેક દેવ દેવીઓ પર એક ઈશ્વરની વાત કરવાવાળા ઈસુ પેદા થયા અને ઈસુના મૃત્યુના ત્રણસો વર્ષ પછી રોમન રાજા કોન્સ્ટન્ટાઇને પોતાની પત્નીના પ્રભાવથી ખ્રિસ્તી ધર્મ સ્વીકાર્યો અને તેને રોમન સામ્રાજ્યનો ઑફિશિયલ ધર્મ ઘોષિત કરી દિધો. આ રીતે અચાનક જ યહૂદીઓ લઘુમતીમાં આવી ગયા અને તેમનામાંથી જ બનેલા ખ્રિસ્તીઓની સંખ્યા વધવા લાગી. યુરોપમાં સોળસો વર્ષ સુધી યહૂદીઓ પર જે અત્યાચાર થયા એ તેમનામાંથી ઊભા થયેલા આ રોમન ખ્રિસ્તીઓએ કર્યા. આ અત્યાચારોનો સૌથી છેલ્લો પણ સૌથી ખતરનાક અધ્યાય હતો હિટલર દ્વારા ૬૦ લાખ યહૂદીઓની ગેસ ચેમ્બરમાં ભરી ભરીને હત્યા. એનું મૂળ કારણ પણ યહૂદીઓ દ્વારા ઈસુ

ખ્રિસ્ત અને તેમના પિતાને એકમાત્ર ઈશ્વર રૂપે ના સ્વીકારવું હતું, જેના લીધે ખ્રિસ્તીઓમાં યહૂદીઓ પ્રત્યે હંમેશા નફરત રહેલી. પણ જેરુસલેમ વાળા એરિયામાં અને મિડલ ઇસ્ટમાં ઇસ્લામના ઉદય સુધી યહૂદીઓ એમના એમ હતા.

સાતમી સદીમાં આરબોમાં પણ પ્રાચીન દેવી-દેવતાઓને ઉથલાવી એકમાત્ર ઈશ્વર અલ્લાહની વાત કરનાર પયગંબર મોહમદ પેદા થયા. મોહમ્મદ અને તેમના અનુયાયીઓએ ઈસ્લામ ધર્મ સ્થાપ્યો અને આરબોને કાં તો ઈસ્લામમાં કન્વર્ટ કર્યા કાં તો મારી નાખ્યા. અને પછી તે હાલના ઇઝરાયલ દેશના પ્રદેશમાં તે વખતે પણ રહેતા યહૂદીઓ પાસે પહોંચ્યા. હવે મુસ્લિમ ધર્મ સાથે મોહમ્મદે એક નવો ચીલો પાડેલો. તેમણે અબ્રાહમની પત્ની સારાહથી થયેલા ઈઝાકના વંશજોને પણ પોતાના નબી માન્યા, જે તે પહેલાના આરબો નહોતા માનતા. એટલે જ્યારે મુસ્લિમો યહૂદીઓ સુધી પહોંચ્યા ત્યારે પહેલી શર્ત એ મૂકી કે યહૂદીઓ પણ અબ્રાહમના બીબી હાજરાથી થયેલા ઇસ્માઇલના વંશને પોતાના પયગંબર માની મોહમ્મદને તેમના આખરી પયગંબર માની લે. યહૂદીઓ એ માટે તૈયાર ન થયા. કારણકે તે જાણતા હતા કે જેમ આરબોમાંથી જ ઉત્પન્ન થઈ મુસ્લિમોએ આરબની જ સભ્યતા અને ધાર્મિક સ્વરૂપ ખતમ કરી દીધું તેવું એ યહૂદીઓ સાથે પણ કરશે. મોહમ્મદ ને આખરી પયગમ્બર માનવાનો અર્થ હતો કુરાનને માની લેવું. યહૂદીઓએ આ વાત ન માની અને ત્યારથી મુસ્લિમો અને યહૂદીઓ વચ્ચે સંઘર્ષ શરુ થયો. યહૂદીઓ મર્યા, વિસ્થાપિત કરાયા, સદીઓ સુધી આખી દુનિયામાં રેફ્યુજી તરીકે આશ્રિત રહ્યા, ત્યાં પણ કતલેઆમનો ભોગ બન્યા, પણ તેમણે પોતાનું સ્વરૂપ ન છોડ્યું. તે એજ રહ્યા જેવા તે પ્રાચીન સમયમાં હતા. એ બધા નરસંહાર તેમણે પોતાના સ્વરૂપને બચાવી રાખવાની જીદમાં સહન કર્યા. અને એ કારણે જ્યારે ૧૯૪૭ માં તેમને ફરી એ સ્થાને એક નાના જિલ્લા જેવડો દેશ આપવામાં આવ્યો જ્યાં તેમની સભ્યતા જન્મી હતી, ત્યારે તે ફરી શક્તિશાળી બનવા લાગ્યા. આજે તેમને જેટલો દેશ અપાયો હતો તેનાથી ત્રણ ઘણો તે આજુબાજુના મુસ્લિમ દેશોના આક્રમણનો જવાબ આપી આપીને લઈ ચૂક્યા છે. અને આજે પણ પશ્ચિમી વિશ્વમાં અને ખાસ કરીને અમેરિકાના ડીપ સ્ટેટમાં યહૂદી લોબી એ સૌથી શક્તિશાળી લોબી કહેવાય છે, જે સરકાર પાસે પોતાનું ધાર્યું કરાવે છે.

હિંદુઓ માટે સબક: તો યહૂદીઓના આ ઇતિહાસમાં હિંદુ સમાજ માટે બે સબક છે.

૧. પોતાના અંદર ઊભા થતા એ બાહરી સર્વોપરી ભગવાનોના સંપ્રદાયોને સમયસર નાથી લો, નહિતર ખ્રિસ્તીઓએ યહૂદીઓ સાથે સોળસો વર્ષ સુધી જે

કર્યું તેના ભોગ બનશો.

૨. નિરાકાર પરબ્રહ્મના સાકાર સ્વરૂપ રૂપે પુરાણોમાં આપેલું પંચદેવનું બંધારણ એટલી જ જીદથી જાળવી રાખો જેટલું યહૂદીઓએ પોતાનું સ્વરૂપ જાળવી રાખ્યું. જો કોઈ તમારી પાસે એ પંચદેવના સ્વરૂપને છોડવાનું કે એમાં કોઈ બાહરીને સ્વીકારી લેવાનું કહેવા આવે છે, તો એને તમારો દુશ્મન જાણો. એ તમારા ધાર્મિક સ્વરૂપ આસપાસનો એ આખરી કિલ્લો તોડવા આવ્યો છે. એ તૂટ્યા પછી કોઈ એક નહિ જે ચાહશે તે તમારો સર્વોપરી ઈશ્વર બની શકશે. જો પોતાનું સ્વરૂપ જાળવી રાખશો તો યહૂદીઓની જેમ સદીઓ પછી પણ પાછા ઊભા થઇ શકશો. જો પોતાનું સ્વરૂપ છોડી દીધું, તો જાણે કંઈ હતા જ નહિ. વિરોધીઓ તમને છિન્ન ભિન્ન કરી દેશે. એટલે, જો હિંદુ છો, તો આ બે વાતે અકબંધ રહો. કોઈ સ્વરૂપ ત્યારે જ બને છે જ્યારે તેની કોઈ એક સીમા હોય, ભલે ગજબની વિસ્તૃત હોય, પણ હોય જેનું ઉલ્લંઘન ન થઈ શકે. એની સાથે સમાધાનની વાત ન થઈ શકે.

☙

અને પછી ગુજરાતના વર્તમાન સંદર્ભમાં એક કટાક્ષ લેખ લખ્યો, જે આ બધું કેવી રીતે ચાલે છે તે વિષે થોડામાં ઘણું કહી જાય છે.

ચાલો સર્વોપરી ભગવાન બનીએ... એનાથી આસાન બીજું કંઈ નથી.

• ૨૦ ઓક્ટોબર, ૨૦૨૩ / ફેસબુક પર

ચાલો આપણે પણ એવું કોઇક નાનું મોટું પુસ્તક લખી દઇએ અને સર્વોપરી બની જઇએ. જો કે મેં તો ઓલરેડી લખેલું જ છે, અને એ અત્યારના સો બસો વર્ષના કોઈ સર્વોપરી એ કંઈ લખ્યું હોય એના કરતાં તો ઘણું વિકસિત છે. આઠ વર્ષના બધા લેખ ભેગા કરો તો વચનામૃત જેવું બીજું એક મોટું થોથું તૈયાર થઇ જાય. ચાલો, તમે પણ આ કરો. આપણે બધા સર્વોપરી ભગવાન બનીએ. દરેક ઘરમાં આખી સૃષ્ટિનો એક સર્વોપરી ભગવાન હોવો જોઈએ. એટલું મુશ્કેલ નથી. બસ એક જ કામ કરવાનું છે. એક નિર્લજ્જ જીદ સતત કરતા રહો કે 'હા, અમે સર્વોપરી છીએ જ.' ગોળ ગોળ વાતો કરતા રહો, કોઈ તાર્કિક જવાબ ન આપો.

બસ હું સવોપરી છું એ જીદ પર અડ્યા રહો. એક ના એક દિવસે સામેની વ્યક્તિ થાકી જશે અને જતી રહેશે. તે આપણને મૂર્ખ અને દુષ્ટ ગણી લેશે, પણ આપણે એવું કહેવાનું કે 'જુઓ, સમયે સમયે જે પણ વિરોધ કરવા આવ્યા, બધા જતા રહ્યા. અમે સવોપરી હતા, છીએ અને રહીશું જ.'

આખી રમત આ છે. તેમના અંદરના સ્વામીઓ આ જાણે છે. એટલે તો સમયે સમયે કોઈને કોઈ અલગ પડી જાય છે અને પોતાને ભગવાન ધોષિત કરી દે છે. એમનો ભૂતકાળ આવા સવોપરીઓથી ભરેલો છે અને વર્તમાનમાં પણ એવા જ ચારેબાજુ ફરી રહ્યા છે. જો સત્તા ખાલી ધારી લે તો છ મહિનામાં બધા સવોપરીઓ લાઇનમાં આવી જાય. પણ સત્તાનું ભલું પૂછવું, કોને ડંખ મારવાનો હોય અને કોને મારે. એટલે વિરોધ કરવો, એના કરતાં ઘર ઘરમાં અનેક સવોપરીઓ અને સંપ્રદાયો ઊભા કરી દેવા વધુ આસાન છે. આમેય હરિના નામ છે હજાર, એટલે હજાર સવોપરીઓ સુધી તો વિષ્ણુના નામ ચોરવામાં તંગી નહિ સર્જાય. ચાલો, આસાન છે. બસ છેલ્લી હદના બેશરમ બની જવાનું છે. શું કહેવું છે?

11

હિંદુઓના ધર્માંતરણ માટે સંપ્રદાયનું ત્રિસ્તરીય પ્રપંચ

ફરી એ સ્થાને પહોંચીએ જ્યાં બિશપ રેજિનાલ્ડ હેબર ને સહજાનંદ સ્વામીએ એ સંકેત આપ્યો કે કૃષ્ણનો કે સૂર્યનો અવતાર તેમના પોતાનામાં થયો છે. આ પ્રસંગના નિરૂપણ સાથે લેખક રેયમોન્ડ વિલિયમ્સ લખે છે કે 'હેબર માટે જે સંકેત હતો તે વાસ્તવમાં સ્વામિનારાયણ ધર્મમાં ભગવાનના સ્વરૂપને લગતું એક જટિલ શિક્ષણ હતું. તેમણે સ્થાપેલી ધાર્મિક પરંપરાના અનુયાયીઓ સહજાનંદને સ્વામિનારાયણ તરીકે પૂજે છે, જે ભગવાનનું સ્વરૂપ છે (જોકે તેમની વચ્ચે અભિવ્યક્તિની પ્રકૃતિ અંગે મતભેદો છે). હિંદુ ધર્મનું આ પ્રાદેશિક સ્વરૂપ છે અને તેના જૂથો વચ્ચેના અર્થઘટનમાં તફાવતો છે.'

રેયમોન્ડ વિલિયમ્સ પોતાના પુસ્તક 'An Introduction of Swaminarayan Hinduism' માં ઓગણીસમી સદીના અંગ્રેજ અમલદારો અને ખ્રિસ્તી પાદરીઓના અનુભવ તેમજ અત્યારના સ્વામિનારાયણ સંપ્રદાયના લોકોના સંસર્ગથી સમજીને લખે છે કે સ્વામિનારાયણ સંપ્રદાયના અનુયાયીઓમાં મૂળ ત્રણ જૂથ છે. એક પ્રકારના અનુયાયીઓ એવી સ્થિતિ ધરાવે છે કે સહજાનંદ શીખવ્યું કે કૃષ્ણ પરબ્રહ્મ અથવા પુરુષોત્તમનું સવીચ્ચ સ્વરૂપ છે અને તે ભક્તિ અને ધ્યાનના એકમાત્ર યોગ્ય આરાધ્ય છે. આથી, સ્વામિનારાયણ ધર્મને કેટલીકવાર, અમુક અંશે અચોક્કસપણે, ગુજરાતના કૃષ્ણ સંપ્રદાય તરીકે ઓળખવામાં આવે છે. સત્સંગના સાહિત્ય, મંદિરો અને ધાર્મિક

વિધિઓમાં આ ઓળખ માટે નોંધપાત્ર સમર્થન છે. પરંતુ, લેખક કહે છે વાત અહીં પર નથી અટકતી. આનાથી આગળ બીજા બે સ્તરના દર્શન સામે આવે છે જે સંપ્રદાયના અનુયાયીઓમાં વધુ પ્રચલિત છે. બીજું એ છે કે સ્વામિનારાયણ કૃષ્ણનું જ સ્વરૂપ હતા, જ્યાં 'પુરુષોત્તમ' શબ્દને ભગવાન કૃષ્ણથી અલગ પાડીને કહેવાય છે કે પુરુષોત્તમ નામ અને સ્વરૂપના એ ભગવાન પહેલાં કૃષ્ણ તરીકે આવ્યા હતા, અને હવે સ્વામિનારાયણ તરીકે આવ્યા છે. પણ એ અહીં પણ ન અટકતાં એક ત્રીજા સ્તરનું દર્શન પેશ કરે છે, જ્યાં કહેવામાં આવે છે કે સહજાનંદ સ્વામી રૂપે સ્વામિનારાયણ જ મૂળ પુરુષોત્તમ પરમેશ્વર છે, અને રામ, કૃષ્ણ વગેરે એમના અવતાર છે.

પણ અસલમાં સત્ય એ છે કે આ કોઈ ત્રણ સ્તરનું દર્શન નથી. આ ત્રણ સ્તરનું ષડયંત્ર છે. જે દેશ અને સ્થાનમાં આ સંપ્રદાયનું અસ્તિત્વ નથી, ત્યાં તે શરૂઆત એ પહેલા સ્તરથી કરે છે જ્યાં કૃષ્ણ પુરુષોત્તમ પરમેશ્વર છે. અર્થાત્ તે એક વૈષ્ણવ સંપ્રદાય રૂપે કોઈ સ્થાનમાં પ્રવેશ કરે છે. થોડો સમય ત્યાં રહી સ્થાયી થયા પછી અને નિયમિત આવનારા મુલાકાતી કે ભક્તો મેળવ્યા પછી એ બીજા સ્તરની વાત એ સ્થાને શરૂ કરી દે છે કે સ્વામિનારાયણ ઉર્ફે સહજાનંદ સ્વામી કૃષ્ણનું જ સ્વરૂપ છે. પછી જ્યારે હજુ કેટલાક સમયના સંસર્ગથી અનુયાયી પાકા બને છે ત્યારે તે એક વચગાળાની વાત કરે છે કે એક સર્વોપરી પુરુષોત્તમ પરમેશ્વર છે જેમણે એક સમયે પોતાને કૃષ્ણ સ્વરૂપમાં રજૂ કર્યા, અને સૌથી અર્વાચીન સ્વરૂપ તરીકે સ્વામિનારાયણને રજૂ કર્યા. અને આ વચગાળાની વાત પછી તે સીધા ત્રીજા સ્તરમાં જતા રહે છે કે એ સર્વોચ્ચ પુરુષોત્તમ સ્વામિનારાયણ છે, જેમનું ધામ અક્ષરધામ છે. રામ કૃષ્ણ બધા એમના જ અવતારો છે જે બધાના સ્થાન નીચેના ધામમાં છે. અને પછી શરૂ થાય છે એજ બધી તેમની વિકૃતિ જે આપણે આ પુસ્તકમાં (ખાસ કરીને બીજા પ્રકરણમાં) જાણી. આજે ગુજરાતમાં એ ત્રીજા સ્તરની વિકૃતિ પછી સનાતન ધર્મના વૈદિક ઈશ્વરો અને ધર્મના સ્વરૂપને નષ્ટ કરવાની કોશિશો કરતું આરબમાં ઇસ્લામની સ્થાપના જેવું ચોથું સ્તર શરૂ થયેલું છે.

આ ત્રિસ્તરીય પ્રપંચ જ એમનું હિંદુઓનું મતાંતરણ કરવાનું મૂળ હથિયાર છે, જેના માટે તે કૃષ્ણનો આધાર કે ટેકા તરીકે ઉપયોગ કરે છે. એટલે, જ્યારે BAPS અને સંપ્રદાયની મૂળ ગાદી વચ્ચે વીસમી સદીના આરંભમાં કોર્ટ કેસ થયો, ત્યારે મૂળ ગાદીએ કોર્ટમાં BAPSને આ કહેતા ઠપકો આપ્યો કે તેમણે કૃષ્ણને છોડ્યા છે, જ્યારે કૃષ્ણ તો આ સંપ્રદાયનો આધાર છે. પરંતુ વાસ્તવમાં જ્યારે તેઓ કૃષ્ણને પોતાનો આધાર કહેતા હતા, ત્યારે તે એમ નહોતા કહી રહ્યા કે કૃષ્ણ તેમના આરાધ્ય છે. આરાધ્ય તો તેમના ફક્ત અને ફક્ત સ્વામિનારાયણ

સહજાનંદ જ છે, તે તેમના ગ્રંથો વારંવાર કહે છે. વાસ્તવમાં, તેઓ એ કહી રહ્યા હતા કે કૃષ્ણ જ તો તે આધાર છે જેના પર ચઢીને સહજાનંદ સ્વામી ઉર્ફે ઘનશ્યામ પાંડેજીને પહેલા કૃષ્ણ સાથે પુરુષોત્તમના અવતાર અને પછી પોતે પુરુષોત્તમ બનાવવામાં આવ્યા છે. જો કૃષ્ણ જ નહીં હોય, તો પુરુષોત્તમ શબ્દનો આધાર નહીં મળે, કારણ કે ભાગવત પુરાણમાં ફક્ત કૃષ્ણને જ પૂર્ણ પુરુષોત્તમ કહેવાયા છે. પછી તેઓ કૃષ્ણને બેસાખી બનાવીને પાંડેજી ઉર્ફે સહજાનંદ સ્વામીને પુરુષોત્તમ સુધી ઉપર કેવી રીતે ચડાવી શકશે? એટલે કૃષ્ણ આ ખેલ કરવા માટે તેમના મુખ્ય આધાર છે. આ તે મૂળ ગાદીની મૂળભૂત સત્યતા છે.

તો પછી BAPS એ એવા શું ફેરફાર લાવ્યા હતા? સંપ્રદાયની મૂળ ગાદી નીલકંઠવર્ણીને ગુજરાત આવતાં પહેલાં જંગલોમાં સૂર્ય ભગવાનની તપસ્ય કરતાં, અને તેમની તપસ્યાથી પ્રસન્ન થતા સૂર્ય દેવ પાસેથી વરદાન મેળવતા બતાવે છે. તે વર્ણીને ભગવાન વિષ્ણુની મૂર્તિ સ્થાપિત કરીને દિવસો સુધી વિષ્ણુ ભગવાનની પૂજા કરતાં દર્શાવે છે, અને આ દરમિયાન શિવ અને પાર્વતી વર્ણીની તપસ્ય જોઈને તેમની પૂજા સફળ બનાવવા એક વૃદ્ધ દંપતિનું રૂપ લઈને આવે છે. નીલકંઠ વર્ણી તેમને ઓળખી જાય છે, અને હાથ જોડી તેમની સ્તુતિ કરે છે. બદલામાં શિવ - પાર્વતી વર્ણી ને વૈરાગ્યનું વરદાન આપે છે. આ જ વર્ણી જ્યારે ગુજરાતમાં આવીને રામાનંદ સ્વામીને મળે છે, ત્યારે તેઓ કૃષ્ણનું દર્શન અથવા આત્મસાક્ષાત્કાર કરવા માટે તડપતા હોય છે, અને રામાનંદ સ્વામીને કૃષ્ણ રૂપનું દર્શન કરાવવા વિનંતી કરી વૈષ્ણવ પંથમાં દીક્ષા માગે છે. મૂળ ગાદીમાં આ રીતે પહેલા ભગવાન કૃષ્ણને પૂર્ણ પુરુષોત્તમ તરીકે સ્થાપિત કરીને, તેમને આરાધ્ય બનાવ્યા બાદ ઉપર દર્શાવેલા ત્રિ-સ્તરીય પ્રપંચથી ધીમે ધીમે ધનશ્યામ પાંડેજીને પુરુષોત્તમ તરીકે માળિયા પર ચડાવવામાં આવ્યા છે. જ્યારે BAPS અને તેને જોઈને શીખેલા સંપ્રદાયના અન્ય જૂથો સીધા પુરુષોત્તમથી શરૂઆત જ કરે છે. કાલુપુર મૂળ ગાદી પણ એ માર્ગે જ પરિવર્તનો કરી ચૂકી છે.

BAPS સાવ ઉલટું લખતાં કહે છે કે નીલકંઠવર્ણીના દર્શન કરવા માટે જંગલમાં સૂર્ય દેવ આવ્યા, અને નીલકંઠવર્ણીએ સૂર્યદેવને આશીર્વાદ આપ્યો. હનુમાનજી અને શિવ-પાર્વતી પણ વર્ણીના દર્શન કરવા આવ્યા અને તેમની સેવા માગી. તેથી, પછી જ્યારે નીલકંઠવર્ણી સહજાનંદ સ્વામીના રૂપમાં પોતાના મંદિર બનાવે છે, ત્યારે શિવ-પાર્વતીની મૂર્તિ તેમની નજીક સ્થાપિત કરીને તેમને તેમની સેવા માટે રાખે છે. તેના પહેલા બદ્રીકાશ્રમમાં નર-નારાયણ દેવોએ ધનશ્યામ પાંડેજીને પ્રણામ કર્યું. લક્ષ્મીજી આવીને ધનશ્યામ પાંડેજીને પોતાના પતિ તરીકે નમસ્કાર કરીને તેમની સેવા માટે અવકાશ આપવા વિનંતી

કરે છે, તો પાંડેજી જવાબ આપે છે કે હજુ નહીં, જ્યારે તેઓ ગુજરાતના કાઠિયાવાડમાં જશે ત્યારે લક્ષ્મીજીને બોલાવશે.

આ તમામ વિકૃતિ મૂળ ગાદીથી આ રીતે અલગ પડે છે. સરળ શબ્દોમાં કહીએ, તો જેમ દારૂનો ગેરકાયદેસર ધંધો કરનાર પિતાના ચાર-પાંચ પુત્રો તે ગુનાખોરીમાં પિતાથી આગળ વધીને ડ્રગ્સ અને હથિયારોની તસ્કરીનો ગેરકાયદેસર ધંધો કરવા લાગે છે, તેવું આ મૂળ ગાદી અને અન્ય જૂથો વચ્ચેનો ફર્ક છે. અને જેમ એ પિતા તેના વધુ બેફામ બની ખોટું કરતા છોકરાંઓનો વિરોધ કરે કે 'અલ્યા છોકરાઓ, માપનું કરો, નહિતર એક દિવસ ઉઘાડા પડી જઈશું. આટલું બધું બેફામ બનીને ખોટું ના કરાય.' - બસ એવું જ કંઇક કહેતો મૂળ ગાદીનો પણ આ બીજા ફિરકાઓથી વિરોધ છે.

આવો, પુસ્તક 'An Introduction of Swaminarayan Hinduism' ના પ્રકરણ ત્રણ 'The Structure of Swaminarayan Theology' માંથી લેવામાં આવેલા અંશોથી આ સંપ્રદાયના પ્રપંચને જાણીએ. અહીંથી આગળ 'બ્રહ્માંડોનું બંધારણ' મુદ્દાના અંત સુધી લખાણમાં જ્યાં પણ * કરીને કૌંસમાં કંઈ લખાયું છે તે મારું એટલે આ પુસ્તકના લેખકનું લખાણ છે. બાકીનું લખાણ રેયમોન્ડ વિલિયમ્સના પુસ્તકના અંશ રૂપે છે.

શ્રીકૃષ્ણ પૂર્ણપુરુષોત્તમ ભગવાન તરીકે

શ્રીકૃષ્ણ નારાયણનું દિવ્ય સ્વરૂપ છે જે પૃથ્વી પર પોતાને પ્રગટ કરે છે. તે સ્વરૂપે સહજાનંદે રામ અને કૃષ્ણ બંનેને ભગવાનના સ્વરૂપ તરીકે વખાણ્યા અને કહ્યું કે ભક્તોએ ભગવાનના તે સ્વરૂપનું ધ્યાન કરવું જોઈએ. બિશપ હેબર સાથેની મુલાકાત પછીના વર્ષમાં લખાયેલ (રેયમોન્ડના પુસ્તક મુજબ) શિક્ષાપત્રીના એક શ્લોકમાં આ આદેશ છે: "તે અસ્તિત્વ, જે વિવિધ નામોથી ઓળખાય છે – જેમ કે તેજસ્વી કૃષ્ણ, પરબ્રહ્મ, ભગવાન, પુરુષોત્તમ – એ તમામ અભિવ્યક્તિઓનું કારણ છે. અમારા પસંદ કરેલા દેવ તરીકે અમારા દ્વારા પૂજવામાં આવે છે." સહજાનંદે સમજાવ્યું કે કૃષ્ણ અનેક સ્વરૂપોમાં દેખાય છે. જ્યારે તેઓ રાધા સાથે હોય છે, ત્યારે તેમને રાધા-કૃષ્ણના નામ હેઠળ સવીચ્ય સ્વામી તરીકે ગણવામાં આવે છે; રુક્મિણી સાથે તે લક્ષ્મી-નારાયણ તરીકે ઓળખાય છે; જ્યારે અર્જુન સાથે તે નરનારાયણના નામથી ઓળખાય છે; જ્યારે અન્ય દૈવી વ્યક્તિઓ સાથે સંકળાયેલ હોય, ત્યારે તેને અન્ય નામોથી બોલાવવામાં આવે છે. સહજાનંદે તેમના શિષ્યોને કહ્યું, "મને ખ્યાલ છે કે ઘણા અવતાર આખરે ભગવાનના છે. પણ મને શ્રીકૃષ્ણના અવતાર પ્રત્યે લાખો ગણો

વધુ પ્રેમ છે. મને લાગે છે કે, 'આ અવતાર બીજા બધા કરતાં મહાન અને વધુ શક્તિશાળી છે. ઉપરાંત, તેનામાં, અવતાર અને અવતારના સ્ત્રોતનો ભેદ કરી શકાતો નથી." (વચનામૃત). અવતારોના આ પ્રાધાન્ય ક્રમમાં, કૃષ્ણ સર્વોચ્ચ છે કારણ કે તે દૈવી સ્વભાવને ઉચ્ચતમ સ્તરે પ્રગટ કરે છે. રાધા-કૃષ્ણ, લક્ષ્મી-નારાયણ, નરનારાયણ, કૃષ્ણ-બલરામ, અને તેના જેવા બધા જ અલગ-અલગ નામો એક જ દેવતાના વિવિધ સ્વરૂપોનો સંદર્ભ આપે છે. તેઓ શીખવે છે કે જો કે ભગવાન જુદા જુદા નામો હેઠળ અને જુદા જુદા પરિચારકો સાથે દેખાયા હતા, તેમ છતાં બધા સર્વોચ્ચ ભગવાન તરીકે કૃષ્ણ સાથે સંબંધિત છે. અમદાવાદ કાલુપુર મંદિરમાં સહજાનંદે બનાવેલ સૌપ્રથમ કેન્દ્રિય છબીઓ નરનારાયણની છે.

સહજાનંદે દીક્ષા સમયે કૃષ્ણ મંત્રનો ઉપયોગ ચાલુ રાખ્યો, "શ્રી કૃષ્ણ, તમે મારા આશ્રય છો," અને એ મંત્ર હજુ પણ અમદાવાદ અને વડતાલની ધાર્મિક વિધિઓમાં વપરાય છે. કૃષ્ણ એ ભગવાનનું સર્વોચ્ચ સ્વરૂપ છે- તે શિક્ષણ વલ્લભાચાર્ય સંપ્રદાયની સ્થિતિને નજીકથી સમાંતર રહે છે, જે કૃષ્ણની પ્રાથમિક ઉપાસનાનું નિર્દેશન કરે છે. આથી, આ પરંપરાને "કૃષ્ણનાઇટ" તરીકે ઓળખવા માટે કેટલાક વાજબી ઠરાવ છે. પણ, આ એક દૃશ્ય છે. અને પરિસ્થિતિ આના કરતાં વધુ જટિલ છે.

કૃષ્ણના સ્વરૂપ તરીકે સ્વામિનારાયણ

એક વધુ વ્યાપક માન્યતાનું સ્થાન એ છે કે સહજાનંદ એ કૃષ્ણનું સ્વરૂપ હતું. બિશપ હેબર સહજાનંદને એવું કહેતા સમજે છે કે કૃષ્ણ એ ભગવાનનું સ્વરૂપ છે જેની તેમનો સમૂહ પૂજા કરે છે, અને પછી એક સંકેત ઉમેરતાં જુએ છે કે 'કૃષ્ણનો અથવા સૂર્યનો બીજો અવતાર, પોતાનામાં સ્થાન પામ્યો છે'. એવું માનવામાં આવે છે કે કૃષ્ણએ આ વિશ્વમાં લોકોના હિત માટે વિવિધ વિશ્વોમાં અને જુદા જુદા સમયે ઘણાં વિવિધ સ્વરૂપો ધારણ કર્યા છે. કેટલાક અનુયાયીઓ માને છે કે સહજાનંદ, જેને તેમની શ્રેષ્ઠ ભૂમિકામાં સ્વામિનારાયણ કહેવામાં આવે છે તેમના અને કૃષ્ણ વચ્ચે કોઈ આવશ્યક તફાવત નથી. તેમણે પોતાની જાતને એક ચોક્કસ સમયે કૃષ્ણ તરીકે અને બીજા સ્વરૂપમાં સ્વામિનારાયણ તરીકે પ્રગટ કરી, જે ઈશ્વરની અભિવ્યક્તિઓમાં નવીનતમ છે. આ રીતે, આ સ્થિતિએ ઈશ્વરને પુરુષોત્તમ નામે અલગ કરવામાં આવે છે, અને કૃષ્ણ તેમજ સહજાનંદ બંનેને તેમના અવતરણ કહેવામાં આવે છે.

જૂથના પ્રારંભિક કવિ-ગાયક પ્રેમાનંદની કવિતા, કૃષ્ણ-ભક્તિથી સ્વામિનારાયણ-ભક્તિ તરફની ચળવળને દર્શાવે છે. યોગી ત્રિવેદી એ વિકાસને શોધી કાઢે છે: "પ્રેમાનંદ કાળજીપૂર્વક કૃષ્ણ-ભક્તિ અને સ્વામિનારાયણ-ભક્તિ વચ્ચેની રેખાને કૃષ્ણ-ભક્તિ જાળવવા અને તેનો ઉપયોગ વૈષ્ણવ પરંપરા સાથે સંપ્રદાયને જોડવા માટે કરે છે, જ્યારે સ્વામિનારાયણ-ભક્તિ માટે તેમના વિશિષ્ટ પ્રકારના લખાણોના સંગ્રહમાં જગ્યા બનાવે છે. અને તે રીતે એ નવજાત સંપ્રદાયનું દર્શન રચાય છે." (૨૦૧૬-૧૯૮) તે તારણ આપે છે:

"કૃષ્ણ અમુક ધાર્મિક વિધિઓ, તહેવારો અને લીલાઓના અમલ દરમિયાન ભક્તિ કથામાં નાયક તરીકેની તેમની ભૂમિકા પણ જાળવી રાખે છે જેમાં સ્વામિનારાયણે કેન્દ્રીય ભૂમિકામાં ભાગ લીધો ન હતો. જ્યારે, જોકે, ઉચ્ચ દર્શન (ધર્મશાસ્ત્ર) ની બાબતોને વિકસાવવામાં આવી ત્યારે પ્રેમાનંદ કૃષ્ણ-ભક્તિને સ્વામીનારાયણ-ભક્તિથી બદલે છે. કદાચ સંગીત, ભજન અને અન્ય મીડિયામાં કૃષ્ણ ભક્તિની આ વ્યૂહાત્મક અભિવ્યક્તિ જ છે જે આ સંપ્રદાય અને તેના અનુયાયીઓને એ પાતળી ભેદરેખા પર ચાલવા માટે અનુમતિ આપે છે કે જ્યાં તે પોતાનું અલગ દર્શન ઘડી અને ફેલાવી શકે, અને સાથે અન્ય વૈષ્ણવ સંપ્રદાયોમાં ભળી પણ શકે. કદાચ આજ ઈચ્છાને ફલિત કરવા સ્વામિનારાયણ કવિઓએ કૃષ્ણ અને સ્વામિનારાયણના ભજન સાથે ગાવાની પ્રેરણા આપી છે.' (૨૧૩-૨૧૪)

આમ, આ ફકરાઓમાં યોગી ત્રિવેદી અને તેમના માધ્યમથી આ અંગ્રેજ લેખક આ સંપ્રદાયના અનુયાયીઓની એ ચાલાકી સમજી જાય છે, જે હજી મુખ્યધારાના સનાતની સંતો અને સંગઠનો નથી સમજી શક્યા. લેખક આ વાતે આગળ હજી ઉડાણમાં ઉતરે છે. તે લખે છે;

સહજાનંદના જીવનકાળ દરમિયાન સ્વામિનારાયણ તરીકે તેમની દેવત્વની સ્વીકૃતિ વધતી જતી હતી. સ્વામિનારાયણ જૂથનો ઇતિહાસ રામાનંદ સ્વામીથી શરૂ થતો હતો જે કૃષ્ણ ભક્ત હતા. રામાનંદ સ્વામી (જન્મ. ૧૭૩૯) બિહારના એક બ્રાહ્મણ પરિવારમાં જન્મ્યા હતા. બાર વર્ષની ઉંમરે તેમણે પ્રખ્યાત વિદ્વાનો પાસેથી શીખવા માટે પવિત્ર મંદિરોની યાત્રા કરી. આખરે તેઓ કાઠિયાવાડ આવ્યા, જ્યાં તેઓ આત્માનંદ નામના તપસ્વીને મળ્યા જેમણે તેમને શંકરાચાર્યના પગલે અદ્વૈત શાળામાં દીક્ષા આપી. બાદમાં તેઓ દક્ષિણ ભારતમાં શ્રીરંગમ ગયા, જ્યાં તેઓ રામાનુજના સંશોધિત અદ્વૈતવાદ (વિશિષ્ટ અદ્વૈત) ના સત્યની પ્રતીતિ પામ્યા, જે શંકરની ફિલસૂફીના વિકલ્પ તરીકે વિકસિત થયો હતો. વાર્તા કહે છે કે એક રાત્રે, શ્રીરંગમમાં લગભગ છ મહિના પછી, રામાનંદે રામાનુજ પર ધ્યાન કેન્દ્રિત કર્યું અને સૂઈ ગયા. રામાનુજ તેમને સ્વપ્નમાં

દેખાયા, તેમને દીક્ષા આપી, અને તેમને વિષ્ણુના ચિહ્નો આપ્યા, જે કહેવાય છે કે, જ્યારે તેઓ જાગ્યા ત્યારે તેમના શરીર પર હતા. આમ, તેઓ રામાનુજ દ્વારા નિયુક્ત આચાર્યોની લાઇનમાં પ્રવેશ્યા અને રામાનુજના ઉપદેશો ફેલાવવા માટે ઉત્તર તરફ, કાઠિયાવાડમાં પાછા ફરવાનું કમિશન મેળવ્યું.

જ્યારે તેઓ ગુજરાતમાં પાછા ફર્યા, ત્યારે રામાનંદે સંન્યાસીઓ અને ગૃહસ્થો એમ બંનેના અનુયાયીઓને ભેગા કર્યા. આ સમયે તેમની ચળવળનું કદ નક્કી કરવું મુશ્કેલ છે. ૧૭૯૯ માં તે જ્યારે ભુજ ગયા હતા ત્યારે નીલકંઠ વર્ણી તેમના આશ્રમમાં આવ્યા. નવા તપસ્વીને મળવા માટે ભુજથી પાછા બોલાવ્યા પછી, રામાનંદે નીલકંઠને તેમના સમૂહમાં સ્વીકાર્યો અને તેમને વૈષ્ણવ તપસ્વી તરીકે દીક્ષા આપી. આ દીક્ષા સાથે તેમને તેમની નવી સ્થિતિ દર્શાવવા માટે એક નવું નામ, સહજાનંદ સ્વામી પ્રાપ્ત થયું. તેઓ લગભગ બે વર્ષ સુધી રામાનંદના આશ્રમમાં તપસ્વીઓમાંના એક તરીકે રહ્યા (૧૭૯૯-૧૮૦૧). પછી, વાર્તા મુજબ, રામાનંદે આ યુવાન તપસ્વીની આધ્યાત્મિક શ્રેષ્ઠતા અને દિવ્યતાને સમજ્યા અને, તેમની યુવાનીનું પરિબળ અને મુક્તાનંદ જેવા અન્ય સંભવિત અનુગામીઓની પરિપક્વતા હોવા છતાં, તેમણે જેતપુર ખાતે એક જાહેર સમારંભમાં સહજાનંદને ગુરુ અને અનુગામી તરીકે નિયુક્ત કર્યા. તેના થોડા સમય પછી, ડિસેમ્બર ૧૮૦૨ માં રામાનંદનું અવસાન થયું. આમ, રામાનંદ સ્વામી સંપ્રદાયની વાર્તામાં એક એવા વ્યક્તિ તરીકે દેખાય છે જે મહાન શિક્ષક માટે માર્ગ તૈયાર કરે છે. સ્વામિનારાયણ સંપ્રદાયમાં એવું પણ કહેવાય છે કે રામાનંદ સ્વામી ભગવાન કૃષ્ણના પિતરાઈ ભાઈ અને ભક્ત એવા ઉદ્ધવના અવતાર હતા, જેમને ભવિષ્યમાં ફરી અવતરિત થઈ કૃષ્ણના નવા અવતાર એવા સહજાનંદ સ્વામી માટે માર્ગ તૈયાર કરવાનો હતો. આ કારણે રામાનંદ સ્વામીના સંપ્રદાયને ઉદ્ધવ સંપ્રદાય તરીકે ઓળખવામાં આવતો. (*આ પાછળથી ઉજાવેલી એક વાત હોઈ શકે છે, કારણકે કૃષ્ણ ભક્તિના સંપ્રદાયોમાં જેવું મહત્વ રાધાનું છે, તેવું જ કૃષ્ણ ભક્ત ઉદ્ધવનું છે. વૈષ્ણવ પુરાણોમાં ઉદ્ધવને રાધા અને ગોપીઓની જેમ જ તીવ્ર કૃષ્ણ ભક્તિ કરતા પુરુષ ભક્ત તરીકે બતાવાયા છે. આ જ કોઈપણ વૈષ્ણવ સંપ્રદાયનું નામ 'ઉદ્ધવ સંપ્રદાય' હોવાનું કારણ હોઈ શકે છે, ઉદ્ધવ ભાવે કૃષ્ણની ભક્તિ કરતા પુરુષ ભક્તોનો સંપ્રદાય.)

સહજાનંદ સ્વામી માત્ર નોંધપાત્ર વિરોધનો સામનો કરીને જૂથના સ્વીકૃત નેતા બન્યા. કેટલાક સભ્યો જૂથમાંથી અલગ થઈ ગયા. બે મહિલાઓ, વાલબાઈ અને હરબાઈ, જેઓ રામાનંદના લાંબા સમયથી સહયોગી હતા અને જૂથના નેતાઓ અને ઉપદેશકો હતા, તેઓએ એ સહજાનંદની સત્તા સ્વીકારવાનો ઇનકાર કર્યો હતો, જેઓ તેમના પૌત્ર બનવા માટે પૂરતા યુવાન હતા. તેઓએ

જોરશોરથી વિરોધ કર્યો અને સહજાનંદ દ્વારા તેમને હાંકી કાઢવામાં આવ્યા. અમદાવાદમાં એક પુરુષ નેતાએ રામાનંદ સાથે સંકળાયેલા ચાર મંદિરોમાંથી એક મંદિર સાથે જૂથમાંથી પંદર સંન્યાસીઓને અલગ જૂથમાં લીધા. અન્ય મંદિરો પણ વિમુખ થઈ ગયા હોય તેવું લાગે છે. સદભાગ્યે સહજાનંદ માટે, ઉત્તરાધિકાર પર સૌથી વધુ દાવો ધરાવતા તપસ્વી મુક્તાનંદ સ્વામીએ તેમનું નેતૃત્વ સ્વીકાર્યું અને જૂથની અંદર પણ નોંધપાત્ર વિરોધ હોવા છતાં, તેમના દૈવીત્વના દાવાઓના આધારે, ઘણા લોકોએ તેમના નેતૃત્વ અને તેમની દિવ્યતાને સ્વીકારી. મુક્તાનંદ સ્વામી રામાનંદ સ્વામીના સૌથી વરિષ્ઠ શિષ્ય હતા અને સહજાનંદ સ્વામી કરતા બાવીસ વર્ષ મોટા હતા. હવે સંપ્રદાયમાં એવું કહેવાય છે કે મુક્તાનંદ પાસે એક દ્રષ્ટિ હતી જેનાથી તેમને સમજાયું કે રામાનંદ સ્વામી ફક્ત ડ્રમ બીટર છે [જે લોકો ધ્યાન આકર્ષિત કરવા અને જાહેરાતો કરવા માટે નગરમાંથી પસાર થાય છે], જ્યારે સહજાનંદ વાસ્તવિક કલાકાર હતા [જેના કાર્યની જાહેરાત કરવામાં આવી છે]. પરિણામે, મુક્તાનંદે સ્વયંભૂ એક સ્તોત્ર રચ્યું જે તેમણે ૧૮૦૨ માં સ્વામિનારાયણ સમક્ષ આરતી રૂપે ગાયું હતું. આ સ્તોત્ર પરંપરાગત રીતે ઘરો અને મંદિરોમાં દૈનિક પૂજા (આરતી)ના નિયમિત સમયે અને ખાસ તહેવારોના દિવસોમાં પણ ગવાય છે.

આ પછી સંપ્રદાયની શરૂઆતમાં, ૧૮૦૪ માં જ સહજાનંદને 'યમ-દંડ' નામની કૃતિમાં ભગવાનની અભિવ્યક્તિ તરીકે વર્ણવવામાં આવ્યા હતા, જે ઐતિહાસિક મૂલ્યની કૃતિ છે કારણ કે તે સંપ્રદાયમાં લખાયેલ પ્રથમ કૃતિ છે. નિષ્કુળાનંદ સ્વામી, યમ-દંડ સહિત ચોવીસ કાવ્ય રચનાઓના મહત્વના લેખક હતા જે માનતા હતા કે મુક્તિ સહજાનંદથી આવશે, જે કૃષ્ણના સંપૂર્ણ શિક્ષક અને કૃષ્ણની જ અભિવ્યક્તિ છે. જે કોઈ તેની પાસે આવે છે તેને દુઃખમાંથી મુક્તિનું વચન આપવામાં આવે છે. સહજાનંદની કારકિર્દીની આ પ્રારંભિક તારીખે પણ, કેટલાક અનુયાયીઓ માનતા હતા કે તેમનામાં વિશ્વાસ ધરાવતા અનુયાયીઓના મૃત્યુ સમયે સ્વામિનારાયણ તેમને તેમના નિવાસસ્થાનમાં લઈ જવા માટે આવશે, જ્યાં તેઓ મુક્ત આત્માઓ તરીકે નિવાસ કરશે. યમ દંડનો છેલ્લો અધ્યાય આ મુક્તિ લાવનાર માટે આભારનું ગીત છે. અસલમાં, રામાનંદ સ્વામીએ તેમને 'નારાયણ મુનિ' નામ આપ્યું હતું, પરંતુ આ ૧૮૦૪ માં રચાયેલી આ કૃતિના સમયથી તેમને સ્વામિનારાયણ કહેવામાં આવે છે. અને આ નામ મળ્યા બાદ તેમજ 'યમ-દંડ' માં એ નામ સાથે તેમને ઈશ્વર સમકક્ષ બનાવ્યા બાદ તેમણે તેમના અનુયાયીઓને તેમની ધાર્મિક વિધિઓમાં પુનરાવર્તન કરવા માટે એક નવો મંત્ર આપ્યો: સ્વામિનારાયણ. ખૂબ જ ટૂંકા ક્રમમાં ઈશ્વરનો ઉપદેશક (સ્વામિનારાયણ) પોતે ઈશ્વર બની ગયો.

આમ, દેખાય છે કે એક બાજુ ગુજરાતી સમાજમાં અને રામાનંદ સ્વામીના અમુક શિષ્યોમાં ગજબ વિરોધ હતો ત્યારે. રામાનંદ સ્વામીના બાકી વધેલા જૂથે સહજાનંદ સ્વામીને સ્વીકારવાની કોશિશમાં તેમને સતત મોટા અને દિવ્ય બનાવવાનું કાર્ય કર્યું. સ્થિતિ બદલાવાથી સ્વામિનારાયણની જીવનશૈલીમાં પરિવર્તન આવ્યું. અગાઉ તેમણે દુન્યવી વસ્તુઓના ત્યાગમાં ખૂબ જ કડક શિસ્તનો ઉપયોગ કર્યો હતો. તમામ પારિવારિક સંબંધો અને તમામ સાંસારિક સંપત્તિઓ સાથે સંપર્ક છોડી દીધો હતો. બ્રહ્મચર્યના કડક નિયમોનું પાલન કર્યું, જેના કારણે સ્ત્રીઓને સ્પર્શ કરવાથી, જોવાથી કે વાત કરવાથી પણ અનુયાયીઓને રોક્યા હતા. પણ સંપ્રદાયના દૈવી નેતા તરીકે તેમને તેમની કેટલીક અંગત તપસ્યાઓને હળવી કરવાની ફરજ પડી હતી, ઓછામાં ઓછા તેમના બાહ્ય સ્વરૂપમાં, જોકે તેમણે તેમના સન્યાસી અનુયાયીઓ પાસેથી ત્યાગની માંગ કરવાનું ચાલુ રાખ્યું હતું. તેમના અનુયાયીઓ તેમને ખોરાક અને કપડાં, સોનું અને મોંઘા દાગીનાની અસાધારણ ભેટો સાથે વરસાવતા હતા. તેમણે એક રાજકુમારને અનુકૂળ જીવન જીવ્યું, એવા રાષ્ટ્રમાં જ્યાં રાજકુમારી ખૂબ જ વૈભવી રહેતા હતા.

તેમના પ્રચાર દરમિયાન અનેક બિંદુઓ પર, અનુયાયીઓને અનુભૂતિ થઈ કે સહજાનંદ માનવ સ્વરૂપમાં ભગવાનનું સ્વરૂપ છે. તેથી, એવું કહેવામાં આવે છે: "આ પ્રવચન સાંભળીને, બધા સાધુઓ અને સત્સંગીઓ સમજી ગયા કે શ્રી કૃષ્ણ ભગવાનનું એ અવ્યક્ત સ્વરૂપ જેમની શ્રીજી મહારાજે વાત કરી હતી તે અન્ય કોઈ નહીં પણ આ શ્રીજી મહારાજ છે, જે ભક્તિ અને ધર્મના પુત્ર છે, અને તે કોઈ નથી. એક તેને પાર કરે છે. ફક્ત તે જ આપણા ઇષ્ટદેવ છે, અને તે જ આપણા ગુરુ છે" (વચનામૃત, વડતાલ). (*અર્થાત્ શ્રીકૃષ્ણ ભગવાનનું જે મૂળ અવ્યક્ત સ્વરૂપ છે પરબ્રહ્મ તરીકેનું તે આ જ સ્વામિનારાયણ છે, આવું વડતાલ ગાદીનું વચનામૃત કહે છે.) આ રહસ્યને ઓળખવા માટે આંતરદૃષ્ટિનો વિકાસ એ આધ્યાત્મિક વિકાસનો માર્ગ હતો. કેટલાકને સહજાનંદ સ્વામી દ્વારા સમાધિ અવસ્થામાં મૂકવામાં આવ્યા હતા જેમાં તેઓ આ સત્યને "જોવા" સક્ષમ હતા, અને આ ઘટનાઓ તે સમયગાળા દરમિયાન સહજાનંદને આભારી ચમત્કારો ગણાતી. જેઓ આધ્યાત્મિક આંતરદૃષ્ટિના તે બિંદુ સુધી વિકાસ પામ્યા ન હતા તેઓ વારંવાર આ સિદ્ધાંતનો વિરોધ કરતા હતા. (*અહીં સ્વામી દયાનંદ સરસ્વતીનો એ આક્ષેપ સામે આવે છે કે સહજાનંદ સ્વામીને ગરદનની નસ દબાવીને કોઈને બેભાન કરવાની મહારત હતી જેને તે લોકોને સમાધિ આપવી કહેતા હતા. આ ફકરો કહે છે કે જેમણે એવી સમાધિમાં સહજાનંદને પરબ્રહ્મ તરીકે ન સ્વીકાર્યા તે તેમનો વિરોધ કરતા રહ્યા.)

આ પછી સ્વામિનારાયણ અને કૃષ્ણની છબીઓ અને વાર્તાઓનું વિલિનીકરણ થયું છે. કૃષ્ણના આગલા જન્મની જાહેરાતની જે વાતો શ્રીમદ ભાગવત અને અન્ય પુરાણોમાં છે તેને સ્વામીનારાયણના જન્મની કથા સાથે જોડવાનો પ્રયાસ થયો છે. અનુયાયીઓના એક જૂથ દ્વારા રામાનંદ સ્વામીને ઉદ્ધવ તરીકે ઓળખવામાં આવે છે, જે સહજાનંદ સ્વામી રૂપે કૃષ્ણને બોલાવે છે. ફ્રાન્કોઈસ મેલિસને સૂચવ્યું હતું કે દ્વારકાના મંદિરમાં જે નામ હેઠળ કૃષ્ણની પૂજા કરવામાં આવે છે - રણછોડ છોગાલા, તે મુક્તાનંદ સ્વામી દ્વારા સહજાનંદને કહેવામાં આવ્યું છે, અને મંદિરોમાં સ્વામિનારાયણની છબીઓનો લાક્ષણિક પહેરવેશ દ્વારકાના કૃષ્ણના જેવો છે (મેલિસન). આમ, કેટલાક સત્સંગીઓ સ્વામિનારાયણને કૃષ્ણના સમકક્ષ માને છે, અને આ સમાનતા દંતકથાઓ અને પ્રતીકોના બહુવિધતામાં દર્શાવવામાં આવે છે.

સ્વામિનારાયણ સર્વોપરી પુરુષોત્તમ તરીકે

વિવિધ જૂથોના સભ્યો સાથેની મુલાકાતો દર્શાવે છે કે મોટાભાગના અનુયાયીઓ માને છે કે સ્વામિનારાયણ એ સર્વોચ્ચ વ્યક્તિ પુરુષોત્તમની એકલ, સંપૂર્ણ અભિવ્યક્તિ છે, અને રામ અને કૃષ્ણ સહિત ભગવાનોની અન્ય તમામ અભિવ્યક્તિઓ કરતાં શક્તિ અને અસરકારકતામાં શ્રેષ્ઠ છે. સંપ્રદાયના ધર્મશાસ્ત્રીઓ વચનામૃતમાં આ ફકરાઓ તરફ નિર્દેશ કરે છે.

ભગવાન શાશ્વત સ્વરૂપ ધરાવે છે. તે અસંખ્ય બ્રહ્માંડના સર્જક, પાલનહાર અને વિસર્જન કરનાર છે; તે તેના અક્ષરધામમાં કાયમ હાજર છે; તે બધા પ્રભુઓનો સ્વામી છે; અને તે તે જ છે જે આંખો સમક્ષ આ પ્રગટ સ્વરૂપ (સ્વામિનારાયણ) છે (વચનામૃત ગઢડા III ૩૫.૧૨, p. ૭૩૧).

તે ધામના તે જ ગુરુ છે – અક્ષર અને મુક્તોના સ્વામી, પરબ્રહ્મ પુરુષોત્તમ – જે અહીં આ સત્સંગમાં હાજર છે (વચનામૃત અમદાવાદ III ૬.૯, p. ૭૫૨).

જેઓ આ મત ધરાવે છે તેમના મતે, સ્વામિનારાયણ એ કૃષ્ણનું સ્વરૂપ નહોતું, જેમ કે કેટલાક માને છે, પરંતુ પુરુષોત્તમનું સંપૂર્ણ સ્વરૂપ હતું, જે પોતે સર્વોચ્ચ ઈશ્વર છે. કેટલાક અનુયાયીઓ વચ્ચે સ્વામિનારાયણને અન્ય અવતાર સાથે સરખાવવું ખોટું માનવામાં આવે છે. આ છે એકેશ્વરવાદી તરીકે તેમના દર્શનની ઓળખ માટેનો આધાર. તે સ્વામિનારાયણના જન્મની દ્વિશતાબ્દીની ઉજવણી માટે નૈરોબીના મંદિરમાં અને અન્ય સ્થળોએ પણ પ્રદર્શિત કરાયેલા બેનરની આયાત છે: "ભગવાન એક અને અપ્રતિમ છે."

સર્વોપરી સ્વામિનારાયણનું દર્શન શરૂ થતાં જ વિવિધ દેવતાઓનો ક્રમ સૂચિત થવા લાગે છે. દેવતાઓ (ઈશ્વર) બ્રહ્માંડના સર્જન, નિર્વાહ અને વિનાશના કાર્યોમાં સામેલ છે. તેઓ વિશ્વ (માયા) ના પ્રવાહમાં છે કારણ કે તેઓ સૃષ્ટિની પ્રવૃત્તિઓ સાથે જોડાયેલા છે. અવતારોને પુરુષોત્તમ દ્વારા જગતમાં મોકલવામાં આવ્યા છે, અને તેઓ તેમની ઈંચ્છા પ્રમાણે પ્રગટ થાય છે. પુરુષોત્તમની શક્તિઓ અવતાર દ્વારા માનવ મુક્તિ માટે સોંપાયેલ ફરજોના અમલ માટે બહાર આવે છે. આ અર્થઘટન મુજબ, બધા અવતાર સર્વોપરી પુરુષોત્તમની સંપૂર્ણતાના સમાન સ્તરને પ્રગટ કરતા નથી. જેમ આપણે જોયું તેમ, માનવ સ્વરૂપવાળાઓને પ્રાધાન્ય આપવામાં આવે છે, અને તેમાંથી, રામ અને કૃષ્ણને. બધા કરતાં ચડિયાતા, તેમ છતાં, સ્વામિનારાયણ છે, જે પૃથ્વી પર તેમના માનવ-આકારના સ્વરૂપમાં પુરુષોત્તમના સંપૂર્ણ અને સંપૂર્ણ સ્વરૂપ તરીકે માનવામાં આવે છે. કેટલાક આધુનિક ઇન્ટરપ્રિટર્સ અવતારની ભાષાનો ઉપયોગ કરે છે અને સૂચવે છે કે "તે અવતારી છે, અવતાર નથી." (જુઓ વચનામૃત, લોયા ૧૮.૧૮ p. ૩૬૪).

સંપ્રદાયમાં જેઓ પુરુષોત્તમ સાથે સ્વામિનારાયણની ઓળખમાં માને છે તેઓ જ્ઞાની ભક્ત દ્વારા સમજાયેલા સ્વામિનારાયણના માનવ સ્વરૂપની અને અક્ષરધામમાં પુરુષોત્તમ સ્વરૂપની ઓળખની પુષ્ટિ કરવા માટે તર્કનું પાલન કરે છે. તે પ્રસંગોએ જ્યારે સહજાનંદે તેમના પ્રારંભિક શિષ્યોને આની જાણ કરી, ત્યારે તેમણે વિરોધનો સામનો કરવો પડ્યો (વચનામૃત, લોયા ૧૮.૪, p. ૩૫૮). તેણે ઓળખ્યું કે તે એક મુશ્કેલ સિદ્ધાંત છે, ગેરસમજ કરવા માટે સરળ છે, અને તે ઘણાને ફેલોશિપ છોડવાનું કારણ બનશે. તેમ છતાં, તેને લાગ્યું કે માનવ સ્વરૂપમાં ભગવાનને સમજવામાં નિષ્ફળતા વિશ્વના બંધનમાંથી મુક્તિ મેળવવામાં નિષ્ફળતામાં પરિણમશે. તેથી, તેમણે શીખવ્યું, "અહીં તમારી સમક્ષ દેખાતું ભગવાન પુરુષોત્તમનું દિવ્ય સ્વરૂપ અને તેમના દિવ્ય નિવાસ અક્ષરધામમાં બેઠેલા દિવ્ય સ્વરૂપ એક છે, અને આ બે સ્વરૂપોમાં બિલકુલ ભેદ નથી" (વચનામૃત ગઢડા III, ૩૮.૩ pp. ૩૩૭f). પ્રોફેસર જે.એ. યાજ્ઞિક સૂચવે છે કે જે વ્યક્તિ ભગવાનના સ્વભાવના સારને જાણે છે તે ભગવાન પોતે અને પૃથ્વી પરના તેમના અભિવ્યક્તિ (યાજ્ઞિક ૧૯૭૨: ૭૩). જે મનુષ્ય પૃથ્વી પર પ્રગટ થયેલા માનવ સ્વરૂપનું ધ્યાન કરશે તે અક્ષરધામમાં ભગવાનના દિવ્ય તેજસ્વી સ્વરૂપને જોશે અને તે જગત અને પુનર્જન્મના પ્રવાહને પાર કરશે કારણ કે પુરુષોત્તમ અને અક્ષર બંને માયાથી પર છે (વચનામૃત, ગઢડા II, ૧૩.૯ p. ૪૪૫).

આમ આપણે જોયું કે સ્વામીનારાયણ અને પુરુષોત્તમ અને કૃષ્ણના સંબંધની સમજણના ઓછામાં ઓછા ત્રણ સ્તર જૂથના સાહિત્યમાં અને વિષય પરના પ્રશ્નોના ભક્તોના જવાબોમાં જોવા મળે છે. જેઓ ત્રણેય વિચાર ધરાવે છે તેઓ દાવો કરે છે કે તે સહજાનંદના શિક્ષણની સચોટ સમજણ દર્શાવે છે. .... એક સિદ્ધાંત એ છે કે સહજાનંદની સમજમાં થોડો વિકાસ થયો હતો જેથી તેમણે સંન્યાસ અને કૃષ્ણ ઉપાસનાના સુધારક તરીકે શરૂઆત કરી અને તેમની કારકિર્દીના અંતમાં તેઓ પુરુષોત્તમનું સંપૂર્ણ સ્વરૂપ હોવાનું માનતા આવ્યા. એક સમાન સિદ્ધાંત એ છે કે જો કે તેમની પાસે દરેક સમયે તેમના સાચા સ્વભાવની સ્પષ્ટ દ્રષ્ટિ હતી, તેમના શિક્ષણમાં પ્રગતિશીલ વિકાસ હતો કારણ કે તેમના સાંભળનારાઓ તેમના સ્વભાવની વધુ સંપૂર્ણ સમજ મેળવવા માટે તૈયાર થયા હતા. જ્યારે સાહિત્યમાંથી તે સ્પષ્ટ જણાય છે કે તેમણે તેમના શિક્ષણને તેમના શ્રોતાઓની ગ્રહણક્ષમતા સાથે મેળ ખાય એ રીતે આપ્યું છે, અને તેમના નજીકના શિષ્યો સિવાય પુરુષોત્તમ રૂપે તેમની ઓળખ વિશે ખુલ્લેઆમ બોલવા માટે અનિચ્છા રાખી છે.

જૂથના સભ્યો એવી દલીલ કરે છે કે જન્મની ક્ષણથી જ સહજાનંદ પુરુષોત્તમનું સંપૂર્ણ સ્વરૂપ હતું અને પોતાને એવું સમજે છે. તેથી, તેઓ ખાતરી આપે છે કે અર્થઘટનનો તફાવત જે સાહિત્યમાં જોવા મળે છે તે તેમની સમજણ અથવા શિક્ષણમાં પ્રથમથી છેલ્લા સુધી વિકાસને કારણે ન હતો, પરંતુ વ્યક્તિગત શિષ્યોની સમજણમાં તફાવતને કારણે હતો.

બ્રહ્માંડોનું બંધારણ

જેમ જેમ અનુયાયીઓ પવિત્ર બ્રહ્માંડની કલ્પના કરે છે, દેવતાઓ અને ભગવાનના અલગ સ્વર્ગીય નિવાસ અથવા રાજ્યો ધરાવે છે. આને ચિત્રિત કરી શકાય છે, જેમ કે કેટલાક મંદિરોમાં, અને સ્થાનો તરીકે બોલવામાં આવે છે, પરંતુ તે અસ્તિત્વની સ્થિતિઓ છે. સર્વોચ્ચ ધામ એ અક્ષર છે, અથવા અવ્યક્ત સ્વરૂપમાં અક્ષરધામ, અને સર્વોચ્ચ વ્યક્તિ પુરુષોત્તમ તેમના ભક્તો સાથે અક્ષરધામમાં રહે છે તેવું માનવામાં આવે છે. ઘણા માને છે કે સ્વામીનારાયણ અક્ષરધામના સ્વામી પુરુષોત્તમ છે અને તેઓ ત્યાંથી સહજાનંદ તરીકે માનવ સ્વરૂપમાં પ્રગટ થયા છે. કેટલાક માને છે કે કૃષ્ણ અને રામ સર્વોચ્ચ સ્વરૂપના પ્રત્યક્ષ સ્વરૂપ નથી, પરંતુ અન્ય શાશ્વત અસ્તિત્વના છે. તેઓ અનુક્રમે ગોલોક અને વૈકુંઠના ઘણા નીચલા સ્થાનોની અધ્યક્ષતા કરતા હોવાનું કહેવાય છે. અન્ય લોકો માને છે કે કૃષ્ણ અને રામ ખરેખર સર્વોચ્ચ વ્યક્તિના

સ્વરૂપ હતા, જો કે અક્ષરધામથી નીચલા સ્તરે, અને કૃષ્ણનું નિવાસસ્થાન ગોલોક છે અને રામનું વૈકુંઠ છે. દેવતાઓ અન્ય નીચેના નિવાસસ્થાનોની અધ્યક્ષતા કરે છે. આમ, પ્રાથમિક નિવાસસ્થાન તરીકે અક્ષરધામ સાથે નિવાસસ્થાનોનો વંશવેલો અસ્તિત્વ ધરાવે છે. અક્ષરધામ એ સર્વોચ્ચ ધામ છે, અને પુરુષોત્તમ, જેને ભગવાનના તેજસ્વી સ્વરૂપ તરીકે વર્ણવવામાં આવે છે, તેમને અક્ષરધામમાં વસનારા અને તમામ અવતારોનું કારણ માનવામાં આવે છે.

☙❧

ત્રિસ્તરીય પ્રપંચને જાણવું

આમ, અંગ્રેજ લેખકો આ સંપ્રદાયના અંદરના સ્વરૂપને આટલી સારી રીતે સમજી ચૂક્યા છે, પણ આપણા ગુજરાતમાં હિંદુ ધર્મની સેવા કે રક્ષા કરવા નીકળેલા લોકોને તેમના શાસ્ત્રો અને ધર્મના સ્વરૂપ સાથે થયેલા આટલા મોટા ચેડાં વિશે કોઈ ભાન નથી. અંગ્રેજ લેખક રેયમોન્ડ બ્રેડી વિલિયમ્સે તેના પુસ્તક An Introduction of Swaminarayan Hinduism માં લખેલા સંપ્રદાયના આ જટિલ અને કપોળ કલ્પિત ત્રીસ્તરીય દર્શનને એક વિદેશી વ્યક્તિ તરીકે વ્યવહારિક શબ્દોમાં કહેવાની કોશિશ કરી છે, અને સાથે તેની અસ્તવ્યસ્તતા અને કાલ્પનિકતાને સૂક્ષ્મ રીતે રેખાંકિત કરતા રહેવાની પણ કોશિશ કરી છે.

આ રીતે, કોઈપણ સ્થાને હિંદુઓ વચ્ચે આ સંપ્રદાય આ ત્રણ ક્રમિક સ્તરના પ્રપંચ વડે સ્વામિનારાયણ નામનો એક નવો સર્વોપરી ભગવાન સનાતન વૈદિક ધર્મના આરાધ્ય પંચદેવ પર ઉભો કરે છે. અયોધ્યા પાસે છપૈયામાં, ઉત્તરાખંડના ધામોમાં, અને જગન્નાથપુરી જેવા અન્ય સનાતન ધામોમાં એ પહેલા સ્તરના વૈષ્ણવ સંપ્રદાયના મુખોટા સાથે પગ જમાવવાની કોશિશ કરી રહ્યા છે. એમનું અત્યારનું નવીનતમ લક્ષ્ય ભારતના અન્ય રાજ્યોમાં આ ત્રિસ્તરીય પ્રપંચ દ્વારા એ નકલી નારાયણને હિંદુ સમાજ પર થોપવાનું છે. પુરીમાં જગન્નાથ મંદિરથી પાંચ કિલોમીટરના અંતરમાં આ સંપ્રદાયને વિશાળ મંદિર બનાવવાની જગ્યા આપી દેવામાં આવી છે, તો ઉજ્જૈન મહાકાલ મંદિરના નવા બનેલા કોરીડોરમાં લાગેલા ભગવાન શિવના ભીંતચિત્રો પર પણ આ સંપ્રદાયે પોતાના તિલકના સિક્કા મારી દીધા છે. ગુજરાતમાં આ સંપ્રદાય આ જ રીતે સનાતન ધર્મના જૂના જર્જરિત થયેલા મંદિરોના સમારકામનો ઠેકો

મેળવીને તેના નવ નિર્માણ વખતે પોતાના તિલકના સિક્કા, અથવા કોઈના કોઈ સ્વામી કે સહજાનંદ સ્વામીની મૂર્તિ બેસાડી તે મંદિરને પોતાના નામે ચડાવી દેવામાં કુખ્યાત છે. અનેક રામજી મંદિરો અને હનુમાન મંદિરો તે આ રીતે તે પોતાના હસ્તક કરી ચૂક્યા છે જ્યાં તે રામ અને હનુમાન પણ તેમના સ્વામીના સેવક છે કે આધીન છે. આવું મહાકાલ શિવ મંદિર સાથે અને ભારતના અન્ય મંદિરો કે ગંગાના ધાટો સાથે ન થાય તે સુનિશ્ચિત કરવું જરૂરી છે.

આ આખા પ્રપંચમાં તેમનું સૌથી મોટું ષડયંત્ર એ છે કે સનાતન ધર્મના શાસ્ત્રોમાં ભગવાન કૃષ્ણ માટે વપરાયેલા 'પુરુષોત્તમ' અને 'અક્ષરબ્રહ્મ' જેવા શબ્દોને રામાનુજના વિશિષ્ટ-અદ્વૈત દર્શનમાંથી ચોરી સીધા તેમના નકલી નારાયણ સાથે જોડી દીધા છે. (વાંચો પ્રકરણ ૧૮) વૈષ્ણવ પુરાણોમાં 'પુરુષોત્તમ' શબ્દ ફક્ત ભગવાન કૃષ્ણ માટે વપરાયો છે, અને એકરીતે તેમનાથી જ અસ્તિત્વમાં આવ્યો છે. ગીતાના આઠમા અધ્યાયમાં ભગવાન શ્રીકૃષ્ણ કહે છે કે 'આ સંસારમાં બે પ્રકારના પુરુષો છે. એક ક્ષર એટલે કે નાશવંત અને બીજા અક્ષર એટલે કે અવિનાશી. પ્રાણીઓ, મનુષ્યો અને વનસ્પતિઓના શરીર ક્ષર-નાશવંત છે, અને એ શરીરને ધારણ કરી ચલાવતો જીવાત્મા અક્ષર-અવિનાશી છે. પણ સંસારના એ બંને પુરુષોથી પણ ઉપર એક ઉત્તમ પુરુષ છે જે સૃષ્ટિના ત્રણેય લોકોમાં પ્રવેશી સમસ્ત સંસારને ધારણ અને પોષણ કરે છે. એ ત્રીજા ઉત્તમ પુરુષને અવ્યય (અવિનાશી), પરમેશ્વર, પરમાત્મા જેવા નામોથી ઓળખાવવામાં આવ્યો છે. આમ, હું નાશવંત સમુદાયથી અતીત છું, અને અવિનાશી જીવાત્માથી ઉત્તમ છું. એટલે લોકોમાં અને વેદમાં પુરુષોત્તમ નામે પ્રસિદ્ધ છું.' (૮.૧૬-૧૮) અને પછી સાકાર રૂપે રહેલા એ નિરાકાર, અવ્યક્ત પરબ્રહ્મ શ્રીકૃષ્ણ કહે છે, 'હે ભારત! જે જ્ઞાની માણસ મને આમ તત્વ રૂપે પુરુષોત્તમ સ્વરૂપ જાણે છે, તે સર્વસ્વ જાણનાર મનુષ્ય સર્વ રીતે નિરંતર મુજ પરમેશ્વરને જ ભજે છે.' (૮.૧૯)

શ્રીકૃષ્ણ ભગવાન વિષ્ણુના એક માત્ર પૂર્ણ અવતાર હોવાથી તેમને પૂર્ણપુરુષોત્તમ કહેવાય છે. અને આ જ કારણે કૃષ્ણમાં અને ભગવાન વિષ્ણુના સંપૂર્ણ સ્વરૂપમાં કોઈ ફરક રહેતો નથી. એટલે ફક્ત ભગવાન કૃષ્ણ માટે શ્રીમદ ભાગવત રૂપે એક શ્રેષ્ઠ પુરાણ રચાયું છે જ્યાં તેમને ભગવાન વિષ્ણુના સ્થાને રાખી સવીર્ય પુરુષોત્તમ રૂપે મૂળ પરમેશ્વર તરીકે ભક્તિ માર્ગે પૂજાય છે. આ જ રામાનુજાચાર્યના વિશિષ્ટ-અદ્વૈત માર્ગ થી લઈને ઇસ્કોન સહિતના તમામ વૈષ્ણવ સંપ્રદાયોની કૃષ્ણ ભક્તિ પાછળનું મુખ્ય દાર્શનિક કારણ છે. આ જ રામાનંદ સ્વામીના ઉદ્ધવ સંપ્રદાયની પુરુષોત્તમ રૂપે કૃષ્ણ ભક્તિનું દર્શન હતું, જેને સહજાનંદ સ્વામીના આવ્યા પછી સ્વામિનારાયણ નામ સાથે આવો પાખંડી

અને પ્રપંચી વળાંક આપવામાં આવ્યો. સહજાનંદે 'પુરુષોત્તમ' શબ્દને કૃષ્ણથી અને 'નારાયણ' શબ્દને વિષ્ણુથી અલગ કર્યા અને પોતે પુરુષોત્તમ નારાયણ બની કૃષ્ણ અને વિષ્ણુને પોતાનાથી ઘણા નીચેના સ્થાનના દેવ બનાવી દીધા. આ નીચતા સનાતન ધર્મ અને તેના શાસ્ત્રોના સ્વરૂપ પર એક આક્રમણ છે, એક ભીતર ઘાત છે, જે આ નકલી નારાયણના પાખંડી સંપ્રદાયે કરી છે.

પ્રકરણ પૂરું થતાં પહેલાં તમને BAPS ના પુસ્તક અક્ષરપુરુષોત્તમ ઉપાસનાના પાના નંબર ૫૪-૫૫ પર આપેલા એ લખાણ સાથે છોડી જઈએ જ્યાં સહજાનંદ સ્વામીએ આ ત્રિસ્તરીય પ્રપંચને તે સમયના ગુજરાતી સમાજમાં કેવી રીતે અમલમાં મૂક્યું એની સ્વમુખે બડાશ મારવામાં આવી છે. આ ત્રિસ્તરીય પ્રપંચ તેમની મોરસ ઓપરેન્ડી છે, જે તે સમયના ગુજરાતી સમાજથીલઈને આજના વિદેશોમાં વસતા ગુજરાતીઓ અને હિંદુઓ સામે યથાસ્થિતિ અમલમાં મુકાય છે.

અક્ષરપુરુષોત્તમ ઉપાસનાના પાના નંબર ૫૪-૫૫ પર એક સવાલનો જવાબ અપાયો છે. સવાલ છે, 'જો ભગવાન સ્વામિનારાયણ સર્વોપરી છે, તો વચનામૃતમાં, સંપ્રદાયનાં અન્ય પુસ્તકોમાં અને પરમહંસોના કીર્તનમાં તેમને કૃષ્ણ કેમ કહેવાયા છે?'

જવાબ બિલકુલ એવો જ આપ્યો છે, જેવો ઇસ્લામના ઉદય પહેલાના દેવી-દેવતાઓ વાળા આરબના સમાજ પર અલ્લાહ નામના એક નવા સર્વોપરી ઈશ્વરને સ્થાપવા માટે અપાય છે. જવાબ છે, 'શ્રીજીમહારાજના પ્રાગટ્ય સમયે અનેક મતપંથ, શક્તિપંથ, અસત સંપ્રદાયો, ગુરુઓ, વહેમો, જંત્ર-મંત્ર-તંત્ર વગેરેનું જોર હતું. તે સૌને આ નવા સંપ્રદાય સામે વિરોધ જબ્બર હતો. એવા કપરા સમયમાં મનુષ્યધારી જો પોતાને જ પરમાત્મા છડે ચોક કહે તો લોકો ભડકીને આ સંપ્રદાયમાં આવે જ નહિ. જેમ પથ્ય પડે તેમ ઔષધ અપાય એ ન્યાયે પ્રથમ સત્પુરુષ જેવા, પછી અવતાર જેવા અને તે પછી સર્વાવતારી પુરુષોત્તમ જેવા કહ્યા. .... જીવોને પોતાના સ્વરૂપમાં જોડવા જ શ્રીજીમહારાજે જ્યાં જે ઉપાસના પ્રધાન હોય ત્યાં તે દેવોની મૂર્તિઓ પધરાવી, જેથી મુમુક્ષુઓ પોતાના ઈષ્ટદેવનાં દર્શન કરવા આવે અને પછી સંતના સમાગમથી શ્રીજીમહારાજના સર્વોપરી સ્વરૂપની ઉપાસના દ્રઢ કરે. આ રીતે સંપ્રદાયમાં સર્વોપરી ઉપાસના ક્રમશઃ પ્રસિધ્ધ થઇ.'

12

સનાતન ધર્મ સંરક્ષણ સમિતિ

હવે ફરી આપણે ૪ સપ્ટેમ્બરની સાંજે અમદાવાદના શિવાનંદ આશ્રમમાં કરાયેલી એ પ્રેસ કોન્ફરન્સ પર પાછા ફરીએ. સ્વામી પરમાત્માનંદ સરસ્વતીએ વીએચપીની મધ્યસ્થતાથી થયેલી સનાતની સંતો અને સ્વામિનારાયણ સંપ્રદાયના સ્વામીઓ વચ્ચેની મીટીંગનો પ્રેસ સામે આહેવાલ આપ્યો, અને કહ્યું કે સાળંગપુર મંદિરમાંથી બીજા દિવસની સવાર સુધીમાં વિવાદિત ભીંતચિત્રો હટાવી લેવાશે. સાથે તેમણે એ પણ ઘોષણા કરી કે એક સમિતિની રચના થશે જેના સવીૅચ્ય સ્થાને શારદાપીઠના જગદગુરુ શંકરાચાર્ય શ્રી સદાનંદ સરસ્વતીજી અને સ્વામિનારાયણ વડતાલ ગાદીના ગાદીપતિ આચાર્ય રાકેશપ્રસાદજી હશે. આ બંનેના આશીર્વાદ હેઠળ એ સમિતિ સ્વામિનારાયણ સંપ્રદાયને લગતા તમામ વિવાદોનો અંત લાવવા પ્રયાસ કરશે. વિચાર શ્રેષ્ઠ જણાયો હતો, પણ એ સમિતિ ક્યારેય બની જ નહિ. સનાતની સંતો દ્વારા તેના સત્તર દિવસ બાદ ૨૧ સપ્ટેમ્બરે જુનાગઢમાં શેરનાથ બાપુના ગોરખનાથ આશ્રમમાં એક મોટી સંત સભાનું આયોજન થયું, અને ઘોષણા થઇ કે તે દિવસે સનાતન ધર્મના રક્ષણ અર્થે એક સમિતિની રચના થશે.

એ સંત સભા ૨૧ સપ્ટેમ્બર, ૨૦૨૩ ના રોજ મળી હતી, અને આજે જ્યારે આ પ્રકરણ લખી રહ્યો છું તો ૨૭ સપ્ટેમ્બર ૨૦૨૪ નો દિવસ છે. આ બે દિવસો વચ્ચેના એક વર્ષમાં જે પણ થયું છે તે આ સમિતિના આસપાસ અને ઉપર નીચે થયું છે. ૪ સપ્ટેમ્બરે સ્વામી પરમાત્માનંદજીની પ્રેસ કોન્ફરન્સ પછી વાત અલગ માર્ગે ચાલી. જે સમિતિ સ્વામિનારાયણ સંપ્રદાય અને સનાતન ધર્મના સંતોથી બનવાની હતી, તે ફક્ત સનાતની સંતોથી જ બની. એના પાછળના કોઈ

સ્પષ્ટ કારણો બહાર આવ્યા નથી, પણ જે કેટલીક છુપી ફૂસફૂસાહટ થઇ છે એ પ્રમાણે સનાતની સંતોને લાગેલું કે વીએચપી સંપ્રદાયના પૈસા અને વોટબેંકથી પ્રભાવિત થઈને વતી રહ્યું છે, એટલે પૂર્ણપણે નિષ્પક્ષ નથી. કેટલીક વાતો જે ચર્ચાતી હતી એમાં એક એ પણ હતી કે ૪ સપ્ટેમ્બરની શિવાનંદ આશ્રમ ખાતેની મીટીંગમાં આરએસએસના રામ માધવ પણ હતા. ત્યાં મીટીંગ પૂર્ણ થવા સાથે ભીંત ચિત્રો હટાવવાનો નિર્ણય થયો એ પછી તે વડતાલ જઈ ત્યાંના આચાર્યજી કે મુખ્ય સંતને મળ્યા, પણ શંકરાચાર્યજી કે અન્ય કોઈ સનાતની સંતને મળવા ન ગયા. તે દિવસની પ્રેસ કોન્ફરન્સમાં સ્વામી પરમાત્માનંદ સરસ્વતીજીના જે શબ્દો હતા તેમાં પણ તે સનાતન ધર્મના વડા સમાન ગણાતા શંકરાચાર્યજી અને વડતાલના આચાર્ય રાકેશ પ્રસાદજીને એક સમાન માનવાચક શબ્દોથી સંબોધતા હતા, જ્યાં સનાતન ધર્મના સૌથી સમ્માનિત સ્થાન તરીકે શંકરાચાર્યના પદનો મોભો નહોતો જળવાતો.

તે પછીના દિવસોમાં હિંદુ સંતોના નારાજગીભર્યા વચનો પણ વિડીયો રૂપે બહાર આવ્યા હતા કે 'આ વીએચપીને ધર્મની બાબતમાં આટલું વચ્ચે પડવાની ક્યાં જરૂર છે? એ કહેશે તેમ ધર્મ ચાલશે અને સંતો ચાલશે?' ચિત્ર લગભગ એવું બન્યું કે સ્વામિનારાયણ સંપ્રદાયના લોકો સંઘ અને વીએચપીના કવચ હેઠળ છે અને એટલે વીએચપી જે કહે છે તે માનીને ચાલે છે, પણ સનાતની સંતો એ વાતને વીએચપીનું ધર્મની બાબતમાં અતિક્રમણ તરીકે જુએ છે. વધુ કડક શબ્દોમાં, વાત એવી દેખાઈ કે સ્વામિનારાયણ સંપ્રદાય અને સંઘ-વીએચપી-બીજેપી એક યુનિટ છે, જે અંદરખાને વાતચીત કરી અને યોજના બનાવી સનાતની સંતો સામે ઉપસ્થિત થાય છે. અને અહીંથી સનાતની સંતો અલગ ચાલ્યા પોતાની એક અલગ સંત સમિતિ બનાવવા.

હું તે સમયે સંઘમાં શોધ આયામનો સંયોજક હતો. મને સનાતની યોધ્ધાઓના ફોન આવ્યા કે 'સાહેબ, અમે તમને સમિતિમાં રાખવાની ભલામણ કરી રહ્યા છીએ, અને ચાહિએ છીએ કે તમે એમાં રહો.' તેમણે મને કહ્યું કે ડૉ. વસંત પટેલ નામના એક સજ્જનનો તમને ફોન આવશે, તે પણ આ કાર્યમાં સંતો સાથે જોડાયેલા છે.' વસંતભાઈનો ફોન આવ્યો અને આ રીતે હું અમદાવાદના તે ફીઝીશીયન ડોક્ટર વસંતભાઈ પટેલના સંપર્કમાં આવ્યો, જેમના સાથે આગલું એક વર્ષ આ કાર્યમાં ખેડાણ થવાનું હતું. વસંતભાઈ વિવિધ વિષયો પર ગુજરાતી ટીવી ન્યૂઝ ચેનલોમાં પેનલ ડિસ્કશન (પરિચર્ચા) માટે નિયમિત આવતા, અને તેમના નિર્ભીક તટસ્થ મંતવ્યો માટે જાણીતા પણ હતા. તેમણે સનાતન ધર્મના સિધ્ધાંતો અને પરંપરાની રક્ષા માટે એક સનાતન રક્ષા બોર્ડની માંગ કરેલી હતી. પણ ગુજરાતી ચેનલો મારા ઘરે જોવાતી ન હોવાથી હું એ

બાબતે સંપૂર્ણ અજાણ હતો. અમે બંને ફોન પર એકબીજાના કાર્યથી રૂબરૂ થયા અને પછી તેમણે કહ્યું કે 'હું તમારું નામ લખાવી દઉં છું, આપણે ગૃહસ્થોની એક ટીમ રહીએ એડવાઈઝરી ટીમ તરીકે.' મેં તેના માટે હા પાડી દીધી, અને બીજા દિવસે સવારે ૨૧ સપ્ટેમ્બરની સવારે જ્યારે એ મીટીંગ ભરાવવા જઈ રહી હતી ત્યારે આ લેખ ફેસબુક પર લખ્યો.

આજે જૂનાગઢ ખાતે મળી રહેલી સંત સભાને મારા તરફથી એક વિનમ્ર સૂચન

• ૨૧ સપ્ટેમ્બર, ૨૦૨૩/ફેસબુક

આજે પણ મને યાદ આવે છે 2014 ની ચુંટણી પહેલા બાબા રામદેવના આચાર્યકુલમ ખાતે મળેલી એ સંત સભા, જ્યાં ભારતના તમામ મોટા સંતોએ નરેન્દ્ર મોદીજીને ભારતના આગલા પ્રધાનમંત્રી બનવા માટે સમર્થન અને આશીર્વાદ આપ્યા હતા. એ સભાના બે વિડિયોમાં એક અહીં અને એક કૉમેન્ટ સેક્શનમાં આપ્યા છે. મોરારી બાપુ, બાબા રામદેવ, રમેશભાઈ ઓઝા, આર્યસમાજી સંતો અને સનાતન ધર્મની અન્ય તમામ સંત સંસ્થાના સંતો ત્યાં હતા, અને મોદીજીએ કહ્યું હતું, 'આ દેશ રાજાઓ અને નેતાઓએ નથી બનાવ્યો. આ દેશ સંતોએ બનાવ્યો છે. અને જરૂર પડે આ દેશ સંતોએ જ બચાવ્યો છે.' એ સભામાં આ સંપ્રદાય જેના ઉપાય માટે આજની સભા મળી રહી છે તેનો કોઈ સભ્ય એમાં નહોતો. તો ૨૦૧૪ નું એ દ્રશ્ય હતું, અને પછી વર્ષ ૨૦૧૫, ૨૦૧૬ અને ૨૦૧૭ માં જે ઘટનાઓ બની એના પછીનું સમીકરણ સંપૂર્ણ રીતે બદલાઈ ગયું. મોદીજીની આજુબાજુથી ૨૦૧૪ ના એ સનાતની સંતો જતા રહ્યા અને આ સંપ્રદાયના સ્વામીઓ દેખાવવા લાગ્યા. એ ત્રણ વર્ષમાં થયેલું એ પરિવર્તન જ ગુજરાતના સનાતની સમાજની આજની હાલતનું કારણ છે.

આજે જો મને પ્રધાનમંત્રી શ્રી મોદીજીને મળવાનું સૌભાગ્ય પ્રાપ્ત થાય તો હું એમને એક જ વાત કહું, 'મોદીજી, તમે ઘણું કર્યું, શ્રેષ્ઠ કર્યું. પણ એ બધા શ્રેષ્ઠ કાર્યો માટેની કિંમત તમે ગુજરાતમાં ચૂકવી છે. અને હવે જે સમય તમારી પાસે રાજકારણમાં બચ્યો છે એમાં એ પરિસ્થિતિને ફરીથી સરખી કરવાની જવાબદારી તમારે ઉઠાવવી પડશે. કારણકે આ એ પરિસ્થિતિ છે જે તમને એ સમયે અપકીર્તિ અપાવશે જ્યારે તમે આ દુનિયા પર હાજર નહિ હોય. જ્યારે ગુજરાતનો આ આખો સનાતની સમાજ આગળ એ ગુલામીની પરિસ્થિતિ તરફ

ધકેલાઇ ચૂક્યો હશે, જે આજે તમિલનાડુના સનાતની હિંદુઓ અને પંજાબના સનાતની શીખોની છે. આને ઠીક કર્યા વિના ન જતા. જો આ પરિસ્થિતિથી તમે પૂર્ણપણે વાકેફ ન હોય તો સમજી લો તમારા સંપર્ક સૂત્રો કોમ્પ્રોમાઈઝ થઈ ચૂક્યા છે. જાતે આવો, અને ગુજરાતના સાચા સનાતની સંતો અને સમાજ જોડે વાત કરી સાચી પરિસ્થિતિ જાણો.'

બસ, આ એ મૂળ નિદાન છે, જેના લીધે આ દૂષણ ઉભુ થયું છે. છેલ્લા બે ત્રણ વર્ષમાં આપણે જે અપમાનજનક સાંભળ્યું, જે કષ્ટદાયક લખાણ વાંચ્યું અને જે પીડાદાયક ચિત્રો અને મોડલ જોયા, એ બધું દેખાડવાનું દુઃસ્સાહસ એ પરિવર્તનમાંથી આવ્યું. સંતોને સલાહ કે જે પણ ભૂલો એમનાથી (મોદીજીથી) થઈ હોય કે તમારાથી થઈ હોય, કોઈ ખોટો વળાંક એમનાથી લેવાઈ ગયો હોય કે તમારાથી લેવાઈ ગયો હોય - એના પર આત્મમંથન કરે અને પ્રયાસો કરી ફરી એ ૨૦૧૪ ના દૃશ્ય રૂપે સનાતની હિંદુ સમાજને તેનો પ્રિય નેતા તેના સાચા સંતો સાથે ઊભેલો અપાવી દે. એ દૃશ્યમાં જે સંતોષ હતો, જે પોતીકાપણું અને સુરક્ષાની ભાવના હતી, તે આજે જતી રહી છે, ચાહે ઉપરથી ગમે તેટલા થીગડા મારીને એને દેખાડવામાં આવે. એટલે કેટલાક દિવસથી સનાતની મિત્રો વડે મને જુનાગઢની આ સભામાં હાજર રહી પાંચ મિનિટ કાંઈક કહેવાની સલાહ અપાઈ રહી હતી, પણ મોટા ભાગે મારે જે કહેવાનું હતું એ અહીં સોશિયલ મીડિયા પર હું કહી ચૂક્યો છું. આજસુધી જે નહોતું કહ્યું તે મૂળ નિદાન આ હતું, જે આજે કહી રહ્યો છું. આ સંત સભામાં બીજા શું નિર્ણયો કરવા એ વિશે તો મારે વધુ કંઈ કહેવાની જરૂર નથી, પણ એ બધા કરતાં વધુ જરૂરી આ નિદાન છે જેના પર સૌથી વધુ કાર્ય કરો, અને સાચા અંતઃકરણથી કરો એ ઇચ્છનીય છે. સનાતન ધર્મની જય હો.

૭૭

પણ જૂનાગઢની આ બેઠકમાં પણ વીએચપીએ એનો ખેલ કરી દીધો હતો. તેણે સનાતની સંતોમાં પણ સંઘ-વીએચપીનું કહ્યું કરતાં હોય તેવા સરકારી સંતોને ઘુસાવી દીધા. માહોલ બરાબર જામેલો હતો. બે વર્ષથી સનાતની યોધ્ધાઓ જમીન પર જે કાર્ય કરીને વાત અહીં સુધી લાવ્યા હતા, તે વાત હવે આ સભા રૂપે તમામ ગુજરાતી ન્યુઝ ચેનલોના કેમેરા સામે હતી. મીટીંગમાં એક ડિસ્પ્લે મુકવામાં આવી હતી જ્યાં સનાતન ધર્મના અને તેના આરાધ્યોના અપમાન કરતાં એ બધા વિડીયો, ચિત્રો અને લખાણો દર્શાવવાના હતા જેમને આપણે બીજા પ્રકરણમાં જોયા. પણ વીએચપીના માણસો ત્યાં આવેલા હતા

જેમણે તેમના સરકારી સંતો સાથે મળીને આનો વિરોધ કર્યો અને એ ડિસ્પ્લે બંધ કરાવી દીધી. તે પોતે એ સમિતિમાં પણ રહ્યા જેમાં મને અને વસંતભાઈને રખાયા હતા. ત્યારબાદ જ્યારે સંતોના પ્રવચનોનો વારો આવ્યો ત્યારે વીએચપીના એજ સરકારી સંતો દ્વારા સ્વામિનારાયણ સંપ્રદાયના વખાણ કરતા પ્રવચનો કરાયા. ત્યાં સુધી કહેવાયું કે આ સંપ્રદાય નહિ હોય તો ત્રિરંગામાંથી લીલો રંગ ઉપર આવી જશે. ફરી એજ મુસ્લિમોથી ડરાવીને આ સંપ્રદાયના મુસ્લિમો જેવા જ એક નવા સર્વોપરી ઈશ્વરને સ્વીકારી લેવડાવવાની કોશિશ. એટલે હિન્દુઓને ગુજરાતમાં બે બાજુ ખાઈ હતી. તેમને કહેવાઈ રહ્યું હતું કે મુસલમાનોથી ડરીને જીવો અને એવા લોકોને અપનાવી લો જે કહે છે કે - રામ અને કૃષ્ણ કરતાં તો એ સંપ્રદાયનો એક મામુલી સત્સંગી છોકરો કરોડો ઘણું તેજ ધરાવે છે, એટલું કે તેને ડાકોરમાં કૃષ્ણના દર્શન કરવા ન જવાનું હોય, કૃષ્ણને દર્શન આપવા જવાનું હોય. મા આદ્યશક્તિને તો શક્તિ જ જય સ્વામિનારાયણના જાપથી મળે છે, ભગવાન શિવ તો શિવજી છે જેને સહજાનંદ સ્વામીનો એક સાદો શિષ્ય પણ બાથમાં ગાલી ઊંચા કરીને પછાડે, અને શિવજી તેના સામે હાથ જોડે. સનાતની સમાજને આ બધું સ્વીકારી લેવાનું કહેવામાં આવી રહ્યું હતું, જો મુસ્લિમોથી બચવું હોય તો!

તે દિવસે 'સનાતન ધર્મ સંરક્ષણ સમિતિ' નું ગઠન તો થયું, તેના અંતર્ગત વિવિધ સમિતિઓ પણ રચાઈ, પણ સનાતની સંતોનો આત્મવિશ્વાસ ડગાવી મુકવામાં આવ્યો હતો. સ્વામિનારાયણ સંપ્રદાયની સનાતન વિરોધી ગતિવિધિઓ વિરુદ્ધ હિંદુ સંતોનું જે આંદોલન ઉભું થયું હતું તેને તે દિવસે ખોરંભે ચડાવી દેવાની કોશિશ થઇ. એ સમિતિ ક્યારેય કાર્યાન્વિત ન થાય એ માટેના નુસખા બીજા દિવસથી ચાલુ જ રહ્યા. બધાને રુબરુ સંપર્કી કરી કરીને શાંત કરાઈ રહ્યા હતા.

સનાતની સંતોની સમિતિ બનાવવાની કોશિશને તેમની પહેલી મીટીંગમાં જ રફેતફે કરવાની કોશિશ થઇ. સનાતની સંતોનો એક વર્ગ રોષથી કહેતો રહ્યો કે 'તમે કોણ છો ધર્મની બાબતમાં આટલી દખલગીરી કરવાવાળા, તમારે વચ્ચે આવવાની જરૂર ક્યાં છે, અમે અમારા ધર્મની રક્ષા કરી લઈશું.' પણ તેની સામે સંઘે વીએચપીના રુપમાં સામે એવા સરકારી સંતો ભીડાવ્યા જે કહેતા હતા કે 'સ્વામી સંપ્રદાય વિના તો આપણો ઉદ્ધાર જ નથી. એજ ભવિષ્ય છે.' અને એ બધું. એમને જાણવું જ નહોતું કે સંપ્રદાયના સ્વામીઓ કયા ચોપડાં ભણી ભણીને તૈયાર થાય છે, ત્યાં બાળકોને કેવી બાળવાર્તાઓ કહી કહીને મોટા કરાય છે, અને એ બધું એ કેવી રીતે ગુજરાત અને વિદેશના ગુજરાતીઓમાં ઘૂસેડી રહ્યા છે! એમને બસ મુસલમાનોથી ડર બતાવવો હતો, અને આ સંપ્રદાયનો બચાવ

કરવો હતો. જ્યારે અસલમાં સામાન્ય સનાતની સમાજ તેની સામુહિક ચેતનાથી એ સરળ વાત અનુભવી શકતો હતો કે આ બધા એ સંપ્રદાયના પૈસા અને સગવડોમાં આળોટી ગયા છે. એમને ધર્મ અને આરાધ્યની નથી પડી, એમને સન્યાસી બન્યા પછી પણ બસ સત્તાના ગુડ લીસ્ટમાં રહેવું છે, અને મોટા થવું છે.

આમ, સમિતિનું કોઈ કોઈને પૂછવાવાળું રહ્યું નહિ. જે તે સમિતિઓમાં ઘુસી ગયેલા વીએચપીના લોકો અને સરકારી સંતો વાતને સ્થગિત કરવા તરફ લઇ ગયા હતા. અને અહીં, ફરી પાછ આપણા એજ અજ્ઞાત સનાતાનીઓ સક્રિય થયા. તે ફરી પાછ શંકરાચાર્યજીને મળીને વાત આગળ વધારવા વિનંતી કરવા મથવા લાગ્યા. તેમણે મારો સંપર્ક કર્યો, 'સાહેબ, ગઈ વખતે અમે તમારો પત્ર લઈને ગયા હતા, પણ અમે અમારી ધાર્મિક ભાવના સારી રીતે રજુ કરી શક્યા નહોતા. એટલે આ વખતે તમે આવો, અને અમારા તરફથી વાત કરો.' આ વખતે પણ મેં શરૂઆતી આનાકાની કરી, પણ આખરે સમિતિના વ્યક્તિ તરીકે તેમનો સાથ આપવા ચાલ્યો ગયો.

દ્વારિકા અને શંકરાચાર્ય :

વર્ષોથી દ્વારિકાધીશના દર્શન મારા એક અધૂરા કાર્ય તરીકે ચિન્હિત થયેલા હતા. મારી ધાર્મિક જીવનશૈલી કંઈક એવી હતી કે હું સામે ચાલીને ક્યારેય કોઈ મંદિરે જવાની યોજના ન બનાવતો. જ્યાં જ્યાં દર્શન કરવાની ઈચ્છા થાય તેને મનમાં રાખતો, અને પછી જીવનની ધારામાં આધ્યાત્મના માર્ગે વહેતો રહેતો. જે દિવસે ધારા એમાંના કોઈ મંદિરના દ્વારે લાવીને ઉભા કરે, ત્યારે મનમાં અહોભાગ્ય સાથે મન અને આત્માને સમર્પિત કરી દેતો. તો, દ્વારિકાના દર્શને જવાનો યોગ પાંત્રીસ વર્ષની ઉમરે ત્યારે આવ્યો જ્યારે દ્વારિકાધીશ ભગવાન કૃષ્ણના એક ભક્તને ભગવાન કૃષ્ણથી પણ મોટો ભગવાન બનાવીને આખા સનાતન ધર્મનો છેદ ઉડાડી દેવાની કોશિશ સામે આવી. અને એ કોશિશના વિરોધમાં નિર્મિત થયેલી સમિતિના સંદર્ભે અમારે દ્વારિકા સ્થિત શારદાપીઠના પીઠાધીશ્વર જગદગુરુ શંકરાચાર્યજીને મળવાનું હતું.

સમિતિ ગઠન થયાના ત્રીજા દિવસે એટલે કે ૨૪ સપ્ટેમ્બરે અમે દ્વારિકા ગયા. તે દિવસે અમે સવારે અને સાંજે એમ બે વખત શંકરાચાર્યજી જોડે સંવાદ કર્યો. સવારે ઔપચારિક મુલાકાત થઇ, મેં તેમને મારું પુસ્તક આપ્યું, અને તેમણે મને શુભેચ્છા પાઠવી. થોડી સંપ્રદાયની વાત થઇ અને સમિતિની પણ. બપોરે મેં વસંતભાઈ પટેલ જોડે ફોન પર વાત કરી, અને સાંજની મુલાકાતમાં શું માંગ કરવી એ વિષે તેમનો મત માંગ્યો. વસંતભાઈએ કહ્યું, 'ગુરુજીને આપણે કહીએ કે

આપણે સંપ્રદાયના બધા મંદિરો અને ફાંટાઓમાં સનાતન ધર્મ તરફથી તેમના પુસ્તકોમાં લખાયેલા સનાતન ધર્મ વિરોધી લખાણ અને અપમાન વિરુદ્ધ એક નોટીસ મોકલીએ. અને અઠવાડિયામાં એ નોટીસનો જવાબ આપવા કહીએ. આ રીતે શરૂઆત કરીએ.' વિચાર મને પણ પસંદ આવ્યો. સાંજની મીટીંગમાં અમે શકારાચાર્યજી જોડે ફરી એક લાંબી ચર્ચા કરી, શાસ્ત્રોના કથનોની અને સંપ્રદાયના કુતર્કી અને જૂઠની. તેમણે પણ કહ્યું, 'નોટીસ મોકલવાવાળો વિચાર સારો છે, પણ એમને જવાબ આપવાની મુદ્દત મહિનાની આપો. આપણે એમને એટલો સમય આપીએ. પણ નોટીસ તો સમિતિના લેટરપેડ પર જશે. એ માટે સમિતિનું ટ્રસ્ટના રૂપમાં રજિસ્ટ્રેશન થવું જરૂરી છે.' આ સાથે તેમણે કહ્યું કે 'જુનાગઢમાં તેમણે મને સમિતિના અધ્યક્ષ બનવાની માંગણી કે વિનંતી કરી છે, પણ હજી મેં એ સ્વીકારી નથી. હું એ વિષે વિચારીશ જ્યારે કોઈ મને મળવા આવશે. હજુ તમારા સિવાય કોઈ મળવા પણ નથી આવ્યું સમિતિ તરફથી.'

સાંજે સાડા સાતે અમારી મીટીંગ પૂરી થઇ, અને અમે પ્રસન્ન મને ત્યાંથી નીકળ્યા. કારણકે હવે માર્ગ ચિન્હિત થઇ ચુક્યો હતો. બસ સમિતિના ટ્રસ્ટ રૂપે રજિસ્ટ્રેશન થવાની વાર હતી. પણ સંતો વચ્ચે માળખાગત કોઈ સુસંગતતા જ નહોતી. કોણ કોના પાસે જાય? કોણ કોને કહે કે આપણે શંકરાચાર્યજી પાસે જઈને એમને અધ્યક્ષ બનવા કહેવાનું છે? જે સક્રિય હતા એ તો વાતને નિષ્ક્રિય રાખવાના ઈચ્છુક હતા. સામે સ્વામી સંપ્રદાય તેની ખોયેલી ઈજ્જત ફરી બાંધવાના કામે લાગી ગયો હતો. વડતાલમાં ભીંત ચિત્રો હટાવવા પડ્યા એ વાતે તેમની પીછેહઠ અને હિંદુ શાસ્ત્રોની બાબતમાં ફેલાવેલા જૂઠ સામે આવવાથી જે માનહાનિ થઈ હતી, તે પછી મુખ્યધારામાં પાછા આવવા વડતાલ મંદિર પણ એક મોટા ઉત્સવનું આયોજન કરી રહ્યું હતું. સોશીયલ મિડીયા પરના તેમના અનુયાયીઓ વધુ સક્રિય થઈને સનાતની સંતોની અને તેમની સમિતિની મજાક ઉડાવતા હતા. કેટલાક હજી પણ એજ કટ્ટરવાદી ઇસ્લામી વાતોને ફરી ફરીને લખી રહ્યા હતા. કોઈ લખતું, 'સનાતનીઓ હવે માની લો. સ્વામિનારાયણ ભગવાન જ બધા અવતારોના અવતારી છે. તે એકવાર આવી ગયા, એટલે બીજા બધા જે પહેલાં હતા તેમને પૂજવાની જરૂર નથી. મૂળ પરબ્રહ્મ એવા સ્વામિનારાયણને જ પૂજવાના છે.' તો બીજો કોઈ ગિરનારના સાધુઓની એજ ચલમ અને ગાંજો ફૂંકવાની વાતોને કહીને કહેતો કે 'આ વળી સમિતિ બનાવશે?' તો કોઈ કહેતું, 'સંઘ, બીજેપી અને વીએચપીના બધા કાર્યક્રમો સ્વામિનારાયણ મંદિરોમાં જ થાય છે. હવે એજ ભવિષ્ય છે. પાંદડે પાંદડે સ્વામિનારાયણનું નામ હશે.' વગેરે વગેરે.

આ બધા સામે સમિતિ રજીસ્ટર ના થાય ત્યાં સુધી સનાતની યોદ્ધાઓનો જુસ્સો ટકાવી રાખવા માં એક નવું કાર્ય શરુ કરવાની ઘોષણા કરી. ઘોષણા હતી કે 'હવે સનાતન ધર્મ સંરક્ષણ સમિતિ તરફથી ગુજરાતના ગામે ગામ આવેલા સનાતન ધર્મના મંદિરોની તેમના આરાધ્ય દેવ અને પુજારીના નામ-નંબર સાથે નોંધણી થશે. તેમની એક વેબસાઈટ બનશે અને સનાતન મંદિરોનું એક આખું સંગઠન બનાવવામાં આવશે. આ મંદિરોમાં વેદથી લઈને પુરાણોમાં દર્શાવેલા તેત્રીસ કોટી દેવો અને પંચદેવના મંદિરોને તેમજ ગુરુગાદી અંતર્ગત કોઈ યોગી કે ગુરુના મંદિરોને જ નોંધવામાં આવશે જેમનો સંદેશ વેદથી લઈને પુરાણો સુધીના સનાતન ધર્મના સ્વરૂપમાં હશે. ટૂંકમાં, સ્વામિનારાયણ સંપ્રદાય, સાંઈબાબા અને બ્રહ્માકુમારી જેવી સંસ્થાઓના મંદિર એમાં નહિ હોય. આ સંગઠનનું કેન્દ્ર દ્વારિકા સ્થિત શારદાપીઠ હશે.'

જૂનાગઢની બેઠકને હજુ છ દિવસ થયા હતા જ્યારે આ ઘોષણા થઇ. છતાંય, આ ઘોષણા થતાં જ સનાતની સમાજમાં અને નાના-મોટા સમાચાર પત્રોમાં સમિતિ સક્રિય થઇ ચુકી છે એવા સમાચાર પ્રસરવા લાગ્યા. આ બતાવે છે કે મીડિયા સાથેનો આખો સનાતની સમાજ કેટલો અધીરો હતો તેમના ઇષ્ટ દેવોનું અપમાન કરનારી અને તેમના સનાતન ધર્મને નષ્ટ કરવાની કોશિશમાં થયેલી આ ભીતરઘાતનો જવાબ આપવા માટે. આ જાગૃતિ જ હિંદુ ચેતનાની ખાસિયત હતી જે સંઘ અને વીએચપી આ બાબતમાં સમજવામાં નિષ્ફળ ગયા હતા. મેં, વસંતભાઈએ અને હર્ષદ ભારતી બાપુએ એક એક વિડીયો બનાવીને સોશિયલ મીડિયામાં મુક્યો. વીડીયોમાં ગામે ગામ દરેક મંદિરના પુજારીને મંદિર નોંધણી માટે આવતા સ્વયંસેવકોને સાથ આપવાની સમિતિ તરફથી વિનંતી કરાઈ હતી. પાંચેક દિવસમાં જ અમે ગુજરાતના વિવિધ ખૂણાઓમાં ચાલીસેક જેટલા સ્વયંસેવકો તૈયાર કરી દીધા અને ગુજરાતભરમાંથી દોઢસો જેટલા મંદિરોની નોંધણી કરી દીધી.

આ જ એ સમય હતો જ્યારે આ સંપ્રદાયના અંધ ભક્તોએ મારા અને વસંતભાઈના દવાખાનાના ગૂગલ પેજ પર એક સ્ટાર વાળા નકારાત્મક રેટિંગ અને રિવ્યૂ આપવાના શરુ કર્યા. આ એક પ્રકારે સોશીયલ મીડીયા પર કરાયેલો વળતો હુમલો હતો. વસંત ભાઈને વધુ સમસ્યા ન થઇ કારણકે તેમનું દવાખાનું પચ્ચીસ વર્ષથી હતું અને તેમાં ચારસો જેટલા પોઝિટિવ રિવ્યૂ હતા, એમાં પંદરેક નકારાત્મક રિવ્યૂથી કંઈ ખાસ ફરક પડ્યો નહિ. પણ મને કલીનિકનું ગૂગલ પેજ બનાવે હજુ બે વર્ષ જ થયા હતા, અને મારા શહેરમાં ઓનલાઇન તપાસ કરીને દવાખાને જવાનું ચલણ હજુ આવ્યું નહોતું. એટલે ના કોઈ દર્દીઓએ રિવ્યૂ આપેલા, ના મેં કોઈને કરવા કહેલું. આ કારણે મારું ગૂગલ પેજ એક સ્ટાર વાળા

નકારાત્મક રિવ્યૂ જેવા કે 'ખરાબ ડોકટર છે', 'કલીનિકમાં ગંદકી હતી', 'ટ્રીટમેન્ટ બહુ ખરાબ છે', અને બીજા અનેક નકારાત્મક પ્રતિભાવોથી ભરાઈ ગયું. તે એટલે જ ના અટક્યા. તેમણે એમેઝોન પર જઈ મારી અંગ્રેજી નોવેલને પણ એક સ્ટાર રેટિંગ આપી નકારાત્મક શબ્દો લખ્યા. એ નોવેલ જેને ભારતની સૌથી મોટી બુક રિવ્યૂ એજન્સીએ પાંચમાંથી સાડા ચાર સ્ટાર આપી લીગલ થ્રીલર શ્રેણીમાં ૨૦૨૩ ની દસ શ્રેષ્ઠ નોવેલમાં સ્થાન આપ્યું હતું. હું જાણું છું કે આ પુસ્તક સાથે પણ એજ થવાનું છે, અને તમે જ્યારે આ વાંચી રહ્યા હશો ત્યાં સુધીમાં એ શરુ થઈ પણ ચૂક્યું હશે. પણ જાણો છો આ બધા રિવ્યૂ આપવાવાળા કોણ હતા? મારા સ્થાનથી ત્રણસો ચારસો કિલોમીટર દૂર બેઠેલા વડોદરા અને સુરતના બ્રેઇન વોશ થયેલા અંધ ભક્તો, જેમાં કોઈ ડોકટર પણ હતા.

સનાતની યોદ્ધાઓને જ્યારે આ ખબર પડી ત્યારે તેમણે હકારાત્મક રિવ્યૂ આપીને મારા કલીનિકના રેટિંગને કંઈક સુધારવાની કોશિશ કરી. આજે પણ મારા ક્લિનિકના એ ગૂગલ પેજ પર એજ બે વિરોધાભાસી રિવ્યૂ છે, અને એમાંથી એક પણ સાચો નથી. રોજ હું જે દર્દીઓ જોઉં છું કે જે પંદર હજારથી વધુ દર્દીઓ માં મારા કલીનીકમાં તપાસ્યા છે એમાંથી એકે નો રિવ્યૂ એમાં નથી. આજે પણ હું એ રિવ્યૂ જોઉં છું ત્યારે એ નકારાત્મક શબ્દોને શાંતિથી વાંચું છું. આ સંપ્રદાયમાં ફસાયેલા જે પણ નિર્દોષ લોકોને મારા સત્ય કહેવાથી દુઃખ થયું હશે તેનો બદલો હું ત્યાં મેળવી લઉં છું.

પણ અંધ ભક્તોની આ નકારાત્મક દુષ્ટતાનો અમારા પર કોઈ પ્રભાવ ન પડ્યો. અમે હજુ વધુ મહેનતથી મંદિરોની નોંધણી મોટાપાયે કરવા સંતોના અને શંકરાચાર્યજીના વિડીયો સંદેશ મેળવવાની કોશિશ કરવા લાગ્યા. અમે સમિતિના સંતોમાં આ મંદિર નોંધણીના કાર્ય માટે વિડીયો બનાવીને આપવાની વિનંતી કરી, અને વાત શંકરાચાર્યજીના શિષ્યો સુધી પણ પહોંચાડી. આ થતાં જ સનાતની અને સરકારી બંને પ્રકારના સંતોમાં ફરી કુતુહલ જાગ્યું, 'આ સમિતિ ચલાવી કોણ રહ્યું છે?' ફરી તે સક્રિય થયા, અંદરો અંદર વાટાઘાટો અને સંદેશોની આપ-લે થઇ, અને અંતે તેમને સમિતિને મંચ આપવા માટે કંઈક ત્વરીતે કરવાની જરુરત ઉભી થઇ. અમે સંતોના વિડીયો માંગ્યા હતા, પણ બદલામાં અમને સમાચાર મળ્યા કે 'આ બધું હાલ બંધ કરો. ઓક્ટોબર મહિનાની સત્તાવીસ તારીખે ગાંધીનગરના પેથાપુર ખાતે આવેલા શ્રી મુક્તાનંદ બાપુના કૈલાસધામમાં વિશાળ ધર્મ સભાનું આયોજન થયું છે. તે દિવસે 'શ્રી સનાતન ધર્મ સંસ્કૃતિ સંરક્ષણ ટ્રસ્ટ' ની ઘોષણા થશે. જગદગુરુ શંકરાચાર્યજી તે દિવસે એ સમિતિ અને ટ્રસ્ટનું અધ્યક્ષ પદ સંભાળશે. તેમણે સનાતન ધર્મના તમામ સંતોને કહેણ મોકલ્યું છે. બધા આવવાના છે.'

તીર નિશાના પર લાગ્યું હતું. સત્તાવીસ ઓક્ટોબરે હું, વસંતભાઈ અને અન્ય એક સનાતની યોધ્ધા જેમણે સૌપ્રથમ સ્વામી સચ્ચિદાનંદજીને મળીને શંકરાચાર્યજી તરફ જવાનો માર્ગ શોધ્યો હતો, તે પેથાપુરના કૈલાસધામ પહોંચ્યા. કેટલાક સંતો જે સાચા અર્થમાં આ વિષયે ચિંતિત હતા અને કંઈક કરવા પુરુષાર્થ કરી રહ્યા હતા તેમને અમે મળ્યા. એમાંથી એક હતા હિંમતનગર બાજુના રામાનંદી સંત ગૌરાંગશરણજી. મેં તેમનામાં એક પ્રામાણિક સંત જોયા. સમિતિમાં રાજકારણ ભળેલું જોઈને તેમણે આગળ જતાં પોતાને સમિતિથી અલગ કરી દીધેલા. ના કોઈ નામના અને અનુયાયીઓની ભૂખ, ના કોઈ રાજકીય મહત્વની ભૂખ. બસ એ કાર્ય પ્રત્યે જ લગાવ જેના માટે સન્યાસ લીધો છે - ધર્મપાલન અને ધર્મરક્ષા. બહુ જૂજ સંતોમાં ત્યાં આ જોવા મળ્યું જેમાં તે એક હતા. અન્ય એક સાધુ જે આ કાર્યમાં પૂર્ણ નિષ્ઠાથી લાગેલા હતા તે હતા વડોદરાના ગોરખનાથ પંથી ડૉ. જ્યોતિરનાથ મહારાજ. તે હંમેશા મીડિયા સાથે સંપર્કમાં રહી ઘણીવાર સ્વતંત્ર રીતે પણ સનાતન રક્ષા માટેની આ મુહિમ આગળ વધારવાની કોશિશ કરતા.પણ સાથે અમે ત્યાં જોયું કે જેમનો તે આશ્રમ હતો તે મુક્તાનંદ બાપુ બધા સંતોને શાંત કરાવી રહ્યા હતા કે 'જુઓ તમે આ વાતને વધુ ઉગ્ર ન બનાવશો. આપણે મુસ્લિમ અને ખ્રિસ્તી સામે લડવાનું છે.' ફરી એજ વાત.

સાંજે છ એક વાગ્યે સંતો મંચ પર આવ્યા અને ફરી ભાષણબાજી થઇ, પણ આ વખતે વાતાવરણ થોડું સંતુલિત હતું. જૂનાગઢની બેઠક રીતસરની વીએચપી અને સનાતની સંતો વચ્ચેની અથડામણ સમાન બની ગઈ હતી. એજ બધા સરકારી સંતો અહીં પણ મંચ પર હતા, જે જૂનાગઢમાં હતા. અહીં પણ તે એવું જ બોલ્યા જેમાં આ સમિતિના લક્ષ્યથી વિપરીત વાતો હતી, પણ થોડું હળવાશથી, બચી બચીને. તો સામે ક્ન્કેશ્વરી માતા, રામાનંદી આચાર્ય ગૌરાંગશરણજી, કચ્છથી આવેલા એક યુવાન સંત અને અન્ય કેટલાક સંતો સનાતન ધર્મની રક્ષા કાજે આ વિષયે જે જરૂરી હતું તે બહુ સચોટ નિર્ભિકપણે બોલ્યા. પણ છેલ્લે શંકરાચાર્યજીએ અડધો કલાક પોતાના પ્રવચનમાં જે કહ્યું તેનાથી અમારા અંદર ના ફક્ત એક હળવી આશાનો દોરીસંચાર થયો, પણ એ સંત પ્રત્યે અમારા મનમાં ઘણું માન પણ ઉપજ્યું. તેમણે કંઈ છુપાવ્યા વિના, ડર્યા વિના જે કહેવાનું હતું એ કહી દીધું હતું.

પણ આખા પ્રસંગનું મુખ્ય કેન્દ્રબિંદુ હતું મુક્તાનંદ બાપુનું આ આખા આંદોલનમાં મુખ્ય થવું. મુક્તાનંદ બાપુના એ આશ્રમનું એક બિલ્ડીંગ આ નવી નિર્માણ પામનારી સમિતિ અને ટ્રસ્ટના કાર્યાલય તરીકે રાખવાની ઘોષણા થઇ. શંકરાચાર્યજીને સમિતિ અને ટ્રસ્ટના અધ્યક્ષ તેમજ મુક્તાનંદ બાપુને કાર્યકારી

અધ્યક્ષ નીમવામાં આવ્યા. અને પછી મુક્તાનંદ બાપુની વાણી સાંભળીને તેમના મહેમાન બનેલા અમે લગભગ એ સમજી ગયા હતા કે આ બધું શું છે. આ એજ હતું જે ૧૮૮૫ માં એક અંગ્રેજ એ. ઓ. હ્યુમ દ્વારા ભારતીય કૉંગ્રેસ પાટીની રચના સાથે કરવામાં આવ્યું હતું. ભારતીયો ૧૮૫૭ જેવો વિદ્રોહ ના કરે એ માટે તેમને કૉંગ્રેસ પાટી રૂપે એક મંચ આપવામાં આવ્યું જ્યાં તેઓ એકઠા થાય અને ક્યાંક બે ત્રણ મહીને આવી એક બેઠક કરે અને ભાષણબાજી કરે. આ સમિતિ એવી જ એક કૉંગ્રેસ બનવાની હતી, અને મુક્તાનંદ બાપુ બીજેપી અને સંઘના એ. ઓ. હ્યુમ હતા.

આ આખરી નિષ્કર્ષ સાથે હું, વસંતભાઈ અને એ સનાતની યોધ્ધાઓમાંના એક ત્યાંથી નીકળ્યા. મનમાં બસ એક જ વાતનો થોડો આનંદ હતો કે શંકરાચાર્યજી આ વાતે મક્કમ હતા, અને તેમના આજુબાજુ ચાલતી સમિતિને બાંધીને રાખવાની બધી રાજનીતિ પછી પણ તેમના અભિગમમાં કોઈ ફરક નહોતો પડ્યો. તે એક આશાનું કિરણ હતા. અને એ વાત સિવાય અમે તે દિવસે લગભગ એ સમિતિ તરફથી બધી મોટી અપેક્ષાઓ હટાવી દીધી, અને સમજી ગયા કે ત્યાં ધીમે ધીમે જેટલું સંઘ પરવાનગી આપશે તેટલું મુક્તાનંદ બાપુ દ્વારા કરાવવામાં આવશે. શંકરાચાર્યજી ખોખલા માનવાચક શબ્દો વચ્ચે ત્યાં ભીંસાયેલા રહેશે, અને થશે એજ જે 'એ. ઓ. હ્યુમ'ને કહેવાયું હશે.

આ નિષ્કર્ષ બાદ વસંતભાઈ અને મેં અમારી દિશા બદલી. વિચાર એ હતો કે જો બધું સંઘથી જ થવાનું છે, તો ચાલોને એ અખિલ ભારતીય સંત સમિતિના સંતોને મળીએ જે સંઘના સંગઠન તરીકે ચાલે છે. ત્યાં પણ સનાતનની ચિંતા કરનારા સંતો તો હશે જ. અને એ મુજબ અમે એકવાર એ સંઘ સંત સમિતિના વાતવરણમાં પણ પ્રવેશી જોવાની કોશિશ કરી. એ વાત આવનારા પ્રકરણમાં કરીએ. પણ આ પ્રકરણનો અંત મારા એ લેખથી કરું છું, જે મેં પેથાપુરની એ સંત સભામાં વીએચપીના એક સરકારી સંતના વિવાદાસ્પદ મંતવ્ય વિરુદ્ધ બીજા દિવસે લખ્યો હતો. એ સરકારી સંત મંચ પર બોલેલા, 'ઈતિહાસ જુઓ. તમે ઈતિહાસ જોશો તો સમજાશે કે જે જે સનાતનથી જુદા પડ્યા છે તે આગળ જ વધ્યા છે. બૌધ્ધ ધર્મ સનાતનથી અલગ પાડીને જુઓ કેટકેટલા દેશોમાં ફેલાઈ ગયો! એટલે સનાતનમાંથી લોકોને અલગ ન પાડો. એનું વિભાજન ન કરો.' મૂળરૂપે સ્વામી સંપ્રદાયને છાવરવાની વાત હતી, જેનો મેં નીચેના લેખ વડે ઉત્તર આપેલો, અને તે સરકારી સંતને મોકલેલો પણ ખરો.

સનાતન ધર્મમાંથી અલગ થયેલા પંથો સાથે શું થયું?

એ આગળ વધ્યા, સીમિત થયા, કે પરપોટાની જેમ ફુલાઈને ફૂટી ગયા? એક તાર્કિક વિશ્લેષણ.

• ૨૮ ઓક્ટોબર, ૨૦૨૩ / ફેસબુક પર

સનાતન ધર્મમાંથી અલગ પડેલ પણ હિંદુ ધર્મનો જ હિસ્સો ગણાતા બૌધ્ધ, જૈન અને શીખ પંથ અસલમાં ક્યારેય અલગ પડવા નહોતા સર્જાયા. સિધ્ધાર્થ ગૌતમ અને વર્ધમાન નામના બે ક્ષત્રિય રાજકુમારો સત્યની ખોજમાં સંસાર છોડીને જંગલ તરફ ચાલી નીકળ્યા. બંને ગુરુકુળમાં વૈદિક શિક્ષણ મેળવેલા હતા. પણ સત્યની ખોજ સમયે તેમના પગલાં કોઈ સ્થાપિત પરંપરા પ્રમાણે વૈદિક ગુરુના સાનિધ્ય તરફ ન ફંટાયા. તે જંગલમાં પોતે જ તપસ્યા કરીને સત્ય ખોજવા લાગ્યા. હવે સત્ય તો એક છે, અને તેના પર કોઈનો ઈજારો નથી. અને સનાતન ધર્મ મુજબ દરેક પથ આખરે એક જ સત્ય તરફ જાય છે. એટલે તે બંનેને પણ સત્ય મળ્યું, અને તે એ જ હતું જે ગુરુકુળમાં તેમને ઉપનિષદો મારફતે ભણાવાયું હતું. બસ તે સત્યને વર્ણવવામાં થોડાક શબ્દો તેમણે જુદા વાપર્યા અને તેની ખોજનો પોતાનો માર્ગ દુનિયાને આપ્યો. એટલે તે બંને પાછળ જૈન અને બૌદ્ધ પંથ અમલમાં આવ્યા, જેમાં વૈદિક પરંપરાથી ભિન્ન રીતે સત્ય શોધાતું હતું, અને થોડુંક ભિન્ન રીતે કહેવાતું હતું. એવી જ રીતે મુસ્લિમ આક્રાંતાઓ સામે ખત્રી ગુરુઓએ જે ખાલસા પંથની સ્થાપના કરી તે વૈદિક ૐ ને ઈશ્વર માની તેના માટે લડતી એક સેના હતી. હિંદુ પરિવારોમાંથી જ એક સંતાન હિંદુ રહ્યું, અને બીજું પાઘડી અને કરપાણ ધારણ કરી શીખ બન્યું. તો કોઈએ હિંદુથી અલગ થવા પંથ નથી પાડ્યો, પણ હિંદુઓએ જ સત્ય પ્રત્યે પોતાની ફરજ બજાવવા જે નવા માર્ગ શોધ્યા તે અલગ પંથ બન્યા છે. અને આગળ જતાં ક્યાંક એમનામાં વૈદિક મૂળથી ભટકાવ આવ્યો છે.

હવે સનાતન ધર્મથી અલગ પડેલા આ પંથોની આજે સનાતન ધર્મના સાપેક્ષે હાલત શું છે એ જાણીએ.

એક સમયે અડધાથી ઉપર દુનિયા જ બૌધ્ધ ધર્મી બની ગયેલી, તે બૌધ્ધ ધર્મ આજે જાપાન, અને મ્યાનમાર જેવા નાના નાના દેશોમાં જ ટક્યો છે. તે બધા નાના દેશોની કુલ બૌધ્ધ વસ્તી ફક્ત ભારતના સનાતન ધર્મીઓની વસ્તીથી ઘણી ઓછી છે. ચીન બૌધ્ધ મટી કોમ્યુનીસ્ટ અને નાસ્તિક થઈ ચૂક્યું છે. તે જ ચીને તેના અને ભારત વચ્ચે રહેલ સૌથી મોટા બૌધ્ધ દેશ એવા તિબેટમાંથી

બૌદ્ધો ને વિસ્થાપિત કરી દીધા છે, જે ભારતની શરણમાં જીવી રહ્યા છે. એક સમયે આખું અફઘાનિસ્તાન જે બૌધ્ધ ધર્મી હતું તે આજે તાલિબાનના કબ્જામાં છે. ત્યાંના બૌદ્ધો કાં તો મારી દેવાયા છે કાં તો મુસ્લિમ બની ચૂક્યા છે. ઈન્ડોનેશિયા બૌધ્ધમાંથી વિશ્વનો સૌથી મોટો મુસ્લિમ દેશ બની ચૂક્યો છે. શ્રીલંકામાં મોટા ભાગના ખ્રિસ્તી બની ગયા છે.

શીખો ભારતના પંજાબમાં રહ્યા, પાકિસ્તાનના પંજાબ અને કાશ્મીરમાંથી ખતમ કરી દેવાયા. જે કેનેડામાં ગયા તેમાંથી તેમની ભારતીયતા ખતમ થવા લાગી છે અને ખાલિસ્તાનના નામે બ્રેઈન વોશ થઈ રહ્યા છે. ભારતના પંજાબમાં પણ જેમ ગુજરાતમાં ભણી ગણીને લોકો બહાર નીકળી જાય પછી વેરાન, પછાત ગામની જે હાલત હોય તેવી આજે ભારતના પંજાબની હાલત છે. ગરીબ શીખ વર્ગ ત્યાં પણ ખ્રિસ્તી બની ચૂક્યો છે.

એક જૈન પંથ જે ભારતમાં છે, તે અનેક શાખાઓમાં તૂટીને પણ ટક્યો છે, પણ ઘણી લધુમતીમાં છે. અને જૈન ધર્મની હાલત શીખો અને બૌદ્ધ જેવી નથી થઈ એના બે સ્પષ્ટ કારણો છે. એક, જૈનોએ ક્યારેય બૌદ્ધોની જેમ સત્તાના સહારે વિકસવાની કોશિશ નથી કરી. તેમણે પોતાના અસ્તિત્વને આજે પણ તેમના તીર્થંકરોના તપસ્યા માર્ગને વળગી રહીને જ ટકાવ્યું છે. તેને ભલે કોઈ વધુ પડતું કટ્ટર અને વેદિયા જેવું કહે, પણ તે તપસ્યાએ જૈનોને તેમનું અસ્તિત્વ ટકાવવામાં સહાય કરી છે. અને બીજું મુખ્ય કારણ એ છે કે જૈનો ક્યારેય બૌધ્ધ અને શીખોની જેમ પોતાના વૈદિક મૂળથી અલગ નથી પડ્યા. તેમના પહેલા તીર્થંકર ઋષભદેવ જે પુરાણોમાં કેટલાક સ્થાને વિષ્ણુના અવતાર છે તો કેટલાક સ્થાને શિવના. અને એ પછીના તીર્થંકરો તેમજ એ સિવાય પણ જૈન સમાજ એક રીતે સનાતની સમાજના હિસ્સા તરીકે સનાતનીઓના નજીક રહ્યો છે. તે ક્યારેય સમાજિક અને સાંસ્કૃતિક રીતે બૌદ્ધ અને શીખોની જેટલો અલગ નથી પડ્યો. અને આ વાતે તેનું રક્ષણ કર્યું છે.

એટલે આ વાત સૂચવે છે કે સત્ય અને અમરતાનું બીજું નામ ગણાતા સનાતન ધર્મના સ્વરુપમાં જે જેટલું નજીક રહે છે તે તેટલું ટકે છે, જે એનાથી દૂર જાય છે તે પરપોટાની જેમ એકવાર પૂરેપૂરો ફૂલાઈ જઈને પછી ફૂટી જાય છે. કોઈ એક મૂર્ખાના મોંઢે આ લિસ્ટમાં ઇસ્કોનનું નામ સાંભળ્યું હતું. અને એ મૂર્ખાને સમજાવવું પડ્યું કે ઇસ્કોન ભાગવદ પુરાણ સહિત અનેક પુરાણો અને આગમોમાં સ્થાપિત કરાયેલ - શ્રીકૃષ્ણ જ એકમાત્ર પૂર્ણ પુરુષોત્તમ રુપે વિષ્ણુનો પૂર્ણ અવતાર છે, જેથી કૃષ્ણને જ સાકાર રુપે પરમ ઇશ્વર માની શકાય - એ સિધ્ધ સત્ય પર ચાલતી ભક્તિ પંથની સંસ્થા છે. તે સનાતન ધર્મથી અલગ પંથ નથી, તે સનાતન ધર્મનો એક પંથ છે. તે પૂર્ણ રુપે વૈદિક અને પૌરાણિક છે. કોઈ

રામદેવ પીરને કૃષ્ણનો અવતાર માને છે, તો કોઈ ચૈતન્ય મહાપ્રભુને. પણ કૃષ્ણ પંચદેવમાંના ભગવાન વિષ્ણુના પૂર્ણ અવતાર છે, અને આ કારણે તેમના બધા અવતારો સનાતન ધર્મના સ્વરૂપમાં આવી જાય છે. અસલમાં નાસ્તિક દર્શન હેઠળ જૈન અને બૌદ્ધ પંથ પણ સનાતન ધર્મમાં આવી જાય છે.

નિરાકાર પરબ્રહ્મ અને ૐ જેનો ઈશ્વર છે, અને એ નિરાકાર ઈશ્વરના સાકાર રૂપ તરીકે જે પંચદેવથી બહાર કોઈને નથી સ્વીકારતો તે જ સનાતન ધર્મમાં છે. પંચદેવ સીવાય અન્ય કોઈ સાકાર અને ૐ સીવાય અન્ય કોઈ નિરાકાર ઈશ્વરની વાત કરે તે સનાતની નથી. એમાંય આ બે સિવાયના કોઈ સાકાર ઈશ્વરને ૐ ના સ્થાને પંચદેવના પણ કોઈ સર્વોપરી ભગવાન તરીકે દેખાડવાની કોશિશ કરે, એ તો સનાતન ધર્મ પર આક્રમણ કરનાર એક વિધર્મી આક્રાંતા છે.

13
પરંપરાવાદી સંત અને સંધી સંત

હવે આપણે આ મુદ્દામાં થઇ રહેલી સંઘ અને સંતોની એ આખી રાજનૈતિક ક્રીડાના મૂળમાં ઉતરવાના છીએ. એ માટે ફરી સમયમાં થોડા પાછા જઈએ. મેં કહ્યું કે જયારે સનાતની યોધ્ધાઓ મને શંકરાચાર્યજીને મળવા લઇ જવા માંગતા હતા, ત્યારે હું એ વાતને ટાળી રહ્યો હતો. પહેલીવાર તો મેં એક પત્ર લખીને આપ્યો અને કામ ચાલી ગયું, પણ બીજીવાર શરૂઆતી આનાકાની પછી હું મળવા ગયો. આ આનાકાની પાછળનું કારણ હતું પુરીના શંકરાચાર્ય જગદગુરુ શ્રી નિશ્ચલાનંદ સરસવતીજી, જેમણે છેલ્લા કેટલાક વર્ષોથી વર્ણ અને જાતી જન્મથી જ હોય છે, અને બધું જન્મથી જ નક્કી છે – એ વાતનો પ્રચાર શરુ કર્યો હતો. ભાગવદ ગીતાના એ શ્લોકનો પણ તે ઉંધો અર્થ કરતા હતા જ્યાં ભગવાન કૃષ્ણે સ્પષ્ટ કહ્યું હતું કે 'મનુષ્યના ગુણ અને કર્મને ધ્યાનમાં લઇ મેં આ સૃષ્ટિને ચાર વર્ણોમાં વહેંચી છે.' તે એનો અર્થ કરતા હતા કે પૂર્વ જન્મમાં જીવના ગુણ અને કર્મ જેવા હોય તેવો જન્મ જ થાય છે, એ રીતે ભગવાને જીવને જન્મ જ આપ્યો છે, એટલે બધું જન્મથી છે. હું ડરી રહ્યો હતો કે જો આ બધું શારદાપીઠના શંકરાચાર્ય શ્રી સદાનંદ સરસ્વતીજી પાસેથી પણ મેં સાંભળ્યું તો ક્યાંક હું શંકરાચાર્યના પદનું અને એ પીઠો પ્રત્યેનું સમ્માન ખોઈ દઈશ. ક્યાંક તેમના પણ વિરોધમાં જતો રહીશ. છતાંય, હવે સમયની માંગ હતી કે મારે એ મુલાકાત કરવાની હતી, અને એમાં થઈને ગુજારવાનું હતું.

૨૪ સપ્ટેમ્બરે જયારે હું દ્વારિકા શારદામઠમાં પહોંચ્યો, તો શંકરાચાર્યજીને મળતાં પહેલાં તેમના કેટલાક શિષ્યો અને ગુરુભાઈઓને મળ્યો. તે બધા મારા વિષે સાંભળી ચુક્યા હતા, તો અમે શાસ્ત્રોની અને સ્વામી સંપ્રદાયના વિરોધ

વિશેની જ વાતોએ વળગ્યા. ત્યાં મેં તેમને રોક્યા અને પૂછ્યું, 'હું ગુરુજી (શંકરાચાર્યજી) ને મળું એ પહેલાં મારો એક પ્રશ્ન છે. શું પુરીના શંકરાચાર્ય નિશ્ચલાનંદજી વર્ણને જન્મ આધારિત કહીને જે કહી રહ્યા છે, શું તે એમનો વ્યક્તિગત મત છે કે આપણા શારદાપીઠના શંકરાચાર્યજીનો પણ એજ મત છે?' મને બહુ વિનમ્રતા અને પ્રેમથી જવાબ મળ્યો, 'ખાલી આપણા શંકરાચાર્ય કે ચાર શંકરાચાર્ય જ નહીં કૌશિકભાઈ, છ એ છ દર્શનના બધા આચાર્યનો એજ મત છે. આપણે આ લેફ્ટીસ્ટોના દબાણમાં આવીને એનાથી દુર ભાગતા થયા છીએ. આપણી એક આખી વર્ણાશ્રમ વ્યવસ્થા છે.' એના પછી અમારા વચ્ચે એક આખી ચર્ચા છેડાઈ ગઈ જ્યાં હું તેમને વર્ણ ગુણ, કર્મ અને સ્વભાવથી છે - એ વાત કોમન સેન્સ સાથે જોડાયેલી છે અને શાસ્ત્રોની સમાજ સાથે પણ એ કહેતો રહ્યો, અને તે શાસ્ત્રોના પંડિત જન્મે બ્રાહ્મણો મને શાસ્ત્રોના અર્થ અલગ રીતે કરીને કહી રહ્યા હતા કે તેમની વાત સાચી છે.

આખરે, અમે મિત્રતાપૂર્ણ વાતાવરણમાં હસતા હસતા વાત મૂકી દીધી અને ગુરુજીને મળવાનો સમય આવ્યો ત્યારે વર્તમાન વિષય પર ધ્યાન કેન્દ્રિત કર્યું. પણ તે દિવસે અને મારી સાથે આવેલા સનાતની યોધ્ધાઓ પણ એ વાત સમજી ગયા કે અસલમાં સંઘ અને શંકરાચાર્ય પીઠો કે બ્રાહ્મણવાદી આચાર્યો વચ્ચેનું એક જાતનું કોલ્ડ વોર અસલમાં આના કારણે છે. આનો વિકલ્પ શોધવા કે આચાર્યોની સત્તા સંતુલિત કરવા સંઘ આ બધા સ્વતંત્ર બાબાઓ, સંપ્રદાયો અને સંસ્થાઓ સાથે વધુ જોડાયેલું રહે છે. અને આજ વાતનો આ સ્વામી સંપ્રદાયે પૂરી ઉપયોગ કર્યો છે સંઘને પોતાના રંગમાં રંગી દેવામાં, ખાસ કરીને ગુજરાતમાં અને વિદેશોમાં.

દ્વારિકાથી પાછા ફર્યા બાદ મેં સંપર્ક કર્યો જયપુર ડાયલોગ્સના સંસ્થાપક સંજય દીક્ષિતજીનો. મૂળ ઉત્તર પ્રદેશના સંજય દીક્ષિતજી મોટાભાગે રાજસ્થાનમાંથી સેવાનિવૃત થયેલા એક આઈએએસ ઓફિસર હતા. તે રાજસ્થાન ક્રિકેટ એશોશીયેશનના પણ સભ્ય અને ડીરેક્ટર રહેલા અને તેમના સંપર્ક ભારતની બ્યુરોકેસીમાં બહુ ફેલાયેલા હતા. જયપુરમાં સ્થાયી સંજયજીએ સેવા નિવૃત્ત થઈને જયપુર ડાયલોગ્સ નામે એક યુટ્યુબ ચેનલ શરુ કરેલી, જેમાં તે ભારત અને વિશ્વમાં રહેલા હિંદુ તરફી વિચારકો અને સંશોધકોને બોલાવીને વિવિધ વિષયો પર યુટ્યુબ પોડકાસ્ટ રૂપે ચર્ચા કરતા. તેમની ચેનલ બહુ પ્રસિધ્ધ અને પ્રેરણાદાયી બની ચુકી હતી, અને તેણે ઘણું જ્ઞાન આપવાનું કે ફેલાવવાનું કાર્ય કર્યું હતું. હું તેમના સાથે જોડાયેલો હતો, અને અમે અવારનવાર હિંદુ સભ્યતાને લગતા અનેક વિષયો પર વોટ્સએપ ચેટ દ્વારા ચર્ચા કરતા. તેમણે જયપુર ડાયલોગ્સ તરફથી ચેલેન્જ આપેલી હતી કે કોઈ જો સાબિત

કરી દે કે હિંદુ ધર્મમાં વર્ણ જન્મથી છે, તો તેને વીસ લાખ રૂપિયા (ઈનામની કિંમતમાં ઓછું વત્તું હોઈ શકે છે) ઇનામ આપવામાં આવશે. મેં તેમને દ્વારિકા શારદાપીઠમાં જે ચર્ચા થઇ તે કહી અને પૂછ્યું, 'શું આપણે ખરેખર તૈયાર છીએ, ચેલેન્જ માટે?' તેમણે કહ્યું, 'છીએ. પણ ચાલો એકાદ મહિનો ફરી બધું ચેક કરી જોઈએ.'

અમે ફરી બધા શાસ્ત્રોના પક્ષ અને શ્લોકોને ચકાસ્યા, તર્ક ચકાસ્યા. જેટલી જેટલી વાતોમાં અમે ચોક્કસ થતાં ગયા તેમ તેમ હું એ વિષે ફેસબુક પર હિન્દીમાં લેખ લખતો રહ્યો. આપણા કેટલાક સનાતની યોદ્ધાઓને આ ન ગમ્યું. તેમણે કહ્યું, 'સાહેબ, ક્યાં આ વાત અત્યારે વચ્ચે લાવો છો? આ આંદોલનને રોકવાવાળા ઓછા છે તે આપણે આ વાતને અત્યારે વચ્ચે લાવીએ? વર્ણ અને જાતી જન્મથી છે કે કર્મથી તે મુદ્દો હાલ આપણને ક્યાં નડે છે?' અને મેં તેમને જવાબ આપ્યો, 'તમે આખો ખેલ સમજી નથી શકતા. આ વાત બસ વચ્ચે આવવાની તૈયારીમાં છે. પહેલાં આ સ્વામી સંપ્રદાયના આંદોલનને કૉંગ્રેસનું રાજકીય ષડયંત્ર તરીકે બતાવવાની કોશિશો થઇ, પણ એવું કંઈ મળ્યું નહિ. બધા કૉંગ્રેસ વિરોધી સનાતાનીઓ જ આ ચલાવી રહ્યા હતા. હવે જેવા શંકરાચાર્ય થોડા વધુ સક્રિય થશે, આ આંદોલનને રોકવા એ નેરેટીવ શરૂ થઈ જશે કે આ બધા બ્રાહ્મણવાદી લોકો પોતાનું વર્ચસ્વ પાછું લાવવા અને ફરી બ્રાહ્મણવાદ પાછો લાવવા આ બધું કરી રહ્યા છે. હું જે કરી રહ્યો છું તેનાથી એ હથિયાર ચલાવ્યા પહેલાં જ નાશપ્રાય થઇ જશે. કારણકે જેટલા સચોટ તર્ક અને શાસ્ત્રબધ્ધ પ્રમાણોથી હું આ વાતનો વિરોધ કરી રહ્યો છું, એટલા તો આ સંગઠનોના લોકોએ કદી વિચાર્યા છે ના જોયા છે. જ્યારે પેલો સંપ્રદાય તો મૂળથી જ જાતિવાદી છે. હું બસ સંઘને આશ્વસ્ત કરી રહ્યો છું કે આ આંદોલનને પરંપરાવાદી બ્રાહ્મણોની જાતિવાદી વાતથી કંઈ લેવા દેવ નથી, ઉપરથી અમે તો એના પણ વિરોધી છીએ. હું જાણું છું હું શું કરી રહ્યો છું.'

આખરે જ્યારે મેં પ્રસ્થાનત્રયીમાં ગુણ અને કર્મ આધારિત વર્ણ વ્યવસ્થા વિષે લેખ લખ્યો, ત્યારે સોંપો પડી ગયો. મને પૂછવામાં આવી રહ્યું હતું, 'તમારા ગુરુ કોણ છે? તમે કોના સાથે જોડાયેલા છો?' કેટલાક દિવસો પછી શંકરાચાર્યથી જોડાયેલા શાસ્ત્રીઓ મારા ઘરે આવ્યા જે આ બધી ચર્ચાઓના કારણે મારા મિત્ર બની ચુક્યા હતા. અમે લગભગ ચાર કલાક ફરી ચર્ચા કરી. ચર્ચાનો સાર મારા તરફથી એજ હતો કે સનાતન ધર્મનો આધાર આત્મજ્ઞાનથી સત્ય પ્રાપ્ત કરવા પર અને મુક્તિ મેળવવા પર છે. એ બધા શાસ્ત્રો જેમાં જ્ઞાન છે તે એવા આત્મજ્ઞાન પ્રાપ્ત થયેલા લોકોએ જ લખેલા છે કે એમના ઉપદેશોથી લખાયેલા છે. તો, આચાર્ય પરંપરાઓ જરૂરી છે ધર્મના એક ઢાંચા માટે, પણ

એમને ધર્મના ચૈતન્ય સ્વરૂપને બાંધવાની કોશિશ ન કરવી જોઈએ. શાસ્ત્રીઓની માંગ અસલમાં એટલી જ હતી કે ક્રિયાકાંડ અને યજ્ઞ, મંત્રોચ્ચાર આદિ કરવાનો અધિકાર ખાલી જન્મથી બ્રાહ્મણ પાસે જ રહે, એ અધિકાર અન્ય જાતિના વ્યક્તિને આપવામાં ન આવે, જેમ આર્યસમાજ અને ગાયત્રી પરિવારમાં કે અન્ય સ્થાને આપવામાં આવે છે. બાકી જ્ઞાનનો ઈજારો તેમને બ્રાહ્મણ જન્મ સાથે નહોતો જોઈતો. તેમણે ત્યાં સુધી કહ્યું કે 'બ્રાહ્મણ' શબ્દનો અર્થ 'બ્રહ્મને જાણનાર' એવો થતો પણ નથી, જેમ કહેવામાં આવે છે. જેમ સર્વસ્વ જાણનારને 'સર્વજ્ઞ' અને ધર્મને જાણનારને 'ધર્મજ્ઞ' કહેવામાં આવે છે, તેમ બ્રહ્મને જાણનાર માટે સંસ્કૃત વ્યાકરણમાં 'બ્રહ્મજ્ઞ' શબ્દ બંને છે. તેના પરથી જ 'બ્રહ્મજ્ઞાની' શબ્દ આવ્યો છે. એટલે બ્રાહ્મણ બ્રહ્મજ્ઞાની નથી. તે બ્રહ્મના આહ્વાન અને ઉપાસના અર્થે ક્રિયાકાંડ અને કર્મકાંડ કરનાર એક વ્યક્તિ છે, જે જન્મ આધારિત હોવી જરૂરી છે.' મેં તેમને કહ્યું કે મને ખાલી ક્રિયાકાંડ અને કર્મકાંડ જન્મથી બ્રાહ્મણ લોકો પાસે જ રહે એવું સ્વીકારવામાં ખાસ કંઈ વાંધો નથી, બસ તેને ઈશ્વરે બનાવેલી રચના કહેવામાં ન આવે, તેને એક સાંસ્કૃતિક અને સામાજિક રચના કહેવામાં આવે. અને સાથે જન્મથી શૂદ્ર એવો કોઈ વર્ગ ન રાખવામાં આવે. શુદ્રોના બધા કાર્યો નવી સરકારી અને ઔદ્યોગિક સમાજ વ્યવસ્થા પ્રમાણે વહેંચાઈ જાય. ખાલી જન્મથી બ્રાહ્મણ લોકો માટે જ એક સાંસ્કૃતિક વારસા તરીકે કર્મકાંડોનું કાર્ય આરક્ષિત રખાય તો મને વાંધો નથી, ભલે હું એને આદર્શ ન માનું. કારણકે આગળ જતાં અન્ય જાતિના આધ્યાત્મિક રીતે પ્રબુધ્ધ અને ઊર્જાવાન લોકો વડે જ્યારે નવા પ્રકારના ક્રિયાકાંડ કરવામાં આવશે, ત્યારે તે આ જન્મગત વ્યવસ્થાથી વધુ અસરકારક પરિણામ આપનાર હશે, અને એ રીતે જૈન, બૌદ્ધ અને શીખ પંથ સમાન નવા ને નવા કર્મકાંડ શોધાતા રહેશે, જે માત્ર એ અલગ કર્મકાંડોના કારણે સમાજમાં નવા ને નવા પંથને જન્મ આપશે.

ત્યારબાદ મેં એ વિષય પર અંતિમ નિષ્કર્ષ આપતું એક પુસ્તક પણ લખ્યું જે અંગ્રેજી અને હિંદી ભાષામાં વિશ્વભરમાં ઉપલબ્ધ છે. અંગ્રેજીમાં તેનું નામ 'The Science of Varna & Jati' છે, અને હિન્દીમાં 'વર્ણ ઔર જાતી કા વિજ્ઞાન' છે. સંજય દીક્ષિતજીએ આ પુસ્તકની પ્રસ્તાવના માટે તેમનો એક અતિ ઉપયોગી લેખ આપ્યો છે. માત્ર નેવું પાનાના આ પુસ્તકમાં વર્ણ અને જાતીને ન્યાયદર્શનમાં આપેલ ચારેય પ્રમાણો સહીત વેદ-ઉપનિષદથી લઈને દર્શનશાસ્ત્ર અને ગીતા સુધીના શાસ્ત્રોના મત સાથે સમજાવવામાં આવ્યા છે, અને તેમને મનુષ્યના ગુણ, કર્મ, સ્વભાવ અને પ્રતિભા પર આધારિત સાબિત કરાયા છે.

તો, આ રીતે મેં મારી જાતને અને સ્વામી સંપ્રદાય વિરુદ્ધ ચાલતા આ અભિયાનને બ્રાહ્મણવાદી હોવાના આરોપથી સમય રહેતાં બચાવી લીધા. પણ આ શબ્દ 'બ્રાહ્મણવાદ' અસલમાં બહુ ખોટો શબ્દ છે જે ડાબેરીઓએ વીસમી સદીમાં આપ્યો હતો. તેમાં પહેલીવાર સ્પષ્ટતા લાવવાની કોશિશ આંબેડકરે જ કરી હતી જયારે તેમણે કહ્યું કે 'અમે બ્રાહ્મણોના વિરોધી નથી, અમે બ્રાહ્મણવાદના વિરોધી છીએ.' અર્થાત બ્રાહ્મણ તો જ્ઞાની છે, વૈજ્ઞાનિક છે. અમે તેના વિરોધી નથી. અમે એ અવૈજ્ઞાનિક વાતના વિરોધી છીએ કે એવો જ્ઞાની વૈજ્ઞાનિક કોઈ નિશ્ચિત જાતિના ઘરમાં જ જન્મે છે, અને બીજી એક નિશ્ચિત જાતિમાં જન્મતો વ્યક્તિ મુર્ખ અને હીન જ હોય છે.' પણ આ સ્પષ્ટતા પછી પણ એક સમસ્યા એ ચાલુ રહી કે જો બ્રાહ્મણનો અર્થ જ્ઞાની અને વૈજ્ઞાનિક હોવું છે, તો એનો વાદ શાનો? શું આપણે 'ફીઝીક્સવાદી' કે 'વિજ્ઞાનવાદી' - એવા શબ્દો શોધીને એનો અર્થ જન્મથી વૈજ્ઞાનિક કે જન્મથી ભૌતિકશાસ્ત્રી એવો કરીએ છીએ? નથી કરતા. તો એવું 'બ્રાહ્મણ' શબ્દ સાથે કેમ? આ તર્ક સાથે આ બ્રાહ્મણ અને શુદ્ર જન્મથી હોય છે એવું કહેવાવાળા લોકોને પરંપરાવાદી કહેવાનું શરુ થયું, કારણકે તે બ્રાહ્મણને કોઈ વૈજ્ઞાનિક તરીકે જોઇને જન્મથી નથી માનતા, તે બ્રાહ્મણને ફક્ત એક ક્રિયાકાંડ કે કર્મકાંડ કરનાર પંડિત માનીને તેના કર્મને એક પરંપરારૂપે ચલાવવા માગે છે. તે શુદ્રના કર્મને પણ એક પરંપરારૂપે જન્મથી જ ચલાવવા માંગે છે. એટલે તે પરંપરાવાદી કે રૂઢીવાદી છે. બ્રાહ્મણવાદ જેવો કોઈ શબ્દ હોઈ જ ન શકે, બની જ ન શકે.

અખિલ ભારતીય સંત સમિતિ:

તો, વિવિધ હિંદુ ચિંતકોના આ મતને ધીરે ધીરે ધારણ કરી સંઘ પણ પરંપરાવાદી આચાર્યોથી અલગ હવે હિંદુ આચાર્યો અને સંતોના નવા નવા સંગઠનો બનાવી રહ્યું હતું. એ બધા સંતોનું એક સંગઠન હતું અખિલ ભારતીય સંત સમિતિ, જેનું નિર્માણ કેવી રીતે થયું એની વાત આપણે પાછળ કરી ચુક્યા છીએ. આ સંત સમિતના અખિલ ભારતીય અધ્યક્ષ છે સતકેવલ પંથના પ્રમુખ ગુરુ શ્રીઅવિચલદાસ મહારાજ. તેના ગુજરાતના પ્રમુખ બનાવાયા હતા વડતાલના નૌતમ સ્વામીને, પણ તેમને સમિતિમાંથી હટાવ્યા બાદ ગુજરાતના પ્રમુખ બનાવાયા અમદાવાદ જગન્નાથ મંદિરના મુખ્ય પુજારી દીલીપદાસજી મહારાજને. ૨૭ ઓક્ટોમ્બર, ૨૦૨૩ ની પેથાપુર કૈલાસધામ ખાતે મળેલી સંત સભા પછી જયારે અમે જાણી લીધું કે હવે એ નવી સમિતિને પણ સંઘે મુક્તાનંદ બાપુના માધ્યમથી પોતાની અસર નીચે લાવી દીધી છે, ત્યારે અમે આ

સંઘવાળી સમિતિ તરફ વળ્યા. હવે અમે કોને કોને મળ્યા એ અહીં નહિ કહી શકીએ, કારણકે આ સરકારી સંતોની સમિતિ છે, અને કોઈનું નામ આપીને તેમના વિચાર કહેવાથી તેમની નોકરી જઈ શકે છે. જ્યારે અસલમાં આ સમિતિના સંતોએ અમને અમારી અપેક્ષા વિરુદ્ધ પ્રભાવિત કર્યા, અને તેમના નામ સાથે તેમના મંતવ્યો આપવામાં સનાતની સમાજમાં તેમનું માન વધે એમ છે, પણ સમિતિની નોકરી જઈ શકે એમ છે. આ સંત સમિતિનો સંપર્ક વસંતભાઈ પટેલ અને અન્ય કેટલાક લોકોએ કર્યો, અને તેમની દરેક મુલાકાતોનો નિષ્કર્ષ મને કહ્યો.

એ નિષ્કર્ષ મુજબ આ સંત સમિતિના સંતો સ્વામિનારાયણ સંપ્રદાયને પૂરી રીતે ઓળખી ચુક્યા હતા. તે પૂરી રીતે એ સંપ્રદાયના પુસ્તકો, તેમાં લખાયેલ લખાણ અને તેના સનાતન વિરોધી સ્વરૂપને જાણી ચુક્યા હતા, તેનાથી ક્રોધિત હતા અને સનાતન વિરોધી સંપ્રદાય તરીકે તે સંતોમાં આ સંપ્રદાય પ્રત્યે શત્રુબોધ સ્પષ્ટ બની ચુક્યો હતો. પણ તે બંધાયેલા હતા સંઘની દોરીથી. તેમને સંઘ અને સરકાર જેમ કહે એમ કરવાનું અને બોલવાનું હતું. કોઈ સંતના શબ્દોમાં એ નિસાસો છલકાઈ પણ ગયેલો કે 'હવે ધરમની વાતમાં પણ અમારે આ લોકો કહે એમ ચાલવાનું છે. હવે બધું આ રીતે ચાલશે.' આ એ જ સમય હતો જ્યારે રામમંદિર ટ્રસ્ટ તરફથી પણ વીએચપીના ચંપતરાય રોજ મીડિયા સામે આવીને કંઈક ને કંઈક બોલી રહ્યા હતા અને રામલલાની પ્રાણપ્રતિષ્ઠામાં શાસ્ત્રોક્ત વિધિ ન જળવાઈ રહી હોવાના એ બધા આક્ષેપો બહાર આવી રહ્યા હતા. અમે જ્યારે સંત સમિતિના સભ્યોને પૂછ્યું કે સંઘ અને સરકાર આ સ્વામી સંપ્રદાય વિષે શું વિચારે છે? – તો તેમણે કહ્યું, 'હાલ તો બંને બાજુએ છે. ૨૦૨૪ ની ચુંટણી આવે છે. અને અબુ ધાબીમાં હિંદુ મંદિર બનાવવાની જે છૂટ અપાઈ એમાં પણ આ સંપ્રદાયના મંદિરને જ પસંદ કરાયું છે, એટલે એનું ઉદ્ઘાટન કરવા મોદી સાહેબને જવું પણ પડશે. ત્યાં સુધી તો કંઈ નહિ થાય.'

એવામાં સારંગપુરમાં ભીંત ચિત્રો હટે હજી મહિનો પણ નહોતો થયો અને પહેલી ઓક્ટોબર આસપાસ બીજા કેટલાક નિરાશાજનક સમાચાર પણ ચિત્રો મારફતે અમારા સુધી પહોંચ્યા. હમણાં ગયા વર્ષે બનેલા ઉજ્જૈનના મહાકાલ કોરીડોરના એ ચિત્રો હતા જેમાં પણ ભગવાન શિવને લગતા ભીંત ચિત્રો ઉપર સ્વામિનારાયણ સંપ્રદાયના તિલકનો સિમ્બોલ મારેલો હતો. ક્વોરા જેવી વેબસાઈટ પર ગુજરાત બહારના કેટલાક યાત્રીઓએ આ ફોટા મુકીને સવાલ ઉઠાવેલા કે શિવના મહાકાલ મંદિરમાં આ સ્વામિનારાયણ સંપ્રદાયના તિલકનો સિમ્બોલ શું કરી રહ્યો છે? આ ચિત્રો સામે આવતા જ સનાતની સમાજમાં ભારે નિરાશા ફેલાઈ ગઈ. એ કોરિડોરનું ઉદ્ઘાટન પ્રધાનમંત્રી નરેન્દ્ર મોદીએ કર્યું હતું.

બધા અવાચક હતા એ વિચારે કે 'શું બધું વેચાઈ ચુક્યું છે?'

ઉજ્જૈન મહાકાલ મંદિરમાં નવનિર્માણ પામેલ કોરિડોરના ભીંતચિત્રોમાં
સ્વામિનારાયણ સંપ્રદાયના તિલકના સિક્કા

માં સંઘના પદથી અલગ હટવાનો આખરી નિર્ણય આ સમયે કરેલો. જ્યારે
માં આ ચિત્રો શોધ આયામના અમારા ગ્રુપમાં મુક્યા, ત્યારે બધા લગભગ સ્તબ્ધ

હતા. એવામાં મિત્ર સમાન બની ગયેલા એક પદાધિકારીજી જેમના સાથે મારો મિત્રભાવ બહુ પ્રેમભર્યો હતો, તેમણે મને શાંત કરવા અને આ વાત સ્વીકારી લેવાનું કહેવા હિન્દુત્વની કંઈક ઉટપટાંગ વ્યાખ્યા કરતુ એક ઓનલાઈન પેમ્પલેટ મુક્યું. સંદેશ એ હતો કે હિન્દુત્વમાં આવું બધું ચાલે છે. પણ બીજા એક મિત્રએ ત્યાંજ કહ્યું 'આ પેમ્પલેટ રાહુલ ગાંધીએ આજે પોસ્ટ કર્યું છે ટ્વીટર પર. મુસ્લિમ અને ખ્રિસ્તી બધાને સ્વીકારવા એ હિન્દુત્વ છે એવું કહેવા.' એટલે પદાધિકારી મિત્ર થોડા ભોંઠા પડયા, અને મેં તેમને થોડો ગુસ્સો પણ બતાવી દીધો કે 'બસ આજ સાચું છે. આ સંપ્રદાયને બચાવવાના તમારા તૃષ્ટિકરણમાં હવે તમારી અને રાહુલ ગાંધીની મુસ્લિમ તુષ્ટિકરણની વાતોમાં કોઈ ફેર રહ્યો નથી.'

પણ મને આઘાત એનાથી જરાય નહોતો લાગ્યો, હું જાણતો હતો એ બધા એક સરકારી માળખા જેવા માળખામાં છે જ્યાં તેમને ઉપરના લોકોના સ્ટેન્ડનો ત્યાં સુધી બચાવ કરવાનો છે, જ્યાં સુધી ઉપરથી નવું સ્ટેન્ડ નથી લેવાતું. અને વૈચારિક રીતે હું તેમનો ગમે તેટલો વિરોધ કરતો રહું તો પણ સંઘના એ સાચા સ્વયંસેવકો પ્રત્યે મને હદયથી પ્રેમ રહેતો.

પણ એ ગ્રુપમાં એક સુરતનો પટેલ ભાઈ પણ હતો, બહુ જ મીઠડો અને સંઘનો માણસ બનીને રહેતો. એકવાર મેં પદાધીકારીજીને પૂછ્યું પણ હતું કે 'આ ભાઈ સ્વામી સંપ્રદાયવાળો છે?' તો તેમણે ના પાડી હતી કે 'ના આપણા ગ્રુપમાં કોઈ નથી.' પણ જયારે મેં ઉજ્જૈન કોરીડોરના ફોટા મુક્યા ત્યારે બાકી બધા મિત્રો આઘાત સાથે સ્તબ્ધ જણાયા. અમુક મિનિટ સન્નાટો રહ્યો. પણ એ સુરતી ભાઈનું સાચું સ્વરૂપ ત્યાં સામે આવી ગયું. સૌથી પહેલો જવાબ ગ્રુપમાં તેનો આવ્યો. તેણે એ ફોટા નીચે કોમેન્ટમાં ભગવા ધ્વજની સ્માઈલી મૂકી. મતલબ એક જ થતો હતો - તેનું તિલક ફેલાઈ રહ્યું છે. અને એના કેટલાક દિવસો પછી એ ભાઈ ફેસબુક પર એ સંપ્રદાયનું તિલક કરી ફેસબુક પર ફોટો મુકતો, અને જાહેરમાં તિલક સાથે ફરતો થઇ ગયેલો. એવું એ બનાવ પહેલા નહોતું. સારો છોકરો હતો, મળતાવડો અને મીઠડો. પણ અંદરથી કેટલો કટ્ટર હતો તે એ દિવસે જ ખબર પડી. એ બધા આ રીતે ઘૂસી ચૂક્યા હતા, અને સંઘમાં પણ અન્ય હિન્દુઓને તેમનું તિલક એ રીતે બતાવતા જેમ મુસ્લિમો તેમની જાળીદાર ટોપી બતાવે છે. આ એ દિવસ હતો જે દિવસે મેં નક્કી કરી દીઘેલું કે હું સંઘ સાથે નહિ સનાતન માટે લડતા એ સામાન્ય યોદ્ધાઓ સાથે રહીશ.

ઉજ્જૈન કોરીડોરના આ ફોટા અમે સંઘવાળી સંત સમિતિના સંતોને બતાવ્યા, તો એમના ચહેરા પરનો ભય અને ગંભીરતા બહુ જ સ્પષ્ટ હતી. તેમણે સામેથી કહ્યું, 'અમે જાણી લઈએ કે આ કેવી રીતે થયું?' અને કેટલાક દિવસો પછી સામેથી

તેનો આહેવાલ પણ તેમણે આપ્યો. તેમણે કહ્યું કે 'આ મંદિરોમાં વપરાતા લાલ પથ્થરોની ખાણ અને ફેક્ટરી જયપુરમાં આવી છે, અને આ સંપ્રદાયે અનેક મંદિરો એમાંથી બનાવ્યાં હોવાથી એ કંપનીના માલિકો, મેનેજરોથી લઈને મજુરોને પોતાનામાં વટલાવી દીધા છે, કાં તો તે કંપની પોતે ખરીદી લીધી છે. બંને અર્થમાં જે કંપનીને એ મહાકાલ કોરીડોર બનાવવાનો ઠેકો આપ્યો હતો એ સ્વામી સંપ્રદાયની હતી. અને તેમણે કોઈની મંજૂરી વિના નરી દૃષ્ટતામાં પોતાના તિલક ત્યાં મારી દીધા છે.' આ જાણ્યા પછી મારા, વસંતભાઈના અને સંત સમિતિના સંતોના પેટમાં ફાળ એ પડી કે જો આવું રામમંદિરની દીવાલો પર થશે તો? કારણકે સાંભળવા એ મળી રહ્યું હતું કે રામ મંદિરમાં એ પથ્થરો પણ ત્યાંથી જ લવાયેલા છે. મેં તરત ત્રણેક દિવસમાં હિન્દીમાં એક પીડીએફ તૈયાર કરી દીધી જેમાં આ સંપ્રદાય વિશેની બધી હકીકત દર્શાવતા પાંચ પ્રકરણ હતા. એક રીતે આ પુસ્તકની જ લઘુ આવૃત્તિ, જેમાં મારી આ વિષયમાં થયેલી યાત્રાને બાદ કરી બીજા પ્રકરણ અને અન્ય સ્થાને અપાયેલી સંપ્રદાયની હકીકત પ્રમાણો અને વેબસાઈટ લીન્કો દ્વારા કહેવાઈ છે.

એ પીડીએફ્ને અમે આ સંઘવાળી સમિતિના સંતોને આપી અને કહ્યું કે કાશીથી લઈને યુપીમાં જ્યાં જ્યાં જરૂરી હોય ત્યાં આ ફેલાવો અને લોકોને જાગૃત કરો. મેં એની અંગ્રેજી આવૃત્તિ પણ તૈયાર કરી, અને તેને વિદેશોમાં વસતા સક્રિય હિંદુઓમાં પહોંચાડી. અમે કાશી અને યુપીના હિંદુ સંતોને એ પીડીએફ સાથે ચેતવ્યા કે 'આ લોકો અયોધ્યા નજિક ધનશ્યામ પાંડેજીના ગામ છપૈયામાં તેમનું મોટું સેન્ટર બનાવવા કોશિશ કરી રહ્યા છે. કાલે ઉઠીને ત્યાં એ આ નકલી નારાયણની મોટી મૂર્તિ ઉભી કરી દેશે અને છપૈયાને અયોધ્યાથી મોટું બનાવી દેશે. તે જગન્નાથપુરીમાં પણ મોટું મંદિર બનાવી રહ્યા છે. જ્યાં જ્યાં ભગવાન વિષ્ણુના અને શિવના મોટા ધામ છે ત્યાં એક જાતની ચેલેન્જ આપવાની કોશિશ છે જે અત્યારે સમજમાં નહિ આવે, પણ ધીરે ધીરે કોઈ દશકમાં અનુકુળતા પ્રાપ્ત થતાં એ ઇસ્લામ જેવું સવીપરીવાળું ભૂત બહાર કાઢવામાં આવશે. તમે બીજા સ્થાને લડી રહ્યા હશો. એ તમારી સાથે એ લડાઈમાં સાથે રહેવાનું નાટક તો કરશે, પણ એમનો મૂળ ઈરાદો આ હશે અને એના માટે એ હમેશા કામ કરી રહ્યા હશે.' અમને અપાયેલી જાણકારી મુજબ સંત સમિતિના એ સંતોએ અને શંકરાચાર્યજીની સમિતિના કેટલાક નિષ્ઠાવાન સંતોએ આ વાતને યુપીમાં અને દિલ્લીમાં ઘણા સ્થાને કરી. ત્યાં સુધી કે યોગી આદિત્યનાથજીને રૂબરૂ મુલાકાતમાં આ આખી વાત ધ્યાનમાં લાવવામાં આવી.

આમ, શંકરાચાર્યજીની અધ્યક્ષતાવાળી સમિતિમાં ઘુસાડવામાં આવેલા સરકારી સંતો પ્રત્યે જે ગુસ્સો અમારા મનમાં જાગતો હતો તે આ સંઘની સંત

સમિતિના સંતોને જોઇને બિલકુલ ન થયું. તેમને મળીને આનંદ અને ગર્વ થયો, કે સંઘની લગામથી બંધાયેલા હોવા છતાં તેમના અંદરની સનાતન નિષ્ઠાને તેમણે મરવા દીધી નહોતી. શંકરાચાર્ય વાળી સમિતિમાં ઘૂસેલા સરકારી સંતો તો રીતસરના સરકાર અને સંઘની નજરોમાં કંઈક બનવા માટે લાળ ટપકાવતા નજરે પડતા હતા. પણ આ સિવાય એક સમિતિ કે સંગઠન હતું જે આ વિષયમાં પોતાનો ભાગ ભજવી રહ્યું હતું, અને તે છે હિંદુ ધર્મ આચાર્ય સભા. આપણે તેના વિષે આગલા પ્રકરણમાં વાત કરીએ જ્યાં આપણી શંકરાચાર્યજીની અધ્યક્ષતાવાળી સમિતિ તેની યાત્રામાં ત્યાં પહોંચે છે.

પણ તે પહેલા, આ પ્રકરણમાં દર્શાવેલા વિષયે સંઘને સભાન કરતો અને સાચો માર્ગ ચીંધતો જે એક લેખ મેં લખ્યો હતો, તે અહીં આપી રહ્યો છું. આ પ્રકરણના વિષયને તે સુંદર નિષ્કર્ષ અને માર્ગદર્શન આપી રહ્યો છે.

સંઘ, સમાજ અને પરંપરાવાદી આચાર્યી - આ ત્રણની સમરસતા ક્યાં છે

• 22 સપ્ટેમ્બર, ૨૦૨૪/ ફેસબુક પર.

મેં હમેશા સંઘની શાસ્ત્રજ્ઞાન રહિત કાર્યપ્રણાલી પર સવાલ ઉઠાવ્યો છે. આજે એજ સિક્કાની બીજી બાજુ જોઈએ કે સંઘ અસલમાં શું કરી રહ્યું છે અને તેને કયા સાચા જ્ઞાન માર્ગથી વર્તવાની જરૂર છે.

ભાગ ૧ - એક આત્મજ્ઞાની આચાર્ય અને એક પરંપરાવાદી આચાર્ય

તો, આજે પણ હિંદુ સમાજની એક કડવી વાસ્તવિકતા એ છે કે આપણા વિવિધ શાખાઓના આચાર્ય અને તેમના સાથે જોડાયેલું આખું તંત્ર વર્ણ અને જાતિને જન્મથી માને છે. તે સ્મૃતિઓની એ બધી વાતોને જ સાચી માને છે જે બ્રાહ્મણને જન્મથી માની બધી ધાર્મિક સત્તા આપે છે, અને શુદ્રને પણ જન્મથી માની વિવિધ પ્રતિબંધ લગાવે છે. જ્યાં સ્મૃતિઓ અને પ્રસ્થાનત્રયી એટલે કે ઉપનિષદ, ગીતા અને બ્રહ્મસૂત્રમાં વિરોધાભાસી વાત આવે ત્યાં સ્મૃતિઓના જે તે સમય માટે બનાવેલ નિયમોને પ્રસ્થાનત્રયીના સનાતન જ્ઞાન ઉપર પ્રાધાન્ય આપવામાં આવે છે. વાત એટલે નથી અટકતી. ત્યાં સત્ય આત્મજ્ઞાનથી નથી

મળતું, ત્યાં કોઈ ગુરુની આચાર્ય પરંપરામાં રહીને તે ગુરુ મારફતે જે કહેવામાં આવે તેજ જ્ઞાન છે, અને એ રીતે જ મનુષ્યને જ્ઞાન મળે છે - એવું માનવામાં આવે છે. જેમ મૌલવીઓ કહે છે કે કુરાન અને હદીસમાં જે કહ્યું છે તે સામાન્ય મુસલમાનને ફક્ત અમે જ કહી શકીએ, અને અમે કહીએ એજ સાચું. મનુષ્યને સીધું ઈશ્વરનું જ્ઞાન ન મળી શકે.

વાત અહીં પણ નથી અટકતી. આ જડ ઢાંચાથી વિપરીત જે મહાવીર અને બુદ્ધે આત્મજ્ઞાન પ્રાપ્ત કરી અલગ પંથ સ્થાપી દીધા તે એમના તો વિરોધી છે તે છે, આધુનિક આત્મજ્ઞાનીઓ જેમણે એવા કોઈ પંથ ન સ્થાપીને હિંદુ શાસ્ત્ર જ્ઞાનમાં ભળીને પોતાનું જ્ઞાન આપ્યું અને બસ કોઈ સંસ્થા સ્થાપી તેમના પણ તે વિરોધી છે. જેમ કે સ્વામી વિવેકાનંદ, સદગુરુ, જે કૃષ્ણમૂર્તિ, શ્રી શ્રી રવિશંકર અને એવા તમામના વિરુદ્ધ અનેક જાતજાતની નકારાત્મક વાતો ઉડાડવામાં આવે છે, જેમાં સત્ય નથી હોતું. કારણકે તેમના મનમાં આ આત્મજ્ઞાનીઓ તેમની સત્તા સામે એક પડકાર છે. જ્યારે જ્યારે આવા આત્મજ્ઞાની સમાજ સામે આવે છે, ત્યારે સમાજ સત્યને તેમના આત્મઅનુભૂતિ વાળા શબ્દો દ્વારા જ વધુ સરળ અને સ્પષ્ટ રીતે પ્રાપ્ત કરે છે. આથી સમાજ વિવિધ રૂઢીવાદી આચાર્યોના બદલે તેમના પાછળ વધુ ચાલે છે. અને ચાલે પણ કેમ નહીં, એક તથ્યની સમજ આપવામાં એક આત્મજ્ઞાની અને એક રૂઢિવાદી આચાર્યના વચનોમાં કેટલો ફર્ક હોય છે, એ ઉદાહરણ તરિકે આ ત્રણ વાતોથી જાણીએ.

• એક રૂઢીવાદી આચાર્ય તેમના ચરણ સ્પર્શ કરતા વ્યક્તિને પગને સ્પર્શ ન કરવાનું કારણ આપતાં કહેશે, 'તમે પેશાબ ગયા હશો, બીજી જગ્યાએ હાથ અડક્યા હશે. એના પછી ધોયા છે કે નહિ એ અમને ખબર નથી. અમારે વિવિધ પૂજા વિધિઓ કરવામાં પવિત્ર રહેવું પડે છે. એટલે અમારા શરીરની શુદ્ધતા જાળવી રાખવા માટે કહીએ છીએ અડકો નહિ, બસ પાદુકાને અડકો.' હવે ક્રિયાકાંડના નિયમો મુજબ આ વાતમાં કંઈ ખોટું નથી.

પણ આજ વાત એક આત્મજ્ઞાની આ જ્ઞાન સાથે કહેશે, 'દરેક સ્પર્શ એક ઋણાનુબંધ લઈને આવે છે. એક આત્મજ્ઞાની જે બ્રહ્મ ચેતનાને સ્પર્શી ચૂક્યો છે, સંપર્કમાં આવી ચૂક્યો છે, તે એ સંપર્કને અસરકારક રીતે જાળવી રાખવા માટે ઓછામાં ઓછં બાહ્ય ઋણાનુબંધ સ્વિકારે છે. જેથી તે તેના આત્મબોધ અને જ્ઞાનમાં સટિક રહી શકે. બસ એટલે ગુરુને સ્પર્શ કરવામાં કોઈ ફાયદો નથી. બસ અંતરમનથી એના સામે સમર્પણ જ કલ્યાણ માટે પૂરતું છે.'

• આચાર્યજી કહેશે, 'વેદ સ્વપ્રમાણિત છે. શાસ્ત્ર કહે છે તે બ્રહ્માજીના શ્વાસમાંથી નીકળ્યા છે. એટલે તે અપૌરુષેય છે.'

એક આત્મજ્ઞાની કહેશે, 'આપણો આત્મા જ બ્રહ્મ છે. જ્યારે આપણે આત્મઅનુભૂતિ પ્રાપ્ત કરી લઈએ છીએ, ત્યારે આપણે તે બ્રહ્મથી જોડાઈ જઈએ છીએ. પછી આ સૃષ્ટિ શું છે અને કયા કાર્ય-કારણથી ચાલે છે તેનું જ્ઞાન તમારામાં સહજતાથી પ્રગટતું જાય છે. કારણકે તમે જ બ્રહ્મ છો, ધીરે ધીરે શ્વાસે શ્વાસે નવી પરતો ખુલતી જાય છે, અને તમને જ્ઞાન થતું જાય છે. વેદો આ રીતે જ આત્મજ્ઞાની ઋષિઓમાં જ્ઞાનની પરતો ખૂલવાથી રચાયા છે, એટલે કહેવાય છે કે વેદ બ્રહ્મના શ્વાસમાંથી પ્રગટ્યા છે, જાણે દરેક શ્વાસ સાથે એક નવું જ્ઞાન. બ્રહ્મનું પૌરાણિક સાકાર સ્વરૂપ બ્રહ્મા છે, એટલે તે બ્રહ્માજીના શ્વાસમાંથી જન્મ્યા છે એવું કહેવાય છે. વેદનું જ્ઞાન કોઈ પુરુષ એટલે કે મનુષ્યના મન - બુદ્ધિથી ઉત્પન્ન નથી થતું, તે સીધું બ્રહ્મમાંથી શ્વાસે શ્વાસે (ક્ષણે ક્ષણે) પ્રગટે છે. એટલે તે અપૌરુષેય કહેવાય છે. એટલે તે સ્વપ્રમાણિત પણ છે, કારણકે તે સીધું બ્રહ્મ ચેતનામાંથી આવે છે.'

• આચાર્યજી કહેશે, 'યાજ્ઞવલ્ક્ય ઋષિએ વેદોના શ્લોક આકાશમાં દેખ્યા, આકાશમાં રચાયેલા શ્લોક તેમણે વાંચ્યા અને એ રીતે તેમણે એ જ્ઞાન ઉપનિષદમાં આપ્યું.'

એક આત્મજ્ઞાની કહેશે, 'આત્મજ્ઞાન થતાં જ આત્મા બ્રહ્મથી એક થઈ જાય છે અને શ્વાસે શ્વાસે જ્ઞાન પ્રગટવા લાગે છે. એ જ્ઞાન મનુષ્યના મનમાં શબ્દ મારફતે રચાય છે. ન્યાય દર્શન અને અન્ય શાસ્ત્ર કહે છે કે પંચમહાભૂતોમાં આકાશ એ તત્વ છે જ્યાં શબ્દ નિર્માણ પામે છે. આકાશ મનુષ્યના પાંચમા ચક્રથી જોડાયેલ તત્વ છે. મનુષ્ય જે પણ આત્મબોધ મેળવે છે તેને સમજવા અને વ્યક્ત કરવાના શબ્દો આ પાંચમા ચક્ર સાથે જોડાયેલ આકાશ તત્વમાં રચાય છે, એટલે કે મસ્તિષ્કના એ હિસ્સામાં રચાય છે. આ માટે કહેવાયું છે કે ઋષિ યાજ્ઞવલ્કે વેદોના એ જ્ઞાન આપતા શ્લોકોને આકાશમાં જોયા. એ તેમના મસ્તિષ્કના આકાશ તત્વની વાત છે.'

તો, આ ભેદ છે એક આત્મજ્ઞાની અને એક પરંપરાયુક્ત વ્યવસ્થાથી બનેલા આચાર્યજીમાં. અને આ ભેદનું બીજ આદિશંકરાચાર્ય અને મંડનમિશ્રના શાસ્ત્રાર્થથી જોડાયેલું દેખાય છે. આદિશંકર અને મંડનમિશ્રનો શાસ્ત્રાર્થ આત્મજ્ઞાનથી મોક્ષ પ્રાપ્ત થાય છે એવું કહેતા વેદાંત દર્શન અને ખાલી યજ્ઞ આદિ કર્મકાંડથી જ મોક્ષ પ્રાપ્ત થઈ શકે છે એવું કહેતા મીમાંસા દર્શન વચ્ચે હતો. આદિશંકર વેદાંત દર્શનનો પક્ષ લઈ રહ્યા હતા અને મંડનમિશ્ર કર્મકાંડનું મહત્વ દર્શાવતા મિમાંશાનું. શાસ્ત્રાર્થ પહેલાં શરત એ લાગી કે જે હારશે તે બીજાનો માર્ગ સ્વીકારી લેશે. શંકરાચાર્ય હારશે તો ગૃહસ્થ બની મંડનમિશ્ર કહે છે એ રીતે જીવશે, અને મંડનમિશ્ર હારશે તો સન્યાસ લઈ શંકરાચાર્ય કહે

છે તેમ જીવશે. મંડનમિશ્ર એ શાસ્ત્રાર્થમાં હાર્યા અને સાબિત થયું કે કર્મકાંડ નહીં, આત્મજ્ઞાન મોક્ષ અપાવે છે. મંડનમિશ્રએ સંન્યાસ લઈ લીધો અને આદિશંકરાચાર્યએ ચાર દિશામાં જે ચાર મઠ સ્થાપ્યા એમાં મંડનમિશ્રને કાંચી મઠના પહેલા શંકરાચાર્ય બનાવ્યા.

આમ, શાસ્ત્રાર્થ આત્મજ્ઞાની શંકરાચાર્ય જીત્યા, પણ એમના પ્રતિનિધિ રૂપે હારેલા ક્રિયાકાંડમાં માનનાર પરંપરાવાદી વ્યક્તિ ગાદી પર બેઠા. અને કારણકે મંડનમિશ્રની સ્થિતિ આત્મજ્ઞાનની નહોતી, આદિશંકરના મઠોની પરંપરામાં આત્મજ્ઞાન ખાલી સિદ્ધાંત રૂપે રહી ગયું. મઠ ચલાવવાની પરંપરામાં એજ બ્રાહ્મણ જન્મ અને રૂઢિવાદી વાતો વધુ ચાલેલી દેખાય છે જેમાં મંડનમિશ્ર માનતા હતા. એ મઠો જે આત્મજ્ઞાની માણસે સ્થાપ્યા હતા તે એવા આત્મજ્ઞાની માણસોથી વિમુખ એક પરંપરાયુક્ત વ્યવસ્થા બની ગયા. જ્યારે જ્યારે આદિશંકરાચાર્ય જેવા નવા આત્મજ્ઞાનીઓ સામે આવ્યા, તે દરેકને મઠની પરંપરાવાદી વ્યવસ્થાએ ખોટા માન્યા, અને પોતાને એમના વિરોધી જ બનાવ્યા. પણ જન્મે બ્રાહ્મણ લોકો પરંપરાના સહારે નવા નવા વાદ ઉપજાવતા રહ્યા તો તેમને નવા નવા આચાર્ય તરીકે માન્યતા અપાતી રહી. આ આખી વાત ખોરવાઈ છે આ મૂળથી. એ મર્યાદાથી કે આત્મજ્ઞાની એક ચેતના છે, તેને તમે વ્યવસ્થામાં નથી બાંધી શકતા. વ્યવસ્થા તમે જડ નિયમો અને શાસ્ત્રના પંડિતોથી જ બનાવી શકો છો. જો વ્યવસ્થા લચીલી અને આત્મજ્ઞાનને પ્રેરણા આપતી હોય, તો સમયે સમયે ક્યાંક તેમાં આત્મજ્ઞાનીઓ પ્રગટે છે, પણ મોટાભાગે પ્રગાઢ આત્મજ્ઞાની સ્થાપીત વ્યવસ્થાઓ બહારના મુક્ત વાતાવરણમાંથી જ આવે છે. જેમ આદિશંકરાચાર્ય તેમના બાળપણમાં જ એ બન્યા હતા.

ભાગ ૨ : સંઘે કરવાનું કાર્ય

તો, સંઘે હિંદુ સમાજના હિત માટે સમયે સમયે અનિશ્ચિત સ્થાનેથી સામે આવતા આત્મજ્ઞાની યોગીઓ અને પરંપરાગત આચાર્યો વચ્ચે આપસી સમ્માન અને સ્વીકાર્યતાનું વાતાવરણ ઊભું કરવાનું છે. જો હું એક આત્મજ્ઞાની યોગીના સ્થાને મારી જાતને મૂકું તો એવા યોગીને કોઈપણ પરંપરાગત આચાર્યજીને જોઇને, મળીને આનંદ જ થશે. તે એમના સાનિધ્યમાં રહેવું પસંદ કરશે, કારણકે આચાર્યજી એ શાસ્ત્રોના અભ્યાસુ છે જે આત્મજ્ઞાની ઋષિઓના જ્ઞાનથી લખાયેલા છે. તે શાસ્ત્રો દ્વારા એક આત્મજ્ઞાની સદીઓ પહેલાંના બીજા આત્મજ્ઞાની સાથે રૂબરૂ થાય છે. એટલે એક આત્મજ્ઞાની યોગી એ તમામ આચાર્યોથી દ્વેષ કે ઈર્ષા

નહિ કરે, તે એમની સેવા કરવામાં પણ આનંદ અનુભવશે. કારણકે તેને તો એવી કોઈ ગાદી જોઈતી નથી. તેનો કોઈ કોનફ્લિક્ટ ઓફ ઇન્ટરેસ્ટ છે જ નહી કોઈ આચાર્યથી. પણ તે બંને વચ્ચે એક જ શાસ્ત્રોમાં કહેવાયેલા જ્ઞાનને સમજવાની ક્ષમતા અલગ અલગ છે, જે આપણે ભાગ ૧ માં આપેલા ત્રણ ઉદાહરણમાં જોઈ. આત્મજ્ઞાનીની સમજ તેના આત્મ અનુભવમાંથી આવે છે, અને આચાર્યની તેમની સ્મૃતિ, બુધ્ધિ અને કલ્પનામાંથી. એટલે જો શાસ્ત્રના વચનોની ચર્ચા થશે તો તે બંને વચ્ચે આ મતભેદ થવાનો. આચાર્ય આત્મજ્ઞાનીના જ્ઞાનથી દ્વેષ કરી શકે છે, કારણકે જે એ ગાદી પર બેઠો છે તે બોલે એજ સાચું - આ સત્તાને એક આત્મજ્ઞાનીનું સ્પષ્ટ અનુભૂતિવાળું જ્ઞાન તોડે છે. તો બસ, આ મુદ્દે આપણે પરંપરાગત આચાર્યોને હિંદુ સમાજના ભલા માટે થોડા વિનમ્ર બનવા કહેવાનું છે. તેમને પાછલા જન્મોની સાધનાના કારણે સંસાર વચ્ચે જીવતા યુવાનોમાં પ્રગટતા આત્મજ્ઞાનને સ્વીકારવાની ક્ષમતા વિકસાવવા કહેવાનું છે.

એક બ્રાહ્મણ, ક્ષત્રિય કે વૈશ્ય બાળપણથી ઘરમાં જે વાતાવરણ અને તાલીમ મેળવે છે તેના પ્રભાવને અવગણી શકાય એમ નથી, પણ એનો અર્થ એ પણ નથી કે તેનાથી જ તેની લાયકાત સિધ્ધ થશે. બ્રાહ્મણ ઘરમાં જન્મ લેવાથી વેદોની ઋચાઓ અને સંસ્કૃતના શ્લોક તો રાવણે પણ શીખી લીધા હતા, પણ તે બ્રાહ્મણ નહોતો. તે ક્ષત્રિય હતો. હું ચૌધરી છું જે ગામડાઓમાં સરપંચ કે મુખીની પદવી સાથે જોડાયેલી જાતિ છે. હોઇ શકે મારામાં સરપંચ બનવાના કેટલાક સ્વાભાવિક ગુણ મારા ડીએનએ અને ઉછેરથી હોય, પણ એનો અર્થ એ નથી કે એ કોઈ અન્ય ક્ષત્રિયમાં નહિ હોય, કે બ્રાહ્મણ, વૈશ્ય અને શુદ્રના છોકરામાં નહિ હોય. આપણે એમ ન કહી શકીએ કે ખાલી ચૌધરી જાતિના લોકો જ સરપંચ બનવા લાયક છે, અને બીજા કોઈ સરપંચ નહીં જ બની શકીએ. ભલે દસમાંથી સાત ચૌધરી સરપંચ બનતાં હોય, તેમના જાતિગત ગુણ અને ઉછેરના કારણે, પણ જો ત્રણ વાર કોઈ એવા વ્યક્તિ મળે છે જે કોઈ ચૌધરી કરતા પણ વધુ યોગ્ય છે સરપંચ બનવા, તો તે સમયે તે વ્યક્તિને સરપંચ બનાવવો જોઈએ. આમ, જન્મ અને ઉછેરનો પ્રભાવ સ્વીકાર્ય છે, પણ તેના આધારે સંસારના કોઈપણ સ્થાન પર કોઈને જન્મજાત ઈજારો આપવો એ અમાનવીય અન્યાય છે. ભલે એ તમામ આચાર્ય તેમની પરંપરા મુજબ બ્રાહ્મણ જાતિના જ બને, કોઈને વાંધો નથી, એ કોઈ જન્મજાત પરંપરાનો એક ભાગ માની લેવામાં આવશે. પણ એમની ધાર્મિક સત્તા સુનિશ્ચિત કરવા તે કોઈ સ્થાન કે કાર્ય પર જન્મજાત ઈજારાના શાસ્ત્ર વિપરીત સિદ્ધાંતને સ્થાપવાની કોશિશ ન કરે. અને એ કોશિશમાં સ્વતંત્ર રીતે આવતા આત્મજ્ઞાની યોગીઓથી દ્વેષ કરવાનો બંધ કરી દે.

સંઘે જે મૂળ કાર્ય કરવાનું છે તે આ છે. એ પરિસ્થિતિ જ્યાં સદગુરુ અને શંકરાચાર્ય બંને એકબીજાને સ્વીકારતા હોય અને સાથે મળીને કાર્ય કરતા હોય. જ્યાં વિવેકાનંદ અને શંકરાચાર્ય એકબીજાને સ્વીકારતા હોય અને માનવ સમાજમાં આધ્યાત્મિકતા પ્રગટાવવાનું કાર્ય કરતા હોય. સંઘે આ દિશામાં જવાનું છે. આ માટે એવા સનાતન વિરોધી સંપ્રદાયોનું આ પરંપરાયુક્ત આચાર્યો વિરૂદ્ધ તુષ્ટિકરણ નથી કરવાનું જ્યાં એક સામાન્ય વૈષ્ણવ કૃષ્ણ ભક્તને ભગવાન કૃષ્ણથી પણ મોટો એક નવો ભગવાન બનાવી દેવામાં આવે. જ્યાં સનાતન ધર્મના પંચદેવ તે નવા ભગવાનના સેવક બતાવી તેમને પુજવા યોગ્ય ન માનવામાં આવતા હોય, જ્યાં આખી સનાતન સંસ્કૃતિને વૈદિક ઈશ્વરોથી હટાવી એક નવા સર્વોપરી ઈશ્વર સાથે જોડવામાં આવી રહી હોય અને સનાતન ધર્મના સ્થાપિત ઈશ્વરોનું અપમાન કરવામાં આવી રહ્યું હોય. જો સંઘ પરંપરાવાદી આચાર્યોના વિરૂધ્ધમાં સત્તા સંતુલિત કરવા આ સ્વામી સંપ્રદાય જેવા ખ્રિસ્તી દખલથી સનાતન વિરોધી બનેલા અને તમામ પ્રકારના ભ્રષ્ટ અને વિકૃત કાર્યોમાં સંડોવાયેલા સંપ્રદાયોને મોટા કરે છે, તો એનો અર્થ ખાલી એ નથી કે તે અજ્ઞાની અને મૂર્ખ છે, એનો અર્થ એ પણ છે કે તે ખરીદાઈ ચૂક્યું છે. અન્ય સંતોને પોતાની કાર્યશાળાઓમાં પોતાના રંગમાં રંગી સરકારી સંતો બનાવીને સમાજ વચ્ચે જો તમે છોડો છો, તો એનો અર્થ એ નીકળશે કે તમે પરંપરાવાદી આચાર્યોથી ધાર્મિક સત્તા છીનવી પોતાની જડ માનસિકતામાં સમાજને બાંધવા માંગો છો. આ બધા ખોટા માર્ગ છે, જેના વિરૂધ્ધ નારાજગી તો છે જ, આગળ જઈને તે આક્રોશ પણ બની જશે.

સંઘને સનાતન ધર્મના શાસ્ત્રોને એટલા આત્મસાત કરવાના છે કે જેથી તે વિવેકાનંદ અને સદગુરુ જેવા આત્મજ્ઞાનીઓને પરંપરાગત આચાર્યો સાથે જોડી શકે અને તેમનામાં પરસ્પર સમ્માન અને સ્વીકાર્યતા સ્થાપી શકે. આ થયા પછી જ તમે સાચું સનાતન ધર્મ રક્ષા બોર્ડ બનાવી શકશો જ્યાં હિંદુ સમાજ સૈધ્ધાંતિક રીતે સમરસ અને એકજૂટ હશે. એક આત્મજ્ઞાની માણસ જો સંઘના શીર્ષ સ્થાને આવે તો તે મુસ્લિમ અને ખ્રિસ્તી ગતિવિધિઓ વિરૂદ્ધ કંઈ કરતા પહેલા આ પ્રયાસ કરે, અને સનાતન ધર્મ અને સમાજને અંદરથી જ આત્મબોધ સાથે વધુ સશક્ત બનાવતો જાય. બહારનો વિશ્વ વિજય તો પછી આપોઆપ આવે. જો બચવા માટે લડવાના સ્થાને વિશ્વભરમાં સ્થપાવા માટે લડવું છે, તો પહેલાં આ કરવું પડશે.

14

સંપ્રદાયના સ્વામી અને સનાતનના સ્વામી

શંકરાચાર્યજીના અધ્યક્ષ સ્થાનવાળી સનાતન ધર્મ સંક્ષણ સમિતિ ચાર-પાંચ મહીને ફરી એકવાર માર્ચ ૨૦૨૪ માં સુરતમાં મળી. પણ આ વખતે એક નવી જ રમતે લોકોને ચોંકાવ્યા. વર્ષ ૨૦૦૩ આસપાસ વડતાલ ગાદીના આચાર્ય અજેન્દ્રપ્રસાદજી વિરુદ્ધ સંસ્થાના સ્વામીઓના એક ગુટે નૌતમ સ્વામીની આગેવાનીમાં આચાર્યોના અન્ય વંશજોના સાથથી બળવો કરી દીઘેલો. વાત ૧૯૯૬ થી ચાલતી હતી, જ્યાં કહેવાઈ રહ્યું હતું કે આચાર્ય અજેન્દ્રપ્રસાદ સાધુઓની દીક્ષા બાબતે કંઈક નિયમો કડક કરી રહ્યા હતા, કારણકે સંપ્રદાયમાંથી સાધુઓના ભ્રષ્ટાચાર, વ્યાભિચાર અને એકબીજાના અપહરણથી હત્યા સુધીના કેસ સામે આવ્યા હતા. આના વિરોધમાં સામેવાળા ગુટે કોર્ટમાં કેસ કરી દીઘેલો અને ગુજરાત હાઈકોર્ટના આદેશથી અજેન્દ્રપ્રસાદને આચાર્ય પદેથી હટાવી અત્યારના રાકેશપ્રસાદજીને નવા આચાર્ય બનાવવામાં આવ્યા, જ્યાં બળવો કરનાર નૌતમ સ્વામી મુખ્ય સંત બન્યા. બીજી બાજુ પદથી ઉતરેલા અજેન્દ્રપ્રસાદજી અને તેમના મુખ્ય સ્વામી તરીકે એસપી સ્વામી ગઢડા આવીને વસી ગયા, અને પોતાનો વિરોધ ચાલુ રાખ્યો. ૨૦૦૩ માં જ્યારે અજેન્દ્રપ્રસાદજીને હટાવવામાં આવ્યા ત્યાર પછી રાકેશપ્રસાદજી અને નૌતમ સ્વામી ગુટના સ્વામીઓના વ્યાભિચાર તેમજ અપરાધિક ગતિવિધિઓના કિસ્સા ઉપરા ઉપરી બહાર આવેલા. આક્ષેપ લાગેલો કે એ બધું બહાર લાવવામાં પદથી હટાવાયેલ આચાર્ય અજેન્દ્રપ્રસાદજીનો હાથ હતો. વર્તમાનમાં એજ અજેન્દ્રપ્રસાદજીના પુત્ર લાલજી મહારાજ હવે એ વિરોધના મુખ્ય સુર બન્યા હતા.

હું જયારે દ્વારિકામાં શંકરાચાર્યજીને મળ્યો ત્યારે પણ તેમણે આ તરફ ઈશારો કર્યો હતો કે ગઢડામાં જે આચાર્યને પદભ્રષ્ટ કરી મોકલી દેવાયા છે તે એવા નથી, આ ૨૦૦૩ માં જેમણે ગાદી પચાવી પાડી તે બધા આ બધી પ્રવૃત્તિઓમાં છે. અને અહીં જ આપણને એ કારણ મળે છે કે કેમ ૪ સપ્ટેમ્બરની સાંજે શિવાનંદ આશ્રમમાં થયેલી કોન્ફરન્સમાં જેની ઘોષણા થઇ હતી તે સંપ્રદાયના સંતો અને સનાતનના સંતોની ભેગી સમિતિ ન બની? કારણકે તેના અધ્યક્ષ સ્થાને શંકરાચાર્યજી અને વડતાલના વર્તમાન આચાર્ય રાકેશપ્રસાદજી બંનેને એકસમાન સ્થિતિએ રાખવામાં અને સંબોધવામાં આવી રહ્યા હતા. 'દ્વારકા પીઠાધીશ્વર શંકરાચાર્ય પરમ પૂજ્ય શ્રી સદાનંદ સરસ્વતીજી મહારાજ અને વડતાલ ગાદીપતિ પરમ પૂજ્ય આચાર્યશ્રી રાકેશપ્રસાદજી મહારાજના આશીર્વાદથી...' – આ શબ્દો હતા એ પ્રેસ નોટના. એક તો સનાતન ધર્મના ઉચ્ચતમ સ્થાન તરીકે જગદગુરુ શંકરાચાર્યના પદ સામે એક નાના સંપ્રદાયના કોઈ એક ગાદીના આચાર્યને એટલી મોટી રીતે સંબોધન કરવું એ સંપ્રદાયની ચાપલુસી અને સનાતનના મોભાની અવહેલના હતી, અને બીજું શંકરાચાર્યજી અત્યારના એ વડતાલના આચાર્ય અને મુખ્ય સંતને યોગ્ય માનતા નહોતા. તેમણે કોઈ શબ્દો કહ્યા નથી, પણ એક રીતે રાકેશપ્રસાદજી અને નૌતમ સ્વામીની છબી ૧૯૯૬ થી ૨૦૦૩ વચ્ચે એ જે પણ વડતાલ ગાદીમાંથી બહાર આવેલું તેના સાથે જોડાયેલી હતી. ત્યાં સુધી કે સંપ્રદાયના અનુયાયીઓ દ્વારા પણ નૌતમ સ્વામી વિશે એવી વાતો ટીવી કેમેરા સામે વ્યક્ત કરાઈ હતી. નીચે એવા એક ન્યુઝ ચેનલના વિડીયોની લીંક આપી છે.

- વિડીયો લીંક: https://drive.google.com/file/d/ 11KiwAHCbpPdZhFH0BZ70a-TB2fxY3Men/ view?usp=drive_link

તો હવે સનાતન ધર્મ સંરક્ષણ સમિતિમાં શંકરાચાર્યજીનો વિચાર કાર્યાન્વિત કરાઈ રહ્યો હતો. સુરતમાં મળેલી બેઠકમાં ગઢડાના અજેન્દ્રપ્રસાદજીના પુત્ર લાલજી મહારાજ અને એસપી સ્વામીને સમિતિમાં જોડવામાં આવ્યા, જ્યાં તે બંનેએ જાહેર કર્યું કે તેમણે સમિતિના કોઈ છ મુદ્દા સ્વીકારી લીધા છે, અને સનાતનમાં આવી ગયા છે. તેમણે એ પણ કહ્યું કે મૂળ સંપ્રદાયમાં સનાતન ધર્મ કે તેના દેવી દેવતાઓ વિરોધમાં કંઈ નથી, મૂળ સંપ્રદાયમાં સનાતન ધર્મના બધા દેવી દેવતાઓને સ્વીકારવામાં આવ્યા છે. આ બધું પાછળથી મૂળ સંપ્રદાયમાંથી અલગ પડેલા ફિરકાઓએ ઉભું કર્યું છે. અને એવું વડતાલમાં

પણ શરુ થતાં અજેન્દ્રપ્રસાદજીએ વિરોધ કરેલો, તો એમને ગાદી પરથી ઉતારી દેવાયા. પણ આ બધું બોલતી વખતે એસપી સ્વામી અને અજેન્દ્રપ્રસાદજીના પુત્ર લાલજી મહારાજ બંને સતત 'ભગવાન સ્વામિનારાયણ' જ બોલતા હતા, અને ક્યાંય તેમણે એ ન કહ્યું કે તે ભગવાન કૃષ્ણના ભક્ત હતા. તે કૃષ્ણને પણ ભગવાન કહેતા હતા, અને સ્વામિનારાયણને પણ. તેમના વતી સમિતિના એન્કરે પોતાના મનથી સ્પષ્ટતા કરી કે આપણે ગુરુને પણ ભગવાન જ કહીએ છીએ તો એ રીતે સહજાનંદ સ્વામીને પણ કહી શકાય, પણ એવું પેલા બે મહેમાનોએ નહોતું કહ્યું. બે મહિના પછી જૂન ૨૦૨૪ માં એ સમિતિ ફરી રાજકોટના ત્રાંબા ખાતે મળી, અને ત્યાં પણ તે બે મહેમાનો હતા, અને એની એજ વાત ભગવાન સ્વામિનારાયણના નામે કરે જતા હતા. સનાતની યોધ્ધાઓમાં ઘણા સવાલ અને સંદેહ હતા કે શું રંધાઈ રહ્યું છે? મારા પર અને વસંતભાઈ પર સતત ફોન આવી રહ્યા હતા. પણ અમને પણ કંઈ ખબર નહોતી. આ કારણે બે દિવસ પછી સ્પષ્ટીકરણ મેળવવા માટે મેં ફેસબુક પર આ લેખ લખ્યો અને સમિતિના સદસ્યો સુધી પહોંચાડ્યો, પણ એનો કોઈ સ્પષ્ટતાપૂર્વકનો જવાબ ન આવ્યો.

ત્રાંબામાં મળેલ સનાતની સંતોને સનાતની સમાજ તરફથી એક સંદેશ...

• ૧૩ જૂન, ૨૦૨૪/ ફેસબુક પર.

સનાતની સમાજમાં એક ભયંકર સંદેહ ઊભો થયો છે કે આ ત્રાંબામાં મળેલા આપણા સંતોને પેલા સંપ્રદાયની સનાતન વિરોધી રમતનું કંઈ નક્કર જ્ઞાન છે કે નહિ? કારણકે સુરત અને ત્રાંબા બંનેમાં આ ગઢડાવાળા આચાર્ય અને તેમના એસપી સ્વામી વારંવાર કહી રહ્યા છે કે 'અમારા મૂળ સંપ્રદાયમાં સનાતન ધર્મના કોઈ દેવી દેવતાનો વિરોધ નથી, અને બધાને સ્વીકારાયા છે.' હવે, આ વાત તો એ સંપ્રદાયનો દરેકે દરેક ફાંટો કહી રહ્યો છે, જે વિકૃતમાં વિકૃત રીતે સનાતન ધર્મના ઇશ્વરોને અપમાનિત કરી ચૂક્યો છે. તેમનું કહેવાનું એ છે કે 'અમે સનાતન ધર્મના બધા ઈશ્વરો અને દેવી દેવતાઓને સ્વીકારીએ છીએ, કારણકે તે બધા સહજાનંદ સ્વામીના દાસ છે. સનાતન ધર્મના કોઈ દેવી દેવતાનો વિરોધ નથી, બસ અમે કહીએ છીએ કે એ બધા સહજાનંદ સ્વામી ઉર્ફે સ્વામિનારાયણમાંથી ઉત્પન્ન થયા છે, અને એમાંથી શક્તિ મેળવે છે.

સ્વામિનારાયણ બધા અવતારોના અવતારી છે.'

અર્થાત્, એ તમારા દેવી દેવતાઓ અને ઇશ્વરોને એટલે સ્વીકારે છે કારણકે તેમને તેમના નવા ભગવાનની ગુલામી કરવા અને તેને ઊંચો બતાવવા નીચે સેવક તરીકે કોઈ દેવી દેવતાઓ જોઈએ છે. એ સનાતન ધર્મના ઈશ્વરને ન સ્વીકારે તો એકલો અટૂલો તેમનો ભગવાન કોનાથી ઉપર સર્વોપરી કહેવાય? એ આખી વાતનું તથ્ય આ છે. હવે, આજ વાત આ ગઢડાવાળા આચાર્ય અને સ્વામી પણ કહી રહ્યા છે કે 'બધાને સ્વીકારીએ છીએ, અને કોઈનો વિરોધ નથી', એ સાવચેતી રાખીને કે - સ્વામિનારાયણ સર્વોપરી છે, અને સનાતન ધર્મના ભગવાન તેમના સેવક છે - એ પાછલની વાત હાલ નથી બોલતા. પણ સાથે એ એવી સ્પષ્ટતા પણ ક્યાં કરે છે કે 'સનાતન ધર્મના વેદ અને પુરાણમાં વર્ણવેલ ઇશ્વરો જ આપણા બધાના મૂળ ઈશ્વર છે, અને સહજાનંદ સ્વામી તો ભગવાન કૃષ્ણના ભક્ત છે, જેમને અમે ભગવાન કૃષ્ણના સાચા ભક્ત તરીકે માનીને જ અમારા પૂજ્ય તરીકે ભગવાન કહીએ છીએ.' અને જ્યાં સુધી તે આવું નથી બોલતા, ત્યાં સુધી આ વારંવાર મીટીંગો ભરીને સનાતની સંતો કઈ વાતે આટલા ખુશ થઈને ફરી રહ્યા છે એ ખબર નથી પડતી!

જ્યારે મોહમ્મદ પયગંબરે ઇસ્લામ સ્થાપ્યો ત્યારે આરબના તે પહેલાના પયગંબરો માટે એજ કહ્યું હતું. એજ કે 'પાછલના એ બધા પયગંબરોને અમે સ્વીકારીએ છીએ, એ બધા સાચા જ છે. પણ હું આખરી છું, અને ઈશ્વરનો છેલ્લો આદેશ લઈને આવ્યો છું. હવે બીજું કોઈ નહિ આવે. એટલે હવેથી હંમેશા માટે હું જે કહું છું એ કરવાનું છે.' આ સંપ્રદાયવાળા સનાતન ધર્મને બસ આજ કહી રહ્યા છે, કે સહજાનંદ સ્વામી આવી ગયા છે, એટલે આજસુધીના બધા ભગવાનો જે તેમના જ અવતાર અને સેવક છે, તેમને પૂજવાની જરૂર નથી. બસ આ નવા સર્વોપરી ભગવાનને જ પૂજો અને તે કહે એમ કરો. આ સનાતન ધર્મ ઉપર અંદરથી જ ઇસ્લામ સ્થાપવાની કોશિશ છે, બસ ભગવાનનું નામ અલગ છે અને સંપ્રદાયનું સ્વરૂપ ખ્રિસ્તી છે. સ્વામિનારાયણ સંપ્રદાય એટલે ભારતમાં ખ્રિસ્તી શરીર સાથે ઇસ્લામી આત્મા સ્થાપવા માટે હિંદુ વસ્ત્રને ઉધાર માંગવા. હિંદુ પ્રતીકો, હિંદુ નામ, હિંદુ શાસ્ત્રોનો ઉપયોગ પણ શરીર ખ્રિસ્તી ધર્મનું અને આત્મા ઇસ્લામનો. આ મૂળ સત્ય છે. કહો એ મૂળ સંપ્રદાયવાળાઓને કે આ વાતે સ્પષ્ટીકરણ આપે. અને તે શું કહે છે તે અમને પણ જણાવો.

પણ સમિતિની આ બે બેઠકોમાં ગઢડાવાળા આચાર્ય અને એસપી સ્વામીના આવ્યા પછી ઘણી ઘટનાઓ રસપ્રદ બની. વડતાલ અને તેમાંથી અલગ પડેલા અમૂક ફાંટાઓ અને ગુરુકુલોમાંથી સ્વામીઓના આપણને ચક્કર લાવી દે એવા સ્કેન્ડલો બહાર આવવા લાગ્યા. કોઈ સ્વામીએ કોઈ યુવતીને પૂરી રાખી મહિનાઓ સુધી બળાત્કાર ગુજાર્યો, અને ડોક્ટર પાસે જઈને તેનો ગર્ભપાત કરાવ્યો. તો કોઈ સ્વામી તેમના ગુરુકુળના એક છોકરાને નહડાવતી વખતે સૃષ્ટિ વિરુદ્ધનું કૃત્ય કરતાં હોય એવો વિડીયો બહાર આવ્યો, તો કોઈ સ્વામી બીજા એક સ્વામીનું જનીનાંગ રમાડતા હોય તેવો વિડીયો બહાર આવ્યો. ક્યાંક સ્વામીઓએ મંદિર બનાવવાના નામે કોઈની એકરો જમીન પચાવી પાડી એના સ્કેન્ડલ બહાર આવ્યા. ચારે બાજુ વર્તમાન પત્રો અને ટીવી ન્યૂઝ ચેનલોમાં આ ચગ્યું. રોજ નવી સવાર સાથે આ સંપ્રદાયના કોઈના કોઈ ફાંટા સાથે સંકડાયેલું નવું સ્કેન્ડલ બહાર આવી રહ્યું હતું. એ બધા વિષે અહીં લખવામાં અને લીંક આપવામાં કથાનકની લય તૂટે છે, એટલે તે બધા વર્તમાનપત્રો અને ટીવી ન્યૂઝ ચેનલોની લીંક આ એક પીડીએફમાં સમાવીને તે પીડીએફની લીંક આપી રહ્યો છું.

• પીડીએફ લીંક: https://drive.google.com/file/d/ 1HoxxfmOUTptRC0b8oSt982WPnNgJY1H5/view?usp=sharing

આ સ્કેન્ડલોનું બહાર આવવું એ બિલકુલ એજ ઘટનાનું પુનરાવર્તન હતું જેવું ૨૦૦૩ માં અજેન્દ્રપ્રસાદજીના ગાદી પરથી હટવા બાદ નૌતમ સ્વામી અને રાજેન્દ્રપ્રસાદજી સાથે જોડાયેલા સ્વામીઓના સ્કેન્ડલ બહાર આવવાથી બની હતી. હવે શંકરાચાર્યજીની સમિતિ સાથે અજેન્દ્રપ્રસાદજીના પુત્ર લાલજી મહારાજના જોડાવા પછી આ થઈ રહ્યું હતું.

આ સમયે માં ફેસબુક પર આ પોસ્ટ કરી અને સમજાવ્યું કે કેવી રીતે આ આખું સ્વરૂપ યુરોપમાં ચાલતા કેથોલિક ચર્ચના પાદરીઓથી મળતું આવે છે.

આ વડતાલમાં દેખાયેલી વિકૃતિ સનાતન ધર્મની નથી, એ યુરોપના ખ્રિસ્તી સંપ્રદાયની છે.

• ૧૬ જૂન, ૨૦૨૪/ ફેસબુક પર.

આ સ્વામીઓના બાળકો અને મહિલાઓ સાથેના જાતીય શોષણના બનાવોને હિંદુ ધર્મના સમજવાની ભૂલ ક્યારેય ન કરવી. આ એજ ખ્રિસ્તી સ્વરૂપનું દર્શન છે જે એ સંપ્રદાયે ખાલી હિંદુ નામ અને પોશાક ધારણ કરીને અપનાવી રાખ્યું છે. ત્રીજી સદીમાં રોમન રાજા કોંસ્ટંટાઈન દ્વારા ખ્રિસ્તી સંપ્રદાયની સ્થાપના બાદ યુરોપમાં અને બાદમાં અમેરિકામાં લગભગ પંદરસો વર્ષ આજ ચાલ્યું હતું. સેક્સને મૂળ પાપ (original sin) ગણતા ખ્રિસ્તી સંપ્રદાયમાં પાદરીઓ અને બિશપોની માનસિકતા એજ રહેતી જે આ સંપ્રદાયના સ્વામીઓની રહે છે. બહાર સ્ત્રીઓનો તિરસ્કાર અને અંદરખાને એજ સ્ત્રીઓનું જાતીય શોષણ. આ સ્કેન્ડલોની વિકૃતિ એટલી વધી ગયેલી કે બારમી-તેરમી સદીમાં સ્ત્રીઓને ઈશ્વરના માર્ગનો સૌથી મોટો અવરોધ માની આખા યુરોપમાં ૫૦,૦૦૦ જેટલી સ્ત્રીઓને જીવતી સળગાવી દેવામાં આવેલી.

કેથોલિક ચર્ચનું અને રોમન રાજાઓનું સત્તા અને સંપ્રદાયનું એ કોકટેલ જ હતું જેના વિરોધમાં યુરોપમાં લોકતંત્રના આધુનિક વિચારકો અને ગેલેલિયો, ન્યુટન જેવા વૈજ્ઞાનિકો પેદા થયા. આજે પણ યુરોપ અને અમેરિકામાં પાદરી અને બિશપોના એવા સ્કેન્ડલો બહાર આવતા રહે છે. ઓસ્કાર વિનીંગ સ્પોટલાઈટ અને પ્રાઈમલ ફિયર જેવી ફિલ્મો જોશો તો તમને એજ ચિત્ર દેખાશે જે આજે આ સંપ્રદાયના સ્વામીઓ વિશે આપણા મીડિયામાં દેખાઈ રહ્યું છે. BAPS નું સ્વરૂપ એ રોમન કેથોલિક ચર્ચનું સ્વરૂપ છે જ્યાં પોપ જેવો તેમનો સંસ્થા પ્રમુખ ઉપર ધામમાં બેઠેલા ભગવાનનો પ્રતિનિધિ મનાય છે. બાકીના ફાંટા ઓર્થોડોક્સ ખ્રિસ્તી સ્વરૂપમાં છે. યુરોપ અને અમેરિકા જે બદી સામે ઝઝૂમી બહાર નીકળ્યું છે, આપણે ગુજરાતમાં એજ બદીમાં ઝોકાઈ રહ્યા છે. તો સત્તા હવે આ વિકૃતિથી પોતાને અલગ કરે અને આને સમયસર નષ્ટ કરી દેવામાં જ પોતાનો ધર્મ માને. આપણે માણસોને નષ્ટ નથી કરવાના, આપણે એ ભ્રષ્ટાચાર અને વિકૃતિને ખતમ કરવાની છે જેની શરૂઆત તેમના ચોપડામાં લખાયેલ વિકૃત લખાણથી થાય છે. મૂળ ત્યાં છે અને વિદેશી ઝહેર એ મૂળમાં નાખવામાં આવ્યું છે.

ઉપર જે કહ્યું તેનો એક નમૂનો સ્પેનમાં મળી આવે છે, જ્યાં એક સ્વતંત્ર આયોગનો રીપોર્ટ કહી રહ્યો છે કે કેવી રીતે સ્પેનના એક ચર્ચમાં ૧૯૪૦ થી આજસુધી બે લાખથી વધુ બાળકોનું જાતીય શોષણ થઇ ચુક્યું છે.

અને પછી આવ્યો ચાતુર્માસ. શંકરાચાર્યજીના ભ્રમણને રોકવાનો ૧૦૬ થી ૧૦૮ દિવસનો સમય, જ્યારે શંકરાચાર્યજી તેમનું ભ્રમણ અટકાવી તેમના કોઈ એક આશ્રમમાં જ રહેતા અને લોકો ત્યાં તેમના દર્શન કરવા સામેથી આવતા. પણ આ વખતે સમાચાર અલગ આવ્યા. સમાચાર હતા કે આ વખતના ચાતુર્માસમાં શંકરાચાર્યજી અમદાવાદના શિવાનંદ આશ્રમ ખાતે રોકાશે. એજ સ્વામી પરમાત્માનંદ સરસ્વતીજીનો શિવાનંદ આશ્રમ જ્યાં સાળંગપુર વિવાદ સુલાજાવવા મીટીંગ થઇ હતી.

હિંદુ ધર્મ આચાર્ય સભા:

દક્ષિણ ભારતના સુપ્રસિદ્ધ સંત અને ચિન્મયા મિશનના સ્થાપક સ્વામી ચિન્મયાનંદજીના એક પ્રભાવી શિષ્ય હતા, જેમનું નામ પણ હતું સ્વામી દયાનંદ સરસ્વતી. આર્યસમાજના સ્થાપક સ્વામી દયાનંદ સરસ્વતીથી અલગ આ સ્વામી દયાનંદ સરસ્વતી ચિન્મયાનન્દજીના અદ્વૈત વેદાંતના વિચારક હતા. તે તમીલનાડુમાં જન્મેલા અને ચિન્મયા મિશનમાં વર્ષો સુધી કાર્ય કર્યા બાદ સ્વતંત્ર રીતે તેમણે ભારતમાં અર્શ વિદ્યા ગુરુકુળોની સ્થાપના કરેલી. તેમનું એક સેન્ટર અમદાવાદમાં શિવાનંદ આશ્રમ સ્વરૂપે પણ છે, જ્યાં તેમના શિષ્ય સ્વામી પરમાત્માનંદ સરસ્વતી એમના વારસાને સંભાળી રહ્યા છે. વર્ષ ૨૦૧૫ માં દયાનંદ સરસ્વતી ઋષિકેશ ખાતે પોતાના આશ્રમમાં દેવલોક સિધાવ્યા. તેમણે જ વર્ષ ૨૦૦૩ માં હિંદુ ધર્મ આચાર્ય સભાની સ્થાપના ચેન્નાઈ ખાતે કરી હતી. પણ આજે તેનું મુખ્ય સ્થાન એક રીતે અમદાવાદનો શિવાનંદ આશ્રમ જ છે. ૪ સપ્ટેમ્બરની સાળંગપુર વિવાદ સુલજાવતી પ્રેસ નોટ આ હિંદુ ધર્મ આચાર્ય સભાના લેટર પેડ પર જ લખીને મીડિયાને આપવામાં આવેલી.

સ્વામી દયાનંદ સરસ્વતીનો હિંદુ ધર્મ આચાર્ય સભાની સ્થાપના પાછળનો વિચાર સનાતન ધર્મના તમામ પંથો અને મતોને સમાવી એક આધ્યાત્મિક સંસદ બનાવવાનો હતો. પણ એ વખતે એમાં ગુજરાતના શિવાનંદ આશ્રમના સંપકીને લીધે અને સાથે તે વખતના ગુજરાતના મુખ્યમંત્રી નરેન્દ્રભાઈ મોદીના દયાનંદ સરસ્વતીજી સાથેના સબંધને લીધે સ્વામિનારાયણ સંપ્રદાયને પણ આ સંસદમાં સમાવી લેવાયો. અને આજે આપણે આ સંપ્રદાયના પુસ્તકોની હકીકત જોઇને સમજ શકીએ છીએ કે એ નિર્ણય અધ્યયન અને જાણકારી વિના બસ સામજિક અને રાજકીય પ્રભાવમાં જ લેવાયેલો હોવો જોઈએ. કારણકે આ સંપ્રદાયના પુસ્તકોનું આવું સ્વરૂપ તો અનેક દશકોથી છે, અને જેણે સનાતન ધર્મના ઈશ્વરો વિરુદ્ધ સૌથી વિકૃત લખ્યું છે એ BAPS ના જ એક 'ડોક્ટર સ્વામી'

નામના સ્વામીને આ સભાની સ્થાપના વખતે પ્રવચન આપવા બોલાવાયેલા.

આજે હિંદુ ધર્મ આચાર્ય સભા સ્વામી અવધેશાનંદગીરી મહારાજના અધ્યક્ષ પદ હેઠળ ચાલે છે, જ્યાં સ્વામી પરમાત્માનંદ સરસ્વતીજી સંસ્થાના જનરલ સેક્રેટરી છે. જ્યારે આ સંપ્રદાયની હકીકતો નવી નવી સામે આવી, અને જયારે એમાં સંઘનો સાથ નહોતો મળી રહ્યો, જયારે હજી શંકરાચાર્યજી સુધી પહોંચવાનો માર્ગ કોઈએ સનાતની યોદ્ધાઓને બતાવ્યો નહોતો, ત્યારે મેં સ્વામી પરમાત્માનંદ સરસ્વતીજીનું વેદાંત વિષે એક ઈન્ટરવ્યું સાંભળ્યું હતું જે અબ્રહામિક સંપ્રદાયોની સાપેક્ષે હિંદુ ધર્મના તત્વજ્ઞાનની વિસ્તૃતતા સમજાવતું હતું. હું હમેશા અદ્વૈત વેદાંતના વિચારનો હોવાથી મને એમનું જ્ઞાન ગમ્યું અને મેં સનાતની યોદ્ધાઓને એમનો ફોટો બતાવી કહ્યું, 'હું આમને મળવાનું વિચારી રહ્યો છું. આપણે આવા કોઈ જ્ઞાની વ્યક્તિનો સહારો લઈને આ લડત લડવી જોઈએ.' એમનો ફોટો જોતાં જ સનાતની યોધ્ધાઓ મારા પર હસવા લાગ્યા, 'સાહેબ, તમે કેટલા ભોળા છો? હજી નવા નવા આ વિષયમાં પડ્યા છો એટલે તમને ખબર નથી. આ સ્વામીજી એક નંબરના સરકારી સંત છે. સંઘ કહે એમ કરે છે. પેલા વડતાલવાળા માધાવપ્રિયદાસના ખાસ છે, અને એમને આચાર્ય સભામાં ફેરવીને મોટા કરે જાય છે.'

પાછળથી તો બધી વાત સ્પષ્ટ થવા લાગી જયારે રામ માધવ આવ્યા અને સાળંગપુર વિવાદ સુલજાવવા મીટીંગ તેમના શિવાનંદ આશ્રમમાં જ થઇ. અમેરિકામાં BAPS મંદિરનું ઉદ્ઘાટન થયું ત્યારે ગુજરાતમાં સંપ્રદાયના પ્રચંડ વિરોધના લીઘે બીજેપીના કોઈ મંત્રી કે સંઘના કોઈ પદાધિકારી ત્યાં નહોતા ગયા ત્યારે આ આચાર્ય સભાના સંતો રૂપે પરમાત્માનંદ સરસ્વતીજી અને રામજન્મ ભૂમિ ટ્રસ્ટના કોષાધ્યક્ષ ગોવિંદગીરી મહારાજને ત્યાં મોકલવામાં આવેલા. અને તે વખતે એમના ફોટા જોઇને ગુજરાતના સનાતનીઓને ગુસ્સો જ આવેલો. એટલું જ નહિ જ્યારે સાળંગપુર વિવાદ પૂરો થયા પછી છબી સુધારવા વડતાલમાં મોટો ઉત્સવ આયોજિત થયો ત્યારે નૌતમ સ્વામીએ અખિલ ભારતીય સંત સમિતિના રાષ્ટ્રીય અધ્યક્ષ અવિચલદાસ મહારાજને આમંત્રણ આપ્યું હતું, પણ અવિચલદાસજીએ ત્યાં જવાની ના પાડી દીઘેલી. એ વખતે જ્યારે ગુજરાતના કોઈ સંત એ ઉત્સવમાં જવા તૈયાર નહોતા ત્યારે એજ રામજન્મ ભૂમિ ટ્રસ્ટના કોષાધ્યક્ષ ગોવિંદગીરી મહારાજ અને તેલંગાણાના વૈષ્ણવ રામાનુજ પરંપરાના આચાર્ય ચીના જીયાર સ્વામીજીએ તે ઉત્સવમાં હાજરી આપી હતી. એ બંને હિંદુ ધર્મ આચાર્ય સભાના સંત હતા, અને સ્વામી સંપ્રદાયના માધવપ્રિયદાસ સ્વામીને પણ પરમાત્માનંદજીની મિત્રતાથી એ આચાર્ય સભામાં રખાયા હતા. આમ, આચાર્ય સભાના એ બે સંતોની વડતાલ

મુલાકાતની વ્યવસ્થા પણ પરમાત્માનંદજીએ જ કરી આપી હોય એ સ્પષ્ટ દેખાયું હતું.

આ રીતે હું ક્યારેય પરમાત્માનંદજીને મળી ન શકેલો. પણ હવે શંકરાચાર્યજી અમદાવાદ ખાતે તેમના જ આશ્રમમાં ચાતુર્માસ માટે રોકાયા છે એ જાણીને મેં બંનેના સાથે દર્શન કરવાની તક ગુમાવવા લાયક ન સમજી. ઘણા સમયથી પ્રયાસ કરતો રહેવા છતાં વ્યસ્તતાના કારણે છેક ચાતુર્માસ પૂરો થવાની તૈયારીમાં હતો ત્યારે એક રવિવારે હું શિવાનંદ આશ્રમ પહોંચ્યો. શંકરાચાર્યજીને હું બે-ત્રણ વાર મળી ચુક્યો હોવાથી મારી પ્રાથમિકતા પરમાત્માનંદજીને મળવાની હતી. હું સૃષ્ટિના વેદાંતી મોડલને આધુનિક વિજ્ઞાનમાં સમજાવતા મારા અંગ્રેજી પુસ્તકને લઈને ગયો હતો, જેને લઈને હવે હું ઘણા વૈજ્ઞાનિકો સાથે પણ સંપર્ક અને ચર્ચા કરી રહ્યો હતો. સાંજે તેમના મુલાકાત માટેના ખંડમાં પાંચ-છ સજ્જનો વચ્ચે હું પરમાત્માનંદજીને મળ્યો, અને મારું પુસ્તક ભેટ આપી મારો આશય તે પુસ્તક માટેનો આશય સમજાવ્યો. એકરીતે કહું તો પહેલી નજરે મને તે પસંદ આવ્યા. હા, હતી તેમની વાતોમાં એક સ્વતંત્ર વેદાંતી સંત સાથે સંઘની એ અખિલ ભારતીય કાર્યશાળાઓની ઝલક. સંઘ સાથે જોડાયેલા કેટલાક દાયિત્વ જે તેમના ચહેરા પર એક ગર્વ કે સ્વ-મહત્વનો ભાવ પ્રગટાવતા હતા. પણ અમે એ પહેલી મુલાકાતમાં જાણે એકબીજાને લાડ લડાવતા હોઈએ એટલા પ્રેમ અને સમ્માનથી મળ્યા. કારણ વેદાંતની જોડતી કડી હતી. થોડું ઘણું પણ કોઈ અતડું જો કોઈ હતું તો એ હું હતો. તેમના એ સંપ્રદાય તરફી વલણની જે વાતો મેં સાંભળી હતી, જો એ સાચી નીકળે તો હું એનાથી એક વેદાંતી સંત સાથે થનારા હૃદય ભંગની પીડા ભોગવવા નહોતો માંગતો.

ત્યાં તેમને મળવા આવેલ તેમના ભક્તો કે સંસારીઓના ગયા પછી પણ તેમણે મને બેસાડ્યો, અને ત્યાં અમે કેટલીક ચર્ચા કરી જ્યાં મેં તેમને વાતો વાતોમાં કહી દીધું, 'આ સ્વામિનારાયણવાળું જે બધું બહાર આવ્યું, એ આખું અભિયાન તર્ક અને જ્ઞાનની ભૂમિકાએ મેં જ ચલાવ્યું. એક રીતે હું જ એ બધું બહાર લાવ્યો.'

તેમણે કહ્યું, 'શું બહાર લાવ્યું? હમણાં એક મીટીંગ થવાની છે વીએચપીના અખિલ ભારતીય અધિકારીઓ સાથે એ વિષયે. તમારી પાસે જે હોય તે મને મોકલજો. એમનો પેલો સાળંગપુર વાળો વિવાદ મેં જ વચ્ચે રહીને સુલજાવ્યો હતો.'

'હા, હું જાણું છું.' મેં કહ્યું. 'હું તમને એ બધા પીડીએફ અને અન્ય સાહિત્ય મોકલીશ. જો કોઈ સાચા અર્થમાં આ સંકટને ટાળવાની જવાબદારી લઇ લે, અને મને એની નિષ્ઠામાં વિશ્વાસ બેસે, તો હું હવે એમાંથી બહાર નીકળી આ

કાર્ય કરવા માગું છું.' આ કાર્યથી મારો અર્થ હતો કે મારા પુસ્તક સાથે જે કાર્ય હું કરવા માંગતો હતો તે. સ્વામીજીએ કહ્યું, 'તમે સાચા સમયે આવ્યા છો. આવતા શનિવારે હું અહિયાં વિજ્ઞાન અને આધ્યાત્મની એક કોન્ફરન્સ બોલાવી રહ્યો છું. ઈસરો અને અન્ય સંસ્થાના વૈજ્ઞાનિકો આવશે, અને આપણા વેદાંતી સંતો હશે. તમે પણ આવજો. હું તમને આમંત્રણ વોટ્સ અપ કરીશ.'

તો લગભગ આ રીતે અમારી મુલાકાત કોઈ જુના સહાધ્યાયીઓની મુલાકાતની જેમ પૂરી થઇ. હું તે દિવસે ખુશ થઈને દોઢસો કિલોમીટર દૂર મારા ઘરે ડ્રાઈવ કરીને પહોંચ્યો. બીજા દિવસે મેં તેમને એ બધી પીડીએફ વોટ્સઅપમાં મોકલી જેમાંની કેટલીક આ પુસ્તકમાં લીંક મારફતે આપવામાં આવી છે, અને એ હિન્દી અને અંગ્રેજી પીડીએફ પણ જે અમે ભારતમાં અને વિદેશમાં લોકોને મોકલી રહ્યા હતા. તેમણે મને કોન્ફરન્સનું આમંત્રણ કાર્ડ મોકલ્યું, અને હું છઠા દિવસે શનિવારે ફરી ત્યાં પહોંચી ગયો. પણ કોન્ફરન્સ હોલમાં પહોંચતા જ હદયમાં પહેલો ઝટકો આવ્યો. સ્વામીજી મંચ પર વડતાલના એજ માધવપ્રીયદાસ સ્વામીની બાજુમાં બેઠેલા હતા, અને તેમની સાથે વાત કરે જતા હતા. વિજ્ઞાન અને આધ્યાત્મ વિશેની કોન્ફરન્સમાં આ લોકોનું શું કામ જે ના વિજ્ઞાનમાં કંઈ છે, ના આધ્યાત્મમાં, ના ધર્મમાં? આ સવાલ મારા મનમાં સતત ઘોળાતો રહ્યો. અને એ સાચો પણ પડી રહ્યો હતો કારણકે તેમના મિત્ર માધવપ્રીયદાસ મોટા ભાગે ત્યાં કોમેડી કરીને - 'આ બધી ચર્ચાઓનો શું અર્થ છે? બધું અદ્વૈત છે. હું જ બ્રહ્મ છું એમાં બધું આવી ગયું.' – આ રીતની વાતો કરીને વૈજ્ઞાનિકો અને પરમાત્માનંદજી જેવા આધ્યાત્મના જાણકારો વચ્ચે થઇ રહેલી એ ઊંચા સ્તરની વાતોમાં ધ્યાન પોતાના તરફ ખેંચવાની કોશિશ કરે જતા હતા.

તેમનું પ્રવચન આવ્યું તો તેમાં પણ તેમણે એજ દાવ ખેલ્યો જે તેમનો સંપ્રદાય ખેલે છે. વેદ અને ઉપનિષદોની વાત કરતાં રહેવી અને ઈશ્વરની વાત આવે એટલે ખાલી નારાયણ બોલવું. જેમ કે એકવાર તે બોલ્યા 'ઉપનિષદોમાં ભગવાન નારાયણ કહે છે...', પણ પછી જે બોલ્યા હોય એમાં ઉપનિષદોનું કંઈ ના હોય. સાથે લોકોને ભ્રમિત કરવા એ સત્યને ઢાંકીને વાત થાય કે વેદો અને ઉપનીષદોમાં નારાયણ એ ભગવાન વિષ્ણુનું નામ છે, જ્યારે તેમના સંપ્રદાયમાં નારાયણ શબ્દને સહજાનંદ સ્વામી સાથે જોડી વિષ્ણુ સહીત સર્વ પંચદેવને એ નવા ભગવાન નીચે લાવી દેવાયા છે. બધી વાતો એ રીતે થાય કે વેદ, ઉપનિષદ બધું ભગવાન નારાયણની વાત કરે છે, અને તેમના માટે એ નારાયણ એટલે સ્વામિનારાયણ સહજાનંદ સ્વામી. પણ એ બધી ચાલાકી કરી પરમાત્માનંદજી જેવા સનાતની સંતોને મિત્રતાના ભાર સાથે એ ભ્રમને જાળવી

રાખવા છોડી દેવાય છે કે 'જુઓ, બધી આપણી જ વાત છે. ક્યાં કંઈ ખોટું છે?' એક એવી પ્રેમિકા જે વિશ્વાસઘાત કરીને તમારા વિપરીત ઘણું બધું કરી ચુકી છે, તે હજુ પણ તમને બેવકૂફ બનાવી રાખવા માંગે છે, અને તમે હજી બેવકૂફ બનવા માંગો છો એ વિચારે કે તે હમણાં સુધરી જશે. બસ, આ સંપ્રદાયના સ્વામી સામે સનાતનના સ્વામીઓની સ્થિતિ આવી છે.

મોટું જૂઠ તો એ માધવપ્રીયદાસ સ્વામી દ્વારા એ તમામ સમયે બોલાતું રહ્યું જ્યારે તે અદ્વૈત, વેદ અને ઉપનિષદ સાથે અક્ષરધામને જોડીને વાત કરતા રહ્યા. તેમના સંપ્રદાયમાં સૃષ્ટિના સર્વોચ્ચ ઈશ્વર રૂપે વેદોના નિરાકાર પરબ્રહ્મ ૐ ના સ્થાને સાકાર સહજાનંદ સ્વામીને બેસાડી તેમને પરબ્રહ્મ કહેવામાં આવે છે. અને અક્ષરધામ એને જ મળે છે જે એ સહજાનંદ સ્વામીને સર્વોચ્ચ ઈશ્વર માની સનાતન ધર્મના બાકીના ઈશ્વરોને નીચે માને. ખ્રિસ્તીઓના સ્વર્ગ જેવા અક્ષરધામમાં જ્યાં ઇસુ ખ્રિસ્ત જેવો કોઈ સ્વામી બેઠેલો છે, તેની પાસે જવું જ જ્યાં મુક્તિ છે ત્યાં અદ્વૈતની વાત જ ક્યાં આવે છે? અને આ બધું પરમાત્માનંદજી સ્ટેજ પર બેઠા સાંભળી રહ્યા હતા, અને માધાવપ્રીયદાસ પ્રવચન પત્યા પછી હસી મજાક સાથે પરમાત્માનંદજી સાથે મિત્રતાના એજ લાડ લડાવી હસી રહ્યા હતા. એક દુર્યોધનને કર્ણને મિત્રતાની જાળમાં ફસાવેલો હોય એવું એ દૃશ્ય દેખાયું, જ્યાં પરમાત્માનંદજી કર્ણ હતા. ક્યાંક એ પણ લાગ્યું કે પરમાત્માનંદજીને હજી સંપ્રદાયની પૂરી હકીકતની ખબર નથી, અને ક્યાંક એમની એ મિત્રતા તેમને પ્રામાણિકપણે પૂરી વાત જાણતા અને સ્વીકારતા રોકે છે. તો ક્યાંક તેઓ સંઘ કાર્યમાં અને સંઘ આ સંપ્રદાયમાં - એટલા ખૂંપેલા છે કે મુસ્લિમ અને ખ્રિસ્તી વિરોધ પાછળ આ એનાથી વધુ નિકટનો અને મોટો ખતરો જોઈ નથી શકતા. ક્યાંક સંઘ અને તેમના સાથે જોડાયેલા લોકો હજી એજ મનોસ્થિતિથી વર્તી રહ્યા છે જે મનોસ્થિતિથી માં બે વર્ષ પહેલા મને આ સંપ્રદાય વિશે માહિતગાર કરવા રાજકોટથી આવેલા બે સનાતની યોદ્ધાઓને જવાબ આપ્યા હતા. પણ એના બે મહિનામાં હું ખતરાની ગંભીરતા પામી ગયો હતો, જ્યારે દરેક વાતમાં ધીમું સંઘ બે વર્ષ પછી અને સંતોનું આટલું મોટું આંદોલન થયા પછી પણ ખતરાની ગંભીરતા સમજવામાં નિષ્ફળ ગયું છે. અને આશા રાખું છું કે એ પાછળનું કારણ તેમની વિચારધારા અને કાર્યશૈલીમાં રહેલી એ ઉણપ જ છે, બીજું કોઈ અંદરનું પોલિટિક્સ કે ફસામણી નથી.

શિવાનંદ આશ્રમની તે વિજ્ઞાન કૉન્ફરન્સને પંદરેક દિવસ થયા એટલે ફરી સમાચાર મળ્યા કે એ માધવપ્રીયદાસ સ્વામીને હિંદુ ધર્મ આચાર્ય સભાએ બનારસ હિંદુ યુનીવર્સીટીમાં વેદ અને વિજ્ઞાન વિષે પ્રવચન આપવા મોકલ્યા છે. ફરીથી, એ હાસ્યાસ્પદ તો હતું જ, ઘૃણાસ્પદ પણ હતું. આ સંપ્રદાયની

અસલિયત ઉજાગર કરતા જાગૃત સનાતનીઓમાં રહેલા પટેલ ભાઈઓએ જ્યારે આ જાણ્યું એટલે તેમણે કહ્યું, 'આ માધવપ્રિયદાસ સ્વામી પટેલ છે. અમારા પટેલોને તમે કોઈપણ દુકાનમાં માલ વેચવા ઉભો કરો, તો એ ગ્રાહકને કંઈ પણ સમજાવીને એ માલ વેચી કાઢે. એને ભગવા પહેરાવીને સ્વામી બનાવી દો તો એ વેદ અને નારાયણના નામે ઘનશ્યામ પાંડેજીને પણ સનાતન ધર્મનો બાપ બનાવી કાઢે. બસ આવું છે. ધંધા માટે કહેવાય છે 'જૂઠ જૂઠ ધંધો', અર્થાત ધંધામાં જૂઠ વિના ન ચાલે. હવે એજ ધંધો કરવાવાળાને તમે ધર્મની વાત કરવા મોકલશો તો એ બહાર એ ડાહ્યું ડાહ્યું પાખંડ બોલીને એનો પણ ધંધો કરી નાખવાનો. દિવસ રાત સુખ અને આરામથી ભરેલા ભોગમાં આળોટતા એ સ્વામીઓને તમે સાંભળશો એટલે એજ વૈરાગ્ય અને દાનની વાતો કરતા દેખાશે. એ દાન એમની મૌજ અને જાહોજલાલી માટે છે. પ્રમુખ સ્વામીથી લઈને માધવપ્રિયદાસ સ્વામી સુધી આજ આ સંપ્રદાયની હકીકત છે.'

બસ, આજ નિષ્કર્ષ સાથે મારી આ વિષયની યાત્રા વર્તમાન દિવસ પર આવીને ઉભી રહે છે. એવું નથી કે હું એ વ્યવહારિકતાને નથી સમજતો કે દરેક જગ્યાએથી જો આ સંપ્રદાયને દૂર કરી દેવામાં આવશે, તો સંવાદ કરવા માટે કોઈ પુલ નહિ ટકે, અને આ લખી રહ્યો છું ત્યારે એ આચાર્ય સભા જ છે જ્યાં આ સંપ્રદાયનું કોઈ માણસ હજુ સનાતન ધર્મના મંચ પર ટક્યું છે. સંઘ, વીએચપી અને બીજેપીમાં સંપ્રદાયના માણસો એમના એમ છે. હા, સંઘ થોડું સભાન બન્યું છે આ વાતે અને એ તેની સનાતન તરફી અભિવ્યક્તિમાં દેખાય છે. પણ આ બધું સમાજ તરફથી ચાલેલા અમારા આ અભિયાનના લીધે છે, સ્વપ્રેરણાથી નથી. એટલે જેવું સનાતની યોદ્ધાઓ પોતાની સાંસારિક જવાબદારીઓમાં ગૂંચવાતા આ અભિયાન શાંત પડે છે, હિંદુ સંગઠનો તરફથી તુષ્ટિકરણનો કોઈ નવો જ કારનામો બહાર આવે છે. અને સમાજની બેચેની અને ડરનું કારણ આ સંપ્રદાય કરતાં પણ આ તુષ્ટિકરણ વધારે છે.

પણ વાત જ્યારે સનાતન ધર્મની ધાર્મિક સંસ્થાઓની આવે છે, હાલ પૂરતું હિંદુ ધર્મ આચાર્ય સભામાં સચવાયેલા માધવપ્રિયદાસ જ છે જે આ સંપ્રદાયનું પ્રતિનિધિત્વ કરે છે. અને પરમાત્માનંદજીની નિષ્ઠા હું જેટલા તેમને સમજ્યો ત્યાં સુધી એવી જ છે કે તે સાથે રહીને સંપ્રદાયને માધવપ્રિયદાસ સ્વામી જેવા સ્વામીઓને મિત્ર ભાવે સમજાવીને ધીરે ધીરે સુધારી શકશે. આજ સંઘની પણ કલ્પના છે, અને પરમાત્માનંદ સરસ્વતીજી મને સંઘની એજ કલ્પના સાર્થક કરવાની કોશિશ કરતા દેખાયા. સંભવિત છે કે એ કોશિશ અંતર્ગત શિવાનંદ આશ્રમમાં શંકરાચાર્યજીના ચાતુર્માસના નિવાસ દરમિયાન શંકરાચાર્યજી અને વડતાલ ગાદીના સ્વામીઓ વચ્ચે વાતાઘાટો કરવાની કોશિશ થઈ હોય. કારણકે

વડતાલના માધવપ્રિયદાસજી પરમાત્માનંદજીથી જોડાયેલા હતા, અને ત્યાં આવતા જતા રહેતા હતા. આ ચાતુર્માસ દરમિયાન જ બાંગ્લાદેશમાં હિંદુઓ પર થયેલા અત્યાચાર વિરુધ્ધ શંકરાચાર્યજી સાથે અન્ય સનાતની સંતોની એક બેઠક થઈ હતી, જેણે મિડીયા સામે હિંદુઓ પર થતા હુમલાઓને વખોડી તેના પ્રત્યે આક્રોશ ઢાલવ્યો હતો. આ કાર્યક્રમમાં ભાગ લેવા આવેલા સ્વામિનારાયણ સંપ્રદાયના સ્વામીઓને કાર્યક્રમનો હિસ્સો નહોતા બનવા દેવાયા. એ વાત બીજા દિવસે વર્તમાનપત્રોમાં પણ ચગી હતી. એટલે સંભાવના એ છે કે શંકરાચાર્યજીએ ચાતુર્માસ દરમિયાન વડતાલના માધવપ્રિયદાસજી કે અન્ય કોઈ સ્વામીને મળવાનું પણ ટાળ્યું હોય, કે વધુ વાતચીતને અવકાશ ન આપ્યો હોય. અને જો એવું કંઈ હોય તો એ સાચું પણ છે. જ્યાં સુધી પાકિસ્તાન આતંકવાદ ચાલુ રાખે ત્યાં સુધી એની સાથે વાતચીત કરવા તૈયાર થવું એ તેની તાકાતને માન્યતા આપવાની કોશિશ છે. જે પ્રામાણિક છે, સાત્વિક છે એને તો ખોટા માર્ગે હોવાનું દિશાસૂચન આપતો એક ઈશારો પર્યાપ્ત હોય છે. તે પોતાની ભૂલ સુધારી લે છે. પણ આટલા મોટા આંદોલનો કર્યા પછી અને શાસ્ત્રોક્ત સત્ય કહ્યા પછી પણ જે સુધરવા નથી માંગતો, અને ફક્ત ખોટા કુતર્ક વડે પોતાના અધર્મને સાચો ઠહેરવવા જ આવે છે, તેની સાથે સંબંધો બનાવવાનો શું અર્થ રહે છે? કૉંગ્રેસ સરકારે પાકિસ્તાન સાથે એજ તો કર્યું. જ્યારે સાચું સ્ટેન્ડ વર્તમાન સરકારનું હતું. પહેલા આતંકવાદ બંધ કરો, પછી મિત્રતા કે સમરસતા થશે.]પણ આશ્ચર્યજનક રીતે આ સંપ્રદાય વિશે સંઘ અને બીજેપીના વિચારો અને કાર્યો બિલકુલ એવા છે જેવા કૉંગ્રેસના મુસ્લિમો અને પાકિસ્તાન માટે છેલ્લા કેટલાક દશકોમાં રહ્યા.

પ્રાણીઓમાં સદભાવના લાવતા પહેલાં ધર્મનો જય કરવો પડે છે, અને ધર્મનો જય કરવા પહેલાં અધર્મનો નાશ કરવો પડે છે. જ્યાં સુધી એ સંપ્રદાયના ચોપડાઓમાં એ દૂષિત વાતો અને દર્શન છે, ત્યાં સુધી અધર્મ જીવિત છે. જ્યાં સુધી પંચદેવ ઉપર બેસાડેલ એ નકલી નારાયણ એ ચોપડાઓમાં અસ્તિત્વમાં છે ત્યાં સુધી વાતચીત શાની? એટલે જ્યાં સામે અધર્મ અને પાખંડ જ છે ત્યાં મિત્રતા દાખવવી તમને કર્ણ બનાવે છે, અને ઇતિહાસ આપણને તેના અનુભવથી બતાવે છે કે મિત્રતામાં કર્ણ દુર્યોધન પાસે ધાર્યું કરાવી નથી શકતો, એ દુર્યોધન જ હોય છે જે મિત્રતાના નામે કર્ણ પાસે ધાર્યું કરાવે છે. જ્યાં દુર્યોધન હોય ત્યાં તેને ચેતવણી આપીને ધર્મ પાળવા માટે લલકાર આપવી પડે છે. એ તમને રામ અને કૃષ્ણ બનાવે છે. તે એક ધર્મ સ્થાપના કરવાવાળા વિષ્ણુનું લક્ષણ છે. આચાર્ય ધર્મ સભા અને સંઘ ભગવાન વિષ્ણુનું એ લક્ષણ ધારણ કરે એ અપેક્ષા હિંદુ સમાજ આ વિષયમાં તેમનાથી લગાવી રહ્યો છે.

બે મહિના પછી નવેમ્બર ૨૦૨૪ માં જ્યારે વડતાલમાં લક્ષ્મી-નારાયણ મંદિરના બસો વર્ષ પૂર્ણ થયાનો ઉત્સવ થયો ત્યારે ફરીથી એજ થયું. શંકરાચાર્યજી અને તેમની સમિતિના સંતોએ તેમાં હાજરી ન આપી. સંઘ તરફથી ચાલતી અખિલ ભારતીય સંત સમિતિના સભ્યો પહેલાં દિવસે જતાં આવ્યા પણ કોઈ ખાસ નિવેદન ન આપ્યા. પણ આખરી દિવસોમાં હિંદુ ધર્મ આચાર્ય સભાના બધા મુખ્ય સંતો માધવપ્રિયદાસજી સાથે ઉત્સવમાં ઉપસ્થિત રહ્યા, અને આચાર્ય સભાના પ્રમુખ સ્વામી અવધેશાનંદગીરી મહારાજે ત્યાં પ્રવચન આપ્યું, જેમાં મોટાભાગે વડતાલ ગાદીને મૂળ ગાદી બતાવી તેની છબી સુધારવાનો પ્રયાસ હતો. અવધેશાનંદગીરીજી એ 'સ્વામીનારાયણ ભગવાન' શબ્દને વારંવાર ઉચ્ચાર્યો અને એ બતાવવાની કોશિશ કરી કે સનાતન ધર્મમાં જ્યારે પથ્થર, નદી, અને વૃક્ષને પણ ભગવાન કહેવાય છે, ત્યાં ગુરુને ભગવાન કહેવામાં શું વાંધો? સાથે સંપ્રદાયના લોકોને ખુશ કરવા સહજાનંદ સ્વામીને ઈશ્વરની સંપૂર્ણ અભિવ્યક્તિ પણ કહી. એક રીતે બંને બાજુ સંભાળવાનો પ્રયાસ થયો. અને એ વિડીયો બહાર આવતાં જ ફરી જાગૃત સનાતાનીઓમાં આચાર્ય સભાના સભ્યો વિરુદ્ધ એક ગુસ્સો પ્રબળતાથી છલકાવવા લાગ્યો. એ ગુસ્સાને વાચા આપીને શાંત કરવા માટે મેં આ એક લેખ લખ્યો જે આ વિષયમાં સંઘ અને સરકારી સંતોની જે છબી ઉપસી તેને સાર રૂપે ચિત્રિત કરે છે.

આમને સંતો કહેવા કે મેકઅપ આર્ટિસ્ટ કહેવા?

- ૧૪ નવેમ્બર, ૨૦૨૪/ ફેસબુક પર

એક જાગૃત સનાતની પોતાનું અને પોતાના પરિવારનું ભરણપોષણ જાત મહેનતે કરે, તો પણ સનાતન ધર્મ અને તેના આરાધ્ય દેવો પર સંકટ આવે ત્યારે લડવા પણ નીકળી પડે. ઠેર ઠેર લોકોને મળે, લોકોને જાગૃત કરે, ધર્મ માટે શક્ય એટલો અવાજ ઉઠાવવાની વિનંતીઓ કરે, પોતાના પરિવારજનોના વિરોધને સહન કરે, ઘરમાં બીમાર માતા - પિતાની સારવાર માટે માંડ માંડ આર્થિક વ્યવસ્થા કરે, અને તો પણ સમય નીકાળીને અને પૈસા ખર્ચીને જ્યાં પણ આશા દેખાય ત્યાં લોકોને ધર્મ વિરુદ્ધ ઊભા થયેલા આ આંતરિક ષડયંત્રને રોકવા ઊભા થવા આહવાન કરતો રહે. આ ગુમનામ, સામાન્ય સનાતનીઓ જેમના કોઈ નામ, સંપતિ અને મોભા નથી હોતા તેમની મહેનતથી જ આ સંપ્રદાયવાળું આખું સંકટ સમયસર હિંદુ સમાજ સામે આવી ગયું. બે વર્ષ પહેલા મને પણ જે

મળવા આવ્યા હતા અને જે સંપર્ક કરી રહ્યા હતા તે આવા જ સામાન્ય સંસારીઓ હતા. તેમણે મારા જેવા માણસોને જાગૃત કરી આખું ષડયંત્ર શું છે અને ક્યારનું ચાલે છે તે બધું સમાજ સામે લાવીને ખુલ્લું મૂકી દીધું, સંતોને જાગૃત કર્યા. અને એકરીતે આ આખા પ્રકરણમાં આશાનું કિરણ દેખાડે એવું પરિબળ આ સામાન્ય હિંદુ સમાજ જ સાબિત થયો છે જેની ધર્મનિષ્ઠા અને સનાતન ચેતના આટલી જાગૃત દેખાઈ છે. કારણકે એના સિવાય...?

જે સંતોને આ સમાન્ય સનાતનીઓએ આશ્રમે આશ્રમે ફરી ફરીને જગાડ્યા એમાં શારદાપીઠાધિશ્વર જગદગુરુ શંકરાચાર્યજી અને અન્ય કેટલાક ધર્મનિષ્ઠ સંતોને બાદ કરતાં બધા સત્તા અને સંગઠનો સામે જીહજૂરી કરતા એજન્ટો જેવા નજરે પડ્યા. કોઈ કોઈ મોટા સંતોને નિસાસા સાથે એવું કહેતા પણ સાંભળ્યા કે 'હવે ધર્મની બાબતમાં પણ આ સંગઠનો કહે એમ ચાલવું અને બોલવું પડશે. બધું બદલાઈ ગયું છે.' અને હવે જ્યારે પાપને ખુલ્લું પાડી દેવાયું છે, અને એનાથી સંભવિત ભાવિ સંકટ પણ સ્પષ્ટ છે, ત્યારે એ સંતોનો ઉપયોગ એ પાપીઓના પ્રપંચને ઢાંકવા અને એના પર ફૂવારો મારી, મેક અપ કરી ફરી તેમને પહેલા જેવા બતાવવા કરાઈ રહ્યો છે. આંગ્રેજ અમલદારો અને તેમના પ્રતિનિધિ તરીકે વાટાઘાટો કરતા ખ્રિસ્તી પાદરીઓથી આ સંપ્રદાયનો પાયો નખાયો હતો, તે આજસુધી એજ મોડલ પર ચાલે છે. બસ ચહેરા અને પહેરવેશ બદલાયા છે. વડતાલમાં ફૂવારો મારવા જે જ મેક અપ આર્ટીસ્ટો બોલાવાયા એમને તો અમે જોઈ લીધા. બોલો હવે નેક્સ્ટ BAPS ના આયોજનમાં કયા કયા મેકઅપ આર્ટિસ્ટ જવાના છે? દર વર્ષે આવા આયોજનો કરી અને રોજ મેકઅપ કરવા આ સરકારી સંતોને બોલાવશો તો પણ પ્રજાના હદયમાં જે સત્ય અનુભવાય છે અને જે વિકૃતિ એ ચોપડીઓમાં ચીતરી છે એને ક્યાંથી ઢાંકી શકશો? એ મેકઅપ સત્યને નહિ ઢાંકી શકે, એ ફૂવારો પ્રજાના હદયમાં એ સંતો પ્રત્યેના સમ્માન અને વિશ્વાસને ધોઈ નાખશે.

તો, એક રીતે ઈસ્લામ સામે આત્મબોધ વિના લડતાં લડતાં આપણે બિલકુલ એમની ખલીફા વ્યવસ્થામાં ગોઠવાઈ રહ્યા છીએ. જ્યાં એક મુખ્ય ખલીફા છે જે ધર્મનો મુખ્ય ઠેકેદાર છે, એના હાથ નીચે ઈસ્લામી રાજાઓ વિવિધ પ્રદેશોમાં સત્તા સ્થાપવા માટે યુધ્ધ અને રાજનીતિ ખેલે છે. અને એના જ કહ્યા મુજબ મૌલાના, મૌલવીઓ વિવિધ સ્થાને જઈ ધર્મની વ્યાખ્યા કરે છે, અને ધર્મનો ફેલાવો કરવા વિવિધ રાજનીતિમાં પ્રવૃત્ત થાય છે. કોઈ સ્વતંત્ર નથી, બધું ખલીફા અને તેના નજિકના માણસોથી હેન્ડલ થાય છે. બધા એજ બોલે છે અને કરે છે જે ખલિફાનો ધર્મ અને ખલીફાની સમજ કહે છે. ખલીફા બસ એક ચહેરો છે, મૂળમાં વિચાર છે. એટલે ખલીફા બદલાતા રહેશે, પણ વ્યવસ્થા અને વિચાર

એજ રહેશે. પોતાની ઇકોસિસ્ટમ બનાવવાના ચક્કરમાં આપણે આ રસ્તે ચાલ્યા છીએ. કારણકે પોતાના એ સ્વતંત્ર ચેતનાવાળા બ્રહ્મજ્ઞાની ઋષિઓના તંત્રને ઉભી કરવાની દિવ્યતા અને આધ્યાત્મિકતા વધી નથી. એટલે એ ઋષિઓ પાસે રાજા હાથ જોડીને નક્કર સત્યનું માર્ગદર્શન લેવા જાય એના સ્થાને સંતો પાસે હાથ જોડીને રાજા અને ખલીફ઼ા જેવી વ્યવસ્થાના પ્રતિનિધિઓ સંતોને આદેશ આપવા જાય છે કે 'અહીં જવાનું છે, અને આ બોલવાનું છે.' સમયસર થોડા ચેતી જાઓ. સાચા આત્મજ્ઞાની ઋષિઓ તો જ્યાં જે રૂપમાં બેઠા હશે તે આ રીતે જ મોંઢા પર સત્ય કહેશે. બાકી સમજવું, ન સમજવું તમારી ઈચ્છા પર છે. સત્તાનો એક નશો હોય છે, અને મોટા ભાગે એ ઉતરી જાય એ પહેલા ભાગ્યે જ કોઈ જાગી શકે છે.

15
ઉકેલ શું?

ઉકેલ બહુ સીધો અને સરળ છે. હંમેશાથી એવો જ હતો. એવા લોકો જેમણે પોતાના ધમંડમાં એ સમજી રાખ્યું છે કે હિંદુ સમાજ અને હિંદુ ધર્મનો ઠેકો તેમણે લઇ રાખ્યો છે, અને તેમનાથી અલગ રહીને એના વિષે વિચારવાનો કે પ્રયાસ કરવાનો કોઈને અધિકાર નથી - તેમણે તેમની અજ્ઞાનતા, સ્વાર્થ અને અહંકારમાં આ સરળ ઉકેલને જટિલ બનાવવાની કોશિશ કરી છે. અને હજુ પણ કરી રહ્યા છે.

શરૂઆત કરીએ વર્ષ ૨૦૨૪ ના જૂન મહિનામાં રાજકોટના ત્રાંબા ખાતેની સંત સભામાં મુક્તાનંદ બાપુએ કહેલી એક વાતથી. મુક્તાનંદ બાપુ બોલેલા, 'આપણે સમજાવીને ઉકેલ લાવીશું. જો ન સમજે અને કોર્ટમાં જવું જ પડે તો કોર્ટ માર્ગે પણ ઉકેલ લાવીશું. અને પછી કોર્ટમાં પણ ઉકેલ ન આવે તો પછી વાત સમાજ પર છોડવી પડે. સમાજને જેને માનવું હોય તે માને.' કોઈ બહુ જ મોટા મુર્ખ અથવા તો સનાતન સભ્યતાના દ્રોહીએ બાપુને આ વાત સમજાવી છે. એ છેલ્લી લીટીમાં સંપ્રદાયના એ બસો વર્ષ પહેલાં મરેલા સર્વોપરી ઈશ્વરને આખા સનાતન ધર્મ ઉપર સ્વીકૃતિ આપવાની ઈચ્છા છુપાયેલી છે, અને હિંદુ સમાજને એના માટે ધીરે ધીરે તૈયાર કરવા બાપુને આ બધું બોલાવડાવી રહ્યા છે. હું પૂછું છું કે કાલે તમારો પાડોશી તમને એમ બોલવા લાગે, અને પુસ્તકોમાં લખવા લાગે કે 'તારો બાપ મારા બાપનો નોકર છે, તારા દાદા, પરદાદા બધા મારા પપ્પાના સેવક છે, અને એમની સ્તુતિ કરે છે. એટલું જ નહિ તારી માતા તારા પિતાની નહિ, મારા પિતાની પત્ની છે.' – તો શું તમે એના સામે માનહાનિનો કેસ કરીને એને માફી માંગવા, અને એ બધું લખાણ નષ્ટ કરવા ફરજ ના પાડી શકો? શું આ દેશની ન્યાય વ્યવસ્થા તમને સ્વમાનભેર જીવવાનો એટલો અધિકાર પણ નથી આપતી કે તમારે તમારા માતા-પિતા, પૂર્વજો અને આરાધ્યો વિષે આવું

સાંભળવું ન પડે? એક સાધુ બન્યા પછી કયા પ્રકારના અજ્ઞાનમાંથી આવી વાતો નીકળે છે એ સમજમાં નથી આવતું.

શું કાલે હું મારા પિતાને ભગવાન ઘોષિત કરી દઈને રામ, કૃષ્ણ, શિવ, મા અંબા – એ બધાને મારા પિતાના સેવક ઘોષિત કરી શકું? થોડું ઘણું ટોળું તો હું પણ મારા કુટુંબના સભ્યો અને જ્ઞાતિના માણસોમાંથી ભેગું કરી લઈશ. પછી એ બધા મને કહેશે કે 'તમારા જ પિતા કેમ? અમારા પિતા પણ વિષ્ણુ-શિવના બોસ, અને પંચદેવ તો અમારા બાપા આગળ પણ પાણી ભરે.' આવું કહીને એ એમનું ચાલુ કરશે, અને તેમના નજીકના સગા સબંધીઓનું એક ગુટ બનાવી લેશે, જ્યાં નવો સર્વોપરી ઈશ્વર હશે. આ સંપ્રદાયમાં છેલ્લા દોઢસો વર્ષથી બસ આજ તો ચાલી રહ્યું છે, અને આને રોકવાની તમારામાં અને તમારી ન્યાય વ્યવસ્થામાં તાકાત નથી? શું વેદોથી લઈને પુરાણો સુધીના આપણા એ પંચદેવ રસ્તા પર પડેલા કોઈ ફૂટબોલ છે, કે કોઈપણ આવી તેમના સાથે મન ફાવે એમ રમવા લાગશે, અને મન ફાવે એમ તેમનું અપમાન કરશે? તમને અંદાજો પણ નથી કે તમે શું બોલી રહ્યા છો, અને એક સાધુના મોંઢે આ સાંભળવું આ સનાતની સમાજ માટે કેટલું દુખદ છે.

સનાતન ધર્મમાં મનુષ્યને કોઈપણને ઈશ્વર માનવાની છૂટ છે, પણ બીજાના આરાધ્યની અવહેલના કરીને નહિ. મને અધિકાર છે કે હું મારા પિતાને ઈશ્વર માનું, પણ મને અધિકાર નથી કે હું બાકી બધાના પિતાઓને મારા પિતાના સેવક કહું. આ મૂળભૂત વાત સમજવા તો સનાતન ધર્મના સિદ્ધાંતો સુધી પહોંચવાની જરૂર પણ નથી. આ તો સમ્માનથી જીવવાના પ્રત્યેક નાગરિકના બંધારણીય અધિકારનો મુદ્દો છે. સનાતન ધર્મમાં જે પંચદેવ ઈશ્વર તરીકે સ્વીકારાયા છે તે અન્ય કોઈ દેવ કે મનુષ્યથી નીચે નથી. તેમને કોઈ અન્ય ઉત્પન્ન નથી કરતુ, તે પોતે એ નિરાકાર પરબ્રહ્મ ૐ છે. તેમના ઉપર કોઈ નથી. સનાતન ધર્મના આટલા સરળ સ્વરૂપનું પણ જો તમે રક્ષણ નથી કરી શકતા તો કેમ એ ભગવા પહેરીને સામે ઉભા રહ્યા છો? એવું હોય તો હટી જાઓ વચ્ચેથી, હજી ગુજરાતનો આ સનાતની સમાજ એટલો માયકાંગલો નથી થયો કે તે એના આરાધ્યોની માન-મર્યાદાનું રક્ષણ ન કરી શકે. આ સમાજ લડી લેશે, અને કોર્ટમાંથી જ ઓર્ડર લઈને આવશે. બસ સંઘ અને તેની સહકારી સંસ્થાઓ વચ્ચેથી હટી જાય. આ સંપ્રદાયને બચાવવાનું કોઈ ધતિંગ વચ્ચે ના લાવે. સંઘ ધર્મનિષ્ઠ બની અમારી સાથે સનાતન ધર્મ માટે ઊભું રહ્યું હોત, તો અત્યાર સુધી તો આનો ઉકેલ આવી ગયો હોત. પણ અમારી બધી શક્તિ એ સંપ્રદાય કરતાં વધારે સંઘની રાજનીતિ સાથે લડવામાં વધુ ગઈ છે. સંઘ અને બીજેપી દુર્યોધનને બચાવવાવાળા એ પિતામહ ભીષ્મ અને ગુરુ દ્રોણની જેમ અમારા સામે ઊભા

રહ્યા છે. એમને કહેવાનું થાય છે કે 'કાં તો પોતે એ દુર્યોધનને સીધો કરો, કાં તો વચ્ચેથી હટી જાઓ. અમે બસ તમારા સાથે ન લડવું પડે એ વાતે ચિંતિત છીએ, અમને દુર્યોધનની ચિંતા નથી.'

પણ સંઘ અને મોદી સરકાર સાથે જોડાયેલ સરકારી સંતોના કાર્યો એટલા વિવાદાસ્પદ છે કે તેની કોઈ સીમા નથી. મહાકુંભ ૨૦૨૫ માં જ્યાં એક બાજુ વિશિષ્ટાદ્વૈત મતના રામાનુજી આચાર્યો કાર્યક્રમ યોજી BAPS ના ભદ્રેસદાસ દ્વારા રચિત અક્ષર પુરુષોત્તમ દર્શનનું ખંડન કરી તેને સનાતન ધર્મ અને વૈદિક આરાધ્ય દેવોનું અપમાન કરનાર બતાવી રહ્યા છે, ત્યાં બીજી બાજુ એજ હિંદુ ધર્મ આચાર્ય સભાના સંઘ સાથે જોડાયેલા સંતો ભદ્રેસદાસને મળીને એ દર્શનને માન્યતા અપાવી રહ્યા છે. સાથે બંને તરફના સંતો વડતાલ ફાંટા ને તો સાથે રાખવાની ગરજ (કમજોરી) બતાવી જ રહ્યા છે. એ ઓછું હોય તેમ ફરી એજ કાશી વિદ્વત પરિષદ જે સાળંગપુર વિવાદ સામે આવતા આ સંપ્રદાય વિરુદ્ધ પત્ર જાહેર કરી રહી હતી, તે એ સંપ્રદાયના સૌથી વિકૃત લેખન ધરાવતા BAPS ના આ દર્શનને ફરી માન્યતા આપી રહી છે, અને વારાણસીના સંપૂર્ણાનંદ સંસ્કૃત વિદ્યાલયમાં તેને ભણાવવા માટેની વ્યવસ્થા કરાવી રહી છે.

અને આ બધું જોઇને નિસાસા નાખી રહેલો ગુજરાતનો અસહાય સનાતની સમાજ મનમાં ને મનમાં સમજી રહ્યો છે કે જ્યારે સંતો અને આચાર્યો પણ આ રીતે સત્તા અને પૈસાના બજારમાં વેચાઈ રહ્યા છે, ત્યારે સભ્યતામાં આધ્યાત્મિકતા અને નૈતિકતા જેવું કંઈ બચતું નથી. બચે છે બસ ધર્મના નામે સત્તાની રાજનીતિ. એ સંતોને કહેવાનું થાય છે કે ગુગલનો જમાનો આવતાં જ સનાતન ધર્મના શાસ્ત્રોનું જ્ઞાન તો દરેક સુધી પહોંચી જ ગયું છે, હવે AI (કૃત્રિમ બુધ્ધિમતા) ના જમાનામાં એ શુદ્ધ મીઠા લહેકા પણ AI મોડલો એ જ્ઞાન આપવા લાગશે. તમારા લોકોની જરૂરત તો ખાલી એક જ સ્થાને છે અને તે છે સત્તા, સમ્માન કે અન્ય કોઈ વસ્તુનો લોભ રાખ્યા વિના બસ પરમ સત્તા એવા સત્યનો અવાજ ઉઠાવવામાં. પ્રજા જે સત્યને જાણે છે અને જેનાથી આહત છે એનો અવાજ બનીને ઝઝૂમવામાં. એ જો તમે નથી કરતા, તો તમારા એ ભગવા વસ્ત્રો બસ વેશભૂષા સાબિત થાય છે, અને તમારી એ ડાહી ડમરી ધર્મની વાતો કૃત્રિમ બુધ્ધિમતા. જ્યાં આત્મબોધથી ભરેલું નિર્ભીક ચરિત્ર નથી, જ્યાં નેતાઓ અને મુખ્યમંત્રી-પ્રધાનમંત્રી સાથેના એક બે ફોટાઓ માટે ધર્મના સિધ્ધાંતો ગીરવે મૂકી દેવાની કાયરતા છે, ત્યાં શાસ્ત્રોની અને ધર્મની વાતો એક પાખંડ છે.

બીજી બાજુ સંઘના પ્રમુખ એજ હિન્દુ સમાજને એક રાખવાના ભાષણો આપી રહ્યા છે જેને ગુજરાતમાં અને સંઘમાં આ સંપ્રદાયને બચાવવાના તર્ક રૂપે ઉપયોગમાં લેવાય છે. પણ એટલી કોમન સેન્સ પણ એમાં ધ્યાનમાં નથી લેવાઈ

રહી કે જે હિન્દુઓનું ધર્માંતરણ કરાવતો હોય, અને જે હિન્દુઓથી તેના વૈદિક આરાધ્ય દેવો છોડાવતો હોય તેને હિંદુ કેવી રીતે કહેવો? હિંદુ હોવામાં અને હિંદુ વિરોધી હોવામાં એજ તો એક્માત્ર સ્પષ્ટ ભેદ છે. મુસ્લિમ અને ખ્રિસ્તી પંથો હિન્દુઓનું ધર્માંતરણ કરાવી વૈદિક ઈશ્વરો અને ઓમ થી સમાજને અલગ કરી દે છે, એટલે જ તે આપણા દુશ્મન છે. યહુદીઓ એમના જેવું જ દર્શન અને સંસ્કૃતિ ધરાવે છે, પણ ધર્માંતરણ નથી કરાવતા એટલે આપણે તેમને દુશ્મન નથી માનતા. જયારે આ સંપ્રદાય મુસ્લીમો અને ખ્રિસ્તીઓની જેમ હિન્દુઓને વૈદિક પંચદેવ અને ઓમ થી દૂર કરી એકમાત્ર સર્વોપરી ઈશ્વર તરીકે બસો વર્ષ પહેલાં મરેલા અંગ્રેજો અને ખ્રિસ્તી પાદરીઓના સાથીદાર એવા એક મનુષ્યથી તેમને જોડી રહ્યો છે. રસ્તો પણ બિલકુલ એજ છે જે અંગ્રેજો એ અપનાવ્યો હતો, વ્યાપાર અને રાજનીતિથી સમાજ પર ધાર્મિક અને રાજનૈતિક વર્ચસ્વ જમાવવું.

ઇસ ૧૭૫૭ થી ૧૭૬૪ સુધી અંગ્રેજો ખાલી બંગાળમાં પોતાનો પગ જમાવી ચુક્યા હતા, તેમણે ત્યાં મુસ્લિમ નવાબના શાસનને હટાવી પોતાનો પાયો નાખ્યો હતો, અને એનાથી શરૂમાં હિંદુ પ્રજા ખુશ પણ થઇ હતી. પણ પછી એજ અંગ્રેજોએ બંગાળને તો પોતાના કબજામાં લીધું, પણ ત્યાંથી નીકળી આખા ભારતમાં પોતાનો કબજો જમાવ્યો. આ સંપ્રદાય બિલકુલ એજ રીતે હવે ગુજરાતથી નીકળી બીજેપી સરકાર અને સંઘ સંસ્થાઓના માર્ગે આખા ભારતમાં સનાતન ધર્મને ઉથલાવવાના ઈરાદાથી કામ કરી રહ્યો છે. અને એક રીતે એમના વેશમાં અંગ્રેજો જ કામ કરી રહ્યા છે, કારણકે બંગાળથી બહાર નીકળી અંગ્રેજોએ ઇસ ૧૮૧૮ માં જયારે પેશ્વાને હરાવ્યા ત્યારે તેમણે સમગ્ર ભારતની રાજનીતિ પર અંકુશ મેળવી લીધો. અને દસમા પ્રકરણમાં આપણે જાણ્યું કે ૧૮૧૮ માં પેશ્વાની હાર પછી ગુજરાતમાં અંગ્રેજોએ સૌથી પહેલું કામ સહજાનંદ સ્વામીને અમદાવાદમાં બોલાવીને તેમનું પહેલું મંદિર બનાવવાનું કર્યું હતું. આમ, અંગ્રેજોની ભારતમાં સત્તા સ્થપાવા સાથે આ સંપ્રદાયનો પાયો નખાયો હતો. અંગ્રેજોને આપણે ભગાડ્યા, પણ આ સંપ્રદાયને જીવંત રાખ્યો. અને આજે એ અંગ્રેજો અને ખ્રિસ્તી પાદરીઓનો સનાતન ધર્મના આરાધ્ય દેવોની ઉપાસના ખતમ કરવાનો પ્લાન આ સંપ્રદાય આપણા વચ્ચે રહીને પૂરો કરી રહ્યો છે. અને હિંદુ એકતાની પાયા વિહોણી વાતો સાથે એમનો ભૂંડો બચાવ કરતા આ અબ હિંદુ સંગઠનોને શરમ પણ નથી આવી રહી.

આ પુસ્તકની શરૂઆતી નકલો લોકોમાં પ્રસરતાં, તેને વાંચીને સૌરાષ્ટ્રના એક જૂના સંઘ સ્વયંસેવકની પ્રતિક્રિયા સામે આવી હતી. અને એના જવાબમાં મેં આ લેખ લખીને તેમના વિચારોની ભયાનક ઉણપને છતી કરેલ છે.

ગુજરાતનું સંઘ - સાધુ વેશે સીતા અપહરણ માટે રોકાયેલ રાવણનું સહાયક..?

• ૨૯ ડિસેમ્બર, ૨૦૨૪/ ફેસબુક પર

તો, આજે સંઘ પ્રમુખ મોહન ભાગવતજીનો એક વિડિઓ જોયો જેમાં તે પોતાના આસપાસના લોકોમાં વ્યસન છોડાવવા અને અન્ય સામાજિક સુધારા બાબતે એક્ટિવિસ્ટ મોડમાં રહેવાનું હિંદુઓને સૂચન કરી રહ્યા હતા. વિચાર યોગ્ય પણ છે કારણકે એમાં હિંદુ આધ્યાત્મની યોગીઓની પરંપરાનો આદર્શ છુપાયેલો છે. એજ કે સંસારમાં જ્યાં જે પણ થાય છે તમે એમાં જવાબદાર છો, કારણકે તમે સમસ્ત સંસારથી તત્વ રૂપે એક છો. આ કારણે જે જે વાત અને વિષયમાં તમે કંઈ અવાજ ઉઠાવી શકતા હોય કે કંઈ કરી શકતા હોય તે વ્યક્તિગત લાભ-હાનીની કરવા કર્યા વિના યથાશક્તિ કરવું. આ જ એક યોગીનો ધર્મ છે.

પણ આ જ વાતે સંઘની જે એક વ્યાજબી આલોચના ઉપજે છે એ કરવી અને કહેવી પણ મારી જવાબદારીમાં આવે છે. વ્યસન મુક્તિ જેવી નાની નાની વાતોમાં આજુબાજુના લોકોના જીવનમાં ચંચુપાત કરી પોતાની જવાબદારી નિભાવવાનો સંદેશ સંઘ પ્રમુખ આપે છે. પણ સનાતન ધર્મ અને વૈદિક આરાધ્ય દેવોના ખાત્મા માટે જે એક આખું ષડયંત્ર હિંદુઓના જ એક વિકૃત બનેલ સમૂહમાં ચાલી રહ્યું છે તેમાં સામે ચાલીને પોતાની જવાબદારી નિભાવવાનું સ્વયં સેવકોને નથી કહેવામાં આવી રહ્યું. મતલબ, કોઈના ગુટખા અને બીડી છોડાવવામાં સંઘને રસ છે, પણ જે લોકો હિંદુઓ પાસેથી વૈદિક આરાધ્ય દેવોને છોડાવીને ઇસ્લામના અલ્લાહ જેવા એક અજાણ્યા સર્વોપરી ભગવાનની ગુલામી થોપી રહ્યા છે, તે વિકૃતિ છોડાવવામાં સંઘને રસ નથી. ત્યાં તે ખુલીને બોલી નથી શકતું એ તો દૂર સંઘના સ્વયંસેવકોને પણ કાંઈ ન બોલવા બાંધી રાખ્યા છે.

સૌરાષ્ટ્રના પેલા સંપ્રદાયના પ્રભાવવાળા વિસ્તારમાં એક જૂના સ્વયંસેવકનો મારી બુક વાંચ્યા પછીનો રિવ્યૂ મારી સામે આવ્યો. જેમાં તે આ સંપ્રદાય વિરુદ્ધ લડત લડતા એક સનાતનીને કહી રહ્યા હતા કે 'આ સંપ્રદાયવાળી સમસ્યા તો આપણી છે જ અને એમાં હવે સમયસર આપણે હિન્દુઓએ કંઈક કરવું જ પડશે, પણ તમે સંઘ પાસે એની અપેક્ષા રાખો એ વધારે પડતું છે.' તેમણે એકબાજુ કહ્યું કે તેમના બાળપણમાં તેમને સંપ્રદાયના મંદિરમાંથી હાથ પકડીને એમ કહીને બહાર કાઢી મૂકવામાં આવેલા કે 'આ તો

કુસંગીની ઔલાદ છે.' કુસંગી એટલા માટે કારણકે તે શિવ ઉપાસક હતા. સાથે એ પણ કહું કે અમરેલીના અમુક હિસ્સામાં શિવ ઉપાસક હોવાથી સનાતનીઓને ઘર ખરીદવા કે ભાડે પણ નથી અપાતું. આપણે વીટીવી ન્યૂઝ પર એ લોકગાયકને એ કહેતા સાંભળી ચૂક્યા છીએ કે "હું એક ગામમાં કાર્યક્રમ કરવા ગયો અને શરૂઆતમાં માતાજીની જય બોલાવી, તો તરત બધા લોકોએ મને ના પાડી દીધી કે 'નહીં, આ આખું ગામ સ્વામિનારાયણ છે, અને અહીંયા માતાજી કે બીજા કોઈની જય નથી બોલાતી. અહીંયા ફક્ત સર્વોપરી ભગવાન સ્વામિનારાયણની જ જય બોલાય છે.'"

મતલબ, જેમ મુસ્લિમોની વસતી વધતાં તે વિસ્તારમાં હિંદુ ઈશ્વરોને પૂજવાનું બંધ થઈ જાય છે, અને હિંદુ મંદિરો મસ્જિદ બનવા લાગે છે. એજ રીતે આ સંપ્રદાયનો પ્રભાવ કોઈ વિસ્તારમાં વધતાં ત્યાં પણ હિંદુ દેવી દેવતાઓની પૂજા બંધ થઈ જાય છે, હિન્દુઓને ઘર મળતા બંધ થઈ જાય છે અને હિંદુ મંદિર સંપ્રદાયના મંદિરમાં ફેરવાઈ જાય છે. ઓલરેડી સુરતથી લઈને અમદાવાદ સુધી ધંધા અને બિલ્ડર ક્ષેત્રમાં તો એ આવી જ ગયું છે કે તમે એ સંપ્રદાય સાથે જોડાઓ તો જ આગળ વધી શકો, અને ઠેકો મેળવી શકો. આ બધુ જાણી મેં એ સ્વયંસેવકના અને મારા સહિયારા મિત્રને જ્યારે પૂછ્યું કે 'તો શું આ સંપ્રદાય વિશે હિન્દુઓને જાગૃત કરવા અને સનાતન ધર્મની રક્ષા કરવી એ સંઘની જવાબદારીમાં નથી આવતું?' તો મિત્રએ કહ્યું કે એવું પૂછવા પર તે કહેતા હતા કે 'હિન્દુત્વ સંઘનો વિષય છે. ભક્તિ અને આધ્યાત્મ સંઘનો વિષય નથી. સંઘ કોઈ કામ કરતું હોય એમાં જે મદદ કરવા આવીને ઊભું રહે તે સંઘનું કહેવાય.'

મેં કહ્યું, 'એમને પૂછો કે હિંદુ આધ્યાત્મ અને પંચદેવ ભક્તિ વિના હિન્દુત્વ છે શું એ સમજાવશો? તમે ખાલી બાહ્ય ટીકા તિલક, મંદિરનો આકાર અને નામને હિન્દુત્વનું નામ આપી દીધું છે અને ખોખલા તર્ક આપી રહ્યા છો. એવો જ બાહ્ય દેખાવ જેવો ધારણ કરીને રાવણ સીતાનું અપહરણ કરવા આવ્યો હતો. તમે એ વખતે ત્યાં હોત તો તમે ચૂપ ચાપ ત્યાં ઊભા રહીને રાવણને સીતાનું અપહરણ કરવા દેત, અને જ્યારે રામ અને લક્ષ્મણ ત્યાં આવીને તમને પૂછત કે 'સ્વયંસેવકો તમે આવું કેમ કર્યું? રાવણની મદદ કરી?' ત્યારે તમે જવાબ આપત, 'ભગવન, અમે તો કૃત્રિમ બુદ્ધિમત્તાના રોબોટ જેવા છીએ. અમારા સૉફ્ટવેરમાં તો નાખેલું છે કે જે ભગવા કપડા, ટીકા, તિલક અને અન્ય સંતોનો દેખાવ કરીને સામે આવે એ હિન્દુ. એ મુજબ એ રાવણ અત્યારે તમારા કરતાં વધુ હિન્દુ હતો અમારા માટે. તમે તો એવા કોઈ વસ્ત્રો કે દેખાવ ધારણ નથી કરેલા. બીજું, અમારા સૉફ્ટવેર પ્રોગ્રામમાં એવું પણ નાખેલું છે કે અમે જ્યાં કામ કરતા હોઈએ ત્યાં અમને સહાયક રૂપે જે મદદ કરવા કે સાથે જોડાવવા આવે

એ અમારા માટે હિંદુ. રાવણ દૈત્ય રાજ હિરણકશ્યપ, પૌંડરક અને દૈત્ય ગુરુ શુકાચાર્યના વિશ્વભરમાં કેટલા ભવ્ય મંદિરો બનાવીને હિન્દુત્વનું માન વધારે છે, અને અમને કાર્યક્રમો કરવા એ આલિશાન મંદિરોમાં વ્યવસ્થા પણ આપે છે. એટલે હવે એ હિન્દુએ સીતા (વૈદિક દેવી-દેવતા) નું અપહરણ કરી દીધું, તો એ તમારો અંદરો અંદરનો વ્યક્તિગત વિષય છે. એમાં સંઘ નહીં પડે. સંઘનું કામ હિંદુઓને એક રાખવાનું છે.'

બસ, સંઘના તર્ક બિલકુલ આ છે. અને એમાં પણ એ પ્રામાણિક નથી. એ રાવણને હટાવી સીતાને (વૈદિક આરાધ્ય દેવોને) છોડાવવા જ્યારે શ્રીરામ વાનર સેના ઊભી કરી સેતુ બાંધી દે છે, ત્યારે એ સંઘના સ્વયંસેવકો વીએચપી મારફતે એ રામની સેનાને વેર વિખેર કરવા માટે એમાં અંદર ઘૂસી જઈ એ કોશિશ કરે છે કે તે સેના ક્યારેય રામની લંકા સુધી પહોંચી જ ન શકે. રાવણની શક્તિના ગુણગાન ગાઈ રામની સેનાનું મનોબળ તોડશે, તેમને અંદરો અંદર ઝઘડાવશે, તેમના મુખ્ય મુખ્ય યોધ્ધાઓને છુપી રીતે રાવણના ગુણગાન ગાતા કરી દેશે. વીએચપી સહિત આ હિંદુ સંગઠનોએ આ સંપ્રદાય સામે અતિ મહેનતે ઊભા થયેલા સનાતની સંતોના એ સંગઠન અને આંદોલન સાથે આ કર્યું. અને પછી કહે છે એ અમારો વિષય નથી. અરે, તમારો વિષય ન હોય તો વચ્ચેથી હટી જવું હતું. આ દલાલી કેમ કરી? અજ્ઞાન અને મૂર્ખતાથી ભરેલા લોકો, જે હિંદુત્વના જૂઠા તર્ક સાથે સીતા રૂપી ગુજરાતના હિન્દુ સમાજને પેલા રાવણ જેવા સંપ્રદાયના હાથોમાં ચૂપચાપ ધકેલી રહ્યા છે.

અને સંઘના સ્વયંસેવકોમાં પણ કેટલાક પ્રકાર છે. જે સાચા સનાતની હતા, અને જેમના અંતર આત્મા જીવિત હતા એ તો સંઘથી અલગ પડી આ સંપ્રદાયથી સનાતન ધર્મને બચાવવા લડવા લાગ્યા. એમાં કોઈ એ લોકો પણ હતા જેમણે બેટ દ્વારકાના અવૈધ દબાણો હટાવવાના કાર્યમાં મુખ્ય ભૂમિકાઓ ભજવી હતી. અનેક સ્વયંસેવકો અમને ફોનમાં, મેસેજમાં અને રૂબરૂ મુલાકાતમાં હૃદયની હૈયાવરોળ ઠાલવી રહ્યા છે કે ખબર નહીં, આપણા જ લોકો આટલા મોટા સંકટને કેમ મદદ કરી રહ્યા છે? ગુરુજીએ તો કહ્યું હતું કે સંઘનો સ્વયંસેવક કંઈ પણ કરી શકે. સંઘ ખાલી શાખા ચલાવશે. તો કેમ બધાને ના પડાઈ રહી છે કે આપણે આમાં નથી પડવાનું. અને જે આ મુદ્દે બોલવા જાય છે કે કંઈ કરવા જાય છે તે સંઘથી જ અલગ પડી જાય છે. કંઈક ખોટું થઈ રહ્યું છે એનો હવે સતત અણસાર આવી રહ્યો છે.

તો, કેટલાક સ્વયંસેવકો જે સનાતન ધર્મ કરતાં સંઘ પ્રત્યેની નિષ્ઠામાં વધુ દોરવાઈ ગયા છે એ પેલા સૌરાષ્ટ્રના સ્વયંસેવકો જેવી વાત કરે છે. 'કંઈક કરવું જોઈએ, પણ સંઘ નહીં કંઈ નહીં કરે.' અને એમને કહો કે 'સારું, સંઘ નહીં કરે,

પણ શું તમે કરશો?' - તો ચુપ થઈ જશે જેનો અર્થ એ છે કે તે તો સંઘની ઈચ્છ વિના બોલી નહીં શકે. બાકીના બધાને તેમના પદ જાળવી રાખી 'જીવનમાં પોતે કંઈક છે' એ સંઘના નામ સાથેનો સામાજિક અહમ જાળવી રાખવો છે, કાં તો ભવિષ્યમાં બીજેપીમાં કે અન્ય કોઈ સરકારી હોદ્દા પર મળનારા સ્થાનની આશા જાળવી રાખવી છે. આ રીતે, સંઘ પ્રત્યેની નિષ્ઠાના બહાને સંઘે હિન્દુઓના એક મોટા હિસ્સાને તો આ રીતે બાંધી રાખ્યો છે. અને ફરી જો એનો જવાબ એ આવે છે કે 'પણ અમે ક્યાં તમને રોક્યા છે, તમે એ કાર્ય કરો.' તો એ જરા પોતાની ગયા બે વર્ષની ગતિવિધિ જોઈ લે કે ફક્ત અને ફક્ત તેમણે જ સનાતનીઓને ખરા સમયે આ સંપ્રદાયના સંકટમાંથી હિંદુ સમાજને બચાવતા અટકાવી લીધા છે. વાતો બધી જાત જાતની મોટી મોટી કરવી છે, પણ તેમનું એક જ મુખ્ય કામ છે. બીજેપીની વોટ બેંક ને જમીન પર જાળવી રાખવી. ભલે આખો સમાજ રાવણ જેવા પાખંડી, અધમી અને દ્રષ્ટ લોકોના હાથમાં જતો રહે, ભલે સનાતન ધર્મના સિદ્ધાંતો અને તમામ વૈદિક દેવી દેવતાઓની પૂજા ઉપાસના બંધ થઈ જાય, પણ જો બીજેપીની સત્તા ટકેલી છે, તો એજ હિન્દુત્વ છે. એમની હિન્દુત્વની એ અટપટી અને અસ્પષ્ટ વ્યાખ્યા બસ આ છે.

નીચે એક વીડિયોની લીંક આપી છે, સત્ય કેટલું ભયાનક છે એ જાણવા માટે.

https://drive.google.com/file/d/1--ZFUV5Mggfra2wcd8sAY_VlOpGtoAV1/view?usp=drivesdk

ઉકેલ:

ઉકેલ આટલો સ્પષ્ટ અને સરળ છે. આ સંપ્રદાય સામે બે વિકલ્પ રહે છે.

1. કાં તો સહજાનંદ સ્વામીને ભગવાન કૃષ્ણના ભક્ત તરીકે સ્થાપિત કરી એ બધા મંદિરોને કૃષ્ણ મંદિરોમાં ફેરવી દે, અને સંપ્રદાયને ફરી એ વૈષ્ણવ ગુરુના સ્વરૂપમાં લઇ આવે. વધુમાં વધુ એમને ભગવાન કૃષ્ણના એક અંશ તરીકે પૂજે જ્યાં વાતોમાં, લખાણમાં, આરાધ્યની મૂર્તિઓમાં અને ઉપાસનામાં કૃષ્ણ જ મુખ્ય રહેવા જોઈએ. એ રીતે જેમ ચૈતન્ય મહાપ્રભુ ને પણ કૃષ્ણનું સ્વરૂપ કહેવાય છે, પણ મંદિરોની ઉપાસનામાં અને મંદિરોની મૂર્તિઓમાં ભગવાન કૃષ્ણ જ સામે રહે છે. કોઈ હિન્દુને આવું કહેવું પડે અને

સમજાવવું પડે એ પણ એક દુર્ભાગ્યપૂર્ણ આશ્ચર્ય છે, પણ એ કરવું પડી રહ્યું છે. એ બધા ચોપડા પણ બદલવામાં આવે, અને હિંદુ સમાજ સામે આવીને એની જાહેરાત કરતી પ્રેસ કોન્ફરંસ કરવામાં આવે જ્યાં એ સુધરાયેલા ચોપડા બતાવવામાં આવે.

2. જો પહેલો વિકલ્પ પસંદ નરથી કરવો. અને સહજાનંદ સ્વામીને કોઈ ભગવાન કે ઈશ્વર ધોષિત કરવા છે, તો સનાતન ધર્મના શાસ્ત્રો, અને તેના ઈશ્વરોનું નામ લેવાનું બંધ કરી દે. તેમના મંદિરોમાંથી પ્રત્યેક સનાતન દેવી-દેવતાની મૂર્તિ હટાવી લે. તેમના પુસ્તકોમાં ક્યાંય સનાતન ધર્મના શાસ્ત્રો, તેના શબ્દો અને તેના ઈશ્વરોના નામ ન હોવા જોઈએ. તમારા એ ઈશ્વરને જીસસ, અલ્લાહ કે અહુરા જેવા કોઈ નવા ઈશ્વર તરીકે પૂજો અને તમારા સ્વામીઓને જે સત્તા આપવી હોય તે આપો. પણ નારાયણ, હરિ, માધવ, શ્રીજી – આવા કોઈ સનાતન ઈશ્વરોના નામ સંપ્રદાયમાં વપરાવવા ન જોઈએ. કારણકે સનાતન ધર્મના સ્વરૂપમાં પંચદેવ જ નિરાકાર પરબ્રહ્મના સાકાર રૂપ છે, તેમનાથી અલગ અને ઉપર કોઈ છે જ નહિ. એ શાસ્ત્રોના સ્વરૂપને બદલી કોઈ નવો ઈશ્વર એમાં ઘુસાડવાની કોશિશ એ સનાતન ધર્મ પર એક આક્રમણ છે. એ હિંદુઓના ધાર્મિક અધિકારનું હનન છે, એક બંધારણીય ગુનો છે. અને સનાતન ધર્મના ઈશ્વરોના એ બધા બીભત્સ અપમાન કરવા તો નાગરિકના સમ્માનથી જીવવાના અધિકારનું હનન છે. એ તો કાયદાકીય ગુનો છે.

વાત આટલી સરળ છે. જો સંઘ અને વીએચપીને એ દુર્યોધન જેવા મિત્રને સમજાવવો હોય તો પહેલા વિકલ્પ માટે સમજાવી લે, નહીતર બીજો વિકલ્પ સ્વીકારવાનું કહી દે. એક સંપ્રદાય તરીકે જો એ પોતાનો ઈશ્વર અને ધર્મ અલગ કરી દેશે તો એમાં સનાતન ધર્મનું કોઈ નુકશાન નથી. સનાતન ધર્મ એ રીતે વધુ ચોખ્ખો અને શક્તિશાળી બનશે. એમાં એમનું જ નુકશાન છે, અને એ વાત તે જાણે છે. અને એટલે જ અંદર રહી સાપની જેમ પોષણ મેળવી તમને ડંખવાની શક્તિ મેળવી રહ્યા છે. એટલે કારણ વિનાનું ડરો નહિ. તમારો ડર એવો જ છે જેવો કૉંગ્રેસનો પાકિસ્તાનના આતંકવાદી હુમલાઓનો જવાબ ન આપવા પાછળ વપરાતો હતો. કે એવું કંઈ કરવા જઈશું તો પરમાણુ યુધ્ધ થઈ જશે. એ ડર જેટલો કાલ્પનિક હતો એટલો જ કાલ્પનિક તમારો આ સંપ્રદાય માટેનો ડર છે. આ વિષે હું પહેલાં જ નીચે મુજબનો એક લેખ લખી ચુક્યો છું.

શું જે ધર્મ સનાતન છે તે તૂટી શકે? તો કોને બચાવવા ભ્રષ્ટતા અને પાખંડને છાવરવાનું છે?

• ૧૯ ઓક્ટોબર, ૨૦૨૩ / ફેસબુક પર •

સૌથી મોટું જૂઠ અને ભ્રમ એ કહીને ફેલાવાય છે કે સનાતન ધર્મ દ્રોહી સંપ્રદાયનો ઉગ્ર વિરોધ કરીશું તો ધર્મ તૂટશે! અલ્યા મૂર્ખાઓ, પોતાની ભ્રષ્ટતા અને લાલચથી બેઈમાન બનેલી બુદ્ધિનું પ્રદર્શન શું કામ કરો છો? એક તો સનાતન ધર્મનો અર્થ જ છે કે જે સત્ય છે તેના તરફ તમારી ફરજ નિભાવવી. એ કોઈ સંપ્રદાય નથી જે તૂટી જશે. એ તો શાશ્વત સત્ય છે. બીજું, સરોવરમાંથી બગડેલી માછલીને સુધારવામાં આવે કે દૂર કરવામાં આવે એનાથી સરોવર શુદ્ધ થાય, સરોવર તૂટે નહિ. કોઈના વોટ તૂટી શકે, કોઈના ઘરમાં કે આશ્રમમાં આવતા નોટ તૂટી શકે, કોઈને મળતા છપ્પન ભોગ તૂટી શકે, પણ ધર્મ બચી જાય. શુધ્ધ થાય. સિધ્ધાંતોના પાલનથી મજબૂત થાય. એટલે જ શાસ્ત્રાર્થ ધર્મનું મૂળ છે. શાસ્ત્રાર્થથી ભાગતી સ્વામીઓની જમાત બ્રેઇન વોશ થયેલા ઘેટાંને આડી અવળી વાતો કરી લોકોનો ટાઇમ વેડફવા મોકલી દે છે અને સત્તાના જોરે પ્રચાર ચાલુ રાખે છે. એટલે તમારી વ્યક્તિગત લાલચથી જે તમારો સ્વાર્થી ડર ઊભો થાય છે, તે અધર્મ છે. એને ધર્મ અને સમાજથી ન જોડો.

જ્યારે આપણે કહીએ છીએ કે 'ધર્મની જય થાઓ, અધર્મનો નાશ થાઓ, પ્રાણીઓમાં સદભાવના થાઓ, જગતનું કલ્યાણ થાઓ.' - ત્યારે તે ખાલી એક નારો નથી. અહીં દરેક વાક્ય બીજા વાક્યની શરત છે. જે સત્ય છે એ સ્થપાય એટલે કે ધર્મની જય થાય તોજ અધર્મનો નાશ થાય. જો અધર્મનો નાશ થાય તો જ પ્રાણીઓમાં સદભાવના થાય. દુર્યોધનો અને દુઃશાશનોને પોષણ આપી શાંતિ અને સદભાવના ના ટકે. અને જો ધર્મ સ્થપાય, અધર્મનો નાશ થાય, પ્રાણીઓમાં સદભાવના થાય તોજ જગતનું કલ્યાણ થાય. એટલે પોતાના આત્માને જગાડી અને સત્ય તરફ ફરજ નિભાવી ધર્મ નિભાવો. પોતાના સ્વાર્થને સમાજ પર થોપી આવા ભ્રમ નહિ ફેલાવો.

ખ્રિસ્તી પણ યહૂદી જ હતા, જ્યાં સુધી યહૂદીઓના દેવી દેવતાઓના સ્થાને એક નવા સર્વોપરી ઈસુ ખ્રિસ્ત અને તેમના પિતાને તેમણે ન માન્યા. મુસ્લિમ આરબ જ હતા જ્યાં સુધી આરબ દેવી દેવતાઓના ઉપર એક સર્વોપરી અલ્લાહને ન માન્યા. હવે પહેલીવાર આજ વાતનું એક ભારતીય સ્વરૂપ ઉભુ થયું છે. હિંદુ ધર્મમાંથી આ પહેલા પણ અલગ લોકો નીકળ્યા હતા, જેમ કે ગૌતમ

બુધ્ધ અને મહાવીર. પણ તેમણે ઈશ્વર સાક્ષાત્કારનો અલગ માર્ગ આપ્યો હતો જે વેદોના માર્ગથી થોડો અલગ હતો. તેમણે એ સાક્ષાત્કારના માર્ગે જે જાણ્યું એ એજ હતું જે ઉપનિષદોમાં હતું, બસ થોડા અલગ શબ્દો સાથે હતું. એટલા માટે તેમને વેદોમાં ના માનનારા નાસ્તિક માર્ગના પંથો કહીને સનાતન ધર્મનો જ હિસ્સો માનવામાં આવે છે. એ બે પંથોએ સનાતન ધર્મના સ્વરૂપ ઉપર કે એના ઈશ્વરો પર કોઈ નવો સર્વોપરી ઈશ્વર નહોતો સ્થાપ્યો. એવું કરવાવાળા ભારતમાં પહેલીવાર કોઈ પેદા થયા છે. અને એ ખ્રિસ્તી અને મુસ્લિમ પંથે તેમના પહેલાના સમાજમાં કર્યું તેવું કાર્ય છે.

જ્યારે જ્યારે દુનિયામાં કોઈ સભ્યતામાંથી આ સર્વોપરી એકમાત્ર ઈશ્વરવાળા લોકો નીકળ્યા છે ત્યારે ત્યારે તેમણે તેમની પાછલી સભ્યતાને નષ્ટ કરવા પ્રયાસ કર્યો છે, તેમને પછાત અને ફેંકી દેવા લાયક કે ના અનુસરવા લાયક કહી અપમાનિત કરી છે. સાથે તેમણે માનવજાતિને એ એક ઈશ્વરના નામે કાયદા અને પાદરીઓ, મૌલવીઓ અને સ્વામીઓની ગુલામ બનાવી છે. આ એક સર્વસામાન્ય ચિત્ર રહ્યું છે આ એકમાત્ર સર્વોપરીવાળી ફોર્મેટમાં, કારણકે એવું કર્યા સિવાય તેમનું સ્વતંત્ર અસ્તિત્વ અને મહત્વ બને એમ જ નથી હોતું.

๛

એટલે જો આ સંપ્રદાય આ બે માંથી એક વિકલ્પ સ્વીકારવાની ના પાડે છે, તો નીચેના માર્ગે સનાતન ધર્મ અને સમાજ પ્રત્યે પોતાની ફરજ નિભાવવામાં સંઘ હવે મોડું ન કરે.

1. એ ભ્રમ કે પટેલો બધા સ્વામિનારાયણમાં છે, એટલે રાજકીય રીતે નુકશાન થશે - એ ત્યાગી દો. આ સંપ્રદાય વિરુદ્ધ લડતા એ ગુમનામ સનાતની યોધ્ધાઓમાં અનેક પટેલો છે, અને ઘણી બધી પીડીએફ તેમણે બનાવી છે, મારા જેવા મોટાભાગના લોકોના સંપર્ક કરીને તેમણે આ વાતમાં તેમને સક્રિય કર્યા છે. અમેરિકામાં આ સંપ્રદાય વિરુદ્ધ જાગૃતિ ફેલાવવા માટે સો થી વધુ લોકોનું અને ઓસ્ટ્રેલીયામાં એંશીથી વધુ લોકોનું ગ્રુપ સનાતની પટેલો એ જ ઉભું કર્યું છે. ૨૦-૩૦% પટેલો જ આ સંપ્રદાયમાં છે, અને એમાં પણ મોટાભાગના ધંધા માટે છે. પેલા કાળા નાણા સફેદ કરવાની ફેક્ટરી માટે પણ હોઈ શકે છે. એટલે પહેલાં આ સંપ્રદાયનો એજ રીતે વિરોધ શરુ કરો જેમ સુપીરીયારીટીની માનસિકતા માટે મુસ્લિમોનો કરો છો. તેના સનાતન ધર્મના સાકાર ઈશ્વરોના સ્વરૂપના ઉલ્લંઘન માટે પણ તેમનો ખુલ્લો વિરોધ

શરુ કરો, અને પછી જુઓ, કેવી રીતે લોકો એમાંથી બહાર આવીને સાચું બોલે છે. ઘણા બધા લોકોને સંઘની સ્વીકૃતિએ આ સંપ્રદાયને સ્વીકારવા માટે પ્રેર્યા છે, એ તમે છો જે આ દુષણને પ્રેરી રહ્યા છો. ઉમિયા ધામ અને ખોડલ ધામના પટેલ આગેવાનોનો સંપર્ક કરી સનાતની પટેલોને આગળ લાવો અને સમાજને જાણવા દો કે પટેલો એવા સનાતન દ્રોહી નથી કે આવા સંપ્રદાયને પોષણ આપે.

2. શંકરાચાર્યજીને એમની સમિતિ મારફતે કેસ કરવા દો, અને એમાં તેમની સાથે લીગલ સહાય માટે ઉભા રહો. સનાતની આચાર્યો સાથે મળીને જેમ સાંઈ બાબાની મૂર્તિઓ મંદિરમાંથી હટાવાઈ રહી છે, તેમ ખ્રિસ્તી દેવળોમાંથી અને આ સંપ્રદાયના મંદિરોમાંથી ખોટી રીતે ઉભી કરાયેલી હિંદુ ઈશ્વરોની મૂર્તિઓને પણ હટાવવાનું અભિયાન શરુ કરો.

વાત બહુ સરળ છે સંઘ અને સાથી સંગઠનના મિત્રો, આ વાત આખો સનાતની સમાજ સમજી રહ્યો છે. જ્યારે એ સરળ માર્ગને અનુસરવામાં તમે મોડું કરી રહ્યા છો અને ઉપરથી આ મુક્તાનંદ બાપુ જેવું બોલ્યા એવું ઊંધું બોલાવી રહ્યા છો. અને આ વાત તમારા પ્રત્યે કેટલો ભયાનક સંદેહ, ક્રોધ અને માનહીન મનોવસ્થા જન્માવે છે એનો તમને અંદાજો નથી. તમે આ સંપ્રદાયનું તૃષ્ટિકરણ કરીને આ સમયમાં એજ ઈતિહાસ ફરી લખી રહ્યા છો જે ગાંધી બાપુએ ખિલાફત આંદોલનનું સમર્થન કરીને મુસ્લિમોને બેફામ કરીને લખ્યો હતો. તમે ગુજરાતમાં આ સંપ્રદાયના તૃષ્ટિકરણથી એજ કરી રહ્યા છો જે નહેરુએ શેખ અબ્દુલ્લાના તૃષ્ટિકરણથી કાશ્મીરમાં અને ઇન્દિરા-સંજય ગાંધીએ ભીનરાનવાલેના તૃષ્ટિકરણથી પંજાબમાં કર્યું હતું. જ્યારે તે નેતાઓ આ કરી રહ્યા હતા, ત્યારે તેમને પણ ભાન નહોતું તે શું કરી રહ્યા છે, આજે તમને પણ ભાન નથી કે તમે શું કરી રહ્યા છો.

એટલે સભાન બનો મિત્રો. જે વાતે તમારી મૂળભૂત ભૂલ થઇ રહી છે તે તમને આ નાની વાર્તામાં સમજાવી રહ્યો છું.

એક ઘરમાં એક પિતાના પાંચ પુત્ર છે, જેમાં ત્રણ સારા છે, એક મધ્યમ બુદ્ધિનો છે, અને એક પિતાને જ ગાળો બોલનારો નાલાયક દીકરો છે. આ નાલાયક દીકરો પોતાના પિતાને પોતાનો સેવક અને પોતાની માતાને પોતાની પત્ની કહે એ હદે બીભત્સ વાતો કરનારો છે, અને કહે છે કે એક દિવસ તે એ પિતાને અને તેના ચાર ભાઈઓને સેવક બનાવીને રાખશે, અને દુનિયા તેમને તેમના સેવક તરીકે જ ઓળખશે. ઘરના ઇંચે ઇંચ પર તે રાજ કરશે. હવે, એજ પિતાના સામેના ઘરમાં એક ગુંડો રહે છે, જે આ પિતાના ઘરને હડપવા માગે

છે, અને કહે છે કે એ ઘર તેના બાપનું છે. તે રોજ આવીને ઘરનો ઝાંપો હલાવી જાય છે, અને ધમકાવી જાય છે. બહાર ઉભેલો ગુંડો એ ઘર મેળવી બધાને બહાર કાઢવા માંગે છે, અંદર રહેલો નાલાયક દીકરો બાપ અને તેના ભાઈઓને નોકર બનાવીને અપમાનિત કરીને ત્યાં રાખવા માંગે છે, અને રોજ બીભત્સ વાતો સંભળાવે જાય છે.

તો હવે કહો, એ ગુંડાથી પોતાના ઘરનું રક્ષણ એ પિતા પોતાના એ નાલાયક દીકરાને પંપાળીને વધુ કરી શકશે? કે તે પોતાના નાલાયક દીકરાને એ ગુંડાના દેખતાં એવી સજા આપીને પોતાના ઘર અને અન્ય દીકરાઓને સુરક્ષિત કરી શકશે કે જે સજાને જોઇને એ ગુંડાના લેંઘામાં પેશાબ છૂટી જાય. તેને એ સંદેશ મળી જાય કે 'જો આ લોકો સત્ય અને સભ્યતા માટે પોતાના માણસને આવી સજા આપી શકે છે, તો મારી શું હાલત કરશે? હું તો પારકો છું.'

બસ આ છે. તમે પહેલું કાર્ય કરી રહ્યા છો, જ્યારે જરૂર બીજાની છે.

આ વાત સાથે મારી આ કાર્યમાં થયેલી યાત્રાને આ પુસ્તકમાં પૂરી કરું છું, અને હવે આગળ શું કરવું એ નિર્ણય ભારત અને વિશ્વના સનાતની સમાજ પર છોડું છું. જ્યારે આ લખી રહ્યો છું ત્યારે આ સંપ્રદાયની કોશિશો તેમના ત્રિસ્તરીય પ્રપંચ વડે ભારતના અન્ય રાજ્યોમાં ફેલાવાની શરૂ થઈ ચૂકી છે. કેટલાક દિવસો પહેલા જ તેમણે ઉત્તર પ્રદેશમાં અયોધ્યા પાસે સહજાનંદ સ્વામીના મૂળ ગામ છપૈયામાં એક મોટો કાર્યક્રમ કરી ત્યાંની હિન્દુ પ્રજાને પોતાના સાથે જોડવાની કોશિશ કરી, પણ કાર્યક્રમ ખાલી ખુરશીઓ સાથે ભયંકર રીતે નિષ્ફળ રહ્યો. તે ઉત્તર પ્રદેશમાં વેપારી કોન્ટ્રાક્ટરો મારફતે અને રિયલ એસ્ટેટના એજન્ટો મારફતે પ્રવેશી રહ્યા છે, અને આગળ પ્રધાનમંત્રી પદના દાવેદાર હોવાના કારણે યોગી આદિત્યનાથજી સાથે પણ એવો જ સબંધ સ્થાપવાની કોશિશ કરશે જેવો નરેંદ્રભાઈ મોદી અને અમિતભાઈ શાહ સાથે સ્થાપ્યો છે. ઉડીસાના જગન્નાથપુરીમાં એક મોટા મંદિરના નિર્માણ રૂપે તે તેમની ધરમાંતરણની પહેલી ફેક્ટરી સ્થાપી રહ્યા હોવાનું બહાર આવ્યું છે, જ્યાં શરૂઆત નારાયણ રૂપે કૃષ્ણ અને રામથી થશે, પણ આગળ તેમના પ્રપંચના બીજા સ્તર અમલમાં મુકાશે.

જ્યાં પણ કોઈ સેલિબ્રિટી દેખાય તે તેને પોતાના મંદિરમાં બોલાવશે, કાંતો તેમના સર્વોપરી ઢીંગલાને લઈને ત્યાં પંહોંચી જશે. જેમ કે અક્ષય કુમાર અને ટાઈગર શ્રોફને આબુ ધાબીના મંદિરમાં બોલાવી માર્કેટિંગ કરાયું, અને અનુપમ ખેર પાસે તેમના નવા ભગવાનને લઈ જઈને વિડીયો બનાવેલો. પણ અનુપમ ખેર જાણે કે ભાઈશ્રી રમેશભાઈ ઓઝાના સંપર્કના કારણે તેમની અસલિયતથી પરિચિત હતા. એટલે વિડિયોના અંતે તેમણે 'ૐ નમઃ શિવાય' અને 'હર હર મહાદેવ' નો નારો લગાવ્યો, જે ગુજરાતમાં સોશિયલ મીડિયામાં અનુપમ ખેરને

ધન્યવાદ આપવા સાથે ખૂબ વાઇરલ થયેલો. તે ખાલી ફિલ્મોના સેલિબ્રિટી સુધી સીમિત નથી રહે, તે હિંદુત્વના પ્રખર પ્રચારક અને રક્ષક તરીકે કાર્ય કરતા જાણીતા યુટ્યુબરોને પણ મુસ્લિમ વિરોધનાં નામે સુવિધા, કાર્યક્રમ અને પૈસા આપી સંઘ, વિએચપી અને બીજેપીની જેમ પોતાની જાળમાં ફસાવવાની કોશિશ કરશે. એજ રીતે જેમ દુર્યોધન કોઈ કર્ણની શોધમાં હતો. તમારું ધ્યાન મુસ્લિમ વિરોધમાં રોકી તમારા જ સહયોગથી તમારા બગલમાં ઊભા રહી તે તમારા સનાતની આરાધ્ય દેવોને નામશેષ કરવા આવશે. તો, આ પુસ્તક ભારતના એ સનાતની હિન્દુઓને ચેતવવા માટે પણ છે કે આ સંપ્રદાય તેના ત્રિસ્તરીય પ્રપંચ વડે તમારા માટે આવી રહ્યો છે. જેમને આ સંપ્રદાયની આ અસલિયતની ખબર નથી, તેમને એ કહેવા માટે કે તમારા દુશ્મન ખાલી મુસ્લિમ અને ખ્રિસ્તી જ નથી, આવા હિન્દુ વેશમાં છુપાયેલા વિદેશી પ્રભાવથી ઊભા થયેલા સંપ્રદાયો પણ છે. તે તમને એ વિદેશી પંથો કરતાં વહેલા સનાતન ધર્મથી વિમુખ કરી અબ્રાહમિક બનાવી શકે છે. એ તમારા માટે આવી રહ્યા છે, તમે આ જાણકારી અને તકી સાથે એમને પાછા ધકેલવા માટે તૈયાર રહો.

પણ હું તમને આ નકલી નારાયણના પ્રપંચી સંપ્રદાયના કાદવ સાથે છોડી જવા નથી માંગતો. એટલે, સનાતન ધર્મના શાસ્ત્રોની સાચી સમજ મુજબ સાચા નારાયણ કોણ છે, અને સૃષ્ટિના સ્વામી રૂપે પંચદેવ શું છે તે શાસ્ત્રોક્ત જાણકારી પુસ્તકના બીજા ખંડમાં છોડી જાઉં છું. આ સંપ્રદાય સાથેની લડાઇ દરમિયાન પણ સનાતની યોદ્ધાઓએ એની જરૂર અનુભવી હતી, અને મને એ વિશે કંઇ કરવા કહ્યું હતું. એવામાં જ મને વડોદરાથી પ્રકાશિત થતા જાણીતા વર્તમાન પત્ર લોકસત્તા-જનસત્તામાં કોલમ લખવાનું આમંત્રણ મળ્યું. મેં એ સ્વીકાર્યું અને ત્યાં હું સનાતન ધર્મના વેદોથી દર્શનશાસ્ત્ર અને પુરાણો સુધીના સ્વરૂપને શાસ્ત્રોક્ત લખાણથી સાપ્તાહિક કોલમ મારફતે સમજાવી રહ્યો છું. એ કોલમના લેખોનો એક સંગ્રહ નવા પુસ્તક તરીકે તૈયાર થઈ રહ્યો છે, જેનું નામ છે 'સનાતન : ધર્મ, તત્વ, દર્શન, સમાજ અને જીવન'. ખંડ ૨ માં એજ સાપ્તાહિક કોલમના કેટલાક લેખ અપાયા છે. આવો, એ શાસ્ત્રોક્ત લખાણના યજ્ઞ સાથે આ પુસ્તકનું સમાપન કરીએ.

સંસારના સ્વામી પંચદેવ અને
શાસ્ત્રોક્ત નારાયણ શ્રીવિષ્ણુ

16

સનાતન ધર્મમાં કેમ પંચદેવ છે? કોઈ એક જ સાકાર ઈશ્વર કેમ નથી?

એક સવાલ આ સંપ્રદાયના બચાવમાં એ આવેલો કે 'સાહેબ આપણે બહુ બધા ઈશ્વર અને દેવો છે એટલે આ હાલત છે, આપણે પણ કોઈ એક જ ઈશ્વર હોય તો લડવું સારું રહે.' અને જ્યારે આ સાંભળ્યું ત્યારે લાગેલું કે જે લોકોને પોતાના શાસ્ત્રો વિશે જ્ઞાન નથી, પોતાના ધર્મના સિદ્ધાંતોનું જ્ઞાન નથી, જે બધી રીતે તેમના દુશ્મનો જેવા બનવા થનગની રહ્યા છે, એ મુર્ખાઓ લડી કોના માટે રહ્યા છે? તેમનો ધર્મ તો તેમનાથી જ ખતમ થઈ રહ્યો છે. બીજાની જરૂરત ક્યાં છે. કોઈ મુસલમાન હિંદુ ધર્મને નષ્ટ નહિં કરે, એ તો આવા હિન્દુઓએ પહેલા જ નષ્ટ કરી દિધો હશે. એ બસ વધેલા એ કટી પતંગ જેવા હિંદુ માણસને ખતમ કરશે જે બસ અલગ નામ અને કપડાં સાથે પોતાના એ દુશ્મન જેવો જ થઈ ચૂક્યો હશે.

ધર્મ એટલે શું? કેમ તે સનાતન છે?

આ સમસ્ત સંસાર જે અનેકો બ્રહ્માંડનો બનેલો છે તે એક વ્યવસ્થા મુજબ ચાલે છે, જેને વેદોમાં કહેવામાં આવી છે 'ઋત'. એ ઋત શબ્દ પરથી જ આપણો 'ઋતુ' શબ્દ આવ્યો છે. જેમ ઋતુઓ એક પછી એક આપોઆપ બદલાતી રહે છે અને એક નિયમિત સંતુલિત વ્યવસ્થા ચાલે છે, તેમ આખા બ્રહ્માંડમાં (સાચો શબ્દ સૃષ્ટી છે, કારણકે બ્રહ્માંડ અનેક છે) એક વ્યવસ્થા (order) ચાલે છે

જેનાથી તારાઓ, ગ્રહો, આકાશગંગાઓ અને અન્ય અવકાશી પદાથી સાથે સમસ્ત જડ-ચેતન પ્રકૃતિ નિશ્ચિત કર્મના સિધ્ધાંત મુજબ સંતુલન જાળવે છે. આ સંતુલન જાળવવાની વ્યવસ્થાને કહે છે ઋત. ઋગ્વેદમાં વારંવાર આ શબ્દ આવે છે, અને એમાં ઋતને અનુસરવાનું કહેવામાં આવે છે. સમસ્ત સૃષ્ટિનું નિયમન રાખતી એ ઋત નામની વ્યવસ્થાને અનુસરીને ચાલવું એને જ કહે છે 'ધર્મ'. તમે એ વ્યવસ્થાથી અલગ પણ વતી શકો છો, પણ એમાં તમારું સંતુલન ગુમાવશો, સમગ્ર સૃષ્ટિથી વિપરીત માર્ગ હોવાથી એમાં તમારી ઉન્નતિ નહિ થાય. એટલે આદર્શ અપાયો કે એ ઋતને ધારણ કરીને જીવવું એજ આ સૃષ્ટિમાં ઉન્નતિનો માર્ગ છે. એટલે જ ધર્મ શબ્દ આવ્યો, જેનો અર્થ છે ધારણ કરવું, એનાથી (ઋતથી) વિપરીત ન થવું.

આ ઋત નામની વ્યવસ્થા સમસ્ત સૃષ્ટિના ઉત્પત્તિ કર્તા કારણ એવી બ્રહ્મની ચેતનામાંથી રચાયેલી છે. આ કારણે તે ઉત્પત્તિ કાળથી ચાલી આવે છે. તે ઉત્પત્તિ કાળ પહેલા પણ હતી અને પછી પણ હંમેશા રહેવાની છે. જે થયું છે, થાય છે અને થવાનું છે તે આ ઋત નામની વ્યવસ્થા રૂપે જ થવાનું છે, અર્થાત્ તેનો ના આદિ છે ના અંત. તે વ્યવસ્થા હંમેશા છે જ. એટલે કે તે સનાતન છે. એટલે એ વ્યવસ્થાને ધારણ કરતો ધર્મ પણ સનાતન કહેવાય છે. તેનો પણ ન આદિ છે ના અંત. એક રીતે આ સમગ્ર સૃષ્ટિમાં ધર્મ એટલે એ ઋતને અનુસરવું. એના સિવાય એનો બીજો કોઈ અર્થ નથી. એટલે કહેવાય છે કે ધર્મ જે છે એ તો સનાતન છે, બીજો કોઈ ધર્મ છે જ નહિ સંસારમાં. બાકી બધું જે છે તે સંપ્રદાય છે. એ સનાતન ધર્મ આપણો છે - એ કહેવું પણ યોગ્ય નથી. આપણે એ સનાતન ધર્મને ધારણ કરવાવાળા લોકો છીએ - એ કહેવું સાચું કથન છે. એટલે શંકરાચાર્યજી તેમના પ્રવચનોમાં 'સનાતનીઓ' શબ્દ નથી પ્રયોજતા, તે કહે છે - 'સનાતન ધર્માવલંબી', એ જેણે સનાતન ધર્મનું આવલંબન સ્વીકાર્યું છે.

હવે આ ઋત નામની વ્યવસ્થા જે સૃષ્ટિમાં ચાલે છે તે સૃષ્ટિ બ્રહ્મ નામના એક ઈશ્વરીય તત્વથી વ્યાપ્ત છે. તે ઈશ્વરીય તત્ત્વ મૂળરૂપે નિરાકાર છે, નિર્ગુણ છે અને અવ્યક્ત છે. પણ એજ ધીરે ધીરે વિવિધ સર્જનો કરી આકાર ધારણ કરે છે, વિવિધ ગુણોમાં અને આખરે ગુણોથી ઉપર ઉઠેલી ગુણાતીત સ્થિતિમાં પોતાને વ્યક્ત પણ કરે છે. વેદો, ઉપનિષદો અને છ દર્શનો સુધી બ્રહ્મ નામનું એ ઈશ્વરીય તત્વ નિરાકાર રહે છે, પણ તે નિર્ગુણમાંથી સગુણ અને અવ્યક્તમાંથી વ્યક્ત સ્વરૂપમાં આવી જાય છે. વેદોમાં તેત્રીસ કોટિ દેવો એ બ્રહ્મની વિવિધ ગુણ અને શક્તિને વ્યક્ત કરે છે. પણ તે બધા નિરાકાર છે. આમ વેદોના દેવ નિરાકાર છે, પણ નિર્ગુણ નથી. તે સગુણ છે. તેમનું વેદ મંત્રોથી આહ્વાન થાય છે, એક નિરાકાર શક્તિ તરીકે. પણ વેદોના અંતિમ ભાગમાં જતાં ત્યાં યંત્ર રૂપે તે

નિરાકાર ઈશ્વરની સાકાર ઉપાસનાનો માર્ગ આવી જાય છે.

અને એટલે એજ વેદોનું સંકલન કરનારા, દર્શનોમાં છેલ્લું અને સવૌચ્ચ એવું વેદાંત દર્શન (બ્રહ્મસૂત્ર) લખનારા વેદ વ્યાસ જ્યારે મહાભારત અને અઢાર પુરાણ રચે છે, ત્યારે તેમાં એજ નિરાકાર ઈશ્વરને સાકાર રૂપે પેશ કરે છે. ત્યાં એ બ્રહ્મજ્ઞાની અનુભવી ઋષિ આ બુદ્ધિ વાપરે છે કે જે નિરાકાર ઈશ્વરીય તત્વ આ સૃષ્ટિને ચલાવે છે તે કોઈ એક જ સાકાર સ્વરૂપમાં કેદ ન થઈ જાય. તે વેદોમાં જ આપેલા દેવોમાંથી પાંચ દેવોને સવૌચ્ચ ઈશ્વર બતાવે છે, જે કહેવાય છે પંચદેવ. વિષ્ણુ, શિવ, શક્તિ રૂપે દેવી, સૂર્ય/બ્રહ્મા અને ગણેશ. દરેકના સ્વતંત્ર પુરાણ લખાય છે જેમાં દરેકનું પરબ્રહ્મના સવૌચ્ચ સ્વરૂપ તરીકે સ્વતંત્ર મહત્વ દર્શાવાય છે.

પંચદેવ રૂપે નિરાકાર ઈશ્વરની વિવિધ શક્તિઓ અને લાક્ષણિકતાઓને અલગ અલગ વ્યક્ત કરવામાં આવી છે, જેથી મનુષ્ય કોઈ એક આકૃતિમાં જ ઈશ્વરને સાકાર રૂપે કલ્પી લઈ તેની ગુલામીમાં કેદ ન થઈ જાય. તે જ્યારે કોઈ એકને સવૌચ્ચ ઈશ્વર માને ત્યારે તેની નજરમાં બીજા પુરાણોમાં રહેલા બીજા સ્વરૂપની મહાનતા પણ સામે રહે, તે એક આકૃતિમાં ઝનૂની ન બની જાય. અંતે તેને જ્ઞાત રહે કે આ પાંચ દેવના રૂપમાં સૃષ્ટિના એ મૂળ નિરાકાર ઈશ્વરની સંપૂર્ણતાને વ્યક્ત કરાઈ છે. તે કોઈ એક જ સ્વરૂપમાં ભેગી કરવાથી બે નુકશાન હતા. એક તો એ અલગ અલગ શક્તિઓનું મહત્વ અસરકારક રીતે સમજાવી ન શકાત, બધી શક્તિઓ બસ શબ્દો તરીકે રહી જાત અને એ આકૃતિ મુખ્ય બની જાત. અને બીજું, મનુષ્ય એ ગુણો અને શક્તિઓથી અલગ એક સાકાર સ્વરૂપમાં પોતાનો અહંકાર આરોપી એના માટે ઝનૂની થઈ જાત. ઈશ્વર એક બાજુ રહી જાત, અને મનુષ્યનો અહંકાર ઈશ્વરના એક નામ અને આકૃતિ સાથે સંસાર ઉપર સત્તા જમાવવા નીકળી પડત. બિલકુલ એવું જેવું આપણે દેશી - વિદેશી ગૈર સનાતની સંપ્રદાયોમાં જોઈએ છીએ.

આ કારણે સનાતન ધર્મમાં પંચદેવ ઉપાસનાને જ કેન્દ્રીય સ્થાન આપવામાં આવ્યું. પંચદેવમાંથી કોઈ એકને પોતાની સ્થિતિ અને પ્રકૃતિ મુજબ સવૌચ્ચ સ્વરૂપ માનો, અને બાકીના ચાર સ્વરૂપને તેના અંશ માનો. જેથી સતત એ વાત નજરમાં રહે કે કોઈ એક સાકાર સ્વરૂપ સંપૂર્ણ નથી, આ બધા સ્વરૂપો જે નિરાકાર ઈશ્વરીય ઊર્જાને વ્યક્ત કરે છે તે નિરાકાર ઊર્જા મૂળ ઈશ્વરીય તત્વ છે, અને તે અત્ર તત્ર સર્વત્ર છે. આપણા આત્મા રૂપે પણ એજ છે. અને એટલે આપણે આમાંના કોઈ સાકાર સ્વરૂપને સૃષ્ટિમાં ક્યાંય આકૃતિ રૂપે જોવા જવાનું નથી. આપણે પોતાના આત્મામાં જ એમની દિવ્યતાને પ્રાપ્ત કરી તેમની સ્થિતિએ વિકસવાનું છે, અને અંતે તે નિરાકાર બ્રહ્મમાં ભળી જઇ અવ્યક્ત બની જવાનું

છે. એજ મોક્ષ છે. વેદો ઉપનિષદો સુધી અને છ દર્શનો બ્રહ્મસૂત્ર સુધી પહોંચે છે ત્યારે અંતે આજ નિષ્કર્ષ અને ઉપદેશ સામે આવે છે. એજ ઉપદેશ પુરાણોમાં પણ પંચદેવ ઉપાસના રૂપે અપાયો છે.

પંચદેવની શક્તિઓ અને મહત્વ આ રીતે છે.

- વિષ્ણુ - સર્વ વ્યાપક દેવ, જે સંસારમાં ઋતની વ્યવસ્થા જાળવી એનું રક્ષણ કરે છે. એટલે કે ધર્મ જાળવી રાખે છે.

- શિવ - યોગી રુદ્ર જે મનુષ્યને યોગ દ્વારા પોતાના આત્માને અનુભવમાં લાવવાનું શિખવે છે, અને દ્રશ્ય સંસારથી વૈરાગી બનાવે છે. એટલે જ કલ્પના અંતે સર્જનના વિનાશ માટે નિરાકાર બ્રહમ આ સ્વરૂપ લે છે.

- શક્તિ - મનુષ્યમાં રહેલી એ સુષુપ્ત શક્તિ જે યોગ દ્વારા જાગ્રત થઈ મનુષ્યને નિરાકાર બ્રહ્મની શક્તિઓથી જોડે છે. તે જ એક મનુષ્યને દેવ બનાવે છે. એટલે વિષ્ણુને વિષ્ણુ બનાવવાવાળી, રુદ્રને શિવ બનાવવાવાળી આ શક્તિ છે.

- સૂર્ય/બ્રહ્મા - તે નિરાકાર ઈશ્વરીય શક્તિને એ રીતે ઉપયોગમાં લાવે છે જેથી બ્રહ્માંડમાં સર્જન થઈ શકે અને આ જડ ચેતન સૃષ્ટિની માયા રચાઈ શકે.

- ગણેશ - નિરાકાર બ્રહ્મમાં રહેલી એ એક શક્તિ જે ભાવાત્મક છે. તે તમારા પર અનુગ્રહ કરે છે, કૃપા દ્રષ્ટિ કરે છે. તમે સત્ય સુધી પહોંચવાની યાત્રામાં જે જે પગથિયાં ચડો છો ત્યાં તે તમારા માટે માર્ગ સુલભ બનાવવાની, નિર્વિઘ્ન બનાવવાની કોશિશ કરે છે. તમને વિકસિત કરવાની રાહમાં તમારું ધ્યાન રાખવાનું કાર્ય એ કરે છે.

આ પાંચ સ્વરૂપમાં આપણી એ નિરાકાર ઈશ્વરીય શક્તિ કામ કરી રહી છે, અને આપણે તેનાથી એક થઈ જવાનું છે. કારણકે આપણે એજ છીએ. આ શરીર તો બસ એક ધારણ કરેલું ક્ષણિક વસ્ત્ર છે, જે સમયે સમયે આપણે છોડવું પડે છે. ત્યાં સુધી જ્યાં સુધી આપણે આપણા એ નિરાકાર, અવ્યક્ત બ્રહ્મ સ્વરૂપમાં પુન: સ્થિર નથી થઈ જતા. આ છે સનાતન ધર્મનું મૂળ સ્વરૂપ.

"આ લેખ ૬ સપ્ટેમ્બર, ૨૦૨૪/ફેસબુક પર અને ૧૨ ડિસેમ્બર, ૨૦૨૪/ લોકસત્તા જનસત્તામાં રજૂ થયેલ છે."

પરમ ધર્મ સંસદનો ધર્માદેશ

પંચદેવ ઉપાસનાની આ સમજ હિંદુ સનાતની સમાજમાં ફરી જાગૃત કરવા જાન્યુઆરી ૧૬, ૨૦૨૫ ના દિવસે પ્રયાગરાજ ખાતે આયોજિત મહાકુંભમાં સનાતન ધર્મની ધર્મ સંસદે એક ધર્મ આદેશ જાહેર કર્યો જે નીચે અપાયેલ છે.

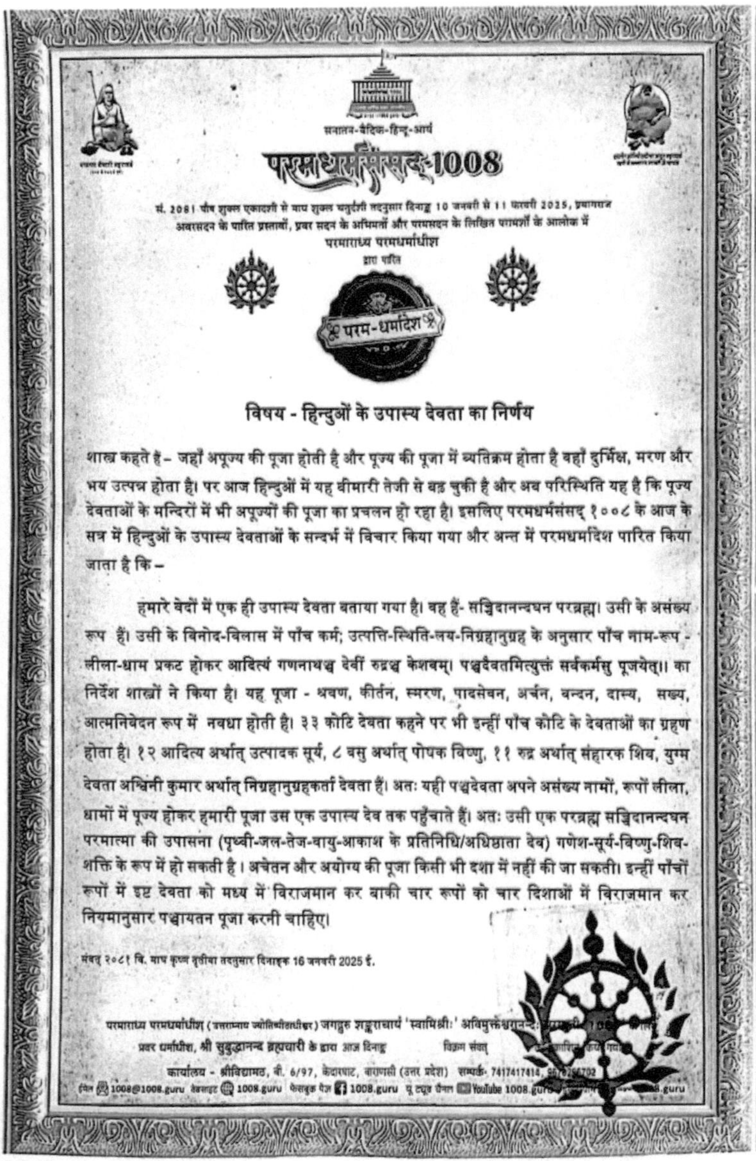

सनातन-वैदिक-हिन्दू-आर्य

परमधर्मसंसद् 1008

सं. 2081 पौष शुक्ल एकादशी से माघ शुक्ल चतुर्दशी तदनुसार दिनांक 10 जनवरी से 11 फरवरी 2025, प्रयागराज
अवरसदन के पारित प्रस्तावों, प्रवर सदन के अभिमतों और परमसदन के लिखित परामर्शों के आलोक में
परमाराध्य परमधर्माधीश
द्वारा पारित

ॐ परम-धर्मादेश श्री

विषय - हिन्दुओं के उपास्य देवता का निर्णय

शास्त्र कहते हैं – जहाँ अपूज्य की पूजा होती है और पूज्य की पूजा में व्यतिक्रम होता है वहाँ दुर्भिक्ष, मरण और भय उत्पन्न होता है। पर आज हिन्दुओं में यह बीमारी तेजी से बढ़ चुकी है और अब परिस्थिति यह है कि पूज्य देवताओं के मन्दिरों में भी अपूज्यों की पूजा का प्रचलन हो रहा है। इसलिए परमधर्मसंसद् 1008 के आज के सत्र में हिन्दुओं के उपास्य देवताओं के सन्दर्भ में विचार किया गया और अन्त में परमधर्मादेश पारित किया जाता है कि –

हमारे वेदों में एक ही उपास्य देवता बताया गया है। वह हैं- सच्चिदानन्दघन परब्रह्म। उसी के असंख्य रूप हैं। उसी के विनोद-विलास में पाँच कर्म; उत्पत्ति-स्थिति-लय-निग्रहानुग्रह के अनुसार पाँच नाम-रूप-लीला-धाम प्रकट होकर आदित्यं गणनाथञ्च देवीं रुद्रञ्च केशवम्। पञ्चदैवतमित्युक्तं सर्वकर्मसु पूजयेत्।। का निर्देश शास्त्रों ने किया है। यह पूजा - श्रवण, कीर्तन, स्मरण, पादसेवन, अर्चन, वन्दन, दास्य, सख्य, आत्मनिवेदन रूप में नवधा होती है। 33 कोटि देवता कहने पर भी इन्हीं पाँच कोटि के देवताओं का ग्रहण होता है। 12 आदित्य अर्थात् उत्पादक सूर्य, 8 वसु अर्थात् पोषक विष्णु, 11 रुद्र अर्थात् संहारक शिव, युग्म देवता अश्विनी कुमार अर्थात् निग्रहानुग्रहकर्ता देवता हैं। अतः यही पञ्चदेवता अपने असंख्य नामों, रूपों लीला, धामों में पूज्य होकर हमारी पूजा उस एक उपास्य देव तक पहुँचाते हैं। अतः उसी एक परब्रह्म सच्चिदानन्दघन परमात्मा की उपासना (पृथ्वी-जल-तेज-वायु-आकाश के प्रतिनिधि/अधिष्ठाता देव) गणेश-सूर्य-विष्णु-शिव-शक्ति के रूप में हो सकती है। अचेतन और अयोग्य की पूजा किसी भी दशा में नहीं की जा सकती। इन्हीं पाँचों रूपों में इष्ट देवता को मध्य में विराजमान कर बाकी चार रूपों को चार दिशाओं में विराजमान कर नियमानुसार पञ्चायतन पूजा करनी चाहिए।

संवत् 2081 वि. माघ कृष्ण तृतीया तदनुसार दिनांक 16 जनवरी 2025 ई.

परमाराध्य परमधर्माधीश (उत्तराम्नाय ज्योतिष्पीठाधीश्वर) जगद्गुरु शङ्कराचार्य 'स्वामिश्री:' अभिमुक्तेश्वरानन्द
प्रवर धर्माधीश, श्री सुबुद्धानन्द ब्रह्मचारी के द्वारा आज दिनांक   विक्रम संवत्

कार्यालय - श्रीविद्यामठ, बी. 6/97, केदारघाट, वाराणसी (उत्तर प्रदेश) सम्पर्क - 7417417414, 9670294702
ईमेल 1008@1008.guru वेबसाइट 1008.guru फेसबुक पेज 1008.guru यू ट्यूब चैनल YouTube 1008.guru

પરમ - ધર્માદેશ, વિષય - હિંદુઓના ઉપાસ્ય દેવતાઓનો નિર્ણય

પ્રસ્તુત ધર્મ આદેશના શબ્દો નીચે મુજબ છે:

સનાતન - વૈદિક - હિંદુ - આર્ય

પરમ ધર્મસંસદ ૧૦૦૮

સં. ૨૦૮૧ પૌષ શુક્લ એકાદશીથી માઘ શુક્લ ચતુર્દશી તદનુસાર દિનાંક ૧૦ જાન્યુઆરીથી ૧૧ ફેબ્રુઆરી ૨૦૨૫,

પ્રયાગરાજ અવર (નીચલા) સદનના પારિત પ્રસ્તાવો, પ્રવર (મધ્ય) સદનના અભિમતો અને પરમ (ઉચ્ચ) સદનના લેખિત પરામર્શોના આલોકમાં પરમ-આરાધ્ય પરમ-ધર્માધીશ દ્વારા પારિત

પરમ - ધર્માદેશ

વિષય - હિંદુઓના ઉપાસ્ય દેવતાઓનો નિર્ણય

શાસ્ત્ર કહે છે - જ્યાં અપૂજ્યની પૂજા થાય છે અને પૂજ્યની પૂજામાં નિમ્નતા આવે છે ત્યાં દુષ્કાળ, મૃત્યુ અને ભય ઉત્પન્ન થાય છે. પરંતુ આજે આ બીમારી હિન્દુઓમાં ઝડપથી વધી ચૂકી છે અને હવે પરિસ્થિતિ એ છે કે પૂજ્ય દેવતાઓના મંદિરોમાં પણ અપૂજ્યોની પૂજાનુ પ્રચલન થઈ રહ્યું છે. આ કારણે પરમ ધર્મસંસદ ૧૦૦૮ ના આજના સત્રમાં હિંદુઓના ઉપાસ્ય દેવતાઓના સંદર્ભમાં વિચાર કરવામાં આવ્યો અને અંતમાં પરમ ધર્મ આદેશ પસાર કરવામાં આવે છે કે -

આપણા વેદોમાં એક જ ઉપાસ્ય દેવતા બતાવવામાં આવ્યા છે. તે છે - સચ્ચિદાનંદઘન પરબ્રહ્મ. તેમના જ અસંખ્ય રૂપ છે. તેમના જ વિનોદ અને વિલાસમાં પાંચ કર્મ, ઉત્પત્તિ- સ્થિતિ - લય - નિગ્રહાનુગ્રહ અનુસાર પાંચ નામ - રૂપ- લીલા - ધામ પ્રગટ થઈને

આદત્યિં ગણનાથજ્ઞ્ચ દેવીં રુદ્રરજ્ઞ્ચ કશેવમ્।

પજ્ઞ્ચદૈવતમત્યિયુક્તં સર્વકર્મસુ પૂજયેત્ ॥

નો નિર્દેશ શાસ્ત્રોએ કર્યો છે.

આ પૂજા શ્રવણ, કીર્તન, સ્મરણ, પાદસેવન, અર્ચન, વંદન, દાસભાવ, સખાભાવ અને આત્મનિવેદન એમ નવ રૂપે થાય છે. ૩૩ કોટિ દેવતા કહેતી વખતે પણ આ જ પાંચ કોટિ દેવતાઓને ગ્રહણ કરવામાં આવે છે. ૧૨ આદિત્ય અર્થાત્ ઉત્પાદક સૂર્ય, ૮ વાયુ અર્થાત્ પૌષક વિષ્ણુ, ૧૧ રુદ્ર અર્થાત્ સંહારક શિવ, યુગ્મ દેવતા અશ્વિની કુમાર અર્થાત્ નિગ્રહ-અનુગ્રહકર્તા દેવતા છે. આથી આ પાંચ દેવતા જ પોતાના અસંખ્ય નામો, રૂપો, લીલા અને ધામોમાં પૂજ્ય થઈને આપણી પૂજા તે એક ઉપાસ્ય દેવ સચ્ચિદાનંદઘન પરબ્રહ્મ સુધી પહોંચાડે

છે. આથી, તે એક પરબ્રહ્મ સચ્ચિદાનંદધન પરમાત્માની ઉપાસના (પૃથ્વી - જળ - તેજ - વાયુ - આકાશ ના પ્રતિનિધિ તેમજ અધિષ્ઠાતા દેવ) ગણેશ - સૂર્ય - વિષ્ણુ - શિવ - શક્તિ ના રૂપમાં થઈ શકે છે. અચેતન અને અયોગ્યની પૂજા કોઈ પણ સંજોગોમાં નથી કરી શકાતી. આ જ પાંચ રૂપમાંથી કોઈ એક રૂપમાં પોતાના ઇષ્ટ દેવતાને મધ્યમાં વિરાજમાન કરીને બાકી ચાર રૂપોને ચાર દિશાઓમાં વિરાજમાન કરી નિયમાનુસાર પંચાયતન પૂજા કરવી જોઈએ.

સંવત ૨૦૮૧ વિ. માઘ કૃષ્ણ તૃતીયા તદનુસાર દિનાક ૧૬ જાન્યુઆરી ૨૦૨૫ ઇ.

17
વેદોમાં પંચદેવનું સ્વરૂપ

જ્યારે સનાતન ધર્મના સૌપ્રથમ શાસ્ત્ર તરીકે વેદ રચાયા, ત્યારે તેમાં પુરાણોના પંચદેવ કયા સ્વરૂપે હતા તે જાણીએ.

વેદોમાં ભગવાન વિષ્ણુનું સવીચ્ય ઈશ્વર તરીકે પ્રાગટ્ય

શું છે ઋગ્વેદના તેત્રીસ કોટી દેવો અને બાર આદિત્યો?

• તારીખ: ૧૬-૦૫-૨૦૨૪/ લોકસત્તા જનસત્તા

સનાતન ધર્મની શરૂઆત થાય છે ચાર વેદથી જે ક્રમમાં લખાયેલા છે. ઋગ્વેદ, યજુર્વેદ, સામવેદ અને અથર્વવેદ. દરેક વેદ ચાર પ્રકારના ગ્રંથોનો સમૂહ છે, જે પણ ક્રમમાં આવે છે. સંહિતા, બ્રાહ્મણ ગ્રંથ, આરણ્યક અને ઉપનિષદ - આ ચાર પ્રકારના ગ્રંથથી એક વેદ બને છે. સૌથી પહેલો ગ્રંથ છે ઋગ્વેદ જેનો સંહિતા ભાગ સૌથી મોટો છે. તે પૃથ્વી પરનો સૌથી પ્રાચીન ગ્રંથ છે અને ભારતીય સનાતન સભ્યતાની શરૂઆત છે. તેમાં તેત્રીસ પ્રકારના દેવોની પૂજા કે યજ્ઞો દ્વારા આહ્વાન કરીને ભારતના ધર્મની શરૂઆત થાય છે. આ તેત્રીસ દેવોમાં છે બાર આદિત્ય એટલે કે સૂર્ય સાથે જોડાયેલા દેવો, આઠ વસુ, અગિયાર રુદ્ર, બે અશ્વિની કુમાર અને એક દેવી. સૂર્ય આદિત્ય અને વસુ બંનેમાં આવતા હોવાથી તે સામાન્ય નીકળી જઈ એક દેવી સાથે તેત્રીસ દેવ બને છે. ઋગ્વેદમાં અલગ અલગ એમ કુલ દસ મંડળ છે અને દરેક મંડળમાં અલગ અલગ સંખ્યામાં સૂક્ત

છે. દરેક સુક્તમાં કેટલાક મંત્રો છે. દરેક સૂક્ત કોઈ નિશ્ચિત દેવના આહ્વાન માટે કોઈ નિશ્ચિત ઋષિએ કોઈ નિશ્ચિત છંદમાં રચાયેલ મંત્રોથી બન્યું છે. એ ઋષિ, દેવ અને છંદનું નામ દરેક સૂકતની શરૂઆતમાં લખવામાં આવ્યું છે.

ઋગ્વેદના પ્રથમ મંડળના પ્રથમ સૂક્તનો પ્રથમ શ્લોક અગ્નિના આહ્વાન માટે છે. અગ્નિ સહિત પંચમહાભુતોના દેવ પૃથ્વી, વાયુ, વરુણ, આકાશ અને તે સિવાય સૂર્ય, ચંદ્ર અને નક્ષત્ર એમ આ આઠ વસુઓ કહેવાય છે. તેમના આહ્વાન માટેના પોતપોતાના સૂક્ત છે. એજ રીતે સૂક્ત છે બાર આદિત્યોના, જેમાં છે વિવસ્વાન, આર્યમાન, ત્વસ્તા, સાવિત્ર, ભગ, ધત, મિત્ર, વરુણ, અમસા, પુશન, ઇન્દ્ર અને છેલ્લે છે વિષ્ણુ. કેટલીક ખોટી ધારણાઓ છે કે બાર આદિત્ય એટલે બાર સૂર્ય કે સૂર્યના બાર નામ. પણ અસલમાં આદિત્ય એટલે જે સૌથી તેજસ્વી છે તે સૂર્યનો આધાર લઈ તેના તેજ પાછળ રહેલા તેનાથી પણ વિશેષ અને મૂળ તેજસ્વી સ્ત્રોત સુધી લઈ જતા દેવ. જેમ કે વિવસ્વાન એ આજના સૂર્યનું નામ છે, તો તે સૂર્ય છે. પણ ઇન્દ્ર એ વીજળી અને વરસાદ સાથે જોડાયેલ દેવ છે જે ઋગ્વેદમાં મનુષ્યો સાથે સીધી રીતે જોડાયેલો અને વારંવાર તેમની રક્ષાએ આવતો આદિત્ય છે. એટલે જ ઋગ્વેદમાં સૌથી વધુ આહ્વાન કરતા સૂક્ત ઇન્દ્ર માટે છે. આર્યમાન આપણી આખી આકાશગંગામાં ભ્રમણ કરનાર એ આદિત્ય છે જે સવારથી બપોર વચ્ચેના સૂર્ય તરીકે તપે છે. તે ઘોડાઓનું રક્ષણ કરનાર અને લગ્ન જેવા પ્રસંગોમાં વિધીઓને સફળ કરનાર દેવ છે. ભગ ભાગ્ય ચમકાવનાર, તો ધત સ્વાસ્થ્ય આપનાર આદિત્ય છે. સાવિત્ર સૂર્યોદય પહેલાં સુષુપ્ત રહેનાર સૂર્યની મૂળ શક્તિ છે, મિત્ર સવારની સંધ્યા સમયનું તેજ છે જે સિધ્ધાંતો, સંધિઓ, નિયમો અને સત્યનું રક્ષણ કરનાર દેવ છે, તો વરુણ સાંજની સંધ્યા સમયનું તેજ છે. પુશન મુસાફરી દરમિયાન રક્ષણ આપનાર આદિત્ય છે.

પણ આ બધાથી વિસ્તૃત આદિત્ય છે છેલ્લો આદિત્ય વિષ્ણુ. ઋગ્વેદના પ્રથમ મંડળના બાવીસમાં સુક્તના સોળથી એકવીસમા શ્લોકમાં પહેલીવાર વિષ્ણુનો ઉલ્લેખ આવે છે અને ત્યાંજ વિષ્ણુની વ્યાખ્યા કરવામાં આવી છે. એ જ સર્વત્ર વ્યાપક છે તે વિષ્ણુ. તમામ તેત્રીસ કોટી દેવતાઓમાં આ એકમાત્ર દેવ છે જેને કહેવાયો છે કે તે સર્વ સ્થાને સૂર્યના તેજની જેમ વ્યાપેલો છે, અને તે જ બધા લોકને ધારણ કરે છે. તે મનુષ્યોની મદદ કરવામાં ઇન્દ્રનો શ્રેષ્ઠ મિત્ર છે, તેના ત્રણ ડગલાંમાં પૃથ્વી લોક, ધુલોક અને અંતરિક્ષ મપાઈ જાય છે. આમ, ભલે ઇન્દ્ર અને અન્ય દેવોને સમર્પિત સૂક્ત ઋગ્વેદમાં વધુ હોય, પણ સર્વવ્યાપક દેવ તરીકે અને સૌથી મૂળભૂત શક્તિ ધરાવતા દેવ તરીકે વિષ્ણુનું મહત્વ એ રીતે જ દેખાય છે જેમ મહાભારતમાં વધુ સમય ચર્ચાતા કુરુવંશીઓ વચ્ચે શ્રીકૃષ્ણનું વર્ણન અને તેમની ઉપસ્થિતિ દેખાય છે. પ્રથમ મંડળમાં જ આગળ

એકસો ચોપનમું સૂક્ત વિષ્ણુ સૂક્ત તરીકે વિષ્ણુનો યશ વર્ણવે છે, જે 155 અને 156 મા સૂક્ત સુધી ચાલુ રહે છે. ફરી સાતમા મંડળમાં નવ્વાણું અને સો મા સૂક્તમાં સર્વવ્યાપક દેવ તરીકે વિષ્ણુનો યશગાન અને આહ્વાન છે. અને પછી ઋગ્વેદનો સંહિતા ભાગ પૂર્ણ થાય છે, અને ઋગ્વેદના બ્રાહ્મણ ભાગ તરીકે ઐતરેય બ્રાહ્મણનો પહેલો જ શ્લોક આવે છે, 'અગ્નિ દેવોમાં સૌથી નીચે અને વિષ્ણુ દેવોમાં સૌથી ઉચ્ચ છે. બાકી બધા દેવો તે બંનેના વચ્ચે છે.' (ઐતરેય બ્રાહ્મણ ૧.૧.૧)

આમ, ઋગ્વેદના સંહિતા ભાગમાં જે વિષ્ણુને ફક્ત પાંચ જ સૂક્ત આપી તેત્રીસ દેવોમાં પડદા પાછળ બેઠેલા સર્વવ્યાપક દેવ તરીકે વચ્ચે વચ્ચે સામે રજૂ કરાઈ રહ્યા હતા, તેમને ઋગ્વેદના બ્રાહ્મણ ભાગના પહેલા જ શ્લોકમાં સૌથી ઉચ્ચ દેવ તરીકે સ્થાપિત કરાય છે. અને તે પછી રચાયેલા બીજા વેદ યજુર્વેદમાં તો વિષ્ણુને જળને ઉત્પન્ન કરનારા નારાયણ કહીને આખું એક નારાયણ સૂક્ત આપી દેવાય છે, જેનો પહેલો પ્રખ્યાત શ્લોક 'ૐ સહનાવવતું સહનૌભુનકતું....' આપણે જાણીએ છીએ. નારાયણ સૂક્ત નારાયણને સૃષ્ટિના મૂળ ઈશ્વર કહી તેમનું યશગાન કરે છે. 'નારાયણ સનાતન શુભ છે અને તે અચળ અને અપરિવર્તનશીલ છે. આ નારાયણ સૌથી વધુ જાણવા જેવા છે. તે બધાનું આંતરિક માનસ છે. તે સર્વોચ્ચ પદાર્થ છે અને પ્રાપ્તિનું સર્વોચ્ચ લક્ષ્ય છે. નારાયણ એ પરમ બ્રહ્મ છે. નારાયણ એ પરમ વાસ્તવિકતા છે. એ પરમ પ્રકાશ છે. નારાયણ એ સર્વોપરી સ્વયં છે.' - આ યશગાન પછી એજ નારાયણ સૂક્તનો છેલ્લો શ્લોક આવે છે:

"ૐ નારાયણાય વિદ્મહે વાસુદેવાય ધીમહિ ।
તન્નો વિષ્ણુઃ પ્રચોદયાત્ ॥
અર્થાત્
એ નારાયણ અને વાસુદેવ એક જ છે, અને એજ વિષ્ણુ છે, તે
વિષ્ણુને અમે પ્રણામ કરીએ છીએ."

વાસુદેવ એટલે સર્વત્ર વસેલા દેવ જે આઠ વસુઓના પૂજ્ય દેવ છે. નારાયણ સુક્તનો આ શ્લોક વિષ્ણુ ગાયત્રી શ્લોક કહેવાય છે, અને તે યજુર્વેદ અને અન્ય વેદોમાં વારંવાર (પચીસથી ત્રીસ વાર) આવે છે. તે ભગવાન વિષ્ણુના નારાયણ અને વાસુદેવ રૂપે યશગાન કરી તેમને ઋગ્વેદના વિષ્ણુ તરીકે સતત ઓળખાવતો રહે છે. અને ત્યાં આપણી નજર પડે છે ઋગ્વેદના અંતમાં દસમા મંડળના નેવુમાં સૂક્ત તરીકે આવતા પુરુષ સૂક્ત પર, કે જે પુરુષ અને વિરાટ

પુરુષ તરીકે સમગ્ર બ્રહ્માંડને પોતાનામાં સમાવેલા મૂળ ઈશ્વરનું વર્ણન કરે છે. તે પુરુષ સૂક્તના આહ્વાન કરાતા દેવ તરીકે નારાયણનું નામ છે, જ્યારે આખા ઋગ્વેદમાં આહ્વાન કરાયેલ તેત્રીસ કોટી દેવોમાં નારાયણ નામનો કોઈ ઉલ્લેખ નથી, એ પહેલીવાર યજુર્વેદમાં આવે છે. આથી મનાય છે કે પુરુષ સૂક્ત ઋગ્વેદમાં પાછળથી શામેલ કરાયું છે.

આમ, એ વાત એક અજ્ઞાન છે કે પુરાણોના ભગવાન વિષ્ણુ વેદોમાં કોઈ નાના દેવ છે અને ઇન્દ્ર મોટા દેવ છે. ઇન્દ્રનો ઉલ્લેખ ઋગ્વેદમાં વધુ છે કારણકે તે વધુ ઉપલબ્ધ દેવ છે, અને ખેતી કાર્ય માટે સીધા ઉપયોગી છે. જ્યારે ઋગ્વેદ જ એ પહેલો ગ્રંથ છે જે ભગવાન વિષ્ણુને સર્વવ્યાપક દેવ તરીકે પ્રગટ કરે છે અને બ્રાહ્મણ ભાગમાં તેમને સર્વોચ્ચ દેવ તરીકે સ્થાપિત કરે છે. અહીં એ વાત પણ ધ્યાન રાખવાની છે કે જે વેદ વ્યાસે ચારેય વેદોનું સંકલન કર્યું છે એજ વેદ વ્યાસ ઋષિએ કે તેમની પરંપરાના વેદ વ્યાસ તરીકે ઓળખાતા ઋષિઓએ અઢારે અઢાર પુરાણ લખ્યા છે. એટલે પુરાણોમાં એજ વિસ્તૃત અને લોકભોગ્ય બનાવાયું છે જે વેદોમાં પહેલેથી ઉપસ્થિત છે. વેદોમાં જ ઈશ્વરને નિરાકાર સાથે સાકાર તરીકે પણ ઉપસ્થિત કરાયા છે, પુરાણોમાં બસ તેમને એક શરીરનો આકાર અને કથાઓ આપી ભક્તિમય અને લોકભોગ્ય બનાવાયા છે.

☙

વેદોમાં શિવ, શક્તિ અને ગણેશજી સહિત સૂર્યદેવનું પ્રાગટ્ય

• ૨૩/૦૫/૨૦૨૪, લોકસત્તા જનસત્તા.

આપણે જાણ્યું કે ચાર વેદોનું સંહિતા, બ્રાહ્મણ ગ્રંથ, આરણ્યક અને ઉપનિષદોમાં સંપાદન તેમજ અઢાર પુરાણોનું લેખન મહર્ષિ વેદ વ્યાસે જ કર્યું છે. એટલે પુરાણોમાં એજ વાતોને લોકભોગ્ય અને વિસ્તૃત બનાવાઇ છે જે વેદોમાં પહેલેથી છે. પુરાણોના ભગવાન વિષ્ણુ ઋગ્વેદમાં બારમા આદિત્ય તરીકે સમસ્ત સંસારમાં વ્યાપક (વિષ્ણુ) દેવ તરીકે પ્રગટ કરાયા છે, અને ઋગ્વેદના જ બ્રાહ્મણ ગ્રંથમાં તેમને સર્વોચ્ચ દેવ તરીકે સ્થાપિત કરાયા છે. અને ઋગ્વેદ પછી આવતા યજુર્વેદમાં એજ ભગવાન વિષ્ણુને નારાયણ અને વાસુદેવ નામે પ્રસ્તુત કરી તેમને મૂળ પરમેશ્વર તરીકે સ્થાપિત કરાયા છે. એજ રીતે આજે જાણીએ કે પુરાણોના શિવ અને શક્તિ વેદોમાં કયા રૂપે પ્રગટ થયેલા છે. શિવને શિવપુરાણ

સિવાય મોટા ભાગના પુરાણોમાં રુદ્ર તરીકે વધુ ઉલ્લેખાયા છે. શિવપુરાણમાં જ તેમના શિવ નામને વધુ રજૂ કરાયું છે. શિવનું એ રુદ્ર સ્વરૂપ વેદોમાં રુદ્ર દેવ તરીકે બહુ સારી રીતે ઉપસ્થિત છે.

ઋગ્વેદના કુલ છ સૂક્ત (૧.૪૩, ૧.૧૧૪, ૨.૩૩, ૬.૭૪, ૭.૪૬, ૮.૬૩) રુદ્રના આહ્વાન માટે છે. ઋગ્વેદના રુદ્ર દેવ યુધ્ધના દેવ છે જે લોકોનું અને યોદ્ધાઓનું રક્ષણ કરે છે. તે જટાધારી છે, કથાઓના દેવ છે. આ સાથે તેમને શ્રેષ્ઠ મતિના, ઉચ્ચ જ્ઞાન અને વિચારો ધરાવતા દેવ માની તેમનાથી સારી બુદ્ધિ અને વિચારો માંગવામાં આવે છે. તેમનો આહાર હંમેશા શુધ્ધ અને આરોગ્યપ્રદ હોવાથી તેમનાથી આરોગ્યની માંગ કરવામાં આવે છે. તે રૌદ્ર રૂપે સંસારનો વિનાશ કરનારા દેવ હોવાથી તેમનાથી પોતાના સ્વજનો, યોદ્ધાઓ અને શરીરનો વધ ન કરવાની પણ પ્રાર્થના કરાય છે. આમ, ઋગ્વેદના આક્રમક હોવા સાથે ઉચ્ચ વિચારો અને જ્ઞાન ધરાવતા રુદ્ર દેવને બીજા વેદ યજુર્વેદમાં જ્ઞાન વડે વધુ શાંત થયેલા અને પૂજનીય બનાવવામાં આવ્યા છે. અને કૃષ્ણ યજુર્વેદની તૈત્તેરીય સંહિતાના ચોથા કાંડના પાંચમા અને સાતમા પ્રશ્નમાં અનેક શ્લોકોમાં ફેલાયેલો શ્રીરુદ્રમ સ્ત્રોત આવેલો છે. આ શ્રીરુદ્રમ કે રુદ્ર પ્રશ્ન પણ કહેવાય છે, જેમાં વારંવાર રુદ્રને શિવ વિશેષણ સાથે ઉલ્લેખવામાં આવ્યા છે, જ્યાં શિવ શબ્દનો અર્થ છે પરમ શાંત બનેલો કે પરમ પૂજ્ય. આ સ્ત્રોતમાં જ 'નમઃ શિવાય' પહેલીવાર વેદોમાં દેખાય છે, અને 'ૐ ત્ર્યંબકે યજામ્યહે...' રૂપે મહામૃત્યુંજય મંત્ર પણ આ રુદ્ર પ્રશ્નમાંથી જ પ્રાપ્ત થયો છે. આમ, રુદ્રને શિવ તરીકે યજુર્વેદમાં જ સ્થાપિત કરી દેવાયા છે, જ્યારે ઋગ્વેદના રુદ્ર અને પુરાણોના રુદ્ર રૂપે શિવની બધી લાક્ષણિકતાઓ એક જ છે. આમ, એ કથન પણ એક બહુ મોટો દુષ્પ્રચાર છે કે વેદોમાં ભગવાન શિવ નથી. વેદોમાં જ રુદ્ર દેવના ચરિત્ર રૂપે શિવ અવસ્થા પહેલીવાર પ્રગટ કરાઈ છે, પુરાણોમાં બસ એ ચરિત્ર અને અવસ્થાને એક શરીરધારી ઈશ્વર અને તેમની કથાઓ સાથે રજૂ કરાયા છે.

મા શક્તિ:

શક્તિ માટે પણ એવું જ છે. દેવી ભાગવત કે શાકત પુરાણમાં ભગવતી દેવીનું શક્તિ રૂપ આપણે જાણીએ છીએ જ્યાં ભગવતી જ શક્તિ રૂપે દરેક અણુને સ્પંદન કરાવે છે, તે જ દરેક દેવને તેની શક્તિ આપે છે. તે જ રુદ્રને શિવ અને વિષ્ણુને વિષ્ણુ બનાવે છે. બસ, બિલકુલ એજ રૂપમાં એજ વાત કહેતી દેવી ઋગ્વેદના દસમા મંડળના ૧૨૫ મા સુક્તમાં ઉપલબ્ધ છે, જે 'દેવી સુકત' તરીકે ઓળખાય છે. આ દેવી સૂક્તનો આધાર લઈને જ વેદ વ્યાસે દેવી ભાગવત કે શાકત પુરાણ

રચ્યું છે. દેવી સૂક્તના કેટલાક મંત્રો જોઈએ.

'હું રુદ્રો, વસુઓ, આદિત્યો અને વિશ્વદેવોમાં વ્યાપ્ત થઈને તેમની સાથે વિચરણ કરું છું. હું જ મિત્ર, વરુણ, ઇન્દ્ર, અગ્નિ અને અશ્વિની કુમારને ધારણ કરું છું. (૧) હું જ પ્રકાશ આપવા માટે ચંદ્રમા અને સૂર્યને ધારણ કરું છું, હું જ મારી શક્તિથી સંપૂર્ણ વિશ્વ પર શાસન કરું છું. હું સમસ્ત વિધ્યાઓની જ્ઞાતા છું, હું જ વિભિન્ન રૂપોમાં અવસ્થીત મહિમામયી પ્રથમ પૂજનીયતા છું. દેવતા અને બ્રહ્મજ્ઞાની લોકો મને જ વિભિન્ન રૂપોમાં જુએ છે, અને અનુભવ કરે છે. (૨, ૩) મારી શક્તિથી જ લોકો અન્ન ખાય છે, મારી શક્તિથી જ લોકો દેખે છે, સાંભળે છે અને શ્વાસ લે છે. હું જેને ચાહું છું તેને તેજસ્વી, શક્તિશાળી બનાવી દઉં છું. હું જ લોકોને પ્રતાડિત કરનારા બ્રહ્મદ્વેષી લોકોને હણવા રુદ્રના ધનુષ્ય પર બાણ ચઢાવું છું, અને યુધ્ધ કરું છું. મેં જ જગતના મસ્તક રૂપે આકાશમાં પ્રજાપાલક સૂર્યને સ્થાપિત કર્યો છે. સમગ્ર બ્રહ્માંડ મારામાં સમાહિત છે. હું આ સમસ્ત વિશ્વના સ્પર્શથી પર છું, અને તે સર્વેને મારામાં સમાહિત કરી લઉં છું. હું સમસ્ત લોકોની રચના કરી સ્વયં સૂક્ષ્મ વાયુના સમાન એમાં પ્રવાહિત રહું છું. (૪-૮).

ગણેશ:

ગણપતિ શબ્દ ઋગ્વેદના બીજા મંડળના ત્રેવીસમા સૂક્તમાં બ્રાહ્મણસ્પતી નામે એક જ્ઞાનના અધિપતિ દેવ માટે વાપરવામાં આવ્યો છે. આજ જ્ઞાનના અધિપતિ દેવ એવા ગણપતિને યજુર્વેદના તૈતરેય અરણ્યકમાં વક્તતુંડ અને દંતી કહેવાયા છે. શ્લોક છે, 'તે ઈશ્વરરૂપી પરમ પુરુષનું અમે ધ્યાન ધારીએ છીએ જે વાંકી સૂંઢ વાળા છે. એ દંતી સદમાર્ગે અમારું માર્ગદર્શન કરે.' (યજુર્વેદ, તૈતેરેય આરાણ્યક ૧૦.૧.૧૫) આજ જ્ઞાનના અધિસ્થીત દેવ ગણપતિને મહર્ષિ વેદ વ્યાસે પુરાણોમાં શિવ અને શક્તિના પુત્ર અને પરબ્રહ્મ ઈશ્વરના એક સાકાર રૂપ તરીકે વણી લીધા હોય તેવું પ્રતીત થાય છે.

સૂર્ય/બ્રહ્મા:

આ સિવાય પંચદેવમાં બાકી રહેલા સૂર્ય દેવને તો આદિત્ય અને વસુ બંનેમાં સ્થાન આપી પ્રજાપાલક ઈશ્વર તરીકે ઋગ્વેદમાં જ રજૂ કરાયા છે. એટલે સૌર પુરાણમાં સૂર્યને પરબ્રહ્મ પરમેશ્વર તરીકે વર્ણવતી વખતે મહર્ષિ વેદ વ્યાસ સર્વવ્યાપક આદિત્ય અને સૌથી ઉચ્ચ દેવ વિષ્ણુને પણ સૂર્યના જ એક સ્વરૂપ તરીકે ઉપયોગમાં લઇ લે છે. અને ભગવાન વિષ્ણુના પુરુષ તત્વ રૂપે રહેલા

બ્રહ્માજીને ભગવાન સૂર્યનો અંશ બતાવે છે. આ રીતે સૌર પુરાણ અને બ્રહ્મ પુરાણ એક બને છે. આ રીતે વેદોમાં નિરાકાર ઈશ્વર જે સગુણ દેવ રુપી નામો સાથે રજૂ કરાયા છે, તે નામોને પુરાણોમાં એક શરીર અને કથાઓ આપીને પંચદેવ તરીકે રજૂ કરાયા છે.

18
પુરાણોમાં ભગવાન વિષ્ણુ નારાયણનું સ્વરૂપ

હવે જોઈએ આજ વેદોના પંચદેવ અલગ અલગ પુરાણમાં કઈ રીતે સાકાર સ્વરૂપમાં દર્શાવાયા છે. પહેલાં જોઈએ ભગવાન વિષ્ણુ જે ઋગ્વેદમાં જ સવૌચ્ચ દેવનું સ્થાન મેળવે છે, અને યજુર્વેદમાં નારાયણ અને વાસુદેવ રૂપે અન્ય નામ મેળવે છે. એમાં પણ વિષ્ણુપુરાણમાં આવતા પ્રધાન, પુરુષ, વ્યક્ત અને કાળ જેવા શબ્દોને પહેલાં જાણીએ, જે શબ્દોને એન કેન પ્રકારે ઉપયોગમાં લઇ પેલા સ્વામી સંપ્રદાયમાં જાત જાતના ચાર્ટ બનાવવામાં આવ્યા છે, અને ભગવાન વિષ્ણુને એ પ્રધાન અને પુરુષના પણ નીચે કોઈ સ્થાન પર મુકવામાં આવ્યા છે. વિષ્ણુપુરાણમાં આપેલ આ સાચી સમજુતી પછી તેમના પાખંડની પરાકાષ્ઠા સમજાય છે.

વિષ્ણુપુરાણમાં સૃષ્ટિના નિર્માણની કથા

ભાગ -૧ : કોણ છે વિષ્ણુમાંથી ઉત્પન્ન થતા પ્રધાન, પુરુષ, વ્યક્ત અને કાળ?

• દિનાંક: ૧૧/૦૪/૨૦૨૪, લોકસત્તા જનસત્તા

વિષ્ણુપુરાણમાં સનાતન ધર્મના પંચદેવમાંથી ભગવાન વિષ્ણુ મુખ્ય સર્વોપરી પૂર્ણપુરુષોત્તમ ઈશ્વર છે, જેમના દ્વારા સૃષ્ટિનું સર્જન થાય છે. એ ભગવાન વિષ્ણુને વાસુદેવ કહેવાય છે, જેનો અર્થ છે, 'જે સર્વત્ર છે અને સમસ્ત વિશ્વ જેમાં વસેલું છે તે'. એ જ નિત્ય, પરમશ્રેષ્ઠ, અવિનાશી, અજન્મા, એકરસ અને ગુણ રહિત નિર્મળ પરમાત્મા છે, તે જ પરબ્રહ્મ મહાવિષ્ણુ છે. તે પરબ્રહ્મ ચાર મૂળ રૂપે પોતાને ઉપસ્થિત કરે છે. એક વ્યક્ત જગત, બીજું એ વ્યક્ત જગત પાછળની સૂક્ષ્મ પ્રકૃતિ એવો પ્રધાન, ત્રીજું એ વ્યક્ત જગત અને અવ્યક્ત પ્રધાનનો સાક્ષી એવો પુરુષ, અને ચોથું, એ ત્રણેયને પોતાનામાં સમાવી રાખતો કાળ. આ ચારમાં પુરુષ એ પરબ્રહ્મનું મૂળ રૂપ છે, અને કાળ તેમનું પરમરૂપ છે. સમગ્ર સૃષ્ટિ પરબ્રહ્મ મહાવિષ્ણુ પોતાના આ ચાર રૂપો વડે સર્જે અને ચલાવે છે. આવો જોઈએ એ ચાર શું છે?

પરબ્રહ્મ રૂપે રહેલી મૂળ ઊર્જા પ્રથમ પોતાનાથી નીચે પોતાના જેવું જ એક નિરાકાર, અવિનાશી સ્વરૂપ ઉત્પન્ન કરે છે, જેને પુરુષ કહે છે. આ પુરુષ પરબ્રહ્મ ઈશ્વરનો પ્રતિનિધિ છે જે આખા જગતનો સાક્ષી રૂપે નીમાયો છે. સાક્ષી તરીકે પુરુષને નીમ્યા પછી પરબ્રહ્મ રૂપે વિષ્ણુ તેમના બીજા સ્વરૂપ પ્રધાનની નિમણુક કરે છે. આ પ્રધાન એ સ્વરૂપ છે જેમાંથી સઘળી પ્રકૃતિ અને દ્રશ્ય બ્રહ્માંડો વ્યક્ત થાય છે. એ વ્યક્ત પ્રકૃતિ અને સર્જનને જ કહે છે વ્યક્ત જગત, જે ઈશ્વરનું ત્રીજું સ્વરૂપ છે. આ ત્રણેય સ્વરૂપોથી ઉપર પરબ્રહ્મનું ચોથું પણ તેમનાથી સૌથી નજીકનું સ્વરૂપ છે કાળ. કાળ એટલે ઊર્જાની એ ચાદર જે પુરુષ, પ્રધાન અને વ્યક્ત જગતને પોતાનામાં સમાવી રાખે છે. આ કાળના ફેલાવાથી જ સમય અને અવકાશ ઉત્પન્ન થાય છે, તેના સંકોચાવાથી સમય અને અવકાશનો લોપ થાય છે. આમ, એક રીતે પ્રધાન દ્વારા પરબ્રહ્મ વ્યક્ત જગતનું નિર્માણ કરે છે, પુરુષ દ્વારા એ જગતમાં સાક્ષી રૂપે ઉપસ્થિત રહે છે, કાળ દ્વારા એ ત્રણેયની દોરી પોતાનાથી જોડાયેલી રાખે છે.

હવે જોઈએ પ્રધાનમાંથી વ્યક્ત જગત કેવી રીતે નિર્માણ પામે છે. આ પ્રધાન એ બીજું કંઈ નથી, પણ સાંખ્ય દર્શનની પ્રકૃતિ છે. એટલે જ વાત સાંખ્ય દર્શનમાં પ્રકૃતિ-પુરુષ રૂપે સમજાવાય છે, એ જ વાત વૈષ્ણવ પુરાણોમાં પ્રધાન-પુરુષ વડે દર્શાવાય છે. પ્રધાન એટલે એ સૂક્ષ્મ પ્રકૃતિ જેમાંથી સમગ્ર વ્યક્ત પ્રકૃતિ ઉત્પન્ન થાય છે. આ પ્રધાન પહેલાં પોતાના કેન્દ્રમાં એક મહત્ત નામે તત્વ ઊભું કરે છે, એ જ રીતે જેમ ફળમાં ચારે બાજુ છાલના મધ્યમાં ફળનું બીજ હોય છે. કેન્દ્રમાં રહેલું આ મહત્ત નામનું બીજ ત્રણ પ્રકારનું હોય છે. સાત્વિક, રાજસિક અને તામસિક. ચારે બાજુ રહેલું પ્રધાન તત્વ પોતાને આ ત્રણ પ્રકારના બીજ રૂપી મહત્તમાં ભેળવી દે છે, આવૃત્ત કરી દે છે અને ત્યાંથી શરૂ થાય છે પ્રકૃતિનું વ્યક્ત

થવું. પ્રધાનના ત્રણ ગુણોવાળા મહત્તમાં આવૃત્ત થતાં જ સૌપ્રથમ તામસિક, રાજસિક અને સાત્વિક એવા ત્રણ પ્રકારના અહંકાર ઉત્પન્ન થાય છે, એટલે કે આ ત્રણ ગુણોની અલગ ઓળખ (identity) ઊભી થાય છે. કહેવાય છે કે જેમ પ્રધાનથી મહત્ત વ્યાપ્ત છે, એમ મહત્તથી અહંકાર વ્યાપ્ત છે. આ પ્રકૃતિ નિર્માણની શરૂઆતની ક્ષણ છે. અહીંથી તામસિક અહંકાર એટલે કે તામસિક મહત્ત ઉત્પન્ન કરે છે 'તન્માત્રા' નામની સૂક્ષ્મ ચેતના જે ક્રમિક રૂપે ઉત્પન્ન કરે છે આકાશ, વાયુ, અગ્નિ, જળ અને પૃથ્વી રૂપે પાંચ મહાભૂતો. આ પાંચ મહાભૂતને ઉત્પન્ન કરનારી પાંચ તનમાંત્રાઓ એટલે બીજું કંઈ નહિ, પણ શબ્દ, સ્પર્શ, રૂપ, રસ, અને ગંધ રૂપી પાંચ વિષયો. ગંધ તન્માત્રા પૃથ્વી તત્વને ઉત્પન્ન કરે છે, રસ જળને, રૂપ અગ્નિને, સ્પર્શ વાયુને, અને શબ્દ આકાશને.

આમ, તામસિક અહંકારથી સજીવોના શરીર બહાર રહેલી પ્રકૃતિનું સર્જન થાય છે. ત્યારબાદ રાજસિક અહંકાર સક્રિય થઈ દસ ઇન્દ્રિયો રૂપી સજીવોના શરીર બનાવે છે. આમ, આંખ, કાન, નાક, ત્વચા અને જીભ રૂપી પાંચ જ્ઞાનેન્દ્રિયો અને ગુદા, લિંગ, હસ્ત, પાદ અને વાક્ રૂપી પાંચ કર્મેન્દ્રિયો રાજસિક અહંકારથી નિર્માણ પામે છે. પણ આ જ્ઞાનેન્દ્રિયો તો ખાલી સંવેદનાઓના પ્રવેશદ્વાર છે, અને કર્મેન્દ્રિયો તો ખાલી સાધન છે. અસલમાં સંવેદનાઓને ગ્રહણ કરનારા અને તેનું બુદ્ધિ વડે પૃથક્કરણ કરી કર્મેન્દ્રિયોને કોઈ કર્મ કરવાનો આદેશ આપનાર તો તે ઇન્દ્રિયોથી જોડાયેલા મસ્તિષ્ક કેન્દ્રો હોય છે. આ મસ્તિષ્ક કેન્દ્રોને તે ઇન્દ્રિયોના અધિષ્ઠાતા દેવ કહે છે. આ મસ્તિષ્ક કેન્દ્રો એટલે કે ઇન્દ્રિયોના અધિષ્ઠાતા દેવ અને તેમના ઉપર મનરૂપી બુદ્ધિની સ્થાપના સાત્વિક અહંકાર કરે છે. અને આ રીતે રાજસિક અને સાત્વિક અહંકારથી તૈયાર થયેલ શરીરમાં પરબ્રહ્મ પરમાત્માના અંશ રૂપે અને પ્રતિનિધિ રૂપે જે આત્મા રોકાય છે, તે છે પુરુષ. તે પરમાત્મા રૂપે સાક્ષીનું કાર્ય કરે છે. આમ, તામસિક, રાજસિક અને સાત્વિક મહત્ત તત્વથી વ્યક્ત બનેલ પ્રકૃતિમાં પરમાત્મા પુરુષ રૂપે સાક્ષી તરીકે રોકાય છે, અને પ્રકૃતિને જીવંતતા આપે છે. આ રીતે સમગ્ર ચરાચર જગત રૂપી પ્રકૃતિ પ્રધાન અને પુરુષના સંયોગ વડે નિર્માણ પામે છે. અને આ ત્રણેયને (વ્યક્ત પ્રકૃતિ, પ્રધાન અને પુરુષ) પરબ્રહ્મ પરમાત્મા શ્રીવિષ્ણુ કાળની ચાદર વડે પોતાની સાથે જોડી રાખે છે. તો, આ છે વૈષ્ણવ શાસ્ત્રોમાં વર્ણવાયેલા એ પ્રધાન, પુરુષ, વ્યક્ત અને કાળ સ્વરૂપના સાચા અર્થ.

વિષ્ણુપુરાણમાં સૃષ્ટિની ઉત્પત્તિની કથા: ભાગ - ૨

ભગવાન વિષ્ણુની બ્રહ્મા, નારાયણ અને શિવરૂપી અવસ્થાઓનો જન્મ અને કાર્ય

• ૧૮/૦૪/૨૦૨૪, જનસત્તા લોકસત્તા

ગયા લેખમાં આપણે વિષ્ણુપુરાણના પ્રથમ અંશના બીજા અધ્યાયમાં આપેલ પ્રધાન, પુરુષ, વ્યક્ત અને કાળની સમજ મેળવી, જે સૃષ્ટિની શરૂઆતમાં ભગવાન વિષ્ણુથી ઉત્પન્ન થાય છે. પ્રધાન એ પ્રકૃતિનું સૂક્ષ્મ બીજ છે જેમાંથી તમસ, રજસ અને સત્વ એમ ત્રણ ગુણ રૂપી મહત્ત તત્વ નિર્માણ પામે છે, જે આગળ એ ત્રણ ગુણ રૂપી અહંકારને જન્મ આપે છે. આ ત્રિગુણી અહંકાર દ્વારા આકાશ, વાયુ, અગ્નિ, જળ અને પૃથ્વી રૂપી પાંચ માહાભૂતો, તેમના સાથે જોડાયેલા રૂપ, રંગ, ગંધ, સ્પર્શ અને સ્વાદ જેવા વિષયો, અને પ્રાણીઓની ઇન્દ્રિયો, તેમના મસ્તિષ્ક કેન્દ્રો તેમજ મન રચાય છે. પંચમહાભૂતોના પાંચ ગુણો પ્રાણીઓની આ ઇન્દ્રિયોના વિષય બને છે, અને આ પ્રાણીઓના આત્મા તરીકે ભગવાન વિષ્ણુના સાક્ષી રૂપે પુરુષ રોકાય છે. પ્રધાનમાંથી ઉત્પન્ન થયેલા એ પંચમહાભૂતમાં પોતપોતાની શક્તિઓ હતી, જે પરસ્પર મળ્યા વિના અને પુરુષના તેમનામાં ભળ્યા વિના આગળ સર્જન નહોતી કરી શકતી. આથી, પુરુષ સમગ્ર પ્રકૃતિમાં અધિસ્થીત થયો, અને તેમણે મળીને એક અંડની રચના કરી. અને આ અંડ ભગવાન વિષ્ણુનો સંસારમાં અતિ ઉત્તમ પ્રકારનો પ્રાકૃત (સંસાર માટેનો નાશવંત) આધાર બન્યો કે જ્યાંથી તે બ્રહ્મા, વિષ્ણુ અને શિવ નામની ત્રણ અવસ્થાઓ ધારણ કરી તે અંડમાંથી સંસારનું નિર્માણ, પાલન અને પ્રલયની લીલા કરી શકે. પ્રાકૃત વસ્તુ એટલે જેનો કોઈ એક સમયે નાશ થવાનો છે, શાસ્ત્રોમાં એનાથી વિરોધી શબ્દ છે 'પુરુષ વસ્તુ', અર્થાત્ જે સદાકાળ માટે સ્થાયી છે.

એ અંડ રૂપી વ્યક્ત આધારમાં અવ્યક્ત પરમેશ્વર વિષ્ણુ હિરણ્યગર્ભ તરીકે હતા. હિરણ્યગર્ભ એટલે કે સાર્વભૌમ ગર્ભ જેમાંથી બધું ઉત્પન્ન થવાનું છે. એટલે કે જેમાંથી ભગવાન વિષ્ણુની બ્રહ્મા, નારાયણ અને શિવ અવસ્થાઓ રૂપે સંસારની ઉત્પત્તિ, પાલન અને લયની લીલા પ્રગટ થઈ. ભગવાન વિષ્ણુ પોતે પહેલા રજોગુણી અવસ્થામાં આવ્યા, અને બ્રહ્મા કહેવાયા જેમણે સંસારની રચના

કરી. પછી તે પોતાના સત્વ ગુણ પર સ્થિત થઈ વિષ્ણુ અવસ્થામાં આવ્યા અને સંસારનું યુગે યુગ પાલન કર્યું, અને પછી કલ્પનો અંત થતાં, તમસ પ્રધાન શિવ રૌદ્ર રૂપ લઈ પંચમહાભૂતો સહિત સમસ્ત ભૂતોને જળ પ્રલયમાં ઢાંકી દઈ, પોતે તે જળ પર શેષ શય્યા નાખી શયન કર્યું. ફરી દિવસ ઉગતાં, શેષ શય્યા પર સૂતેલા ભગવાન વિષ્ણુ જાગે છે, અને બ્રહ્માની રજોગુણી અવસ્થામાં આવી સર્જન શરૂ કરે છે. (વિષ્ણુપુરાણ ૧.૨.૬૧-૭૦)

એ પ્રલયકાળમાં જળને પોતાનું આસન બનાવીને સુવાના કારણે તે ભગવાન વિષ્ણુને 'નારાયણ' (નીર એટલે કે જળ જેનું આસન છે તે) કહેવામાં આવે છે. આમ, વિષ્ણુપુરાણના પહેલા અંશના ચોથા અધ્યાયની શરૂઆતમાં પહેલીવાર 'નારાયણ' શબ્દનો ઉલ્લેખ અને અર્થ આવે છે. અને અહીંથી આજના સનાતની સમાજની સામાન્ય સમજથી બિલકુલ વિપરીત વર્ણન આવે છે. નિદ્રામાંથી જાગતાં જ ભગવાન વિષ્ણુની બ્રહ્મા અવસ્થા શરૂ થઈ જાય છે. કહેવાયું છે, 'નારાયણસ્વરૂપ ભગવાન બ્રહ્માજીએ શેષશય્યા પર રાત્રિમાં ઊગીને જાગવાથી સત્વ ગુણના પ્રભાવમાં સર્વ લોકને શૂન્યમય જોયા.' અહીં ભગવાન વિષ્ણુને જ તેમની બ્રહ્મા અવસ્થા રૂપે નારાયણ સ્વરૂપ ભગવાન બ્રહ્માજી કહેવામાં આવે છે. આ વર્ણન એ હદ સુધી છે કે જ્યારે નિદ્રામાંથી જાગતાં એ નારાયણ સ્વરૂપ ભગવાન બ્રહ્માજીએ પૃથ્વીને જળમાં ડૂબેલી જોઈ, ત્યારે તેને પાણીમાંથી બહાર નીકળવા માટે તેમણે વરાહ રૂપે બીજું એક શરીર ધારણ કર્યું. ત્યારબાદ વરાહ રૂપનું વર્ણન ભગવાન વિષ્ણુની જેમ ચતુર્ભુજ રૂપે છે. આમ, પ્રથમ અંશનો અધ્યાય ચાર સતત બ્રહ્મા અવસ્થામાં એ વિષ્ણુ જ કાર્ય કરી રહ્યા છે, અને વિષ્ણુ નારાયણ રૂપે બ્રહ્મા જ છે એવો સમન્વય સતત જાળવે છે. અહીં નારાયણ રૂપનો અર્થ છે પ્રલયકાળ બાદ એ જળમય સૃષ્ટિ પર શયન કરતા વિષ્ણુનું રૂપ.

પૃથ્વીને જળમાંથી બહાર કાઢતાં નારાયણ રૂપ બ્રહ્માજીએ ભૂ-ભાગ સમતલ કર્યો અને સૃષ્ટિ રચનામાં પ્રવૃત્ત થયા. તેમણે એક પછી એક નવ સર્ગો (નવ આવરણો) ની રચના કરી, જેમાંથી પહેલાં પંચમહાભૂત અને તેમના ગુણ પ્રગટ્યા. ત્યારબાદ અજ્ઞાન, મોહ, મહામોહ, અને ક્રોધ રૂપી અવિદ્યાઓ ઉત્પન્ન થઈ, પછી છઠ્ઠા સર્ગમાં દેવતાઓ અને સાતમા સર્ગમાં સુર, અસુર, અને અન્ય તમામ પ્રકારના મનુષ્ય ઉત્પન્ન થયા. ત્યારબાદ બ્રહ્માજી રૂપે ભગવાન વિષ્ણુ દ્વારા ગુણ આધારિત ચાર વર્ણોની રચના કરાઈ. ત્યારબાદ અન્ન, મરીચ જેવા પ્રજાપતિગણ, સ્વયંભૂ મનુ અને શતરુપા તેમજ તેમની સંતાનો ઉત્પન્ન થઈ. અને તે પછી સમુદ્ર મંથનની ઘટના આવે છે જ્યાં પહેલીવાર સર્જન કરતી ભગવાન વિષ્ણુની બ્રહ્મા અવસ્થા પાલન કાર્ય સંભાળતી તેમની વિષ્ણુ રૂપી મૂળ

અવસ્થાને મળી દેવતાઓ અને અસુરો વડે સમુદ્ર મંથન કરવાની પરવાનગી આપે છે. અને ત્યાંથી પહેલીવાર તે પાલક વિષ્ણુના મોહિની, વામન અને તે પછીના વિવિધ અવતારોની કથાઓ શરૂ થાય છે.

બધા અવતારોની કથાના અંતે વિષ્ણુપુરાણના છઠ્ઠા અંશના ત્રીજા અને ચોથા અધ્યાયમાં એક હજાર ચતુર્યુગના અંતે સમગ્ર સંસારના પ્રલયની વાત આવે છે. આ સમયે એજ ભગવાન વિષ્ણુ રૌદ્ર સ્વરૂપ ધારણ કરી સૂર્યના પ્રકાશથી ધરતીને તપાવી દે છે, અને નદીઓ અને સાગરના પાણીને સૂકવી નાખે છે. પછી સૌને નષ્ટ કરવા શ્રીહરિ કાળાગ્ની કે રુદ્ર રૂપ સાથે શેષનાગના મુખથી ઉત્પન્ન થાય છે, અને નીચે પાતાળલોકથી બધા લોકોને એક પછી એક બાળવાનું શરૂ કરે છે. પછી તે રૌદ્ર રૂપી વિષ્ણુ પોતાના મુખથી મેઘ ઉત્પન્ન કરે છે જે ત્રણેય લોકને જળથી ઢાંકી દે છે. ભગવાન વિષ્ણુની આ તમસ ગુણી રૌદ્ર અવસ્થાને જ શિવ અવસ્થા કે તેમનું શિવ રૂપ કહેવાયું છે. અને આ રીતે પ્રલયના અંતે એ જળમગ્ન સંસાર પર શેષનાગનુંઆસન રાખી ફરી ભગવાન વિષ્ણુ તેમના વાસુદેવ (સર્વમાં વસેલા) અવ્યક્ત સ્વરૂપમાં ધ્યાનસ્થ થઈ યોગનિંદ્રામાં જતા રહે છે.

આમ, સમગ્ર વિષ્ણુપુરાણમાં એક જ નિરાકાર, અવ્યક્ત, પરબ્રહ્મ પરમેશ્વર જેમનું નામ વિષ્ણુ છે તે પ્રધાન, પુરુષ, કાળ અને વ્યક્ત જેવા અલગ અલગ તત્વો ઉત્પન્ન કરી અને બ્રહ્મા, નારાયણ (વિષ્ણુ) અને શિવ રૂપી અવસ્થાઓ ધારણ કરી સંસારના સર્જન, પાલન, અને પ્રલયની લીલા કરે છે.

❧

હવે, શ્રીમદ ભાગવદ ગીતાના અક્ષરબ્રહ્મ યોગ અને પૂર્ણપુરુષોત્તમ યોગ નામના બે અધ્યાયોને સમજીએ. સ્વામી સંપ્રદાયની BAPS શાખામાં આ બે શબ્દોનો જ ભારે દુરુપયોગ કરાયો છે.

ભગવદ્ ગીતાના અક્ષરબ્રહ્મ યોગ અને પુરુષોત્તમ યોગ અધ્યાય : ભગવાન શ્રીકૃષ્ણની પરબ્રહ્મ સ્થિતિના ઉદઘોષક

• જનસત્તા લોકસત્તા, તારીખ: ૦૪/૦૪/૨૦૨૪

ભગવદ્ ગીતાનો સાતમો અધ્યાય જ્ઞાનવિજ્ઞાન-યોગ ભગવાન શ્રીકૃષ્ણના મુખે કહેવાયેલા આ બે શ્લોકો સાથે પૂર્ણ થાય છે. 'જેઓ મારા શરણે થઈને

જરા અને મરણમાંથી છૂટવા માટે પ્રયત્ન કરે છે, એ માણસો એ બ્રહ્મને, સમગ્ર આધ્યાત્મને તેમજ સંપૂર્ણ કર્મને ઓળખી લે છે.' (૭.૨૯) 'જે માણસો આધિભૂત, અધિદૈવ અને અધિયજ્ઞ સહિત સૌના આત્માસ્વરૂપ મને અંતકાળેય ઓળખી લે છે, એ મારામાં ચિત્ત પરોવાયેલા માણસો મને જ પામી લે છે.' (૭.૩૦) અને આ કથનોમાં પ્રયોજાયેલા શબ્દો સમજવા માટે અર્જુનના પ્રશ્નોથી શરૂ થાય છે આઠમો અધ્યાય 'અક્ષરબ્રહ્મ યોગ'.

અર્જુન પૂછે છે, 'એ બ્રહ્મ શું છે? અધ્યાત્મ શું છે? કર્મ શું છે? આધિભૂત, અધીદૈવ અને અધિયજ્ઞ શું છે? અને તમારામાં ચિત્ત પરોવાયેલા માણસો તમને કયા રૂપે, કયા પ્રકારે ઓળખી શકે છે?' (૮.૧, ૮.૨) અને ત્યારે ભગવાન કૃષ્ણ જે જવાબ આપે છે તે છે અક્ષરબ્રહ્મ યોગ.

શ્રીકૃષ્ણ કહે છે, જે પરમ અવિનાશી (અવિનાશી એટલે અક્ષર) તત્વ છે તે બ્રહ્મ છે. મનુષ્યનો આત્મા, એટલે કે જીવાત્માને 'અધ્યાત્મ' કહેવાય છે. અર્થાત્ જે આદ્ય છે - સૌપ્રથમ અને મુખ્ય છે - તે જ આત્મા છે. અને ચરાચર પ્રાણીઓનો ઉદ્ભવ કરાવનાર આ સૃષ્ટિની રચના રૂપી જે વિસર્જન કાર્ય છે એ કર્મ છે. એટલે કે તે ઇશ્વરરૂપી બ્રહ્મ પોતાનામાંથી વિસર્જન કરી, ફેલાવો કરી જે આ ચરાચર જગત ઉત્પન્ન કરે છે, પોતાના મૂળ અવ્યક્ત સ્વરૂપનો જે ત્યાગ કરે છે તે જ મુખ્ય કર્મ કહેવાયું છે. આદિ કે આદ્ય કર્મ કહેવાયું છે. જેની ઉત્પત્તિ અને વિનાશ થઈ શકે છે તે દરેક પદાર્થ અભિભૂત છે. બ્રહ્મા, પ્રજાપતિ કે હિરણ્યમય પુરુષ નામે બ્રહ્મનું જે સ્વરૂપ દૃશ્ય સૃષ્ટિનું સર્જન કરે છે તે આધિદેવ છે, અને તે બધાથી ઉપર ભગવાન શ્રીકૃષ્ણ એ પરમ તત્વ છે જેને અધિયજ્ઞ કહે છે. આમ, પોતાને અધિયજ્ઞ બતાવી ભગવાન શ્રીકૃષ્ણ આગળ પોતે શું છે, અને તેમને કોણ કેવી રીતે પામે છે તે સમજાવે છે.

શ્રીકૃષ્ણ કહે છે કે જે અંતકાળે તે પરમ તત્વના સ્મરણમાં જ દેહ ત્યાગે છે, તે જ અંતમાં એ પરમ તત્વને પામે છે. મનુષ્ય અંતકાળે જેના સ્મરણમાં અને ચિંતનમાં દેહ ત્યાગે છે, તે તેને જ પામે છે. અને અંતકાળે એનું જ સ્મરણ રહે છે, જેના સ્મરણમાં જીવન વીત્યું હોય. એટલે ભગવાન અર્જુનને કહે છે કે 'તું સર્વકાળે નિરંતર મારું જ સ્મરણ કર અને (સત્ય - ધર્મ માટે) યુધ્ધ કર.' શ્રીકૃષ્ણ એ પણ સમજાવે છે કે કેવી રીતે સદા એ પરમ તત્વના સ્મરણમાં લીન રહેવું જોઇએ. બધી ઇન્દ્રિયોના દ્વારને બંધ કરી, હૃદયમાં ધ્યાન પરોવી, ઊંડા શ્વાસ વડે પ્રાણને મસ્તકમાં સ્થાપી જે ૐ રૂપે અક્ષરબ્રહ્મનું (એટલે કે ૐ રૂપી અવિનાશી બ્રહ્મનું) ઉચ્ચારણ કરતો ભગવાન શ્રીકૃષ્ણ રૂપે નિર્ગુણ બ્રહ્મનું ધ્યાન ધરે છે, તે અંતકાળે તેમને જ પામે છે. આમ, અક્ષરબ્રહ્મ યોગ અધ્યાયમાં ઉપનિષદોની જેમ નિરાકાર, અવ્યક્ત બ્રહ્મ જે અવિનાશી છે તેને તો અક્ષર બ્રહ્મ કહેવાયું છે,

પણ સાથે તે અવિનાશી બ્રહ્મને જે ધ્વનિ વડે સ્મરણ કરાય છે તે ૦ૐ ને પણ અક્ષરબ્રહ્મ કહેવાયો છે. અર્થાત્ ૦ૐ જ અવિનાશી બ્રહ્મ છે.

શ્રીકૃષ્ણ કહે છે 'જે અવ્યક્ત શક્તિ અક્ષર નામે કહેવાઈ છે તે અવ્યક્ત સ્વરૂપને જ પરમ ગતિ કહે છે. એ સનાતન અવ્યક્તભાવ જેને પામીને મનુષ્ય પાછો નથી આવતો, તે જ મારું પરમ ધામ (પરમ સ્થાન) છે, હું ત્યાં છું.' (૮.૨૧) આમ, અક્ષરબ્રહ્મ યોગ અધ્યાયમાં ભગવાન શ્રીકૃષ્ણએ પોતાને અવ્યક્ત બ્રહ્મ રૂપે જણાવ્યા છે જે અવિનાશી હોવાના કારણે પરમ અક્ષરબ્રહ્મ તરીકે ઓળખાય છે. તેમણે પોતાની એ અવ્યક્ત સ્થિતિને પોતાની મૂળ સ્થિતિ, પોતાનું મૂળ સ્થાન કહ્યું છે. અને એને જ મનુષ્યો માટે એ પરમ ગતિ કહી છે જેને પામ્યા પછી મનુષ્ય પાછો સંસારમાં નથી આવતો. એટલે કે ભગવાન કૃષ્ણએ મનુષ્યને તેમના સાકાર રૂપથી તેમના નિરાકાર, અવ્યક્ત, અવિનાશી બ્રહ્મના રૂપ તરફ જવાનું કહ્યું છે, અને તે અવ્યક્ત બ્રહ્મરૂપને જ તેમનું સાચું સ્વરૂપ અને સ્થાન સમજવા કહ્યું છે. સીધા શબ્દોમાં તે કહી રહ્યા છે કે તે ભલે ત્યાં શરીર સાથે ઊભા હોય, પણ મૂળ રૂપે તે અવ્યક્ત અવિનાશી બ્રહ્મ છે.

ત્યારબાદ ગીતાના પંદરમા અધ્યાયમાં પુરુષોત્તમ યોગની વાત આવે છે. અહીં ભગવાન શ્રીકૃષ્ણ કહે છે કે આ સંસાર એક ઉલટા પીપળાના વૃક્ષ સમાન છે જેના મૂળ ઊર્ધ્વ એટલે કે ઉપરની દિશામાં છે. અવ્યક્ત પરબ્રહ્મ એ વૃક્ષનું મૂળ છે, વ્યક્ત બ્રહ્મના ત્રણ ગુણ તેની શાખાઓ છે, અને પાંદડા વેદોના છંદ કે ઋચાઓ છે. આ ત્રણ ગુણ રૂપી શાખાઓમાંથી પોષણ મેળવીને ઇન્દ્રિયોના વિષયો રૂપી કૂંપળો ફૂટી છે અને આમ તેમ ફેલાઈ છે. મૂળની પણ કેટલીક શાખાઓ નીચે ઉતરેલી છે જેના દ્વારા સંસાર નિર્માણનું કર્મ થઈ રહ્યું છે. છતાંય, આ વૃક્ષ જેવું વર્ણન થઈ રહ્યું છે એવું પણ સમજવું સહેલું નથી, કારણકે તેનો કોઈ આદિ પણ નથી કે અંત પણ નથી. એટલે જે મનુષ્ય વૈરાગ્યની કુહાડી વડે ઇન્દ્રિયોના વિષયોથી વિરક્ત થઈ આ વૃક્ષના થડને કાપી નાખે છે, તે જ અવ્યક્ત પરબ્રહ્મ રૂપી મૂળને જોઈ અને જાણી શકે છે. એવો મનુષ્ય જેના માન, મોહ નષ્ટ થઈ ચૂક્યા છે, જેણે આસક્તિરૂપી દોષોને જીતી લીધા છે, અને જેની પરમાત્મા સ્વરૂપમાં નિત્ય સ્થિતિ છે. તે જ પરબ્રહ્મના એ પરમ પદને જાણી શકે છે. (૧૫.૧-૫)

અને પછી ભગવાન શ્રીકૃષ્ણ વડે કહેવાયું છે કે તેમનું એ પરમ સ્વરૂપ શું છે. શ્રીકૃષ્ણ કહે છે કે મનુષ્યોના દેહમાં રહેલો સનાતન જીવાત્મા એ તેમનો (પરબ્રહ્મનો) જ અંશ છે. તે દેહ અને મનનો સ્વામી છે. એજ રીતે સૂર્યમાં, ચંદ્રમાં અને અગ્નિમાં જે તેજ છે તે પણ તેમનું જ તેજ છે. તે જ આત્મા રૂપે સર્વ પ્રાણીઓને ધારણ કરે છે, અને ચંદ્રના તેજ દ્વારા સર્વ વનસ્પતિઓને પોશિત કરે

છે. ભગવાન શ્રીકૃષ્ણ કહે છે કે 'આ સંસારમાં બે પ્રકારના પુરુષો છે. એક ક્ષર એટલે કે નાશવંત અને બીજા અક્ષર એટલે કે અવિનાશી. પ્રાણીઓ, મનુષ્યો અને વનસ્પતિઓના શરીર ક્ષર-નાશવંત છે, અને એ શરીરને ધારણ કરી ચલાવતો જીવાત્મા અક્ષર-અવિનાશી છે. પણ સંસારના એ બંને પુરુષોથી પણ ઉપર એક ઉત્તમ પુરુષ છે જે સૃષ્ટિના ત્રણેય લોકોમાં પ્રવેશી સમસ્ત સંસારને ધારણ અને પોષણ કરે છે. એ ત્રીજા ઉત્તમ પુરુષને અવ્યય (અવિનાશી), પરમેશ્વર, પરમાત્મા જેવા નામોથી ઓળખાવવામાં આવ્યો છે. આમ, હું નાશવંત સમુદાયથી અતીત છું, અને અવિનાશી જીવાત્માથી ઉત્તમ છું. એટલે લોકોમાં અને વેદમાં પુરુષોત્તમ નામે પ્રસિદ્ધ છું.' (૧૫.૧૬-૧૮) અને પછી સાકાર રૂપે રહેલા એ નિરાકાર, અવ્યક્ત પરબ્રહ્મ શ્રીકૃષ્ણ કહે છે, 'હે ભારત! જે જ્ઞાની માણસ મને આમ તત્વ રૂપે પુરુષોત્તમ સ્વરૂપ જાણે છે, તે સર્વસ્વ જાણનાર મનુષ્ય સર્વ રીતે નિરંતર મુજ પરમેશ્વરને જ ભજે છે.' (૧૫.૧૯)

19
પુરાણોમાં શ્રીવિષ્ણુ સિવાયના પંચદેવનું સ્વરૂપ

હવે જાણીએ કે ભગવાન શિવ, મા શક્તિ, ભગવાન ગણેશ અને ભગવાન સૂર્ય અથવા બ્રહ્માજીને તેમના પોતપોતાના સ્વતંત્ર પુરાણો મારફતે કેવી રીતે સમજાવાયા છે.

શિવ મહાપુરાણમાં અપાયેલી સૃષ્ટિની ઉત્પત્તિની સમજ

• લોકસત્તા જનસત્તા, તા: ૨૫-૦૪-૨૦૨૪

શિવ પુરાણ શરુ થાય છે નારદમુનિ દ્વારા પોતાના આરાધ્ય ભગવાન વિષ્ણુ પાસે તેમનું જ હરિ રૂપ માંગવાથી. શ્રીવિષ્ણુ નારદજીમાં જાગેલી આ સાંસારિક કામનાને ઠીક કરવા તેમને વાનરનું રૂપ આપી દે છે, કારણકે હરી શબ્દનો અર્થ વાનર પણ થાય છે. પોતાના વાનર રૂપથી અજાણ નારદ મુનિ અન્ય સ્થાને જતાં તેમનો ઉપહાસ થાય છે, અને સત્યની જાણ થતાં તે રોષે ભરાઈને વૈકુંઠ આવે છે અને ભગવાન વિષ્ણુને જ શ્રાપ આપી દે છે. પણ પછી ભાન આવતાં, શ્રીવિષ્ણુના પગમાં પડી માફી માંગે છે. ભગવાન વિષ્ણુ કહે છે, દેવોના ઋષિ ભટકી જાય તો એમને તો દેવોના દેવ મહાદેવ જ ઠીક કરી શકે. એટલે નારદમુનિ પૃથ્વી પર

અનેક શિવલિંગોની યાત્રા કરે છે, અને શિવનું ધ્યાન કરતા કરતા બ્રહ્મલોકમાં બ્રહ્માજી પાસે જઈ ભગવાન શિવની પરબ્રહ્મ રૂપે કથા કહેવાની માંગણી કરે છે. અને ત્યારે બ્રહ્માજી તેમને શિવનું માહાત્મ્ય સમજાવે છે.

બ્રહ્માજી કહે છે કે ફક્ત ભગવાન શિવની જ લિંગ રૂપે પૂજા થાય છે, અને અન્ય દેવોની નહિ. કારણકે ફક્ત ભગવાન શિવ જ નિરાકાર બ્રહ્મ સ્વરૂપ છે, બાકી બધા દેવો એમનામાંથી ઉત્પન્ન થયા છે. અને તેમના નિરાકાર બ્રહ્મ સ્વરૂપનું પ્રતીક છે શિવલિંગ. શિવલિંગ લિંગમ અને યોનિનું મિલન દર્શાવતી સંયુક્ત રચના છે, જ્યાં લિંગમ શિવ અને યોની શક્તિનું પ્રતીક છે. એટલે કે નિરાકાર બ્રહ્મ મૂળરૂપે શિવ અને શક્તિના મિલનથી બનતી એક અદ્રશ્ય તત્ત્વરૂપી ઊર્જા છે. તે બ્રહ્મ છે. સૃષ્ટિના વર્તમાન ચક્કરના સર્જન પહેલાં, મહાપ્રલયના કાળમાં કેવળ આ નિરાકાર બ્રહ્મ જ હતું. એક અંધકારભરી શૂન્યતા પ્રસરેલી હતી, અને ત્યાં એ શિવલિંગ રૂપી નિરાકાર બ્રહ્મને બીજી સૃષ્ટિ ઉત્પન્ન કરવાનો સંકલ્પ થયો. આથી, એ નિરાકાર (નિષ્કલ) બ્રહ્મમાંથી સાકાર (સકલ) બ્રહ્મ રૂપે ભગવાન શિવના શરીરની ઉત્પત્તિ થઈ, જેમને સદાશિવ કહેવાયા. આ સદાશિવ અર્ધનારીશ્વર હતા, કારણકે તેમનું અડધું શરીર નારીનું હતું. આથી, સદાશિવે પોતાનામાં રહેલા એ નારીરૂપને પોતાનામાંથી બહાર કાઢ્યું અને શક્તિ રૂપે માં અંબિકાની ઉત્પત્તિ કરી. દેવી અંબિકા માં અને શક્તિ કહેવાઈ કારણકે તે સર્વેની યોની (યોની એટલે ઘર અને ગર્ભ) બની, અને તેના માટે કહેવાયું કે તે સદા ઉધમશીલ રહે છે, એટલે કે શિવના સંકલ્પ પર કાર્ય તે કરે છે. આમ, અર્ધનારીશ્વર સદાશિવમાંથી શિવ અને શક્તિ અલગ પડ્યાં.

ત્યારબાદ તે ભગવાન શિવ રૂપી પરબ્રહ્મએ શિવલોક નામના ક્ષેત્રનું નિર્માણ કર્યું, જેને આજે કાશી કહેવાય છે. તે પરમ નિર્વાણ કે મોક્ષનું સ્થાન છે, અને સૌથી ઉપર બિરાજમાન છે. એ પ્રિય-પ્રિયતમરૂપ શક્તિ અને શિવ જે પરમ આનંદ સ્વરૂપ છે તે એ મનોરમ ક્ષેત્રમાં નિવાસ કરે છે. એટલે જ કાશી એ પરમ આનંદનું સ્થાન છે જેને શિવ અને શક્તિએ પ્રલયકાળમાં પણ પોતાના સાંનિધ્યથી મુક્ત નથી કર્યું. એટલે કે સૃષ્ટિ સર્જન પહેલાં પ્રલયકાળમાં નિરાકાર બ્રહ્મનું જે ધામ હોય છે તે જ સૃષ્ટિના સર્જન બાદ કાશી રૂપે નિર્માણ પામે છે. એટલે શિવે તેનું નામ 'આનંદવન' રાખ્યું હતું, જે પછી 'અવિમુક્ત' નામે પ્રસિદ્ધ થયું. એ આનંદવનમાં વિચરતી વખતે શિવને મનમાં ઈચ્છા થઈ કે એક બીજા પુરુષની ઉત્પત્તિ કરવી જોઈએ જે સૃષ્ટિ સંચાલનનો ભાર પોતાના પર નિભાવી શકે. જેથી સૃષ્ટિ સંચાલનના ભારને લીધે શિવને તેમના વૈરાગી ધ્યાનમાં અને શિવ-શક્તિને બ્રહ્મ અવસ્થાના પરમાનંદમાં વિક્ષેપ ન પડે. આ માટે શિવે તેમના ડાભા ખભા પર અમૃતનું મંજન કરી એક પુરુષ ઉત્પન્ન કર્યો જે સમસ્ત સંસારમાં

વ્યાપ્ત થયો. આમ, સર્વત્ર વ્યાપ્ત થઈને સંસારમાં ઉપલબ્ધ બની સંસારનું સંચાલન કરવાના કાર્યને લીધે તે પુરુષને નામ અપાયું 'વિષ્ણુ'.

વિષ્ણુના અંગે-અંગમાંથી જળની ઉત્પત્તિ થઈ અને એ જલધારાઓએ સંસારને જળથી ઢાંકી દીધો. એ જળ સ્પર્શ માત્રથી સર્વસ્વ પવિત્ર કરનારું હતું એટલે એ બ્રહ્મજળ કહેવાયું. એ બ્રહ્મજળ પર વિષ્ણુએ શયન કર્યું અને એટલે તેમને નારાયણદેવ (જળ પર શયન કરનારા દેવ) કહેવાયા. પછી લગભગ એજ વર્ણન આવે છે જે વિષ્ણુપુરાણ અને શ્રીમદ્ ભાગવતમાં છે કે એ વિષ્ણુએ પ્રધાન, પુરુષ, વ્યક્ત અને કાળ રૂપી તત્વનું સર્જન કર્યું. પ્રધાનમાંથી મહત્ત તત્વ અને તેમાંથી ત્રણ ગુણયુક્ત અહંકાર ઉત્પન્ન થયા, જેમણે પંચમહાભૂત અને તેમના વિષયો સાથે પ્રાણીઓના શરીર અને ઇન્દ્રિયોનું નિર્માણ કર્યું. આ રીતના સર્જન બાદ એ શયન કરેલ શ્રીવિષ્ણુની નાભિમાંથી એક કમળ પ્રગટ્યું. ભગવાન શિવે પોતાના જમણા હાથથી બ્રહ્માજીને ઉત્પન્ન કર્યા અને એ કમળ પુષ્પ પર તેમને આસિત કર્યા. ત્યારબાદ બ્રહ્માજી અને શ્રીવિષ્ણુ વચ્ચે કોણે કોને ઉત્પન્ન કર્યા એ બાબતે વિવાદ થયો.

એ વિવાદનો અંત લાવવા તેમની સામે એક પ્રકાશિત જ્યોતિર્લિંગ ઉત્પન્ન થયું. જેનો ઉપર આકાશથી નીચે પાતાળ સુધી ના કોઈ અંત હતો, ના કોઈ આરંભ. શ્રીવિષ્ણુ અને બ્રહ્માજીને આકાશ અને પાતાળ તરફ તે જ્યોતિર્લિંગનો કોઈ છેડો ન મળતાં, તે બંને દેવો તે જ્યોતિર્લિંગ સામે હાથ જોડીને ઊભા રહ્યા. આથી, ત્યાં તે બંનેને ૐ નાદ સંભળાયો. તે નાદરૂપી બ્રહ્મ સામે શ્રીવિષ્ણુ અને બ્રહ્માજી ભક્તિભાવથી નતમસ્તક થયા, ત્યારે ભગવાન શિવ અને મા ઉમા ત્યાં સશરીર ઉપસ્થિત થયા. ભગવાન શિવે તેમને જણાવ્યું કે તે બંને તેમના જ અંશ છે અને સૃષ્ટિના સર્જન તેમજ પાલન અર્થે ઉત્પન્ન કરાયા છે, અંતે સૃષ્ટિના વિનાશ અર્થે તે પોતે રુદ્ર રૂપે આવશે. આમ, ભગવાન શિવે તેમને શિવ, વિષ્ણુ અને બ્રહ્માજીનું તત્વ રૂપે એકત્વ સમજાવ્યું. આ પછી બ્રહ્માજીએ પ્રજાપતિઓ અને મનુ સહિત અન્યની સૃષ્ટિ કરી જેમણે પૃથ્વી પર માનવ સંસાર શરૂ કર્યો. આ રીતે, શિવપુરાણ નિરાકાર પરબ્રહ્મ રૂપે ભગવાન શિવને મુખ્ય સર્વોપરી ઈશ્વર બતાવી એજ સૃષ્ટિ સર્જનની વાત કરે છે જે વેદો સહિત અન્ય પુરાણોમાં છે.

૭

શું છે શાકત ભાગવતમાં બ્રહ્મા, વિષ્ણુ અને મહેશનો શક્તિ સાથે સબંધ?

• **જનસત્તા લોકસત્તા, તા: ૦૨/૦૫/૨૦૨૪**

દેવી ભાગવત કે જે શક્તિ ઉપાસકોમાં શાકત ભાગવત રુપે ઓળખાય છે તેમાં શક્તિ રૂપે માં અંબિકા પરબ્રહ્મનું સાકાર રુપ છે. પણ શક્તિ રૂપે પરબ્રહ્મનું એ વર્ણન વિષ્ણુ પુરાણ અને શિવપુરાણના વિરુધ્ધ હોવાના સ્થાને તેનું પૂરક છે. અર્થાત્ તે મૂળ પરબ્રહ્મ એક સ્ત્રી રુપે કોઈ સાકાર ઈશ્વર છે એવું પ્રતિપાદિત કરવાના સ્થાને તે નિરાકાર પરબ્રહ્મના શક્તિ સ્વરુપને કે શક્તિ તત્વને આલેખીત કરે છે.

કથા કંઇક એ રીતે દર્શાવાય છે કે બ્રહ્મા નારદજીને બ્રહ્માંડની ઉત્પત્તિની કથા કહી રહ્યા છે. બ્રહ્માજી એ કહ્યું, 'મેં જ્યારે એ કમળ પુષ્પ પર આંખો ખોલી તો જોયું ચારે બાજુ જળ હતું, એ જળ અને કમળ પુષ્પની દાંડી જેના પર આસિત હોય તે પૃથ્વી દેખાતી નહોતી. આથી મેં પુષ્પથી દાંડી તરફ નીચે ઉતરી એનું મૂળ તપાસવાનો પ્રયાસ કર્યો, પણ વર્ષો સુધી શોધ્યા પછી પણ એ ન મળતાં હું ફરી પુષ્પ પર આવી ગયો. એવામાં ત્યાં એકવાર મધુ અને કૈટભ નામના બે દૈત્ય આવી પહોંચ્યા. હું એમના ડરથી ફરી દાંડીમાં સંતાઈને નીચે તરફ ભાગવા લાગ્યો, ત્યારે મેં પહેલી વાર એ દિવ્ય પુરુષના દર્શન કર્યા જેમના ચાર હાથ હતા, અને જેમના હાથમાં શંખ, કમળ, ગદા અને ચક્ર હતું. આ રીતે મેં એ દિવ્ય ભગવાન મહાવિષ્ણુને પહેલીવાર જોયા. પણ તે ઘોર યોગનિન્દ્રામાં ધ્યાનસ્થ હતા. મને ઘોર ચિંતા થઈ કે હવે શું કરવું. ત્યારે મેં એ મહાવિષ્ણુ જેના વશમાં હતા તે યોગનિન્દ્રાને ભગવતી રુપે માની તેમની સ્તુતિ કરી. મારી સ્તુતિ સાંભળી એક તેજસ્વી દેવી વિષ્ણુના શરીરમાંથી નીકળી આકાશમાં સ્થાઈ થઈ, અને વિષ્ણુ યોગનિન્દ્રામાંથી બહાર આવ્યા. તેમણે તે બંને દૈત્યોનો વધ કરી દિધો, અને બસ એજ સમયે ભગવાન શંકર પણ ત્યાં આવ્યા.'

ત્યારબાદ આકાશમાં સ્થિત ભગવતી દેવીએ બ્રહ્મા, વિષ્ણુ અને શિવને સૃષ્ટિનું સર્જન કરી તેનું પાલન અને સંહારના પોતપોતાના કાર્ય સંભાળવા કહ્યું. ત્યારે એ ત્રિદેવ બોલ્યા, 'હે દેવી, અમે શક્તિહીન છીએ. અમે જગત નિર્માણ, પાલન અને સંહારનું કાર્ય કેવી રીતે કરીએ?' ત્યારે એ ભગવતી દેવીના સ્મિત સાથે એક વિમાન ત્યાં આવી પહોંચ્યું. ભગવતીએ પોતે એમાં બેસી ત્રિદેવને એમાં બેસાડ્યા અને મનની ગતિએ અન્ય બ્રહ્માંડમાં લઈ ગયાં જ્યાં સૃષ્ટિનું સર્જન થઈ ચૂક્યું હતું અને તેમના પોતપોતાના બ્રહ્મા, વિષ્ણુ અને શિવ પોતપોતાનું કાર્ય કરી રહ્યા હતા. આ વિસ્મયકારક દૃશ્યો જોઈને ત્રિદેવ એ ભગવતી દેવી સામે સ્તુતિ કરતા ઉભા રહ્યા અને વિચારવા લાગ્યા કે 'આજ આપણા સૌની ઉત્પતિ કરનાર પરમ ઈશ્વર છે.' આમ સ્તુતિ કરવાથી તેમને

ભગવતીના ચરણોમાં એ સમસ્ત બ્રહ્માંડ દેખાયા અને તેમની સાથે તે અનેક બ્રહ્મા, વિષ્ણુ, મહેશ તથા મધુ અને કૈટભ દૈત્યો દેખાયા. ત્યારે અચરજ પામેલા ત્રિદેવે તેમને પ્રાર્થના કરી કે તે દેવી પોતે કોણ છે તે જણાવે. આમ પ્રાર્થના કરવાથી તે ભગવતીએ બ્રહ્મા, વિષ્ણુ અને શિવને પોતાનું સાચું સ્વરૂપ સમજાવ્યું.

ભગવતીએ કહ્યું, 'હું અને પરબ્રહ્મ એક જ છીએ. હું એ નિરાકાર, નિર્ગુણ, અવ્યક્ત પરબ્રહ્મનું શક્તિ રૂપ છું. સમસ્ત મારાથી વ્યાપ્ત થયા પછી જ સ્પંદન કરે છે. જ્યાં હું નથી, ત્યાં કોઈ સ્પંદન નથી. કોઈ કાર્યક્ષમતા અને સામર્થ્ય ગુમાવી ચૂકેલા કે વીર્યહિન બની ચૂકેલા મનુષ્યને વિષ્ણુહિન કે અરુદ્ર નથી કહેતું. તેમને શક્તિહિન કે અશક્ત જ કહેવાય છે. બસ, હું એજ શક્તિ છું જે શિવને શિવત્વ અપાવે છે જે વિષ્ણુને વિષ્ણુ બનાવે છે અને સંસારનું પાલન કરાવે છે.' અર્થાત્ એ કુંડલિની શક્તિ જે મનુષ્યના આત્માની અડધાથી પણ વધુ હિસ્સા તરીકે સુષુપ્ત હોય છે, અને જેના જાગવાથી જ મનુષ્ય બ્રહ્મજ્ઞાની અને યોગી બને છે, તે જાગ્રત બનેલી કુંડલિની શક્તિ જ શિવને શિવત્વ અપાવે છે, તેજ વિષ્ણુને વિષ્ણુત્વ અપાવે છે. દરેક દેવ પોતાના સ્વભાવ અને કાર્ય મુજબ અલગ કાર્ય ધરાવે છે, પણ તે કાર્ય કરવાની શક્તિ પરબ્રહ્મમાંથી જ આવે છે. બસ, એ શક્તિ રૂપે પરબ્રહ્મ શાક્ત ભાગવતમાં ભગવતી દેવી રૂપે દર્શાવવામાં આવ્યા છે. પરબ્રહ્મ રૂપે શક્તિરૂપીની ભગવતી આગળ કહે છે, 'હે બ્રહ્મા, જ્યારે તમે સૃષ્ટિનું સર્જન કરવા માંગો છો ત્યારે પહેલાં એમાં શક્તિની જ જરૂર પડે છે. હે વિષ્ણુ, જ્યારે તમે મહત્તત્વને પ્રધાન મારફતે ઉત્પન્ન કરો છો ત્યારે એ પ્રધાન તત્વ શક્તિ રૂપે હું જ હોઉં છું, જે આગળ તમસ, રજસ અને સત્વ ગુણી અહંકાર ઉત્પન્ન કરી સમગ્ર પ્રકૃતિનું સર્જન કરે છે. હે શંકર, એ સૃષ્ટિનો સંહાર કરવા માટે રુદ્ર રૂપની એ શક્તિ હું જ છું. બધા દેવો મારા મારફતે જ પોતાના કાર્ય સંપન્ન કરે છે.'

આ રીતે પોતાનું શક્તિ રૂપ સમજાવી પરબ્રહ્મ ભગવતીએ પોતાનામાંથી શક્તિ રૂપી ત્રણ દેવીઓ ઉત્પન્ન કરી, અને એમાંથી મહાસરસ્વતી નામની દેવી બ્રહ્માજીને, મહાલક્ષ્મી નામની દેવી મહવિષ્ણુને અને મહાકાળી ગૌરી નામની દેવી ભગવાન શિવને આપી. આ ત્રણ દેવીઓ રૂપે પરબ્રહ્મ ભગવતીએ પુરુષ તત્વ રૂપી એ ત્રિદેવને પોતાનું નિયત કાર્ય કરવા શક્તિ આપી. એ ત્રણ દેવીઓ રૂપે શક્તિ આપ્યા પછી તેમના સર્જન, પાલન અને વિનાશના કાર્યનું સ્મરણ કરાવી ભગવતીએ તેમને તેમની સૃષ્ટિ કરવા કહ્યું. આ રીતે, દેવી ભાગવત કે શાક્ત ભાગવત પરબ્રહ્મના શક્તિ સ્વરૂપને પ્રાધાન્યતા સાથે સમજાવી પુરુષ તત્વને વિવિધ દેવો દ્વારા દ્રષ્ટા રૂપે દર્શાવે છે, જે દેવો (પુરુષ) શક્તિના તેમનામાં વ્યાપ્ત થયા પછી જ તેમનું નિયત કાર્ય કરી શકે છે. આ રીતે સર્વ કાર્ય અને સર્જનની જનની શક્તિ બને છે.

આ સનાતન ધર્મના પંચદેવમાંથી શક્તિની આરાધના કરતા શાક્ત પંથની ઉપાસનાનો માર્ગ છે. શક્તિની ઉપાસના ભોગ અને મોક્ષ બંને ધ્યેય સિધ્ધ કરવા માટે ઉપયોગી છે. સ્વામી વિવેકાનંદે આધુનિક વિશ્વમાં સાચા સનાતન ધર્મને પુનર્જીવિત કરવાનું જે કાર્ય કરી બતાવ્યું, એ પછી તે પોતાના શિષ્યોને હંમેશા કહેતા, 'જો તમારે યોગ માર્ગે સત્યની આત્મનુભૂતી કરવી છે તો શિવની આરાધના બરાબર છે, પણ જો તમારે સંસારમાં કાર્ય કરવું છે, તો શક્તિની ઉપાસના એ માર્ગ છે જે તમને સફળતા અપાવશે.'

☙❧

બ્રહ્મપુરાણ રૂપે સૌરપુરાણ અને ગણેશપુરાણમાં સાકાર પરબ્રહ્મની સંકલ્પના

- જનસત્તા લોકસત્તા, તા: ૦૯/૦૫/૨૦૨૪

આપણે પાછળના લેખોમાં જાણ્યું કે સનાતન ધર્મમાં વેદોમાં રહેલ નિરાકાર, નિર્ગુણ પરબ્રહ્મને પુરાણોમાં પાંચ સાકાર રૂપ લેતાં દર્શાવવામાં આવ્યું છે, જે ભક્તિમાર્ગ અને યોગ માર્ગમાં ઉપયોગી બને છે. આ પાંચ સાકાર રૂપને આપણે પંચદેવ કહીએ છીએ. આપણે ભગવાન વિષ્ણુ, શિવ અને માં શક્તિને સવીચ્ચ સાકાર રૂપો તરીકે દર્શાવતાં પુરાણ જાણ્યાં. આજે વાત કરીએ પંચદેવમાં બાકી વઘેલા બ્રહ્માજી અને સૂર્યદેવના બ્રહ્મ પુરાણની અને ભગવાન ગણેશને સવીચ્ચ ઈશ્વર તરીકે દર્શાવતા ગણેશ પુરાણની.

બ્રહ્મપુરાણમાં ભગવાન વિષ્ણુની મૂળ નિરાકાર પરબ્રહ્મ તરીકે સ્તુતિ થાય છે અને પછી ઋષિ લોમહર્ષણજી દ્વારા કહેવાય છે કે જેમ વિષ્ણુમાંથી ઉત્પન્ન થતા પ્રધાન તત્વ શક્તિ રૂપે ભગવતી છે, તેમ વિષ્ણુમાંથી તેમના પ્રથમ અંશ તરીકે ઉત્પન્ન થતો પુરુષ જે પ્રધાનમાંથી સૃષ્ટિનું સર્જન કરે છે એ પુરુષ બ્રહ્માજી છે. બ્રહ્માજી જ વિષ્ણુપુરાણમાં બતાવેલ ભગવાન વિષ્ણુમાંથી બનતા અંડમાં ઉત્પન્ન થાય છે, અને તેમાંથી પાંચ મહાભૂતો, દસ દિશાઓ, સપ્તર્ષિ, પ્રજાપતિઓ, સનતકુમારો, મનુ અને તેમની પત્ની શતરુપાને ઉત્પન્ન કરે છે. આ રીતે પૃથ્વી અને તેના પર મનુષ્ય જીવનના ઇક્ષ્વાકુ અને ચંદ્રના યયાતિ આદિ વંશ શરૂ થાય છે. ત્યારબાદ દેવતાઓ, ઋષિઓ અને મુનિઓ બ્રહ્માજી પાસે આવે છે અને પૂછે છે કે પૃથ્વી પર કર્મ ભૂમિ કઈ છે? બ્રહ્માજી ભારતવર્ષને એ કર્મભૂમિ બતાવે છે

જ્યાં પાપ કર્મ કરવાથી નર્ક, પુણ્ય કરવાથી સ્વર્ગ અને ભક્તિ માર્ગે નિષ્કામ કર્મ કરવાથી મોક્ષની પ્રાપ્તિ થાય છે. અને અહીંથી તે સમગ્ર ભારતવર્ષના દ્વીપોનું વર્ણન કરતાં કરતાં ભારતના પૂર્વ છેડા પર આવેલ ઓન્દ્ર દેશના કોણાદિત્ય ભગવાનની (ઓડિશાના કોણાર્ક મંદિરના ભગવાન સૂર્યની) મહિમા સમજાવતા ભગવાન સૂર્યને પરબ્રહ્મ પરમાત્મા રૂપે વ્યાખ્યાયિત કરે છે.

બ્રહ્માજી કહે છે કે ભગવાન સૂર્ય જ મૂળ પરબ્રહ્મ પરમાત્મા છે જેમના તેજથી સમગ્ર સર્જન અને વિનાશ થાય છે. તે વરસના બાર મહિનામાં પ્રગટ થતા સૂર્યના બાર અલગ સ્વરૂપોની વાત કરે છે (બાર આદિત્ય) જેમાં ઇન્દ્ર પહેલા અને વિષ્ણુ બારમા આદિત્ય છે, જે મનુષ્ય રૂપે અવતાર લઈ પૃથ્વી પર ધર્મ સ્થાપના કરે છે. તે ભગવાન સૂર્યને જ સર્વ દેવતાઓને ઉત્પન્ન કરનારા અને દેવતાઓ સહિત મનુષ્યો અને સમગ્ર સૃષ્ટિનું પાલન કરનારા બતાવે છે. તે ભગવાન સૂર્યની આરાધના માટે તેમના એકવીસ નામ કહે છે જેના જાપથી મનુષ્ય ભોગ અને મોક્ષ પામી શકે છે. સૂર્યના તે એકવીસ નામોમાં એક નામ બ્રહ્મા પણ છે. અર્થાત્ ભગવાન વિષ્ણુમાંથી ઉત્પન્ન થતા પુરુષ રૂપી બ્રહ્મા પણ વિષ્ણુ રૂપી આદિત્ય સૂર્યના જ અંશ છે, કે એક અર્થમાં તે બંને એક જ છે. આમ, બ્રહ્મ પુરાણમાં ભગવાન સૂર્યને આદિત્ય વિષ્ણુ રૂપે મૂળ પરબ્રહ્મ પરમાત્મા તરીકે દર્શાવવામાં આવ્યા છે, અને એ જ વિષ્ણુના મૂળ અંશ એવા પુરુષને બ્રહ્મા કહી બ્રહ્મા અને સૂર્યની એકરૂપતા બતાવી છે. આ કારણે બ્રહ્મ પુરાણને સૌર પુરાણ પણ કહે છે. તેમાં પરબ્રહ્મ સૂર્ય રૂપે વિષ્ણુ, બ્રહ્મા અને રુદ્ર તરીકે પોતાના કાર્ય કરે છે.

ગણેશ પુરાણ:

મહર્ષિ વેદવ્યાસે ચારેય વેદોનું સંકલન કર્યા બાદ વેદોના જ્ઞાનને લોકભોગ્ય બનાવવાના વિચારે પુરાણોની રચના કરવાનું શરૂ કર્યું. પણ પુરાણ લેખન શરૂ કરતા પહેલાં તે ગણેશને યાદ કરવાનું ભૂલી ગયા. આથી, પુરાણોમાં તે વારંવાર પ્રસંગો અને જ્ઞાન ભૂલવા લાગ્યા. પુરાણ નિર્માણ કાર્ય થંભી ગયું, અને ઉપાય માટે વ્યાસજી બ્રહ્માજી પાસે ગયા. બ્રહ્માજીએ કહ્યું, 'દ્વૈપાયન વ્યાસ, તમે પોતાના જ્ઞાનના અભિમાનમાં આદિદેવ ગણેશજીનું સ્મરણ કરવાનું ભૂલી ચૂક્યા છો. આથી આ થઈ રહ્યું છે. ગણેશજી આદિદેવ છે.' વ્યાસજીને ગણેશજીના પરમેશ્વર હોવા વિશે જાણ નહોતી, આથી તેમણે બ્રહ્માજી પાસે જ્ઞાન માંગ્યું.

બ્રહ્માજીએ કહ્યું, 'જ્યારે સૃષ્ટિનો પ્રલયકાળ ચાલુ હતો ત્યારે હું, વિષ્ણુ અને શિવ એ અંધકારમાં સ્તબ્ધ હતા. સમજમાં નહોતું આવતું કે શું કરવું? એવામાં

આમારી સામે એક હજાર સૂર્યના તેજથી પ્રકાશિત પરબ્રહ્મ પરમેશ્વર ભગવાન ગણેશના રૂપમાં ઉપસ્થિત થયા અને વરદાન માંગવા કહ્યું.' ત્રિદેવોએ વરદાનરૂપે એ પ્રલયકાળમાં તેમના નિયત કાર્યનું જ્ઞાન માંગ્યું. ત્યારે ભગવાન ગણેશ્વરે બ્રહ્માજીને સૃષ્ટિનું સર્જન કરવાનું, વિષ્ણુને તેનું પાલન કરવાનું અને શિવને તેનો સંહાર કરવાનું કાર્ય સોંપ્યું. બ્રહ્માજી દ્વારા એ કાર્ય કેવી રીતે કરવું એનું માર્ગદર્શન પૂછાતા ભગવાન ગણેશે બ્રહ્માજીને પોતાના અંદર લાખો બ્રહ્માંડોનું દર્શન કરાવ્યું જ્યાં લાખો બ્રહ્મા, વિષ્ણુ અને શિવ તેમનું નિયત કાર્ય કરી રહ્યા હતા. આ રીતે પોતાના કાર્યને જાણી બ્રહ્માજીએ પરમેશ્વર ગજાનંદની સ્તુતિ કરી અને સૃષ્ટિ સર્જનનું પોતાનું કાર્ય શરૂ કર્યું.

એવામાં એકવાર મધુ અને કૈતભ નામના બે દૈત્યો આવ્યા જેમણે સૃષ્ટિ સજી રહેલા બ્રહ્માજી તરફ દોટ મૂકી. આથી બ્રહ્માજી ડરીને બ્રહ્મજળ પર યોગનિન્દ્રામાં શયન કરી રહેલા વિષ્ણુ પાસે ગયા. વિષ્ણુ જાગ્યા અને દૈત્યો સાથે પાંચ હજાર વર્ષ સુધી યુધ્ધ કર્યું, પણ દૈત્યો હાર્યા નહિ. અંતે શિવે વિષ્ણુને કહ્યું, 'ભગવાન ગણેશ્વરના અનુગ્રહ વિના સૃષ્ટિમાં કંઈ થતું નથી.' આથી, વિષ્ણુએ ગણેશની સ્તુતિ કરી અને ભગવાન ગણેશ્વરે પ્રગટ થઈને કહ્યું, 'હે વિષ્ણુ, જો આપે પહેલા જ દિવસે મારી સ્તુતિ કરી હોત તો એ દૈત્યો અત્યારસુધી હણાઈ ચૂક્યા હોત.' વિષ્ણુએ ક્ષમા માંગીને ગણેશજી પ્રત્યેની ભક્તિ માગી. ભગવાન ગણેશ્વરે શ્રીવિષ્ણુને કહ્યું, 'હે વિષ્ણુ, તમારા હાથથી એ દૈત્યો શીઘ્ર હણાઈ જશે. એનાથી બ્રહ્માજીનો ભય પણ દૂર થશે, અને આપની મહાન કીર્તિ થશે. હવે આપના કાર્યમાં કોઈ વિઘ્ન નહીં થાય.' આમ કહી ભગવાન ગણેશ્વર અંતર્ધાન થઈ ગયા, અને શ્રીવિષ્ણુએ મધુ અને કૈટભનો સંહાર કરી સંસારના પાલનનું કાર્ય શરૂ કર્યું.

આમ, ગણેશપુરાણમાં ભગવાન ગણેશ નિરાકાર પરબ્રહ્મનું સવીર્ચ્ય સાકાર રૂપ છે, જેમના અનુગ્રહ બાદ જ ત્રિદેવ પોતાના નિયત કાર્યોને કરવા સક્ષમ બને છે. આ રીતે ગણેશજીને આદિદેવ તરીકે પરબ્રહ્મના સવીર્ચ્ય સાકાર સ્વરૂપોમાંથી એક જાણી વેદ વ્યાસજીએ ભગવાન ગણેશ્વરની સ્તુતિ કરી. આથી ભગવાન ગણેશે તેમની સામે પ્રગટ થઈ તેમના પર અનુગ્રહ કર્યો, અને પુરાણોના નિર્માણકાર્યમાં આવતા વિઘ્નોને દૂર થવાનું વરદાન આપી પુરાણોના લેખનને પોતાનો અનુગ્રહ આપ્યો. આમ, વિઘ્નહર્તા ભગવાન ગણેશ પણ સનાતન ધર્મમાં મૂળ નિરાકાર ઈશ્વર પરબ્રહ્મના જ પાંચ સાકાર રૂપોમાંનું એક રૂપ છે.

20
તો કોણ છે સંસારનો સ્વામી?

આપણે શૃંખલાબંધ રીતે સનાતન ધર્મના પંચદેવનું વેદો અને પુરાણોમાં સ્વરૂપ જાણ્યું. વેદોમાં રહેલ એ નિરાકાર, અવ્યક્ત અને અવિનાશી બ્રહ્મ જ આ સમસ્ત સંસારનું સ્વામી છે. તે અવ્યક્ત બ્રહ્મ આગળ જતાં જડ-ચેતન સૃષ્ટિના અનેક સ્તરમાં અનેક સ્વરૂપે વ્યક્ત થાય છે. એટલે એ સ્વરૂપો બહાર રહેલું અને તે સ્વરૂપોમાં રહેલું જે કુલ સમસ્ત બ્રહ્મ છે તેને પરબ્રહ્મ કહે છે. વેદોમાં એ પરબ્રહ્મ સૌપ્રથમ ૐ નાદ રુપે સામે આવે છે. અર્થાત ૐ શબ્દની ધ્વની જે કંપનથી ઉદ્ભવે છે, તે કંપન મૂળ પરબ્રહ્મનું સ્પંદન છે. ૐ નાદ તે નિરાકાર ઈશ્વરનું સૌપ્રથમ વ્યક્ત સ્વરૂપ છે જેનાથી આપણે રુબરુ થઈએ છીએ. એટલે તો ૐ ને અવિનાશી બ્રહ્મ તરીકે અક્ષરબ્રહ્મ કહેવાય છે. આમ, સનાતન ધર્મનો મૂળ એકમાત્ર ઈશ્વર ૐ છે. આ ૐ રુપી પરમ ઈશ્વરની જ વિવિધ શક્તિઓ રુપે વેદોમાં તેત્રીસ પ્રકારના સગુણ દેવોનું આહ્વાન કરાય છે. તે તેત્રીસ કોટી દેવોમાં સર્વવ્યાપક વિષ્ણુ દેવ સૌથી ઉપર છે, અને અગ્નિ દેવ સૌથી પ્રારંભિક. બાકી બધા દેવો તે બંને વચ્ચે છે.

પંચદેવની પૂજા કોણે કેવી રીતે કરવી?

• તારીખ: ૦૬-૦૫-૨૦૨૪ / લોકસત્તા જનસત્તા

વેદોના એ તેત્રીસ કોટી દેવોમાંથી જ પાંચ દેવને પુરાણોમાં મૂળ પરમેશ્વર રૂપે પરબ્રહ્મના સાકાર સ્વરૂપમાં વિકસિત કરાયા છે. ત્યાં તેમના ચરિત્રો વિવિધ કથાઓ દ્વારા હજુ વધારે પ્રચલિત કરાયા છે, પણ પુરાણોમાં પણ તેમનું મૂળ સ્વરૂપ નિરાકાર, અવ્યક્ત પરબ્રહ્મનું જ દર્શાવાયું છે. વિષ્ણુ સર્વવ્યાપક દેવ રૂપે સવીચ્ય છે. રુદ્ર દેવ જ્ઞાની, વીર, પાપનો વિનાશ કરનાર અને મૂળ અવ્યક્ત સ્વરૂપમાં ધ્યાનસ્થ થઇ જનાર શાંત શિવરૂપ છે. દેવી ભગવતી કણ કણને આંદોલિત કરનારી અને મનુષ્યની કુંડલિની જાગૃત કરી તેને બ્રહ્મજ્ઞાની દેવ બનાવનાર શક્તિ છે. સૂર્ય બ્રહ્મ રૂપે પૃથ્વી પર સર્વ જીવોનું પાલન કરનાર, અને જડ-ચેતન સૃષ્ટિનું સર્જન કરનાર ઈશ્વરીય સ્વરૂપ છે. ગણપતિ વિદ્યા અને સમજદારી ધારણ કરનારું ઈશ્વરીય સ્વરૂપ છે જે સમસ્ત સંસારમાં ફેલાયેલી ચેતના સાથે જોડાઈને મનુષ્યના કાર્યોને વિઘ્નહીન બનાવવાનો અનુગ્રહ કરે છે. એક રીતે તે સવીચ્ય ઈશ્વર મનુષ્યોને તેમના સાચા કાર્યોમાં સહાયક થવા જે સ્વરૂપ લે છે તે ગણપતિ છે.

તો હવે, આ પંચદેવમાંથી કોની પૂજા કરવી અને કોની ન કરવી? કયા પ્રકારના મનુષ્યએ કયા દેવને પોતાના આરાધ્ય એવા સવીચ્ય ઈશ્વર માનવા અને બાકીના ચાર સ્વરૂપને શું માનવા? સનાતન ધર્મના શાસ્ત્રો મનુષ્યને ઉપાસના માટે આ પંચદેવમાંથી કોઈપણ એકને પોતાના આરાધ્ય માનવા, અને બાકીના ચારને તેમના અંશ માની લેવાની છૂટ આપે છે. પણ અસલમાં સત્ય એ છે કે મનુષ્યની ઉંમર અને પરિસ્થિતિ પ્રમાણે તેના આરાધ્ય પણ પંચદેવમાંથી બદલાતા રહે છે. નાના બાળકને સર્વપ્રથમ સૂર્ય પૂજા કરવાનું અને સૂર્યનારાયણને પાણી ચડાવવાનું શીખવવામાં આવે છે. તે સૂર્યને સમગ્ર પ્રકૃતિ અને સજીવ સૃષ્ટિને જીવંત રાખનારા મૂળ ઈશ્વર તરીકે જુએ છે. ત્યારબાદ તેની ઉંમર વધતાં જો તેના પર સામેથી કોઈ ભગવાન થોપવામાં ન આવે, તો તે ભગવાન ગણેશને પહેલા સાકાર ઈશ્વર તરીકે પૂજવાની શરૂ કરે છે, કારણકે તે તેના પર અનુગ્રહ કરનારા પરમ ઈશ્વર છે, જે તેના કાર્યોને નિર્વિઘ્ને પાર પાડે છે. ત્યારબાદ ઉંમર અને સમજ વિકસિત થતાં બાળક યુવાનીમાં ઈશ્વરને તર્ક શક્તિથી મનુષ્ય રૂપે સમજવાની કોશિશ કરે છે. અને આ સમયે તે ભગવાન વિષ્ણુના અવતારોથી પ્રેરાય છે. તેને રામ અને કૃષ્ણના ચરિત્ર અને તેમના ઉપદેશ જીવનમાં સહાયક અને માર્ગદર્શક દેખાય છે. આનાથી આગળ વધતાં માણસ ઈશ્વરને જાણવા માંગે છે, તેનાથી અનુભવવા માંગે છે, પોતાનામાં ઈશ્વરનો એ આત્મબોધ મેળવી ઈશ્વરથી એકાત્મ અનુભવવા માંગે છે. અને આ સમયે તે યોગ માર્ગે આગળ વધે છે, અને શિવ તેના આરાધ્ય બને છે. યોગ માર્ગે વિકસિત થતાં આગળ એજ મનુષ્યને પોતાની કુંડલિની શક્તિ

જાગૃત કરવાની જરૂર પડે છે, ત્યારે તે શક્તિ પૂજા કે દેવી પૂજા તરફ આગળ વધે છે. અને આ સમયે માં દુર્ગા કે માં કાળી તેના આરાધ્ય બને છે. એટલે કે સાધક યોગીઓ એક સ્થિતિથી આગળ વિકસતાં શક્તિના ઉપાસક બની જાય છે.

તો, એક સનાતન ધર્માવલંબીએ પોતાના વ્યક્તિગત મંદિરમાં આ પાંચેય દેવની સ્થાપના કરી, પોતાની સ્થિતિ અને ઉદ્દેશ્ય મુજબ કોઈ એકને પોતાના આરાધ્ય માની પાંચેયની પૂજા કરવી જોઈએ. તેણે સૌપ્રથમ વહેલી સવારે સૂર્યનમસ્કાર કરી, સ્નાન કરીને મંદિરમાં ઉપાસના માટે બેસવું જોઈએ. પંચદેવમાંથી કોઈપણને આરાધ્ય મનાયા હોય તો પણ સૌપ્રથમ મંદિરમાં જઈ ભગવાન ગણેશની જ પૂજા કરવી જોઈએ અને 'વક્રતુંડ મહાકાય...' શ્લોક સાથે ભગવાન ગણેશને પોતાના કાર્યોમાં અનુગ્રહ રાખવાની પ્રાર્થના કરવી જોઈએ. ત્યારબાદ જો શિવ આરાધ્ય તરીકે મનાયા હોય તો ગણેશ પ્રાર્થના પછી, મા દુર્ગા, અંબા કે મા કાળીને 'સર્વમંગલ માંગલ્યે...' શ્લોકના અર્થ સાથે પ્રાર્થના કરવી જોઈએ. તેનો અર્થ છે 'હે સર્વેનું મંગળ કરનારી, શિવના સર્વ અર્થ (સંકલ્પ) સાધનારી મા ગૌરી, હું તારા શરણે આવીને તને નમન કરું છું, તું મને શિવના કાર્ય કરવાની શક્તિ આપ.' ત્યારબાદ 'શાંતાકારમ ભૂજગશયનમ્...' શ્લોકના અર્થ સાથે ભગવાન વિષ્ણુને નમન કરવું જોઈએ. અને પછી શિવ અને વિષ્ણુના મિલન સ્થાન એવા ભગવાન હનુમાનની ચાલીસા કરી, કેન્દ્રમાં રહેલ શિવલિંગ પર 'ૐ નમ: શિવાય' ના જાપ સાથે જળ ચડાવવું જોઈએ.

જો વિષ્ણુ આરાધ્ય તરીકે સ્વીકાર્યા હોય તો ઉપરની ગોઠવણમાં શિવ અને વિષ્ણુનું સ્થાન બદલી દઈ પહેલાં શિવનો મહામૃત્યુંજય મંત્ર અને 'ૐ નમ: શિવાય' મંત્ર સાથે પૂજન કરી, હનુમાન ચાલીસા કરવી જોઈએ અને ભગવાન વિષ્ણુની મૂર્તિ સામે 'શાંતાકારમ ભૂજગશયનમ્...' શ્લોક બાદ વિષ્ણુ સહસ્ત્રનામનો પાઠ કરવો જોઈએ. જો મા શક્તિ આરાધ્ય હોય તો અન્ય દરેક દેવને નમન કરતા મંત્રો તેના અર્થ સાથે સ્મરણ કરી/બોલી, અંતે મંદિરમાં સ્થાપિત દેવીના ફોટા કે મૂર્તિ સામે દેવી સૂક્ત કે અન્ય કોઈ દેવી પાઠ કરવો જોઈએ. જો ભગવાન ગણેશ ઇષ્ટદેવ હોય તો સૌપ્રથમ 'વક્રતુંડ મહાકાય...' શ્લોક સાથે ગણેશ પૂજા કર્યા પછી અંતે ફરી ગણપતિની મૂર્તિ સામે ગણેશ આરતી કરવી જોઈએ.

મંદિરમાં આ રીતે રીતે પૂજન કર્યા બાદ બહાર નીકળી સૂર્યોદય સમયે ભગવાન સૂર્ય સામે તુલસી ક્યારે જળ ચડાવવું જોઈએ. આ રીતે એક પરિવારમાં એક જ મંદિર હોય તો પણ તેમાં પંચદેવ સ્થાપિત કરી, પરિવારનો દરેક સભ્ય પોતાની ઉંમર, આધ્યાત્મિક સ્થિતિ અને ઉદ્દેશ્ય મુજબ અલગ અલગ આરાધ્યનું પૂજન પંચદેવ ઉપાસના સાથે કરી શકે છે. આ એક સનાતન ધર્માવલંબીની

ઉપાસના પદ્ધતિનું સાર્થક સ્વરુપ છે.

કઈ સ્થિતિમાં કયા ઉદ્દેશ્ય સાથે કોનું પૂજન કરવું એ શરૂઆતમાં આપણે સમજ્યા. પણ એ બધા ઉદ્દેશ્ય સિધ્ધ થાય પછી સૌથી આગળ એક બ્રહ્મજ્ઞાની મનુષ્યની સ્થિતિ આવે છે. એ બ્રહ્મજ્ઞાન મેળવ્યા પછી કાં તો એ મનુષ્ય સાકાર ઉપાસના છોડી નિરાકાર બ્રહ્મના ધ્યાનમાં લીન રહી શકે છે, કાં તો શિવલિંગને આરાધ્ય તરીકે કેન્દ્રમાં રાખી તેના પર જળ ચડાવવાની ઉપાસના ચાલુ રાખે છે. કારણકે શિવલિંગ પણ ઈશ્વરના નિરાકાર અને અવ્યક્ત સ્વરુપનું પ્રતીક ગણાય છે. પરંતુ જો એ બ્રહ્મજ્ઞાની આગળ વિષ્ણુ તરીકે સંસારમાં સક્રિય સંસારી તરીકે પ્રવેશવાનો નિર્ણય કરે છે, તો પ્રથમ તે વિષ્ણુનો ઉપાસક બની પોતાને વિષ્ણુ સ્થિતિમાં લાવે છે. અને વિષ્ણુ સ્થિતિમાં સ્થિર થયા પછી શિવ-શક્તિનો ઉપાસક બની સંસારમાં ધર્મ સ્થાપના કરવા જરૂરી બ્રહ્મ જોડાણ અને શક્તિ પ્રાપ્ત કરે છે.

અંતે, સનાતન ધર્મમાં સર્વ પુરાણોના જ્ઞાનથી ઉત્પન્ન થતી સૃષ્ટિની સમજને એક ચાર્ટ રુપે સમજી લઈએ. કારણકે પેલા પાખંડી સંપ્રદાયે તેના દરેક ફાંટામાં જાત જાતના કપોળ કલ્પિત ચાર્ટ બનાવી હિન્દુઓને ભ્રમિત કરવાના ખૂબ પ્રયાસ કર્યા છે.

સનાતન ધર્મમાં સૃષ્ટિ:

પ્રસ્તુત ચાર્ટમાં વ્યક્ત નીચે ઉત્પન્ન થતા અણુ, પરમાણુ, સૂર્ય અને પૃથ્વીના પડાવ પંચમહાભૂતની ઉત્પત્તિનું સ્થાન દર્શાવે છે. શરૂઆતી અણુ અને પરમાણુ રુપે હાઇડ્રોજન વાયુના જ્વલનશીલ વાદળો રુપે અગ્નિ તત્વ ઉત્પન્ન થયું જે સૂર્ય સ્વરુપે પણ સક્રિય રહ્યું. સૂર્યમાંથી પૃથ્વી અલગ પડતાં અને તે ઠંડી પડતાં તેના પર જમીન, જળ, વાયુ અને બ્રહ્માંડમાં આકાશ તત્વ અસ્તિત્વમાં આવ્યા.

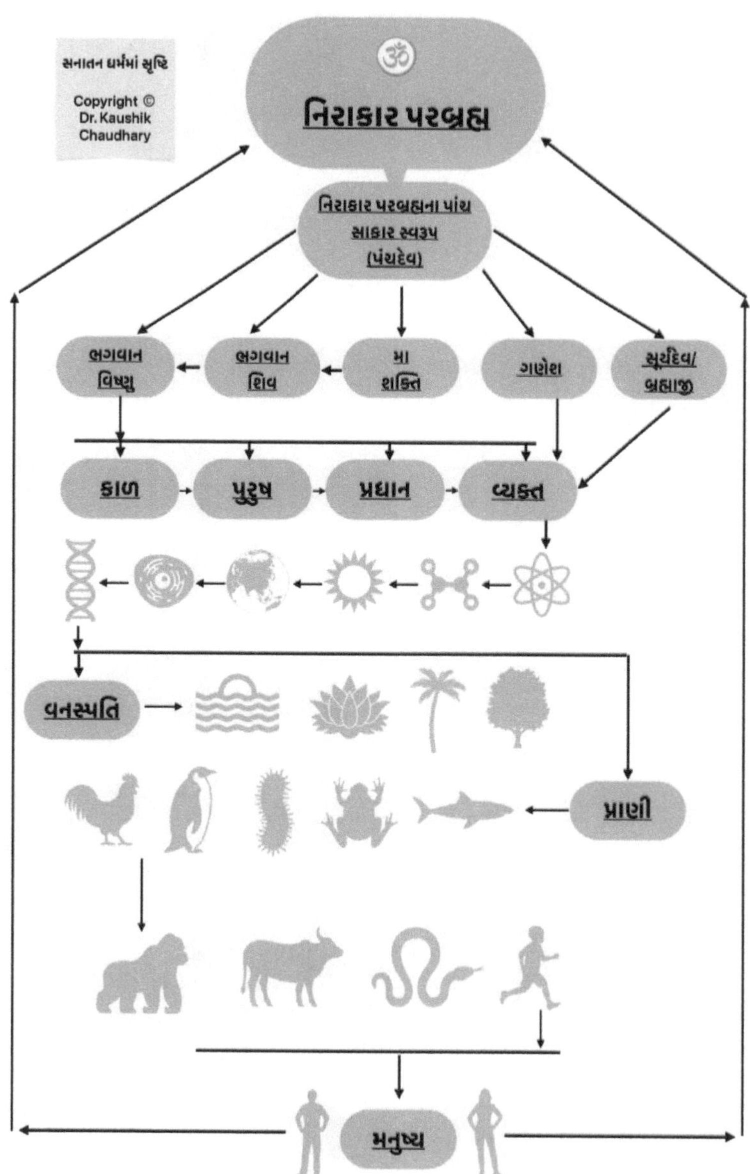

સનાતન ધર્મમાં સૃષ્ટિનો સાચો ચાર્ટ